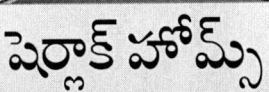

షెర్లాక్ హోమ్స్

వీరోచిత గాథలు

సర్ ఆర్థర్ కానన్ డాయిల్

THE ADVENTURES OF
SHERLOCK HOLMES

NOW IN
TELUGU

AA000629

జైకో పబ్లిషింగ్ హౌస్

అహమ్మదాబాద్   బెంగుళూర్   చెన్నై
ఢిల్లీ హైదరాబాద్   కోల్‌కత్తా   ముంబై

Published by Jaico Publishing House
A-2 Jash Chambers, 7-A Sir Phirozshah Mehta Road
Fort, Mumbai - 400 001
jaicopub@jaicobooks.com
www.jaicobooks.com

THE ADVENTURES OF SHERLOCK HOLMES
షెర్లాక్ హోమ్స్ వీరోచిత గాథలు

ISBN 978-81-8495-693-1

అనువాదం: డి. అరుణ

First Jaico Impression: 2015
Second Jaico Impression: 2018

Printed by
Trinity Academy For Corporate Training Limited, Mumbai

విషయసూచిక

1. బొహీమియా కళంకం

1

షెర్లాక్ హోమ్స్ దృష్టిలో ఆమె పరిపూర్ణ మహిళ. ఆమె గురించి మరొకరకంగా ప్రస్తావించడం చాలా అరుదు. అతని దృష్టిలో ఆమె తప్ప మరొక స్త్రీలేదు. ఆమె విషయంలో అంతగా అతనికి కళ్ళు పొరలు కమ్మాయి. అలా అని అతనికి ఐరీన్ ఆడ్లర్ పట్ల ప్రేమలాంటి భావాలేం లేవు. నిజానికి ప్రేమతో సహా అన్ని ఉద్వేగాలూ, సున్నిత భావాలూ అతని సమతల దృష్టికి అసంగతమైనవి. ప్రేమికుడిగా అతను కృతకంగా ఉండేవాడు. అతడు సున్నితమైన ఉద్వేగాల గురించి సవ్యంగా మాట్లాడి ఎరుగడు. తిరస్కారంగా, హేళనగా మినహా అతనెప్పుడూ సవ్యంగా మాట్లాడలేదు. పరిశీలకుడికి అది చాలా ప్రసంశనీయమైన విషయం. ఎందుకంటే, వ్యక్తి ఉద్దేశ్యాల, చర్యల ముసుగు తీయడానికి అది ఉత్తమ సాధనం. ఎంతో జాగ్రత్తగా వ్యక్తిత్వాన్ని మలచుకున్న సుశిక్షితుడైన తార్కికుడికి అటువంటి చొరబాట్లను అనుమతించడమంటే మానసిక ఫలితాలు తారుమరయ్యేందుకు చోటు కల్పించడమే అవుతుంది. తన కటకంలోని పగులో, మరో పరికరం పాడు కావడం వంటివి కదిలించినంతగా మరే ఉద్వేగమూ అతనిని కదిలించలేదు. ఇన్ని ఉన్నా కూడా అతని మనసులో కూడా ఒక మహిళ ఉంది. ఆమె దివంగత ఐరీన్ ఆడ్లర్; అతని సందిగ్ధ, సందేహాస్పద జ్ఞాపకాలలో ఆమె ఉంటుంది.

ఈ మధ్య హోమ్స్‌ను పెద్దగా కలవడం లేదు. నా వివాహం ఇద్దరినీ చెరో దిక్కూ లాగేసింది. నా సంపూర్ణమైన ఆనందం, కుటుంబం కేంద్రంగా ఉండే వ్యవహారాలూ నన్ను అందులో లీనం చేశాయి. విలాసవంతమైన సమాజాన్ని అసహ్యించుకునే హోమ్స్, బేకర్ వీధిలోని మా ఇంట్లో పాతపుస్తకాలు, కొకెన్ మత్తుల మధ్య ఊగిసలాడుతున్నాడు. మత్తుమందు ఇచ్చే మైకం, తన స్వభావపు తీవ్ర తీక్షణ శక్తికి మధ్య వారం వారం మారుతున్నాడు. నేరాలను అధ్యయనం చేయడం పట్ల అతని తీవ్ర ఆకర్షణ ఏమాత్రం తగ్గలేదు. పోలీసులు ఛేధించడం అసాధ్యమని భావించి, పక్కన పడేసిన మిస్టరీలను ఛేధించేందుకు, ఆచూకీలను వెతికి పట్టుకునేందుకు తన సునిశితమైన పరిశీలనాశక్తిని

ఉపయోగిస్తూ కాలం గడిపేస్తున్నాడు. అప్పుడప్పుడు అతను చేస్తున్న పనుల గురించి చూచాయిగా వింటున్నాను; ట్రెప్రాఫ్ హత్య కేసులో ఒడెస్సాకు సమన్లు పంపడం, ట్రింకోమలిలో అట్కిన్‌సన్ సోదరుల విషాదం కేసును చేధించడం, అలాగే హాలెండ్ పాలక కుటుంబానికి సంబంధించిన వ్యవహారాన్ని సున్నితంగా, విజయవంతంగా చక్కబెట్టడం గురించి వార్తలు అందుతూనే ఉన్నాయ. నేను పేపర్ పాఠకులతో కలిసి పంచుకున్న సంగతులు మినహా నా మాజీ స్నేహితుడు, సహచరుడి గురించి నాకు పెద్దగా తెలియదు.

ఒక రాత్రి - అది 1888, మార్చి 20, నేను ఒక రోగికి చికిత్స చేసి వస్తుండగా (ఇప్పుడు నేను వైద్యుడిగా ప్రాక్టీసు మొదలుపెట్టాను) బేకర్ వీధిలో నుంచి రావలసి వచ్చింది. ఆ వీధిలో నుంచి వస్తూ బాగా పరిచయమమైన ఆ ఇంటి గుమ్మాన్ని దాటి వస్తుండగా, స్కార్లెట్‌లో చదువుతున్నప్పుడు జరిగిన చీకటి ఘటనల కారణంగా హోమ్స్‌ను మళ్ళీ చూడాలనే కోరిక గాఢంగా కలిగింది. అతను తన అసాధారణ శక్తులను ఎలా ఉపయోగిస్తున్నాడో తెలుసుకోవాలనిపించింది. అతని గది పట్టపగల్లా వెలిగిపోతోంది. కిటికీకి వేళ్ళాడుతున్న బ్లైండ్స్ వెనుక అతని పొడవైన, నిటారైన విగ్రహపు నీడ అటూ ఇటూ పచార్లు చేయడం కనిపించింది. అతను తలవంచుకొని, చేతులు వెనక్కి పెట్టుకొని, గదిలో వేగంగా, హడావిడిగా అటూ,ఇటూ తిరుగుతున్నాడు. అతని ప్రతి మానసిక అవస్థ, అలవాటు, శైలి, వెఖరి తెలిసిన నాకు ఆ భంగిమలు తమదైన కథను చెప్పాయి. అతను మళ్ళీ ఏదో పనిలో నిమగ్నమయ్యాడు. మత్తు పదార్థాలు సృష్టించే కలలలో నుంచి అతను బయిటపడి, ఏదో కొత్త సమస్య తాలూకు వాసనలతో మత్తెక్కి ఉన్నాడు. నేను బెల్లు కొట్టాను, గతంలో కొంత భాగం నాదైన గదిలోకి పొమ్మని దోవ చూపారు.

అతని శైలి డాంబికంగా లేదు. అతను అరుదుగా అలా ఉంటాడు. కానీ, నన్ను చూసి సంతోషించాడని అనుకున్నాను. ఒక్క ముక్క కూడా మాట్లాడకుండా, పడక కుర్చీలో కూర్చోమంటూ సైగ చేసి, తన సిగిరెట్ పెట్టెను విసిరి, అగ్గిపెట్టెను, మూల ఉన్న దీపాన్ని చూపించాడు. తర్వాత లేచి మంట ఎదుట నిలబడి, తనదైన శైలిలో నన్ను నిశితంగా పరిశీలించాడు.

''పెళ్ళి నీకు సరిపడింది,'' అతను వ్యాఖ్యానించాడు.

''నేను నిన్ను ఆఖరిసారి చూసినప్పటి నుంచి ఏడున్నర పౌండ్ల బరువు పెరిగావనుకుంటున్నాను వాట్సన్.''

''ఏడు,'' అని సమాధానమిచ్చాను.

''అవును, నేను మరికొంచెం ఆలోచించాల్సింది వాట్సన్. నువ్వు దినచర్యలో పడాలనుకుంటున్నావని నాకు చెప్పలేదు.''

''మరి నీకు ఎలా తెలుసు?''

''నేను చూస్తాను, దాన్ని అనువానిస్తాను. ఈ మధ్య నువ్వు చాలా శ్రమపడుతున్నావు. నీకు నేర్చుకోలేని, అలక్ష్యంగల పనిమనిషి ఉందని లేదంటే నాకెలా తెలుస్తుంది?''

''ఇది చాలా అతిగా ఉంది. కొన్ని శతాబ్దాల కింద నువ్వు జీవించి ఉంటే, తప్పకుండా సజీవదహనం చేసి ఉండేవారు. గురువారం నాడు పల్లెటూరులో నడిచి, ఇంటికి భయంకరమైన స్థితిలో తిరిగి వచ్చిన మాట నిజం. కానీ, నేను దుస్తులు మార్చుకున్న తర్వాత కూడా నువ్వ ఎలా అనుమానపడుతున్నావో నేను ఊహించలేకపోతున్నాను. ఇక మేరీ జీన్ విషయానికి వస్తే ఆమె సరిదిద్దలేని వ్యక్తి, నా భార్య ఇప్పటికే ఆమెకు నోటీసిచ్చింది కానీ, నువ్వు అలా ఎలా చెప్పగలిగావో నేను ఊహించలేకపోతున్నాను.''

అతను తనలో తాను నవ్వుకొని తన పొడవాటి బలహీనమైన చేతులను నలుపుకున్నాడు.

''అది సరళమైన విషయం,'' అతడన్నాడు. ''వెలుతురు పడుతున్న నీ షూ లోపల ఎలా ఉందో నా కళ్ళు గమనించాయి. లెదర్‌పై ఆరు నిలువు గీతలు కనిపిస్తున్నాయి. షూ సోల్ చుట్టూ పేరుకుపోయిన మట్టిని తొలగించడానికి ఎవరో నిర్లక్ష్యంగా రుద్దటం వల్ల అది జరిగింది. కనుక నువ్వు వాతావరణం బీభత్సంగా ఉన్నప్పుడు బయటకు వెళ్ళావని, ముఖ్యంగా బూట్లను శుభ్రం చేయడం తెలియని లండన్ బానిస నీకు పని చేస్తోందని, నేను రెండింతల పరిశీలన, అంచనాలతో తేల్చాను. ఇక నీ ప్రాక్టీసు విషయానికి వస్తే ఎవరైనా పెద్ద మనిషి నా గదిలోకి 'ఐడ్‌ఫార్మ్' వాసనలు వెదజల్లుతూ, కుడి చూపుడు వేలిపై సిల్వర్ నైట్రేట్ వల్ల పడ్డ మచ్చతో, లోపల స్టెతస్కోప్ దాచుకున్నట్టుగా ఉన్న ఉబ్బిన టోపీతో కలిసినప్పుడు, అతను వైద్య వృత్తిలో ఉన్నాంని గుర్తించకపోతే, నేను మందబుద్ధి గలవాడినన్న మాట.''

అతని పరిశీలన, అంచనాలను సరళంగా వివరించిన తీరుకు నవ్వకుండా ఉండలేకపోయాను. ''నువ్వు వకారణాలు వివరిస్తున్నప్పుడు, ఓస్ ఇంతే కదా అనిపిస్తుంది. ఈ పని నేను కూడా చేయగలను కదా అనిపిస్తుంది. నీ తర్కం విని గాభరాపడతాను. అయినా కూడా నా కళ్ళు కూడా నీ కళ్ళంతే నిశితమైనవని నమ్ముతాను.''

''నిజమే,'' అని సిగిరెట్ వెలిగిస్తూ, పడక కుర్చీలో కూలబడ్డాడు. ''నువ్వా చూస్తావు, కానీ పరిశీలించవు. అదే తేడా. ఉదాహరణకు. హాల్ నుంచి ఈ గదికి ఉన్న మెట్లను నువ్వి తరచుగా చూశావు, ఎక్కావు కదా?''

''తరచుగానా?''

''ఎన్నిసార్లు, ఎంత తరచుగా?''

''కొన్ని వందలసార్లు.''

''అయితే, అవి ఎన్ని ఉన్నాయి?'' ''అయితే, అవి ఎన్ని ఉన్నాయి?''

''ఎన్ని! నువ్వు పరిశీలించలేదు. కానీ నువ్వు చూశావు. సరిగ్గా అదే నేను చెప్తున్నది. ఇప్పుడు, నాకు అవి పదిహేడు మెట్లని తెలుసు. ఎందుకంటే నేను చూశాను, పరిశీలించాను కూడా. సరే, నీకు ఇలాంటి చిన్న సమస్యల పట్ల ఆసక్తి ఉంది, పైగా నా ఒకటి రెండు అల్పమైన అనుభవాలను రాశావు కనుక. నీకు దీనిపట్ల ఆసక్తి కలిగి ఉండవచ్చు.'' బల్ల మీద తెరిచి పెట్టి ఉన్న రోజా రంగు కాగితాల కట్టను విసిరాడు. ''ఇది కిందటి పోస్టులో వచ్చింది'' అన్నాడు. ''పెద్దగా చదువు''.

దాని మీద తేదీ లేదు, పైగా సంతకం కానీ, చిరునామా కానీ, లేవు.

'' ఈ రోజు రాత్రి, పావు తక్కువ ఎనిమిది గంటలకు వారు నిన్ను కలుస్తారు,'' అని ఉంది. తీవ్రమైన ఒక విషయంలో ఒక పెద్ద మనిషి నీతో సంప్రదించాలనుకుంటున్నాడు. ఇటీవల యూరప్ రాజ వంశీకులలో ఒకరికి మీరు అందించిన సేవలతో, మీరు సురక్షితమైన, నమ్మదగ్గ వారని తెలుస్తోంది. మేము అన్ని వైపులనుంచీ సేకరించిన సమాచారం అదే చెప్తోంది. ఆ సమయానికి మీరు మీ నివాసంలో ఉండండి. మీ దగ్గరకు వచ్చే వ్యక్తి మాస్క్‌వేసుకుంటే పొరబడకండి.''

'ఇది నిజంగా మర్మమే'' అన్నాను. ''దీని అర్థం ఏమై ఉంటుందనుకుంటున్నావు?''

''నా దగ్గర ఇంకా సమాచారం లేదు. ఎటువంటి సమాచారం లేకుండా సిద్ధాంతీకరించడం ఘోరమైన తప్పిదం. వాస్తవాలకు అనుగుణంగా సిద్ధాంతాలను రూపొందించడానికి బదులుగా తాము రూపొందించిన సిద్ధాంతాలకు అనుగుణంగా ఉండటం కోసం మూర్ఖంగా వాస్తవాలను వక్రీకరిస్తారు కొందరు. కానీ నోట్ చూడగానే, నువ్వు ఎటువంటి అభిప్రాయానికి వచ్చావు?''

నేను జాగ్రత్తగా చేతివ్రాతను, నోట్ రాసిన కాగితాన్ని పరిశీలించాను. నా సహచరుడి ప్రక్రియలను అనుసరించే ప్రయత్నం చేస్తూ ''ఈ నోట్ రాసిన వ్యక్తి బహుశ ధనవంతుడై ఉంటాడు'', అన్నాను. ''ఇటువంటి కాగితపు ప్యాకెట్‌ను రెండున్న షిల్లింగులు

చెల్లించకుండా కొనలేం. ఇది ప్రత్యేకంగా చాలా బలంగా, గట్టిగా ఉంది.''

''ప్రత్యేకం-అది సరైన పదం', అన్నాడు హోమ్స్. ''అసలు అది ఇంగ్లీష్ పేపరే కాదు. దాన్ని పైకెత్తి దీపానికి ఎదురుగా పెట్టు''.

నేను ఆ పని చేశాను, దానిపై పద్దె 'E' తో పాటుగా చిన్న 'g' 'a', p, పెద్ద 'G' చిన్న 't' పేపర్‌లో రాసి ఉన్నాయి.

''దాన్ని చూసి ఏం గుర్తించావు?'' అడిగాడు హోమ్స్.

''అది నిస్సందేహంగా తయారుదారు పేరు లేక మోనోగ్రామ్ అయి ఉండాలి''.

''ఎంత మాత్రం కాదు. G తో పాటుగా t అంటే 'గెసెనల్‌షాఫ్ట్ అని, జర్మన్ భాషలో ఆ మాటకు కంపెనీ అని అర్థం. అది మన 'Co'లాగా సంప్రదాయ కుదింపు. ఇక p అంటే పేపర్ అని. ఇప్పుడు ఉదాహరణకు, మనం మన కాంటినెంటల్ గెజటీర్‌ను పరిశీలిద్దాం. భారీగా ఉన్న బ్రౌన్ పుస్తకాన్ని తన షెల్ఫ్‌లోంచి తీశాడు. "Eglo, Eglohitz- ఇదిగో Egria. బొహీమియాలో జర్మన్ మాట్లాడే దేశం. అది కార్ల్స్‌బాద్ (Carlsbad) నుంచి మరీ దూరం కాదు. అది హెలెన్‌స్టీన్ మరణ స్థలంగా ప్రాచుర్యం పొందడమే కాదు గాజు పరిశ్రమలకు, పేపర్ మిల్లులకు నెలవు కూడా. బాబూ, దాని అర్థం ఏమై ఉందనుకుంటున్నావు?'' అతని కళ్ళు మెరుస్తున్నాయి. విజయగర్వంతో కూడిన పొగ మేఘాలను తన సిగరెట్‌ద్వారా ఊదాడు.

''పేపర్ బొహీమియాలో తయారైంది'', అన్నాను నేను.

''సరిగ్గా చెప్పావు. ఈ నోట్ రాసినవ్యక్తి జర్మన్. ఈ వాక్య నిర్మాణంలో ప్రత్యేకతను గమనించావా. 'అన్ని వైపులనుంచీ మీ గురించి సేకరించిన సమాచారం. ఒక ఫ్రెంచి వ్యక్తో, రష్యన్ అలా రాయలేడు. కేవం జర్మన్లు మాత్రమే తాము వాడే క్రియాపదాల పట్ల అంత అమర్యాదగా ఉండగలరు. ఇక మిగిలిందల్లా బొహీమియన్ కాగితంపై రాసిన, ముఖానికి మాస్క్ తగిలించుకోవడాన్ని ఇష్టపడే జర్మన్‌కు ఏం కావాలో తెలుసుకోవడమే. నా అంచనా తప్పు కాకపోతే అదిగో, వస్తున్నాడు, మన సందేహాలన్నీ తీర్చడానికి.

అతను మాటలు ముగుస్తుండగానే గుర్రపు డెక్కల శబ్దం, కీచుమంటూ చక్రాలు ఆగని సవ్వడి... వెనువెంటనే బెల్లు నొక్కిన శబ్దం వినిపించాయి. హోమ్స్ ఈల వేశాడు.

''సవ్వడిని బట్టి చూస్తే ఇద్దరు వచ్చినట్టున్నారు'', అన్నాడు. కిటికీలోంచి రెప్పపాటున చూసి ''అవును'' అన్నాడు. ''ఒక బుల్లి బగ్గీ. రెండు వన్నెలు చిందించే అందగత్తెలు. ఒక్కొక్కటీ నూట యాభై గిన్నీలు ఉంటుంది. ఏమున్నా లేకున్నా ఈ కేసులో డబ్బు ఉంది, వాట్సన్''.

''ఇంక నేను బయల్దేరడం మంచిదనుకుంటాను, హోమ్స్''.

''ఎంత మాత్రం కాదు డాక్టర్. ఎక్కడున్నావో అక్కడే ఉండు. నా గుగ్గిలం లేకుండా నేను తప్పిపోతాను. ఇదేమో చాలా ఆసక్తికరంగా ఉంది. దీనిని కోల్పోవడం దయనీయం.''

''కానీ నీ క్లైంటు-''

''అతడిని పట్టించుకోకు. నాకు నీ సహాయం అవసరం కావచ్చు. బహుశ అతనికి కూడా. ఇదిగో వస్తున్నాడు. నువ్వు ఆ పడక కుర్చీలో కూర్చో డాక్టర్. నీ దృష్టి అంతటినీ కేంద్రీకరించు.''

మెట్ల మీద, సందులోంచి వినిపిస్తున్న నిదానమైన, బరువైన అడుగులు చప్పుడు తలుపు వెనుక ఒక్కసారిగా ఆగి టకటకమంటూ కొట్టడం వినిపించింది.

''లోపలికి రండి'', అన్నాడు హోమ్స్.

లోపలికి ఆరడుగుల ఆరంగుళాలకు తగ్గని ఎత్తు, హెర్క్యులస్ వంటి ఛాతీ, చేతులూ ఉన్న వ్యక్తి ప్రవేశించాడు. అతను ధరించిన దుస్తులు చాలా ఆడంబరంగా ఉన్నాయి. ఎంత ఆడంబరవంటే, ఇంగ్లాండ్లో అటువంటి వస్త్రధారణను చెత్త అభిరుచిగా లోకువ చేసి చూస్తారు. అతను స్లీవ్స్, డబుల్ బ్రెస్టెడ్ కోటు ముందు భాగంలో భారీ ఆస్ట్రాగన్ పట్టీలు ఉన్నాయి. అతను భుజాలపై వేసుకున్న కోటులో ఎర్రటి ఎరుపు పట్టు లైనింగ్, దాని మెడ దగ్గర మెరుస్తున్న ఒకే ఒక్క వైడూర్యం పొదిగిన బ్రూచ్ అమర్చి ఉంది. అతని బూట్లు పిక్కపై దాకా ఉన్నాయి. పైన బ్రౌన్ రంగులో ఉన్ని అమర్చి ఉంది. అతని వేషభాషలు సంపన్న అనాగరికుడనే భావన కలిగిస్తున్నాయి. చేతిలో విశాలమైన అంచనాలున్న టోపీ ఉంది. అతని చెంపల వరకు నల్లటి మాస్క్ ధరించాడు. బహుశా లోపలికి వచ్చే సమయంలో దానిని సవరించుకున్నట్టున్నాడు, ఎందుకంటే అతని చెయ్యి ఇంకా పైకే ఎత్తి ఉంది. లోపలికి ప్రవేశించినప్పుడు. అతడి ముఖం దిగువ భాగాన్ని గమనిస్తే, వేలాడే మందమైన పెదిమ, పొడవాటి నిటారైన గడ్డంతో బలమైన స్వభావంగల వ్యక్తని, మూర్ఖత్వం వరకు వెళ్ళగల పట్టుదల ఉన్న వ్యక్తని అర్థమవుతుంది.

''నా నోట్ మీ దగ్గర ఉందా?'' అని గంభీరమైన కర్కశమైన గొంతుతో అడిగాడు. అతని ఉచ్ఛారణపై జర్మన్ యాస ప్రభావం బాగా కనిపిస్తోంది. ''నేను కలుస్తానని చెప్పాను'' ఎవరినుద్దేశించి మాట్లాడాలో అర్థం కాక ఇద్దరివైపూ చూస్తూ అన్నాడు.

''దయచేసి కూర్చోండి', అన్నాడు హోమ్స్.

''ఇతను నా స్నేహితుడు, సహచరుడు, డా॥ వాట్సన్. నా కేసులలో అప్పుడప్పుడు సహాయపడుతుంటాడు. మిమ్మల్ని ఏమని సంబోధించాలి.''

''నన్ను కౌంట్ వాన్ క్రామ్ అని సంబోధించవచ్చు. నేను బొహీమియాకు చెందిన కులీనుడను. ఈ పెద్ద మనిషి, నీ స్నేహితుడు, గౌరవనీయుడు, విచక్షణ గలవాడని, అత్యంత ముఖ్యమైన విషయంలో విశ్వసించదగ్గవాడని నాకు అర్థమైంది. లేదంటే, నీతో ఒంటరిగా మాట్లాడవలసి ఉంటుంది''.

నేను వెళ్ళడానికి లేచాను. హోమ్స్ నా చెయ్యి పట్టుకొని, నన్ను కుర్చీలోకి తోశాడు. ''ఉంటే ఇద్దరూ, లేదంటే ఎవరూ లేరు'' అన్నాడు. ''నాకు చెప్పదలచుకున్న ఏ విషయమైనా ఈ జెంటిల్‌మాన్ ముందు చెప్పవచ్చు.''

కౌంట్ తన విశాలమైన భుజాలు ఎగరేశాడు. ''అయితే నేను మొదలుపెట్టాలి''. అన్నాడు. ''రెండేళ్ళపాటు మీరు ఈ విషయాన్ని అత్యంత రహస్యంగా ఉంచాలని హామీ కోరుతున్నాను. ఆ తరువాత దీనికి ఎటువంటి ప్రాముఖ్యత ఉండదు. ప్రస్తుతానికి ఇది ఎంత ముఖ్యమైన విషయమంటే, దీని ప్రభావం ఐరోపా చరిత్ర మీద ఉండవచ్చు.

''నేను ప్రమాణం చేస్తున్నాను'' అన్నాడు హోమ్స్.

''నేను కూడా''.

''ఈ ముసుగు వేసుకోవడాన్ని క్షమించండి, అన్నాడు మా విచిత్ర, అపరిచిత అతిథి.

''నన్ను నియమించుకున్న గౌరవనీయ వ్యక్తికి, తన ఏజెంట్ ఎవరో మీకు తెలియడం ఇష్టం లేదు. ఇప్పుడు మీకు నేను చెప్పిన పేరు, బిరుదు కూడా నావి కావు.''

'' ఆ విషయం నాకు తెలుసు'' అన్నాడు హోమ్స్ నిర్భావంగా.

''పరిస్థితులు అత్యంత సున్నితమైనవి. యూరోప్ పాలిస్తున్న రాజకుటుంబాలలో ఒకదానిని తీవ్రంగా భంగపరిచే అపవాదు రాకుండా అన్ని జాగ్రతత్తలూ తీసుకున్నాం. సూటిగా చెప్పాలంటే... బొహీమియా రాచవంశీకులైన ఆర్మ్‌స్టీన్ గృహాన్ని ఈ వ్యవహారం ఇరికిస్తుంది.''

''ఈ విషయం గురించి కూడా నాకు తెలసు,'' తన పడక కుర్చీలో కూర్చొని, కళ్ళు మూసుకుంటూ గొణిగాడు హోమ్స్.

యూరోప్‌లోనే అత్యంత ఉత్సాహంతమైన, శక్తి మంతమైన ఏజెంట్ అని, స్పష్టమైన హేతుబద్ధతగల వాడని, నిస్సందేహంగా అభివర్ణించే వ్యక్తి అలా విశ్రాంతిగా కూర్చోవడాన్ని మా అతిథి ఆశ్చర్యంగా చూశాడు.

''ఘనత వహించిన మీరు కేసు ఏమిటో చెపితే'', అన్నాడు. ''నేను మీకు సలహా ఇవ్వగలుగుతాను.''

ఆ వ్యక్తి తన కుర్చీలోంచి లేచి, అనియంత్రితమైన ఆందోళనతో అటూ ఇటూ గదిలో పచార్లు చేయడం ప్రారంభించాడు. తర్వాత, హతాశుడైనట్టు తన ముఖానికి ఉన్న ఆచ్ఛాదనను తీసి నేలకేసి కొట్టాడు. ''నువ్వు సరిగ్గా చెప్పావు'' అని అరిచాడు. ''నేను రాజును. దానిని దాచుకోవడానికి నేను ఎందుకు ప్రయత్నించాలి?''

''నిజమే, ఎందుకు?'' గొణిగాడు హోమ్స్.

''బోహీమియా రాజవంశ వారసుడు, కాసెల్ ఫాల్స్టీన్ గ్రాండ్ డ్యూక్ అయిన విల్హెల్మ్ గొట్ స్రీప్, సిగిస్మొండ్ వాన్ ఆర్మ్స్టీన్‌ను ఉద్దేశించి మాట్లాడుతున్నాని తెలియకముందు, ఘనత వహించిన మీరు మాట్లాడలేదు.''

''కానీ నువ్వు అర్థం చేసుకోవాలి'', అన్నాడు మా అపరిత అతిథి కూచొని తన చేతిని ఎత్తైన తెల్లటి నుదిటిపై పెట్టుకుంటూ.

''ఇటువంటి వ్యవహారాలు నేను వ్యక్తిగతంగా చేపట్టడం నాకు అలవాటు లేదని అర్థం చేసుకోవాలి. కానీ, వ్యవహారం అత్యంత సున్నితమైంది. ఏ ఏజెంట్‌లోనూ విశ్వాసం ఉంచలేను. నిన్ను సంప్రదించేందుకు ప్రేగ్ నుంచి స్వయంగా మారువేషంలో వచ్చాను.

''అయితే, దయచేసి సంప్రదించండి'', అన్నాడు హోమ్స్ తిరిగి కళ్ళుమూసుకుంటూ.

''క్లుప్తంగా వాస్తవాలు ఇవీ; దాదాపు ఐదేళ్ళ కిందట నేను వార్సాలో సుదీర్ఘ పర్యటనలో ఉన్నప్పుడు, ప్రముఖ సాహసీకురాలు ఐరీన్ ఆడ్లర్ పరిచయం అయింది. ఆ పేరు నిస్సందేహంగా నీకు సుపరిచితమే''.

''నా సూచికలో ఆమెను వెతుకు, డాక్టర్'' సన్నగా చెప్పాడు హోమ్స్ కళ్ళు తెరవకుండానే. చాలా ఏళ్ళుగా అతను వ్యక్తులు విషయాల గురించి సమాచారాన్ని క్రోడీకరించడాన్ని అతను ప్రారంభించాడు. తద్వారా, ఎవరి గురించైనా, ఏ విషయంగురించైనా సమాచారాన్ని ఇవ్వడం కష్టం కాకూడదన్నది అతని ఉద్దేశం. ఈ కేసులో ఆమె ఆత్మకథ ఒక హిబ్రూ రబ్బీ, సముద్రలోతుల్లోకి వెళ్ళిన చేపల గురించి రాసిన స్టాఫ్ కమాండర్ రచనల మధ్యలో శాండ్ విచ్ అయిపోయి ఉండటాన్ని గమనించాను.

''నన్ను చూడనివ్వు'', అన్నాడు హోమ్స్. ''ఊ! న్యూజెర్సీలో 1858వ సంవత్సరంలో పుట్టిందా! కంట్రాల్టో! లాస్కాలా ఒహో! వార్సా సామ్రాజ్య నాటకరంగ ముఖ్యగాయని - అవును! నాటక రంగం నుంచి విరమణ. ఆహ్! లండన్‌లో జీవిస్తోంది - అవును కదా!

దొరవారు, నాకర్థమైనంత వరకూ, మీరు ఆమెకు కొన్ని ఉత్తేజపూరితమైన లేఖలు రాశారు, ఇప్పుడు వాటిని వెనక్కి రాబట్టుకోవాలనుకుంటున్నారు.''

''సరిగ్గా చెప్పావు కానీ, ఎలా-''

''రహస్య వివాహమేమైనా జరిగిందా?''

''అలాంటిదేమీ లేదు.''

''అయితే నాకు అర్థం కావడం లేదు. ఒక వేళ ఈ యువతి బ్లాక్‌మెయిలింగ్ లేక ఇతర ఉద్దేశాలతో లేఖలను బయట పెట్టినా, అవి విశ్వసనీయమైనవని ఎలా రుజువు చేయగలదు?''

''నా చేరాత ఉంది కదా.''

''ఓహో! ఫోర్జరీ.''

''నా ప్రైవేట్ నోట్ పేపర్.''

''దొంగిలించబడింది.''

''నా స్వంత ముద్ర''.

''అనుకరించారు.''

''నా ఫోటోగ్రాఫ్''.

''కొన్నారు''

''ఆ ఫోటోలో మేమిద్దరం ఉన్నాం''.

''అయ్యో.. అది మంచి విషయం కాదే.'' ఘనత వహించిన పెద్దలు విచక్షణ లేకుండా వ్యవహరించారు.''

''నేను వెర్రివాడనయ్యాను। పిచ్చిపట్టింది''.

''అప్పట్లో నేను యువరాజును మాత్రమే. చిన్నవాడిని. ఇప్పుడు నా వయసు ముప్పై.''

''వాటిని తిరిగి రాబట్టాలి.''

''మేం ప్రయత్నించి, విఫలమయ్యాం''.

''భారీగా డబ్బు చెల్లించాలి. వాటిని కొనుక్కోవాలి.''

''ఆహా అన్నాడు''.

''అప్పుడు దొంగలించాలి.''

''ఐదు ప్రయత్నాలు జరిగాయి. నేను డబ్బు ఇచ్చిన దొంగలు రెండు సార్లు ఆమె ఇంటిని చిందరవందర చేశారు. ఒకసారి ఆమె ప్రయాణిస్తుండగా, ఆమె సామాను

మళ్ళించాం. రెండు సార్లు దారి కాచి ప్రయత్నించాం. కానీ ఫలితం దక్కలేదు.''

''దాని చిహ్నాలేవీ కనిపించలేదా?''

''ఎంత మాత్రం.''

హోమ్స్ నవ్వేశాడు. ''ఇది చాలా చిన్న సమస్య'' అన్నాడు.

''కానీ నాకు చాలా తీవ్రమైంది'' అన్నాడు రాజు తిరస్కారపూర్వకంగా.

''నిజమే, చాలా. ఆ ఫోటోతో ఆమె ఏం చేయదలుచుకుంది?''

''నన్ను నాశనం చేయాలని''

''కానీ ఎలా?''

''నేను వివాహం చేసుకోబోతున్నాను''.

''అదే, నేను విన్నాను.''

''స్కాండినేవియా రాజు రెండవ కుమార్తె క్లొటిల్డె లోథ్‌మాన్ వాన్ సాక్సె - మెనింజెన్. ఆమె కుటుంబ కఠిన నియమాలు నీకు తెలిసే ఉంటాయి. ఆమె సున్నితత్వపు సజీవరూపంలా ఉంటుంది. నా ప్రవర్తన గురించిన సందేహపు నీడ పడినా, మొత్తం వ్యవహారం ముగిసిపోతుంది.''

''మరి, ఐరీన్ ఆడ్లర్?''

''వాళ్ళకు ఫోటో పంపుతానని బెదిరిస్తోంది. ఆమె ఆ పని చేసి తీరుతుంది. ఆమె గురించి మీకు తెలియదు. కానీ ఆమె మనస్సు ఉక్కులాంటిది. ఆమె ముఖం అత్యంత అందమైంది కానీ బుద్ధి మాత్రం పురుషులంత దృఢమైంది.' నేను మరొక మహిళను వివాహం చేసుకోకూడదని, ఆమె చెయ్యని ప్రయత్నం లేదు''.

''ఆమె దాన్ని ఇంకా పంపి ఉండదని మీరు కచ్చితంగా భావిస్తున్నారా?''

''నేను కచ్చితంగా చెప్పగలను''.

''ఎందుకు, ఎలా?''

''ఎందుకంటే, నిశ్చితార్థం విషయాన్ని బహిరంగ పరిచిన రోజున వాటిని పంపుతానంది. అది వచ్చే సోమవారం జరుగబోతోంది.''

''అంటే మనకింకా మూడు రోజులున్నాయన్న మాట'', అన్నాడు హోమ్స్ ఆవలిస్తూ.

''అదృష్టం, ఎందుకంటే ప్రస్తుతం నేను చక్కదిద్దవలసిన రెండు, మూడు ముఖ్యమైన విషయాలున్నాయి. ప్రస్తుతానికి మీరు లండన్‌లోనే ఉంటారు కదా?''

''తప్పనిసరిగా. మీరు నన్ను లాంఘామ్‌లో కలవచ్చు. అక్కడ నా పేరు కౌంట వాన్ క్రామ్.''

''అయితే, మా పురోగతి గురించి మీకు తెలియజేస్తాను.''

''దయచేసి తెలియజేయండి''.

''నేను చాలా ఆందోళనలో ఉంటాను''

''మరి, డబ్బు విషయం?''

''మీకు సంపూర్ణాధికార పత్రం ఇస్తున్నాను''.

''సంపూర్ణంగా?''

''ఆ ఫోటోగ్రాఫ్ తిరిగి పొందడానికి నా రాజ్యంలో ఒక ప్రాంతాన్ని నీకిస్తానని చెప్తున్నాను.''

''సరే, ప్రస్తుత ఖర్చులకు.''

''తన క్లోక్ కింద నుంచి బరువైన జింకతోలు సంచిని తీసి రాజావారు బల్లమీద పెట్టారు.''

''బంగారంలో మూడు వందల పౌండ్లు, నోట్ల రూపంలో ఏడు వందలు ఉన్నాయి'' అన్నాడు.

హోమ్స్ తన నోట్ పుస్తకం పేపర్‌పై రశీదు గీకి , అతని చేతికిచ్చాడు.

''మేడమ్ చిరునామా?'' అడిగాడు.

''బ్రయానీ లాడ్జి, సర్పెంటైన్ అవెన్యూ, సెయింట్ జాన్స్‌ప్రడ్''.

హోమ్స్ రాసుకున్నాడు. మరొక ప్రశ్న అన్నాడు. ''ఆ ఫోటోగ్రాఫ్ పెద్దదా?''

''అవును.''

''అయితే సరే! గుడ్‌నైట్ యువర్ మెజిస్టీ, త్వరలోనే మీకు శుభవార్త అందించగలనని విశ్వసిస్తున్నాను. ఇక గుడ్‌నైట్ వాట్సన్' అన్నాడు. గుర్రపుబగ్గీ చక్రాల శబ్దం ఆ వీధి చివరకు వెడుతున్నట్టు వినిపిస్తుండగా..

''రేపు మధ్యాహ్నం మూడు గంటలకు నువ్వు రాగలిగితే, ఈ విషయం గురించి నీతో చర్చించాలనుకంటన్నాను.

2

కచ్చితంగా మూడు గంటలకు నేను బేకర్ వీధిలో ఉన్నాను. కానీ, హోమ్స్ ఇంకా తిరిగి రాలేదు. అతను ఉదయం ఎనిమిది గంటలు దాటుతుండగా బయటకు వెళ్ళాడని ఇంటి యజమానురాలు చెప్పింది. నేను ఫైర్ పక్కన కూచున్నాను. అతను ఎంత ఆలస్యంగా వచ్చినా, వేచి ఉండాలన్న కృతనిశ్చయంతో. అతని దర్యాప్తు, విచారణ

పట్ల అత్యంత ఆసక్తితో ఉన్నాను. నేను ఇంతకు ముందు నమోదు చేసిన రెండు నేరాలకు సంబంధించి ఉన్నంత గంభీరమైన, విచిత్ర పరిస్థితులు లేవు. కానీ, ఆ కేసు స్వభావం, క్లైంటు ఉన్నత స్థితి, ఆ కేసుకు తనదైన స్వభావాన్ని, వ్యక్తిత్వాన్ని ఇచ్చాయి. నిజానికి నా మిత్రుడి చేతిలో ఉన్న కేసు దర్యాప్తు స్వభావం కాకుండా, పరిస్థితులపై అతనికి ఉన్న స్పష్టమైన పట్టు, అతని సూదంటు సూక్ష్మతర్కం అనేవి పని విధానాన్ని, అత్యంత క్లిష్టమైన తార్కికతల చిక్కుముడులను విప్పేందుకు అనుసరించే వేగవంతమైన, సూక్ష్మపద్ధతులు అధ్యయనం చేయడం సంతృప్తినిస్తాయి నాకు. అతని విజయ పరంపరకు నేనెంతగా అలవాటు పడ్డానంటే, అతను పరాజయాన్ని ఎదుర్కొనవచ్చనే ఆలోచనే నా మనసులోకి ప్రవేశించడం మానేసింది. గది తలుపు తెరుచుకునే సమయానికి నాలుగు అవుతోంది. తాగి ఉన్నట్టు కనిపిస్తున్న వ్యక్తి, నలిగిపోయి మురికిగా ఉన్న దుస్తులు అస్తవ్యస్తంగా ఉన్న మీసాలు, ఉద్రేకంగా ఉన్న ముఖ కవళికలతో గదిలోకి ప్రవేశించాడు. నా మిత్రుడి మారువేషాల శక్తి అలవాటైనప్పటికీ వచ్చేది అతనేనా అని నిర్ధారించుకునేందుకు మూడుసార్లు చూడవలసి వచ్చింది. తలపంకించి అతను పడక గదిలోకి మాయమయ్యాడు. ఐదు నిమిషాల్లో ట్వీడ్ సూట్ ధరించి, మునుపటిలా గౌరవ ప్రదంగా ఉన్నాడు.

చేతులను జేబులో పెట్టుకుంటూ, నిప్పు ముందు కాళ్లు బారు చాచి, కొద్ది నిమిషాలు మనస్ఫూర్తిగా నవ్వాడు.

''నిజంగా'' అని అరిచాడు. ఉక్కిరి బిక్కిరి అయ్యాడు. మళ్ళీ నవ్వి నవ్వి - నవ్వలేక కుర్చీలో నిస్సహాయంగా వెనక్కి జారగిల పడ్డాడు.

''ఏమిటది?'

''అది చాలా వినోదభరితం. నేను ఉదయాన్ని ఎలా గడిపానో, చివరకు ఏం చేశానో నువ్వు ఊహించలేవు.''

''నేను ఊహించలేను. బహుశ ఐరీన్ ఆడ్లర్ గమనిస్తూనో, ఆమె ఇంటిపై నిఘా వేసో ఉంటావు.''

''నిజమే, కానీ తర్వాత జరిగింది అసాధారణం. ఏమైనా, నీకు చెప్తాను. ఈ రోజు ఉదయం ఏనిమిది దాటగానే, నిరుద్యోగిలా వేషం వేసుకొని ఇల్లు వదిలాను. గుర్రాలు తోలేవారు, దానిపై ఆసక్తి ఉన్న వారి మధ్య అద్భుతమైన సానుభూతి ఉంటుంది. వారిలో ఒకరిగా ఉండు, తెలియాల్సింది అంతా తెలుస్తుంది. నేను వెంటనే బ్రయానీ లాడ్జ్‌ను పట్టుకున్నాను. అది చిన్నదైన భవనం. వెనుకవైపు తోట ఉంది. నిర్మాణం రోడ్డు వరకు, రెండు అంతస్తులతో ఉంది. చేప ఆకారంలో మందపాటి

తాళం ఉంది. కుడివైపున చక్కటి ఫర్నిచర్‌తో, కిందవరకూ అన్ని కిటికీలతో, పిల్లలు కూడా తెరవగల ఇంగ్లీషు కిటికీ తలుపులతో సిట్టింగ్ రూమ్ ఉంది. వెనకాల చెప్పుకోదగ్గది ఏమీ లేదు. గుర్రపుశాల వైపు నుంచి వెళ్ళగల కిటికీ తప్ప. ఆ భవనం చుట్టూ తిరిగి, ప్రతి కోణం నుంచీ చూశాను. కానీ ఆసక్తిగా కనిపించేదేదీ తోచలేదు.

తర్వాత నేను రోడ్డు చివర వరకూ నడిచాను. నేను ఆశించినట్టుగానే ఒక వీధిలో గుర్రపు శాల ఉంది. అది తోట గోడ వరకూ ఉంది. అక్కడ గుర్రాలను శుభ్రం చేయడంలో సాయపడ్డాను. అందుకు గాను రెండు పెన్నీలు, ఒక గ్లాసు మద్యం, కొద్ది పొగాకుతో పాటుగా మిస్ ఆడ్లర్ గురించే కాకుండా నాకు ఏ మాత్రం ఆసక్తిలేని ఆ వీధిలోని ఆరుగురి జీవిత చరిత్రలను బలవంతంగా వినవలసి వచ్చింది.

''సరే, ఐరీన్ ఆడ్లర్ విషయం ఏమిటి?'' అడిగాను నేను.

'' ఆ ప్రాంతంలో పురుషులందరి ఆసక్తిని చంపేసింది. పెద్ద టోపీ కింద దాగిన నాజూకైన మహిళ ఆమె. అలా అని సర్పెంటైన్ గుర్రపుశాల వారు చెప్పారు. ఆమె చాలా ప్రశాంతంగా జీవిస్తుంది. పాట కచేరీలలో పాడుతుంది, రోజూ ఐదింటికి బయటకు వెళ్ళి ఠంచనుగా ఏడింటికి డిన్నర్‌కు వస్తుంది. పాడటానికి మినహా ఆమె చాలా అరుదుగా బయటకు వెళ్తుంది. ఒకే ఒక్క పురుష అతిథి వస్తాడు, కానీ అతనే ఎక్కువగా వస్తాడు. అతను నల్లగా, అందంగా, సాహసంతో ఉంటాడు, రోజుకు ఒక్కసారైనా రాకుండా ఉండడు. ఎక్కువగా రెండు సార్లు వస్తాడు. అతను ఇన్నర్ టెంపుల్‌కు చెందిన పాస్టర్ గాడ్ ఫ్రే నార్టన్. ఒక బగ్గీ తోలేవాడు విశ్వసనీయుడు కావడం వల్ల కలిగే లాభాలు చూడండి. సర్పెంటైన్ మ్యూస్ నుంచి ఒక డజను సార్లు అతడిని ఇంటికి తీసుకు వెళ్ళి ఉంటాడు, కనుక అతడి గురించి అన్నీ తెలుసుకున్నాడు. వాళ్ళు చెప్పాల్సింది అంతా చెప్పడం విన్నాక, నేను మళ్ళీ బ్రయోనీ లాడ్జ్ వద్దకు వెళ్ళి పచార్లు చేస్తూ, ప్రచారానికి ప్రణాళిక ఆలోచించాను.

''ఈ వ్యవహారంలో ఈ గాడ్ ఫ్రే నార్టన్ చాలా కీలకమైన వ్యక్తిలా కనిపిస్తున్నాడు. అతను న్యాయవాది. అది అశుభంగా అనిపించింది. వారి మధ్య సంబంధం ఏమిటి, అతను పదే పదే రావడం వెనుక లక్ష్యమేమిటి? ఆమె అతడి క్లైంటా, స్నేహితురాలా లేక అతని ప్రియురాలా? మొదటిది అయితే, ఆ ఫోటోను దాచమని అతనికి ఇచ్చి ఉంటుంది. ఒక వేళ తరువాత అయితే, అలా జరిగి ఉండకపోవచ్చు. ఈ ప్రశ్నపైనే నేను బ్రయోనీ లాడ్జ్ వద్ద నా పని కొనసాగించాలా లేక టెంపుల్‌లో ఆ వ్యక్తి నివాసం మీద దృష్టి కేంద్రీకరించాలా అన్నది ఆధారపడి ఉంది. ఇది చాలా సున్నితమైన అంశం. నా దర్యాప్తు పరిధిని విస్తరింపచేసింది. ఈ విషయాలన్నీ చెప్పి నీకు బోరు

కొట్టిస్తున్నానేమో, కానీ పరిస్థితిని అర్థం చేసుకోవాలంటే, నా ఈ చిన్న సమస్యల గురించి నీకు చెప్పాలి.''

''నేను శ్రద్ధగా వింటున్నాను,'' సమాధానమిచ్చాను.

''ఒక అందమైన బగ్గీ బ్రయోనీ లాడ్జ్‌కి రావడం, అందులోనుంచి ఒక పురుషుడు దిగడం జరిగే వరకూ సాగే ఘట్టాలను, ఈ వ్యవహారాన్ని నా మనసులో తూకం వేస్తున్నాను. అతను చాలా అందమైన వ్యక్తి, నల్లగా, గద్దముక్కు, దట్టమైన మీసాలతో నేను విన్న వ్యక్తిలా అనిపించాడు. అతను చాలా హడావిడిగా ఉన్నాడు, బగ్గీ తోలేవాడిని ఆగమని అరిచి, తలుపు తీసిన పనిమనిషిని తోసుకుంటూ లోపలికి వెళ్ళాడు. స్వంత ఇంటికి వచ్చినంత స్వతంత్రంగా.

అతను దాదాపు అరగంటసేపు ఇంట్లో ఉన్నాడు. సిట్టింగ్ రూమ్‌లో అటూ ఇటూ పరాచ్లు చేస్తూ, ఉద్వేగంగా మాట్లాడుతూ చేతులు గాల్లో ఆడిస్తున్న అతనిని, ఆ గది కిటికీలోంచి క్షణ మాత్రం చూశాను. కానీ, ఆమెను చూడలేకపోయాను. ప్రస్తుతం అతను బయటకు వచ్చాడు, ముందుకన్న హడావిడిలో ఉన్నాడు. బగ్గీ ఎక్కగానే, జేబులోంచి బంగారు గడియారం తీసి, దానికేసి తదేకంగా చూశాడు. ''దయ్యంలాగా నడుపు'', అని అరిచాడు. ''మొదట రెజెంట్ వీధిలో గ్రాస్ అండ్ హాంకీస్‌కీ, తర్వాత ఎడ్జ్‌వేర్ రోడ్డులోని సెయింట్ మోనికా చర్చికీ వెళ్ళాలి. ఇరవై నిమిషాల్లో నన్ను తీసుకెళ్తే అర గిన్నీ ఇస్తా!''.

''వాళ్ళు వెళ్ళిపోయారు. నేను వెనుకే వెళ్ళాలా వద్దా అని తర్జనభర్జన పడుతుండగా, సందులోకి చక్కటి గుర్రపు బగ్గీ వచ్చింది. దాన్ని నడిపేవాడు కోట్‌కు సగం బటన్లు పెట్టుకొని, టై చెవిమీద వేసుకొని ఉన్నాడు. ఆ క్షణం ఆమెను చూశాను. కానీ ఆమె చాలా అందమైంది, మగవాడు పడి చచ్చేంత అందమైన ముఖం.

''సెయింట్ మోనికా చర్చికి జాన్.. అని అరిచి నన్ను ఇరవై నిమిషాల్లో చేరిస్తే అర సావరీన్ ఇస్తాను''.

''ఆ అవకాశం జారవిడుచుకోలేనిది. వాట్సన్. నేను అందులోనే వెళ్ళాలా లేక ఆ బగ్గీ వెనుక వాలాలా అని ఆలోచిస్తుండగా ఆ వీధిలోకి మరొక బగ్గీ వచ్చింది. పిచ్చివాడిలా ఉన్న నాకేసి రెండుసార్లు ఎగాదిగా చూశాడు డ్రైవర్. 'సెయింట్ మోనికా చర్చి', అన్నాను, 'ఇరవై నిమిషాల్లో నన్ను చేరిస్తే అర సావరీన్ ఇస్తాను'' అప్పటికి పన్నెండు కావటానికి ఇంకా ఇరవై అయిదు నిమిషాలు ఉంది. ఏం జరుగబోతోందో స్పష్టంగా తెలుస్తోంది.

''మా బండి వాడు వేగంగా నడిపాడు. నేను అంతకన్నా వేగంగా నడిపిన గుర్తు

లేదు. కానీ మిగిలిన వారంతా నా కన్నా ముందు చేరుకున్నారు. నేను అక్కడికి చేరేసరికి ఆయపడుతున్న గుర్రాలతో ఉన్న బగ్గీలు ఆగి ఉన్నాయి. నేను బండివాడికి డబ్బిచ్చి, వేగంగా చర్చిలోకి వెళ్ళాను. అక్కడ నరమానవుడు లేడు, నేను ఫాలో అయి వచ్చిన వారు మినహా. వారితోపాటు ఒక మతాధికారి ఉన్నాడు. వారు దైవ పీఠం ముందు కలసికట్టుగా నిలబడి ఉన్నారు. నేను పనీపాటా లేని వ్యక్తి చర్చిలోకి వచ్చినట్టుగా ఒక పక్క బెంచీమీద కూచున్నాను. హఠాత్తుగా, నేను విభ్రమం చెందేలా, పీఠం ముందు ఉన్న ముగ్గురూ నాకేసి తిరిగారు. గాడ్‌ఫ్రే నార్టన్ నా వైపు వేగంగా పరుగెత్తుకొచ్చాడు.

''థాంక్ గాడ్!'' అని అరిచాడు. ''నువ్వు చాలు రా! రా!''

''దేనికి'', అని అడిగాను.

''రావయ్యా, రా ఒక్క మూడు నిమిషాలే, లేకుంటే అది చట్టబద్ధం కాదు.'' అన్నాడు.

''నన్ను పీఠం దగ్గరకు దాదాపు లాక్కొని వెళ్ళారు. నేనెక్కడ ఉన్నానో నాకు తెలిసేలోపే, నా చెవిలో వారు చెప్తున్న విషయాలను గొణుగుతూ, నాకు తెలియని విషయాలను సాక్ష్యమిస్తూ, అవివాహిత అయిన ఐరీన్ ఆడ్లర్, బ్రహ్మచారి అయిన గాడ్ ఫ్రే నార్టన్ వివాహానికి సాయపడుతున్నాను. అంతా క్షణంలో జరిగిపోయింది. కృతజ్ఞతలు చెప్తూ అతను ఒకవైపు, ఆ మహిళ మరొక వైపు, ఆనందంగా ఉన్న మతాధికారి ముందు నిలబడ్డారు. నా జీవితంలో అంత అర్థరహిత పరిస్థితుల్లో నేనెప్పుడూ లేను. ఆ విషయం గుర్తు రావడంతో ఇప్పుడు అంతగా నవ్వాను. వారి లైసెన్స్ వ్యవహారం కొంత అసంప్రదాయంగా ఉండటంవల్లే, మతాధికారి ఏదో ఒకరకమైన సాక్ష్యం లేకుండా వారి వివాహం జరిపించనన్నాడు. నేను అక్కడ అదృష్టవశాత్తు ఉండటం వల్ల పెళ్ళికొడుకు వీధిలో పడి తనకు సాక్ష్యమిచ్చేవారిని వెతుక్కోవలసిన అవసరం తప్పింది. పెళ్ళికూతురు నాకో సావరీన్ ఇచ్చింది. ఆ సందర్భానికి గుర్తుగా దానిని నా వాచీ గొలుసు తగిలించుకోవాలనుకుంటున్నాను.''

''ఇది చాలా అనుకోని మలుపు', అన్నాను

''ఇప్పుడు ఇంకేమిటి?''

''నా ప్రణాళికలు తీవ్రంగా ధ్వంసమయ్యాయి. ఆ జంట వెంటనే వెళ్ళిపోయేందుకు సిద్ధపడినట్టు కనిపించింది. దానితో నావైపుగా తక్షణ, శక్తివంతమైన చర్యలు అవసరమవుతాయి. కానీ, చర్చి ద్వారం వద్ద వారు విడిపోయారు. అతను తిరిగి టెంపుల్‌కి, ఆమె తన ఇంటికి, ఆమె వెడుతూ, నేను యధావిధిగా ఐదింటికి పార్క్ నుండి బయలుదేరతాను, అని చెప్పింది. తర్వాత ఏమీ వినిపించలేదు. ఇద్దరూ

చెరో దిక్కున వెళ్ళారు. నేను నా ఏర్పాట్లు చేసుకోవడానికి వెళ్ళాను.

''అవేంటి?''

''కొంచెం చల్లటి బీఫ్, ఒక గ్లాసు బీర్,'' జవాబిచ్చాడు. బెల్లు కొడుతూ. ''తిండి గురించి కూడా ఆలోచించలేనంత బిజీగా ఉన్నాను. ఈ సాయంత్రం వరకూ అలాగే ఉంటాను. సరే కానీ డాక్టర్, నీ సహకారం కావాల్సివస్తుంది.''

''అది నాకు సంతోషదాయకం''.

''చట్టానికి విరుద్ధంగా వెళ్ళడానికి నీకు అభ్యంతరం లేదా?''

''ఎంత మాత్రం.''

''నిన్ను అరెస్టు చేసే అవకాశం ఉంటుందేమో?''

''ఒక మంచి పని కోసం ఫర్వాలేదు.''

''ఓహ్! కారణం అద్భుతం!''

''అయితే, నేను నీ మనిషిని.''

''నీ మీద ఆధారపడవచ్చని కచ్చితంగా తెలుసు.''

''ఇంతకీ ఏం చేయాలని కోరుకుంటున్నావు;?''

''మిసెస్ టర్నర్ ట్రే తెచ్చాక నీకు స్పష్టం చేస్తాను అన్నాడు, యజమానురాలు తెచ్చిన సాధారణ ఆహారంవైపు తిరుగుతూ. ''నేను దాని గురించి చర్చిస్తాను. ఎందుకంటే నా దగ్గర ఎక్కువ సమయం లేదు. ఇప్పుడే ఐదవుతోంది. రెండు గంటల్లో మనం ఆ వేదిక దగ్గర ఉండాలి. మిస్ ఐరీన్ లేదా మేడమ్, ఏడింటికి తిరిగి వస్తుంది. ఆమెను కలిసేందుకు మనం బ్రయోనీ లాడ్జ్ వద్ద ఉండాలి''.

''తర్వాత?''

''అది నాకు వదిలి పెట్టాలి. జరుగబోయే దానికి నేను ఇప్పటికే ఏర్పాట్లు చేశాను. ఒక్క విషయంలో మాత్రమే నేను పట్టుబడతాను. ఏం జరిగినా నువ్వు జోక్యం చేసుకోకూడదు. అర్థమైందా?''

''నేను తటస్థంగా ఉండాలి అంతేనా.''

''ఏం జరిగినా ఏం చేయకూడదు. బహుశ ఆహ్లాదకరం కాని విషయం ఉండవచ్చు. దానిలో చేరకు. నిన్ను ఇంట్లోకి రమ్మని చెప్పగానే అది ముగిసిపోతుంది. నాలుగైదు నిమిషాల తర్వాత సిట్టింగ్ రూమ్ కిటికీ తెరుచుకుంటుంది, నువ్వు ఆ కిటికీకి దగ్గరగా వచ్చి ఉండాలి.''

''అలాగే.''

''నువ్వు నన్ను పరిశీలించాలి, నేను నీకు కనపడుతుంటాను.''

''అలాగే''

''నేను చెయ్యి ఎత్తగానే, నేను నీకిచ్చిన దానిని గదిలోకి విసిరేసి, మంటలు అని అరుస్తావు. చెప్పేది అర్థమవుతోందా.''

''పూర్తిగా''

''అదేమీ పూర్తిగా బలవత్తరమైంది కాదు,'' అన్నాడు జేబులోంచి సిగార్ లాంటి చుట్టను తీస్తూ. ''అది సాధారణమైన పొగ రాకెట్, తనకి తానుగా రాజుకోవడానికి రెండు వైపులా మూత బిగించి ఉంటుంది. నీ పని దాని వరకే పరిమితం. నువ్వు మంటలని గగ్గోలు పెట్టాక, ఆ పని ఇంకా చాలా మంది చేస్తారు. నువ్వు వీధి చివరకు నడిచి వెళ్ళు, నేను పది నిమిషాల్లో నిన్ను కలుస్తాను. నేను స్పష్టంగా చెప్పాననుకుంటున్నాను?''

''నేను తటస్థంగా ఉండాలి. కిటికీ దగ్గరకు రావాలి, నిన్ను పరిశీలించాలి, నువ్వు సైగ చేయగానే, ఆ వస్తువు విసిరేయాలి, తర్వాత మంటలని అరవాలి, ఆ తర్వాత వీధి చివర నీ కోసం వేచి ఉండాలి.''

''సరిగ్గా.''

''అయితే నువ్వు పూర్తిగా నా మీద ఆధారపడవచ్చు.''

''అద్భుతం. నేను నటించవలసిన కొత్త పాత్రకు సిద్ధం కావలసిన సమయం వచ్చిందనుకుంటాను.''

అతను పడక గదిలోకి అదృశ్యమయ్యాడు. కొద్ది నిమిషాల్లోనే స్నేహపూర్వకమైన, సరళమైన మనసుగల, సంప్రదాయవిరుద్ధమైన మతాధికారి వేషంలో బయటకు వచ్చాడు. ''నల్లటి పెద్ద టోపీ, బ్యాగీ ప్యాంటు, తెల్ల టై, దయతో కూడిన చిరునవ్వు, స్నేహపూరిత చూపు, ధార్మిక ఆసక్తి, అన్నీ కూడా మిస్టర్ జాన్ హేర్‌కు సమానంగా ఉన్నాయి. హోమ్స్ కేవలం తన వస్త్రధారణను మాత్రమే మార్చుకోలేదు. అతని ముఖ కవళికలు, అతని ప్రవర్తన, అతని ఆత్మ కూడా అతను మార్చే ప్రతి వేషానికి తగ్గట్టే ఉంటాయి. అతను నేర పరిశోధనలో నిపుణుడు కావడంతో, నాటకరంగం ఒక మంచి కళాకారుడిని కోల్పోయింది. సైన్స్ ఒక కచ్చితమైన తార్కికుడిని కోల్పోయింది.

మేం బేకర్ వీధిని వదిలేసరికి ఆరుంబావు అయింది. సెర్పెంటైన్ అవెన్యూకి చేరుకునే సరికి ఇంకా పది నిమిషాల సమయం మిగిలింది. అప్పటికే సాయం సంధ్య అది, అప్పుడప్పుడే దీపాలు వేస్తున్నారు. మేం బ్రయోనీ లాడ్జ్ వాస్తవ్యురాలు రావడం కోసం ఆ ఇంటి ముందు పచార్లు చేస్తున్నాం. షెర్లాక్ హోమ్స్ సంక్షిప్త వర్ణన ఆధారంగా నేను ఊహించినట్టుగానే ఉంది ఇల్లు. కానీ ఆ ప్రాంతం నేను ఊహించిన దానికంటే

ప్రైవేటుగా ఉంది. అందుకు భిన్నంగా, ప్రశాంతమైన పొరుగున ఉన్న చిన్న వీధి పూర్తి చైతన్యంతో ఉంది. చెరిగి, వెలిసిన దుస్తులు వేసుకున్న వ్యక్తుల బృందం ఒక మూల పొగతాగుతూ, నవ్వు కుంటూ కూచొని ఉంది, ఒక ఆడ నర్స్‌తో ఇద్దరు తోట మాలులు చేతిలో గంద్రకత్తెరతో పరాచకాలు ఆడుతున్నారు. అందమైన దుస్తులు వేసుకున్న యువకులు నోట్లో సిగార్లతో విశ్రాంతిగా అటు, ఇటూ పచార్లు కొడుతున్నారు.

ఇంటి ముందు పచార్లు చేస్తుండగా, ''చూడూ'' అన్నాడు హోమ్స్, ఈ పెళ్ళి విషయాన్ని సరళం చేస్తోంది. ఆ ఫోటో ఇప్పుడు రెండు వైపులా పదను ఉన్న కత్తి అవుతోంది. యువరాణి కంటపడటం మన క్లైంటుకు ఎలా ఇష్టం లేదో, మిస్టర్ గాడ్ ఫ్రే నార్టన కంటపడటం కూడా ఆమెకు ఇష్టం ఉండకపోయే అవకాశం ఉంది. కానీ ఇప్పుడు ప్రశ్న ఏమిటంటే - ఆ ఫోటో ఎక్కడ ఉందో తెలుసుకోవడమెలా?

''ఎక్కడ?''

''ఆమె బ్యాంకర్ లేక లాయర్. ఆ రెండు అవకాశాలున్నాయి. కానీ రెండూ కాదని నేను భావిస్తున్నాను. మహిళలు సహజంగానే రహస్యంగా ఉంటారు, తమ రహస్యాలను తామే దాచుకోవాలనుకుంటారు.

''పాపం, అతనికి బాగా దెబ్బలు తగిలాయా?'' అడిగింది. అలాంటప్పుడు దాన్ని ఎవరికో ఎందుకు ఇవ్వాలనుకుంటుంది? ఆమె తన జాగ్రత్తను తాను నమ్ముతుంది, కానీ ఒక వ్యాపారవేత్తపై అది ఎలాంటి పరోక్ష లేక రాజకీయ ప్రభావాన్ని చూపగలదో చెప్పలేం. పైగా గుర్తుందా, దానిని త్వరలోనే ఉపయోగించే పట్టుదలతో ఆమె ఉంది. అంటే, అది ఆమెకు దగ్గరగానే ఉందన్నమాట. అది ఆమె ఇంట్లోనే ఉండి ఉండవచ్చు.

''కానీ, ఆమె ఇంట్లో రెండు సార్లు దోపిడీ జరిగింది''.

''అవును! కానీ వారికి వెతకడమెలాగో తెలియదు!''

''కానీ, నువ్వెలా చూస్తావు.''

''అప్పుడేమిటి.''

''ఆమె నాకు చూపేలా చేస్తాను''.

''కానీ, ఆమె తిరస్కరిస్తుంది.''

''ఆమె అలాచేయలేదు. కానీ నాకు చక్రాల శబ్దం వినిపిస్తోంది. అది ఆమె బండే. ఇక నువ్వు నా ఆదేశాలను తూ.చ. తప్పకుండా పాటించు.''

అతను మాట్లాడుతుండగానే ఆ వీధి మలుపులో బండికిరువైపులా ఉన్న లంతరు వెలుగులు కనిపించింది. అది చిన్న, అందమైన బగ్గీ, బ్రయోనీ లాడ్జ్ ముందు ఆగింది. అది ఆగీ ఆగుతుండగా ''అతడు మరణించాడు'', అంటూ అనేక గొంతులు ఒక్కసారిగా

అరిచాయి.

అక్కడ తచ్చాడుతున్న వ్యక్తి, ఒక రూపాయి వస్తుందన్న ఆశతో తలుపు తీసేందుకు ముందుకు వచ్చాడు, కానీ అదే ఉద్దేశంతో దూసుకువచ్చిన మరొక వ్యక్తి తోసేశాడు. దానితో పెద్ద గొడవ మొదలైంది, ఇద్దరు దక్షక భటుల జోక్యంతో పెద్దదైంది. అందులో ఒక భటుడు వచ్చిన వారిలో ఒకరి పక్షాన నిలిచాడు, సహజంగానే మరొకడి వైపు అంతే వేరొకడు బలంగా నిలబడ్డాడు. ఒక దెబ్బ పడ్డది, మరుక్షణమే బగ్గీలోంచి దిగిన మహిళ, ముష్టిఘాతాలతో తలపడుతున్న ఆవేశపరుల మద్యన నిలబడింది. ఆ మహిళను కాపాడేందుకు హోమ్స్ ఆ గుంపులోకి దూసుకుపోయాడు; కానీ ఆమె దగ్గరకు వెడుతుండగానే, గట్టిగా అరచి, ముఖంపై రక్తం కారుతుండగా, నేలపై పడ్డాడు. అతను అలా పడగానే కావలి వాళ్ళు ఒక దిక్కూ, మిగిలిన వారు మరో దిక్కు పరుగులు తీయగా, మంచి దుస్తులు వేసుకుని ఈ గొడవలో జోక్యం చేసుకోకుండానే ప్రేక్షకపాత్ర వహించినవారు మాత్రం గాయపడిన వ్యక్తికి ఆమె సపర్యలు చేసేందుకు సాయపడ్డారు. ఇప్పటికే నేను ఐరీన్ ఆడ్లర్ అని సంబోధించే ఆ మహిళ, మెట్లపైకి పరుగెత్తింది; హాల్లో లైట్లు ఆమె తీరైన విగ్రహంపై పడుతుండగా, అక్కడే నిలబడి వీధిలోకి చూడసాగింది.

''లేదు, లేదు, అతనిలో జీవముంది'', మరొకడు కేకవేశాడు. ''కానీ ఆసుపత్రికి తీసుకువెళ్ళే లోపే పోయేట్టున్నాడు.''

''అతను ధైర్యవంతుడు,'' అంది ఒక మహిళ. ''అతనే లేకపోయి ఉంటే ఆమె పర్సు, వాచీ కొట్టేసేవారే. వారు ఒక గ్యాంగ్, పైగా దుర్మార్గులు కూడా. ఇప్పుడు ఊపిరి పీలుస్తున్నాడు''.

''అతడిని ఇలా రోడ్డు మీద వదిలేయలేం, మీ ఇంట్లోకి తీసుకురావచ్చా మేడమ్?''

''తప్పకుండా! సిట్టింగ్ రూములోకి తీసుకురండి. అక్కడ సౌకర్యవంతమైన సోఫా ఉంది. ఇటుగా రండి, దయచేసి!''

నెమ్మదిగా అతడిని బ్రయోనీ లాడ్జలోకి తరలించి, ప్రధానమైన గదిలో పడుకోబెట్టారు. ఇదంతా నేను స్తంభం పక్కన నిలబడి కిటికీ లోంచి చూస్తూ పరిశీలించాను. గదిలో దీపం వెలిగించారు. కానీ కిటికీ తలుపులు తీయలేదు. నేను హోమ్స్‌ను చూద్దామంటే. తాను పోషిస్తున్న పాత్రకు కట్టుబడి ఉండాలనే దీక్షతో పడుకుని ఉన్నాడేమో నాకు తెలియదు కానీ అత్యంత అందమైన గాయపడిన వ్యక్తి పట్ల జాలితో వేచి ఉన్న ఆమెకు వ్యతిరేకంగా కుట్ర పన్నినందుకు జీవితంలో ఎన్నడూ లేనంత గాఢంగా సిగ్గుపడ్డాను. కానీ హోమ్స్ నాకు అప్పగించిన బాధ్యత నుంచి ఈ సమయంలో

తప్పుకోవడం నయవంచనే అవుతుంది. నేను నా మనసును గట్టి చేసుకొని, నా కోటు కింద నుంచి పొగ రాకెట్ తీశారు. మేమేం ఆమెని గాయపరచడం లేదు కదా అనుకున్నాను. నిజానికి ఆమె మరొకరిని గాయపరచకుండా నిరోధిస్తున్నాం.

హోమ్స్ లేచి సోఫాలో కూచున్నాడు, గాలి కావాలన్నట్టుగా అతను సైగ చేయడం గమనించాను. పని మనిషి కిటికీ తెర తీయడానికి హడావిడిగా వచ్చింది. అదే క్షణంలో అతను చెయ్యి ఎత్తగానే ఆ సైగను అందుకున్న నేను కిటికీలోంచి రాకెట్ విసిరి 'నిప్పు', అని గట్టిగా అరిచాను. నేను అరిచీ అరవగానే, చూస్తున్న గుంపు అంతా, మర్యాదస్తులు, మామూలు వారు, పనివారూ అందరూ కూడా ''మంటలు'' అన్న అరుపులు మొదలు పెట్టారు. గదిలోనుంచి బయటకు రావడం మొదలైంది. హడావిడిగా బయటకు వస్తున్న వ్యక్తులను ఆ పొగలోంచి చూశాను. ఒక్క క్షణం తర్వాత అది మంటలు కాదంటూ నచ్చచెప్తున్న హోమ్స్ గొంతు వినిపించింది. ఆ గుంపులో నుంచి తోసుకుంటూ నేను వీధి చివరకు చేరుకున్నాను. మరొక పది నిమిషాల్లో నా మిత్రుడి చెయ్యి, నా చేతిలో పడటంతో మరుక్షణమే ఆ గందరగోళం నుంచి బయటపడి అమితానందపడ్డాను. కొద్ది నిమిసాల పాటు వేగంగా, నిశ్శబ్దంగా ఎడ్జ్ వేర్ రోడ్డుకు దారి తీసే ప్రశాంతమైన రోడ్డులోకి తిరిగేంత వరకు నడిచాం.

''నువ్వు చాలా బాగా వ్యవహరించావు, డాక్టర్'' అన్నాడు.

''ఇంతకన్నా బాగా జరగదు. అంతా సవ్యంగా జరిగింది.''

''ఫోటో గ్రాఫ్ నీ దగ్గరకు వచ్చిందా!''

''అదెక్కడుంతో నాకు తెలుసు.''

''దాన్ని ఎలా కనుకున్నావు?''

''ఆమె చూపిస్తుందని నీకు చెప్పినట్టుగానే, ఆమె నాకు చూపింది.''

''నాకేమీ అర్థం కాలేదు.''

''దీన్ని మిస్టరీ చేయాలనుకోవడం లేదు''. నవ్వుతూ అన్నాడు. విషయం చాలా సరళమైంది. వీధిలో ఉన్న ప్రతి వారూ తోడు దొంగలే అన్న విషయం గమనించావు. వారందరినీ ఈ సాయంత్రానికి నియమించాను.''

''అది అనుకున్నాలే.''

గొడవ ప్రారంభమైనప్పుడు, కాస్త తడిగా ఉన్న ఎర్ర పెయింట్ నా చేతులకు ఉంది. ఆ హడావిడిలో నేను ముందుకు వెళ్ళి పడిపోయి, చేతులు నా ముఖంపై పెట్టుకొని, దయనీయంగా కనిపించాను. ఇది పాత కిటుకే.

'' ఆ విషయాన్ని కూడా నేను గ్రహించగలిగాను.''

''తర్వాత వారు నన్ను లోపలికి మోసుకెళ్ళారు. నన్ను లోపలికి రానివ్వక తప్పదు ఆమెకి. అంతకన్నా మరేం చేయగలదు? నన్ను సిట్టింగ రూంలోకి తీసుకువెళ్ళారు. నేను అనుమానించిన గదిలోకి. అది ఆమె బెడ్ రూమ్‌కు, ఆ గదికీ మధ్య నుంది. అది ఎక్కడుందో చూడాలనే పట్టుదలతో ఉన్నాను. వారు నన్ను సోఫాలో పడుకోబెట్టారు. నేను గాలికోసం సైగ చేశాను. దానితో కిటికీలు తెరవక తప్పలేదు వారికి. నీకు నీ అవకాశం లభించింది.''

''అది నీకెట్లా సాయపడింది?''

''అది చాలా కీలకం. తన ఇంటికి నిప్పంటుకుందని ఒక మహిళ భావించినప్పుడు తనకు అత్యంత విలువైన దానికోసం ఆమె పరుగులు తీస్తుంది. అది వ్యక్తిని ముంచెత్తే ప్రేరణ. నేను అనేకసార్లు దానిని అవకాశంగాతీసుకున్నాను. డార్లింగ టన్ సబ్సిట్యూషన్ స్కాండల్ కేసులోనూ అది ఉపయోగడింది. అలాగే ఆర్మ్‌స్వర్త్ కోట వ్యవహారాలతో కూడా. వివాహిత మహిళ తన బిడ్డను ఒడిసి పట్టుకుంటుంది. అవివాహిత తన నగల పెట్టెను పట్టుకుంటుంది. మనం వెతుకున్నది మినహా ఆ ఇంట్లో ఈ మహిళకు మరేదీ విలువైనది లేదన్నది సుస్పష్టం. దానిని తీసుకోవడానికి పరిగెడుతుంది. నిప్పంటుకుందనే హడావిడి చాలా బాగా జరిగింది. పొగ, అరుపులు ఎంతటి ధైర్యవంతులనైనా కదిలించడానికి చాలు. ఆమె చాలా అందంగా స్పందించింది. కుడివైపున ఉన్న గంటపైన ఒక పలక వెనుక ఉన్న చోటులో ఫొటోగ్రాఫ్ ఉంది. ఆమె వెంటనే అక్కడకు చేరుకుంది. ఆమె దానిలోంచి లాగుతుండగా ఒక లిప్తపాటు చూశాను. అది అబద్ధపు హెచ్చరిక అని అరవగానే, ఆమె దానిని తిరిగి అక్కడే పెట్టి, రాకెట్‌వైపు ఒక్క క్షణం చూసి, గదిలోంచి బయటకు పరుగెత్తింది. అప్పటి నుంచి నేను సాకులు చెప్తూ ఇంటలోంచి తప్పించుకున్నాను. అప్పుడే ఆ ఫోటోను తస్కరించే యత్నం చేయడానికి తటపటాయించాను. అప్పుడే బగ్గీతోలేవాడు లోపలికి వచ్చి, నన్ను అనుమానంగా పరీశిలిస్తున్నాడు. వేచి ఉండడమే సురక్షితమని భావించాను. కొద్దిపాటి తొందరపాటు కూడా, ఆ ప్రయత్నాన్ని భగ్నం చేయగలదు.''

''మరి ఇప్పుడు?'' అడిగాను నేను.

''మన అన్వేషణ దాదాపు పూర్తైంది. నేను రేపు రాజుతో వెళ్ళి కలుస్తాను. నీకు మాతో రావడం అభ్యంతరం లేకపోవచ్చు. ఆవిడ మనకోసం వేసి ఉండేందుకు మమ్మల్ని సిట్టింగ్ రూమ్‌లోనే కూచోబెడతారు. కానీ ఆమె వచ్చేసరికి, మేం కానీ, ఫోటోగ్రాఫ్ కానీ ఉండకపోవచ్చు. తన చేతులతోనే తన సంపదను తిరిగి పొందడం రాజుగారికి సంతృప్తికరంగా ఉండవచ్చు.''

''ఎప్పుడు కలుస్తారు మీరు?''

''ఉదయం ఎనిమిది గంటలకు. ఆ సమయానికి ఆమె లేవదు. కనుక మాకు అడ్డం ఉండదు. పైగా మనం త్వరపడాలి. ఎందుకంటే ఈ వివాహం ఆమె జీవితాన్ని, అలవాట్లను పూర్తిగా మార్చివేసి ఉండవచ్చు. జాప్యం లేకుండా నేను రాజుకు తెలియజేయాలి.''

మేం బేకర్ వీధి చేరుకుని, ఇంటి గుమ్మం ముందు ఆగాం. తను తాళం చెవులకోసం జేబులు వెతుక్కుంటున్నాడు. ఎవరో పక్కనుంచి వెడుతూ,

''గుడ్‌నైట్ మిస్టర్ షెర్లాక్ హోమ్స్'' అన్నారు.

ఆ సమయంలో పేవ్‌మెంట్ మీద అనేక మంది ఉన్నారు. కానీ, ఆ మాటన్నది పెద్ద కోటు దరించిన సన్నటి యువకుడు. హడావిడిగా వెళ్ళిపోతూ.

''ఈ గొంతు ఇంతకు ముందు ఎక్కడో విన్నాను'' అన్నాడు హోమ్స్, గుడ్డి దీపాల వెలుగులో ఆ వీధిలోకి చూస్తూ. ఆ వ్యక్తి ఎవరా అని ఆలోచిస్తున్నా ఇప్పుడు,'' అన్నాడు.

3

ఆ రాత్రి నేను బేకర్ వీధిలోనే నిద్రించాను. బోహీమియా రాజు గదిలోకి హడావిడిగా ప్రవేశించే సమయానికి మేము బ్రెడ్లు, కాఫీ తీసుకోవడంలో మునిగి ఉన్నాం.

''నిజంగా, నీ దగ్గర ఉందా!'' అని షెర్లాక్ హోమ్స్ భుజాలు పట్టుకు కుదుపుతూ, ఆసక్తిగా, ఆతృతతో అతని ముఖంలోకి చూస్తూ బిగ్గరగా అడిగాడు.

''ఇంకా లేదు''

''కానీ, నీకు ఆశ ఉందా.''

''నాకు ఆశ ఉంది.''

''అయితే పద, వెళ్ళడానికి నేను చాలా అసహనంగా ఉన్నాను.''

''మనకు బగ్గీ కావాలి''.

''లేదా, నా బగ్గీ వేచి ఉంది.''

''అయితే, సమస్యే లేదన్నమాట.''

''మేం మెట్లు దిగి, మరొకమారు బ్రయోనీ లాడ్జికి బయలుదేరాం.

''ఐరీన్ ఆడ్లర్ పెళ్ళి చేసుకుంది,'' అన్నాడు హోమ్స్.

''పెళ్ళా! ఎప్పుడు?''

''నిన్న.''

''కానీ ఎవరిని?''

''నార్టన్ అనే ఇంగ్లీషు న్యాయవాదిని.''

''కానీ, ఆమె అతన్ని ప్రేమించగలదా?''

''ఎందుకు ఆశిస్తున్నావు?''

''ఎందుకంటే రాజుగారికి భవిష్యత్తులో సమస్యలు ఎదురుకాకుండా ఉండేందుకు. ఎవరైనా స్త్రీ తన భర్తను ప్రేమిస్తే, రాజును ప్రేమించలేదు. ఒక వేళ మిమ్మల్ని ప్రేమించకపోతే, మీ ప్రణాళికలో జోక్యం చేసుకోవడానికి కారణమే ఉండదు.''

''అది నిజమే, అయినా కానీ! ఆమె నాతో ఉంటే బాగుండేదని నా కోరిక! ఆమె ఎంత మంచి రాణి అయి ఉండేది!'' అంటూ అతడు మూగపోయి, నిశ్శబ్దంలోకి జారుకున్నాడు. హోం సర్పెంటైన్ అవెన్యూలో ఆగేవరకూ అతడు అందులోంచి బయటపడలేదు.

బ్రయోనీ లాడ్జి తలుపులు తెరిచి ఉన్నాయి. వృద్ధమహిళ ఒకరు మెట్లపై నిలబడి ఉంది. ఆమె మేం బండిలో నుంచి దిగడాన్ని అనుమానాస్పదంగా చూసింది.

''మీరు షెర్లాక్ హోమ్స్ అనుకుంటాను?'' అంది ఆమె.

''నేనే హోమ్స్‌ని'' అంటూ ప్రశ్నార్థకంగా అయోమయంగా చూస్తూ బదులిచ్చాడు నా సహచరుడు.

''అవును! మా యజమానురాలు మీరు రావచ్చని చెప్పింది. చారింగ్ క్రాస్ నుంచి కాంటినెంటుకు 5.15 గంటల రైలుకి తన భర్తతో కలిసి ఈ ఉదయమే వెళ్ళింది.''

''ఏంటీ!'' అన్నాడు ఆశ్చర్యం, ఆగ్రహంతో పాలిపోయిన షెర్లాక హోమ్స్. ''అంటే ఆమె ఇంగ్లాండ్ వదిలి వెళ్లిందని అర్థమా?''

''అవును, ఎన్నటికీ తిరిగి రాకూడదని.''

''మరి కాగితాలు?'' అడిగాడు రాజు బొంగురుపోయిన గొంతుతో. ''అంతా నాశనం అయింది.''

''చూద్దాం'' అంటూ ఆ పనిమనిషిని దాటి డ్రాయింగ్ రూమ్‌లోకి వెళ్ళాడు. నేను, రాజు అనుసరించాం. సామానంతా చిందరవందగా పడేసి ఉంది. అల్మారాలన్నీ పీకేశారు. డ్రాయర్లు తెరిచి ఉన్నాయి. బయలుదేరడానికి ముందు ఆ మహిళ అన్నింటినీ దోపిడీ చేసినట్టుగా ఉంది. హోమ్స్ బెల్‌పుల్‌పై పలక దగ్గరకు వెళ్లి, అందులో చెయ్యిపెట్టి ఒక ఫోటోను ఉత్తరాన్ని బయటకు తీశాడు. అది ఐరీన్ ఆడ్లర్ ఈవెనింగ్ డ్రెస్ ధరించి ఉన్న ఫోటో. ఉత్తరంపై ''టు షెర్లాక్ హోమ్స్-వచ్చేవరకు'' అని ఉంది. నా మిత్రుడు దానిని తెరిచాడు. ముగ్గురం కలిసి దానిని చదివాం. అంతకు ముందు రోజు అర్థరాత్రి తేదీ, సమయం వేసి ఉన్నాయి.

''మైడియర్ షెర్లాక్ హోమ్స్-నువ్వు చాలా అద్భుతంగా నటించావు. నన్ను పూర్తిగా మెప్పించావు. నిప్పంటూ అబద్ధపు హెచ్చరిక చేసేవరకు నాకు అనుమానమే రాలేదు. కానీ, నేను ఎలా మోసపోయానో తెలుసుకున్న తర్వాత, నేను ఆలోచించడం మొదలుపెట్టాను. నీ గురించి కొన్ని నెలలముందే హెచ్చరిక అందింది. ఒక వేళ రాజు కనుక ఎవరినైనా ఏజెంటుగా నియమించుకుంటే, అది తప్పనిసరిగా నువ్వే ఉంటావని చెప్పారు. నీ చిరునామా నాకు ఇచ్చారు. అయినప్పటికీ, నువ్వు తెలుసుకోవాలనుకున్న విషయాన్ని నా చేత చెప్పించావు. నాకు అనుమానం వచ్చినప్పటికీ, దయగల, వృద్ధ మతగురువులో అంత కుట్ర ఉంటుందని ఊహించలేకపోయాను. కానీ, నీకు తెలుసా, నేను స్వయంగా శిక్షణ పొందిన నటిని. పురుష వేషం నాకు కొత్త కాదు. అదిచ్చే స్వేచ్ఛను నేను అనేకసార్లు అనుభవించాను. మిమ్మల్ని పరిశీలించమని నేను జాన్‌ను పంపి, నా దుస్తులు మార్చుకొని మీరు బయలేదేరేసరికి వారిని పిలుస్తూ కిందికి వచ్చాను.

మీ ఇంటి వరకూ మిమ్మల్ని అనుసరించాను. ప్రసిద్ధుడైన షెర్లాక హోమ్స్ దర్యాప్తు చేస్తున్నది నా గురించే అని అప్పుడే ఖరారు చేసుకున్నాను. అప్పుడు నేను నీకు గుడ్‌నైట్ చెప్పి, నా భర్తను కలిసేందుకు చర్చికి బయలుదేరాను.

''అంతటి బలమైన శత్రువు వెంటపడుతుంటే పారిపోవడమే ఉత్తమమమార్గమని మేమిద్దరం భావించాం, కనుక రేపు మా ఇంటికి వచ్చేసరికి గూడు ఖాళీగా కనిపిస్తుంది. ఇక ఫోటోగ్రాఫ్ విషయానికి వస్తే, నీ క్లైంట్ ప్రశాంతంగా ఉండవచ్చు. అతనికన్నా ఉత్తముడిని నేను ప్రేమిస్తున్నాను. అతడు కూడా నన్ను ప్రేమిస్తున్నాడు. తాను చేయాలనుకున్న పనిని రాజు నిరభ్యంతరంగా, చేయవచ్చు. క్రూరంగా ఆయన వంచించిన వ్యక్తి నుంచి ఎటువంటి ఆటంకం ఎదురుకాదు. ఆ ఫోటోను నన్ను నేను కాపాడుకోవడానికి ఉంచుకుంటున్నాను. భవిష్యత్తులో అతను తీసుకోబోయే చర్యల నుంచి నన్ను నేను కాపాడుకోవడానికి ఎప్పుడూ ఒక ఆయుధం నాకవసరం. అతను ఉంచుకోవాలనుకుంటే నా పోటో ఒకటి వదిలి వెడుతున్నాను. డియర్ షెర్లాక్ హోమ్స్-ఐ రీమైన్ వెరీ ట్రూలీ యువర్స్''

ఐరీన్ నార్టన్ ఆడ్లర్'

''ఎలాంటి ఆడది - ఎలాంటి ఆడది!'' అంటూ బోహీమియా రాజు అరిచాడు, ఆ ఉత్తరాన్ని ముగ్గురం చదివడం పూర్తి చేశాక, ''ఆమె ఎంత పట్టుదల గలదో-ఎంత వేగంగా వ్యవహరిస్తుందో నేను చెప్పలేదా? ఆమె అద్భుతమైన రాణి అయి ఉండేది కాదా? ఆమె నా స్థాయిలో లేకపోవడం దయనీయం కాదూ?''

మహారాజూ వారి వ్యవహారానికి మరింత విజయవంతమైన ముగింపు నివ్వలేకపోయినందుకు చింతిస్తున్నాను.''

''కానీ, అందుకు విరుద్ధంగా, మైడియర్ సార్, ఇంతకన్నా విజయం మరొకటి లేదు. ఆమె మాట ఉల్లంఘించదని నాకు కచ్చితంగా తెలుసు. ఇప్పుడు ఆ ఫోటోగ్రాఫ్ మంటల్లో వేసి కాల్చినంత సురక్షితమే'' అన్నాడు రాజు బిగ్గరగా.

''మహారాజా వారు అలా అనడం నాకు సంతోషదాయకం.''

''నేను నీకు ఎంతో రుణడి ఉన్నాను. నేను మీ రుణం ఎలా తీర్చుకోగలనో దయచేసి చెప్పండి. ఈ ఉంగరం-'' అతను తన వేలికి ఉన్న పచ్చలతో పొదిగి పాము ఆకారంలోని ఉంగరాన్ని తీసి అరచేతిలో పెట్టుకొని, చెయ్యి సాచాడు.

''అంతకన్నా ఎక్కువగా నేను గౌరవించేది మహారాజు వద్ద ఉంది,'' అన్నాడు హోమ్స్.

'' ఫోటోగ్రాఫ్.''

రాజు అతడికేసి నిశ్చేష్టుడై చూశాడు.

''ఐరీన్ ఫోటోనా!'' అని అరచి, ''తప్పకుండా నీ కోరిక అదే అయితే'' అన్నాడు.

''కృతజ్ఞతలు మహారాజా. ఇక ఈ వ్యవహారంలో చేయవలసిందేం లేదు. మీకు శుభోదయం అని చెప్పే గౌరవం నాకు లభించింది''. అని అంటూ వంగి అభివాదం చేసి చాచి ఉంచిన చేతికేసి కూడా చూడకుండా వెనుతిరిగి, నాతో కలిసి తన నివాసానికి బయలుదేరాడు.

ఆ రకంగా బొహీమియాకు ముప్పుగా పరిణమిస్తుందనుకున్న స్కాండల్ సమసిపోయింది. షెర్లాక్ హోమ్స్ గొప్ప వ్యూహం ఒక మహిళ తెలివి ముందు వెలవెలపోయింది. గతంలో అతడు మహిళల తెలివి తేటల గురించి వేళాకోళమాడుతూ మాట్లాడేవాడు. అయితే ఈ మధ్యకాలంలో అలాంటి మాటలు వినలేదు. అతను ఐరీన్ ఆడ్లర్ గురించి మాట్లాడినప్పుడు కానీ లేక ఆ ఫోటో గురించి ప్రస్తావించినప్పుడు గానీ అది అత్యంత గౌరవప్రదంగా ఉంటుంది.

2. ఎర్రజుత్తు ముఠా

కిందటేడాది శరత్కాలపు సాయంత్రం నేను నా మిత్రుడు షెర్లాక్ హోమ్స్‌ను కలవడానికి వెళ్ళాను. నేను వెళ్ళేసరికి హోమ్స్ లావుగా, ఎర్రబారిన ముఖం, ఎర్రటి ఎరుపు జుత్తుతో ఉన్న ఒక పెద్ద మనిషితో మాట్లాడుతున్నాడు. అలా హఠాత్తుగా వచ్చినందుకు క్షమాపణలు చెప్తూ వెనుదిరగపోయేసరికి హోమ్స్ నన్ను అర్ధాంతరంగా పక్క గదిలోకి లాక్కెళ్ళి, తలుపు మూశాడు.

''నువ్వు చాలా మంచి సమయంలో వచ్చావు. మైడియర్ వాట్సన్'', అన్నాడు ఎంతో సుహృద్భాంతో.

''నువ్వు ఎవరితోనో మాటాడుతున్నావు.''

''అవును నిజమే. అది వాస్తవం.''

''అయితే, నేను పక్కగదిలో వేచి ఉంటాను.''

''అవసరం లేదు. మిస్టర్ విల్సన్ అనే పెద్ద మనిషి విజయవంతమైన అనేక కేసులలో నాకు భాగస్వామి, సహాయకుడిగా ఉన్నాడు. నీ కేసులో కూడా నాకు ఉపయోగపడతాడన్న విషయంలో నాకెలాంటి సందేహం లేదు.''

ఆ లావాటి పెద్ద మనిషి కుర్చీలోంచి సగం లేచి, ఉబ్బి ఉన్న చిన్న కళ్ళలోంచి ప్రశ్నార్థకంగా క్షణకాలం చూసి, అభివాదం చేశాడు.

దీర్ఘాలోచన చేస్తున్నట్టు రెండు చేతివేళ్ళ కొసలను దగ్గరకు చేర్చి పడక కుర్చీలోకి వాలాడు హోమ్స్. ''నాకు తెలుసు మైడియర్ వాట్సన్ గందరగోళం పట్ల నాకున్న ప్రేమని నువ్వు కూడా పంచుకుంటావని. ఉత్సాహంతో దానిని ఆస్వాదిస్తావని, అదే విషయాలను గ్రంథస్థం చేయడానికి ప్రేరణ అయిందని, నేను ఇలా మాట్లాడటాన్ని నువ్వు క్షమిస్తే, నా చిన్న సాహసాలను కల్పించి కూర్చడానికి కారణమైందని భావిస్తున్నాను.''

''నీ కేసులు నాకు అత్యంత ఆసక్తికరం అన్న మాట వాస్తవం'' అన్నాను.

''మిస్ మేరీ సదర్లాండ్ చెప్పిన చిన్న సమస్య గురించి మనం మొన్నొక రోజు చర్చించ బోయే ముందు, విచిత్రమైన ప్రభావాలు, అసాధారణమై కలయికలను అర్థం

చేసుకోవాలంటే మనం ఊహలను మించి సాహసోపేతంగా ఉండే జీవితాన్ని అర్థం చేసుకోవాలని నేనన్నమాట గుర్తుండే ఉంటుంది.''

''నేను సందేహించే స్వేచ్ఛ తీసుకున్న ప్రతిపాదన.''

''అవును, నువ్వు చేశావు డాక్టర్! కానీ నువ్వు నా అభిప్రాయానికే తిరిగి రావాలి, లేదంటే నేను ఒకదాని తర్వాత ఒకటిగా వాస్తవాలను పోగు చేస్తుంటాను, నీ వాదన, తర్కం సడలి వాటి కింద నలిగి నువ్వు నేనే సరి అని ఒప్పుకొనేవరకు. ఈ రోజు ఉదయం మిస్టర్ జాబేజ్ విల్సన్ ఇక్కడకు వచ్చి నన్ను కలిసి, గత కొంత కాలంలో నేను విన్న కథనాలలో అత్యంత అసాధారణమైన విషయాన్ని చెప్పబోతున్నాడు. అతి విచిత్రమైన, ప్రత్యేక విషయాలు పెద్ద నేరాలతో కాదు చిన్న నేరాలతో సంబంధం కలిగి ఉంటాయని నేనన్న మాటలు విన్నావు. అప్పుడప్పుడు, ఏదైనా సకారాత్మక నేరం చోటు చేసుకుందనే అనుమానానికి ఆస్కారం కలుగుతుంది. ఇప్పుడు నేను విన్నంత వరకూ ప్రస్తుత కేసులో అది నేరమా కాదా అని చెప్పడం అసాధ్యం. కానీ, జరిగిన ఘటనలు మాత్రం అవి అసాధారణ మైనవిగా నాకు అనిపించాయి. బహుశ, మిస్టర్ విల్సన్, తిరిగి ఆ కథను చెప్పేందుకు మీకు అభ్యంతరం లేదని భావిస్తున్నాను. నేను ఎందుకు అడుగుతున్నానంటే, డా॥ వాట్సన్ మొదటి భాగం వినలేదని మాత్రమే కాదు, ఆ కథ ప్రత్యేక స్వభావం నీ నోటి నుంచి ప్రతి వివరాన్నీ వినాలనే ఆసక్తిని, ఆతృతనీ నాలో రేకిత్తిస్తోంది. మామూలుగా అయితే, ఘటనలను విన్న వెంటనే, అటువంటి వేలకొద్దీ కేసులు నాకు జ్ఞాపకం వచ్చి, నాకు నేను మార్గదర్శనం చేసుకోగలను. ప్రస్తుత వ్యవహారంలో, నేను విశ్వసించినంతవరకూ వాస్తవాలు చాలా ప్రత్యేకమైనవి.

స్థూలకాయుడైన ఆ క్లైంట్ ఛాతీ కొద్దిపాటి గర్వంతో పెద్దది చేస్తూ, తన పెద్ద కోటు లోపలి జేబులో నుంచి మాసిపోయి, ముడతలు పడిన వార్తాపత్రికను బయటకు తీశాడు. తలను ముందుకు వంచి తన మోకాలిపై పరిచిన పత్రికలోని ప్రకటన వరుసలలో వెతుకుతుండగా, నేను అతడిని బాగా పరిశీలించాను. అతని వస్త్రధారణ, కనిపించే తీరును బట్టి సంకేతాలను నా మిత్రుని తరహాలో అధ్యయనం చేసే ప్రయత్నం చేశాను.

కానీ, నా పరిశీలన ద్వారా నేను పెద్దగా ఏమీ సాధించలేకపోయాను. మా అతిథి, అత్యంత సగటు, సాధారణ బ్రిటిష్, వ్యాపారవేత్తలా ఉన్నాడు. లావుగా, ఆడంబరంగా, నిదానంగా. అతను బూడిదరంగు చెక్స్ ఉన్న బాగీ ప్యాంటును, అంతగా శుభ్రంగా లేని నల్ల గౌను కోటును, ముందు గుండీలు పెట్టుకోకుండా ధరించాడు. తన సాధారణ

వెయిస్ట్ కోటును, భారీ ఇత్తడి ఆల్బర్ట్ గొలుసును, ఆభరణంలా వేలాడే ఒక చదరపు లోహపు బిళ్ళను ధరించాడు. నలిగిన టోపీ, నలిగిపోయిన వెల్వెటు కాలర్‌తో, వెలిసిపోయిన బ్రౌన్ ఓవర్ కోటు, అతని పక్కన ఉన్న కుర్చీపై ఉంది. మొత్తానికి నాకు కనిపించినంత వరకు, అతడి ఎర్రటి జుత్తు- తన లక్షణాల పట్ల అసంతృప్తి మినహా నాకు ప్రత్యేకంగా ఏమీ కనిపించలేదు.

నేను పరిశీలించడాన్ని షెర్లాక్ హోమ్స్ చురుకైన కళ్ళు గమనించాయి. ప్రశ్నార్థకమైన నా చూపులను గమనించి చిరునవ్వుతో తలను పంకించాడు. ''ఆ వాస్తవాల ఆవల, అతడు దో ఒక సమయంలో కాయకష్టం చేశాడు. ముక్కుపొడి పీలుస్తున్నాడు. అతను ఫ్రీమాసన్, చైనాలో ఉన్నాడు. ఈ మధ్య కాలంలో చెప్పుకోదగిన స్థాయిలో రాత పనిలో నిమగ్నం అయ్యాడు. ఇంతకు మించి నేనేమీ గ్రహించలేకపోతున్నా.''

''మిస్టర్ జాబేజ్ విల్సన్ తన కుర్చీలో కదిలాడు. చూపుడు వేలు పేపర్‌పై ఉంచినా దృష్టి మాత్రం నా సహచరుడిపైనే ఉంది.

''ఓరి దేవుడా, ఆ విషయాలన్నీ నీకెలా తెలుసు మిస్టర్ హోమ్స్?'' ప్రశ్నించాడు. ''ఉదాహరణకు, నేను కాయకష్టం చేశానని ఎలా తెలుసు? అది అత్యంత వాస్తవం. నేను ఓడలో వడ్రంగిగా జీవితం ప్రారంభించాను.''

''మీ చేతులు మైడియర్ సర్. మీ కుడి చెయ్యి ఎడమ చేతికన్నా పెద్దగా ఉంది. దానితో పని చేశావు. కండరాలు బలంగా ఉన్నాయి.''

''ముక్కుపొడి, ఫ్రీమాసన్రీ?''

''నేను ఎలా గ్రహించానో చెప్పి నీ తెలివి తేటలను అవమానించను, ముఖ్యంగా మీ శాఖ కఠిన నిబంధనలకు వ్యతిరేకంగా నువ్వు ఆర్క్‌ను, కంపాస్ బ్రెస్ట్‌పిన్‌ను ఉపయోగిస్తావు.''

''అవును, నిజమే! ఆ విషయం మర్చిపోయాను. మరి రాత విషయం?''

''నీ ముంచేతి కుడి కఫ్ ఐదు అంగుళాల మీద మెరుస్తుండగా, ఎడమ చేతి మోచేతిని బల్ల మీద పెట్టినట్టుగా నున్నటి మచ్చ ఉన్న సంకేతం మినహా ఏముంది.''?

''మరి, చైనా విషయం?''

''నీ కుడి ముంచేతి మీద చేప బొమ్మ పచ్చబొట్టు నువ్వు చైనాలో ఉన్నావని చెప్తోంది. నేను పచ్చబొట్టు గుర్తుల మీద చిన్న అధ్యయనం చేసి, ఆ సాహిత్యానికి కొంత దోహదం చేశాను కూడా. చేప పొలుసు సున్నితమైన రోజా రంగుతో నింపడం చైనా ప్రత్యేకత. ఇందుకు అదనంగా, నీ వాచీ గొలుసు నుంచి చైనా నాణెం వేలాడటంతో, కనుక్కోవడం మరింత తేలికైంది.''

మిస్టర్ జాబేజ్ విల్సన్ పెద్దగా నవ్వాడు. ''నేను ఊహించలేదు,'' అన్నాడు. ''నువ్వేదో చాలా తెలివిగా చూసుంటావనుకున్నాను. అందులో ఏమీ లేదని తెలిసింది.''

''నేను వివరించడంలో తప్పు చేశానేమోనని ఆలోచించడం మొదలు పెట్టా వాట్సన్,'' అన్నాడు హోమ్స్. నా కొద్దిపాటి కీర్తి కూడా, నేనింత నిక్కచ్చిగా, స్పష్టంగా మాట్లాడితే దెబ్బతింటుందని. మిస్టర్ విల్సన్ ప్రకటనలో కనిపించలేదా?''

''అవును, ఇప్పుడు కనిపించింది,'' అతను తన లావాటి ఎర్రటి వేలును ఆ వరుసపై పెడుతూ సమాధానమిచ్చాడు. ''ఇదిగో, ఇదే. దీనితోనే అంతా మొదలైంది. ఒకసారి మీరే చదవండి సర్!''

''నేను అతని దగ్గర నుంచి పేపర్ తీసుకొని, చదువనారంభించాను-

''ఎర్ర జుత్తు బృందానికి - లెబనాన్, పెన్, యుఎస్ఎకు చెందిన కీ.శే. విజెకయ్యా హాప్‌కిన్స్ వీలునామా కారణంగా, మరొక ఖాళీ ఏర్పడింది. కేవలం నామమాత్రపు సేవలకు వారానికి నాలుగు పౌండ్ల జీతాన్ని బృంద సభ్యుడికి ఇవ్వనున్నాం. ఇరవై ఒక్క సంవత్సరాలు నిండి, భౌతికంగా, మానసికంగా ఆరోగ్యంగా ఉన్న ఎర్రజుత్తు గల పురుషులంతా అర్హులే. సోమవారం ఉదయం పదకొండు గంటలకు, ఫ్లీట్ వీధిలోని, 7 పోప్స్ కోర్టులో లీగ్ కార్యాలయంలో డంకన్ రాస్‌కు స్వయంగా దరఖాస్తు చేయాలి.''

ఈ అసాధారణ ప్రకటనను రెండుసార్లు చదివిన తర్వాత, ''దీని అర్థం ఏమిటి?'' అని ప్రశ్నించాను.

హోమ్స్ ఉత్సాహంగా ఉన్న సమయంలో ప్రవర్తించే అలవాటుకు తగ్గట్టుగా కిచకిచా నవ్వి, తన కుర్చీలో కదిలాడు. ''ఇది మామూలు విషయం కన్నా భిన్నంగా ఉంది కదూ?'' అన్నాడు. ''ఇప్పుడు ఇక, మళ్ళీ మొదలుపెట్టి, నీ గురించి మాకు చెప్పు. మీ కుటుంబం, అదృష్టం మీద ఈ ప్రకటన ప్రభావం - అన్నీ. ముందుగా పేపర్‌లో వివరాలు, తేదీని నువ్వు రాసుకో డాక్టర్.''

''ఇది ది మార్నింగ్ క్రానికల్ - 1890 ఏప్రిల్ 27వ తేదీ అంటే రెండు నెలల క్రితమే.''

''వెరీ గుడ్. ఇప్పుడు మిస్టర్ విల్సన్ నువ్వు?''

''నేను నీకు చెప్తున్నదే మిస్టర్ షెర్లాక్ హోమ్స్,'' అన్నాడు జాబెజ్ విల్సన్, తను నుదిటిని రుద్దుకుంటూ.

''నగరానికి సమీపంలో రొబర్గ్ స్క్వేర్ వద్ద నాకుచిన్న తాకట్టు వ్యాపారం ఉండేది. అది భారీ వ్యవహారం కాదు. ఇటీవలి సంవత్సరాలలో నా జీవనానికి బొటాబొటిగా సరిపోయేంత మాత్రమే వస్తోంది. నాకు ఇద్దరు సహాయకులు ఉండేవారుకానీ ఇప్పుడు

మిగిలింది ఒకరే. నేను అతనికి జీతమివ్వాల్సిన బాధ్యత నాకు ఉంది. కానీ వ్యాపారం నేర్చుకునేందుకు అతను సగం జీతానికే కుదిరాడు.''

''ఆ యువకుడి పేరు ఏమిటి?'' అడిగాడు షెర్లాక్ హోమ్స్.

''అతని పేరు విన్సెంట్ స్పాల్డింగ్. అతనేం అంత యువకుడూ కాడు. అతని వయసు ఎంతో చెప్పడం కష్టమే. అంతకన్నా తెలివైన సహాయకుడు నాకు అక్కర్లేదు మిస్టర్ హోమ్స్. అతను నేనిచ్చే దానికన్నా రెండింతలు ఆర్జించగల సత్తా ఉన్నవాడు కానీ, అతను సంతృప్తితో ఉన్నప్పుడు, అతనికి లేనిపోని ఆలోచనలు నేనెందుకు కలిగించాలి?''

''నిజమే, ఎందుకు? మార్కెట్ ధర కన్న తక్కువకు ఉద్యోగం దొరకడం నీ అదృష్టం. ప్రస్తుత కాలంలో యజమానులకు అంతటి భాగ్యం దక్కడం లేదు. నీ సహాయకుడు నీ ప్రకటనంత అసాధారణమైన వాడని అనుకోవడం లేదు.''

''అవును, అతనిలోనూ లోపాలున్నాయి,'' అన్నాడు మిస్టర్ విల్సన్. ఫోటోగ్రఫీని అతనిలా ఇష్టపడే వారిని చూడలేదు. తన మెదడుకు పదును పెట్టుకోవలసిన సమయంలో కెమెరాతో ఫోటోలు తీసి వాటిని డెవలప్ చేసేందుకు కుందేలు కలుగులో దూరినట్టుగా సెల్లార్‌లోకి వెళ్ళిపోయేవాడు. అదే పెద్ద లోపం, కానీ మొత్తం మీద అతను మంచి పనివాడే. అతనికి చెడు అలవాట్లేం లేవు.''

''అతనింకా నీతోనే ఉన్నాడనుకుంటాను?''

''అవును సర్! అతను, కాస్త వండి, ఇల్లు శుభ్రం పెట్టే పద్నాలుగేళ్ళ బాలిక మాత్రమే ఇంట్లో ఉంటారు. ఎందుకంటే నా భార్య పోయి చాలా కాలమైంది. నాకు పెద్ద కుటుంబం లేదు. మేం అంటే మేము ముగ్గురం. చాలా ప్రశాంతంగా జీవిస్తాం సార్. మేము మా నెత్తిన నీడను కాపాడుకుంటూ, అప్పులేమైనా ఉంటే తీర్చుకుంటూ జీవిస్తున్నాం.''

''ఈ ప్రకటనే మమ్మల్ని ముందుగా బయట పడేసింది. సరిగ్గా ఎనిమిది వారాల కిందట ఇలాంటి రోజునే చేతిలో పత్రికతో స్పాల్డింగ్ ఆఫీసులోకి వచ్చాడు అతను.

''నాది కూడా ఎర్రటి తలకట్టు అయితే ఎంత బాగుండు అనుకుంటున్నాను మిస్టర్ వాల్సన్,'' అన్నాడు.

''ఎందుకలా?'' అడిగాను నేను.

''ఎందుకా?'' అని, ఎర్రటి తలకట్టు ఉన్న పురుషులకు మరొక ఖాళీ ఏర్పడింది. వచ్చిన వారికి డబ్బు బానే వస్తుంది. అటువంటి వ్యక్తులకన్నా ఖాళీలే ఎక్కువ ఉన్నాయని నాకు అర్థమైంది. ఆ డబ్బుతో ఏం చేయాలో అర్థం కాక ట్రస్టీలు జుట్టు

పీక్కుంటున్నట్టున్నారు. నా జుత్తు రంగు ఎర్రగా మారితే, అడుగు పెట్టేందుకు సిద్ధంగా ఉన్నాను.''

''ఎందుకు? ఏమిటది అసలు?'' నేను అడిగాను.

చూడండి మిస్టర్ హోమ్స్! నేను సాధారణంగా ఇల్లు కదిలే మనిషి కాదు. పైగా నేను వ్యాపారం చేసేందుకు బయటకు వెళ్ళే అవసరం లేకుండా అది నా దగ్గరకు రావడంతో, నేను వారాలపాటు ఇంట్లోంచి కాలు బయటపెట్టేవాడిని కాదు. ఆ కారణంగా బయట ఏం జరుగుతోందో నాకు తెలిసేది కాదు. కనుక ఏ చిన్న వార్త తెలిసినా ఆనందంగా ఉండేది.

''ఎప్పుడైనా ఎర్రటి తలకట్టు గల పురుషుల లీగ్ గురించి విన్నారా?'' అడిగా అతను నేరుగా చూస్తూ.

''ఎప్పుడూ వినలేదు''

''అదేమిటి? నాకు ఆశ్చర్యంగా ఉంది. ఆ ఖాళీలకు అర్హతలన్నీ ఉన్నాయే నీకు''.

''ఎంత విలువైనవేమిటి?'' నేను అడిగాను.

''ఆః ఏడాదికి కొన్ని వందలు మాత్రమే. కానీ పని మాత్రం తక్కువ. పని చేసే వారి ఉపాధికి అది అడ్డుకాదు.''

''ఆ వార్త నా చెవులు నిక్కబొడుచుకునేలా చేసిందని తెలుసుకోవడం మీకు తేలికే. ఎందుకంటే గత కొద్ది ఏళ్ళుగా వ్యాపారం బాగా సాగడం లేదు. అదనంగా ఒకటి రెండు వందలు వస్తే బాగానే ఉంటుంది.''

''జరిగిందంతా చెప్పండి.'' అన్నాను నేను.

''సరే'', అన్నాడు అతను, ప్రకటనను నాకు చూపిస్తూ ''లీగ్‌లో ఒక ఖాళీ ఏర్పడిందనే విషయం మీరే చూడవచ్చు. వివరాలకోసం ఎక్కడ దరఖాస్తు చేయాలో కూడా చిరునామా ఉంది. నాకు అర్థం అయినంతవరకూ, తెలుసుకున్నంత వరకూ, అమెరికాకు చెందిన ఎజ్‌కయ్యా హాప్‌కిన్స్ అనే మిలియనీర్ ఈ లీగ్‌ను ప్రారంభించాడు. అతడి పద్ధతులు చాలా చిత్రమైనవి. అతని తలకట్టే ఎరుపు, అలాంటి తలకట్టు ఉన్న పురుషులపట్ల సానుభూతి ఎక్కువ; ఆయన మరణించినపుడు, తన సంపదనంతా ట్రస్టీల చేతిలో పెట్టాడు. దానిపై వచ్చే వడ్డీని ఎర్రటి తలకట్టు ఉన్న పురుషులకు ఖర్చు చేసేలా షరతు విధించాడు. నేను విన్నంత వరకూ అది అద్భుతమైన జీతం, తక్కువ పని.''

''కానీ'' అన్నాను నేను, ''లక్షల మంది ఎర్రటి తలకట్టు ఉన్నవారు దరఖాస్తు చేస్తారు కదా.''

“మీరనుకున్నంత మంది కాదు.” జవాబిచ్చాడు అతను. ‘ఇది లండనర్లకు, 21 ఏళ్ళు దాటిన వారికి మాత్రమే పరిమితం. యువకుడిగా ఆ అమెరికన్, లండన్ నుంచే ఎదగడం ప్రారంభిచాడు, అందుకే పాత నగరానికి ఏదో ఒకటి చేయాలనుకున్నాడు. పైగా, లేత ఎరుపు రంగు లేదా ముదురు జుత్తు ఉన్నవారు దరఖాస్తు చేసుకోవడం నిరుపయోగం అని విన్నాను. ఎందుకంటే, తీవ్రమైన ఎర్రటి ఎరుపు, అగ్నిలా ఉండే అసలైన జుత్తు ఉండాలి. ఒక వేళ దరఖాస్తు చేయాలనుకుంటే మిస్టర్ విల్సన్, నీకు అది దొరకడం తేలిక; కానీ కొన్ని వందల పౌండ్లకోసం ఆ పని చేయడం తప్పేం కాదు.”

“నా జుత్తు ఎర్రటి ఎరుపు రంగులో ఉందన్న విషయాన్ని మీరు గమనించే ఉంటారు. అందుకే, ఈ విషయంలో పోటీ ఉన్నప్పటికీ నాకు అవకాశాలు మెరుగుగా ఉంటాయని అనిపించింది. ఆ విషయం గురించి విన్సెంట్ స్పాల్డింగ్‌కు బాగా తెలుసు కనుక నాకు ఉపయోగ పడతాడనిపించింది. అందుకే ఆ రోజుకి దుకాణం మూసివేయమని చెప్పి, అతడిని నాతో కూడా రమ్మన్నాను. అతను కూడా శలవు తీసుకోవడానికి సుముఖత చూపి, ప్రకటనలో ఇచ్చిన చిరునామాకు బయలుదేరాడు.”

“అటువంటి దృశ్యాన్ని మళ్ళీ చూడగలనని, చూడాలని అనుకోవడం లేదు మిస్టర్ హోమ్స్. ఉత్తర దక్షిణ, తూర్పు, పడమర - ఇలా అన్నీ దిక్కుల నుంచీ ఎరుపు ఛాయలో జుత్తు ఉన్న ప్రతి పురుషుడు ప్రకటనకు స్పందించి వచ్చాడు. ఫ్లీట్ వీధి, ఎరుపు రంగు జుత్తు గల పురుషులతో కిక్కిరిసిపోయింది, పోప్స్ కోర్టు క్వార్టర్స్ ఎర్రటి సమాధిలా కనిపించింది. దేశంలో అంతమంది ఉన్నారని, ఒక ప్రకటన అందరినీ ఇలా ఒక చోట చేర్చగలదని అనుకోలేదు. ఎరుపు రంగులోని ప్రతి ఛాయ ఆరెంజ్, బ్రిక్, ఐరిష్ సెట్టర్ ఇలా అనేక ఛాయలు కనిపించాయి. కానీ స్పాల్డింగ్ చెప్పినట్టుగా ముదురు ఎరుపు, నిజమైన ఎరుపు ఉన్నవారు లేరు. అంతమంది వేచి ఉండటాన్ని చూస్తే నేనైతే నిరాశతో వదిలివేసేవాడిని. కానీ స్పాల్డింగ్ నా మాటను వినలేదు. అతను తోసుకుంటూ, లాగుతూ నన్ను ముందుకు, ఆఫీసు మెట్లవరకూ లాక్కెళ్ళాడు. మెట్లపైన రెండింతల ప్రవాహం ఉంది. ఆశతో పైకి వెళ్తున్నవారు, నిరాశతో తిరిగి వస్తున్నవారు. కానీ మేం మొత్తానికి తోసుకుంటూ పైకి ఎక్కి అఫీసు గదికి చేరు.”

“మీ అనుభవం చాలా వినోదకరంగా ఉంది” అని వ్యాఖ్యానించాడు హోమ్స్, గుక్క తిప్పుకోవడానికి ఆగి, ముక్కుపొడి దట్టించి విషయాని గుర్తు చేసుకుంటున్న తన క్లైంట్‌తో. “ఆసక్తికరమైన కథను కొనసాగించండి.”

“ఆ ఆఫీసులో రెండు చెక్క కుర్చీలు, ఒక బిల్ల మినహా ఏమీ లేవు. బల్ల వెనుక

ఒక వ్యక్తి కూర్చుని ఉన్నాడు. అతడి తలకట్టు నా దానికన్నా ఎర్రటి ఎరుపు రంగులో ఉంది. తన వద్దకు వచ్చిన ప్రతి అభ్యర్థితో మాట్లాడుతూ, వారిని అనర్హులను చేసేందుకు ఏదో ఒక లోపాన్ని పట్టి చూపుతున్నాడు. అక్కడ ఉద్యోగం సంపాదించడం అంత తేలికైన విషయంలా అనిపించలేదు. ఏమైతేనేం, మా వంతు వచ్చేసరికి ఆ వ్యక్తి ఇతరులకన్నా నా పట్ల మొగ్గు చూపాడు. మేం లోపలికి వచ్చాక మాతో వ్యక్తిగతంగా మాట్లాడేందుకు తలుపు మూశాడు.''

''ఈయన మిస్టర్ జాబేజ్ విల్సన్'', నా సహాయకుడు పరిచయం చేశాడు, ''లీగల్‌లో, ఖాళీ అయిన స్థానం కోసం దరఖాస్తు చేశాడు,'' అని చెప్పాడు.

''అందుకు సరిగ్గా తగినవాడు,'' అన్నాడు అవతలి వ్యక్తి. ''అతనికి అన్ని అర్హతలూ ఉన్నాయి. ఇంతకన్నా సరైన అర్హతలున్న వారిని నేను కలవలేదు. ''అతను ఒకడుగు వెనక్కి వేసి, తలను పక్కగా వాల్చి, నా జుత్తు కేసే తదేకంగా చూడనారంభించాడు. దానితో నేను కాస్త ఇబ్బంది పడ్డాను. అతను ఒక్కసారిగా ముందుకు ఉరికి వచ్చి, నా చెయ్యి పట్టుకొని, నా విజయానికి అభినందనలు తెలిపాడు.''

''ఇంక తటపటాయించడం అన్యాయం,'' అన్నాడు. ''కానీ నేను కొన్ని జాగ్రత్తలు తీసుకోవడాన్ని క్షమిస్తావనుకుంటున్నాను.'' ఆ మాట అంటూనే నేను నొప్పితో విలవిలాడేలా తన రెండు చేతులతో నా జుత్తు పట్టుకు పీకాడు. ''నీ కళ్ళకు నీళ్ళు వచ్చాయి,'' అన్నాడు జుత్తు వదిలేస్తూ. ''మా జాగ్రత్తలో మేముండాలి, ఎందుకంటే రెండు సార్లు విగ్గులు, ఒకసారి రంగు కారణంగా మోసపోయాం. మానవ స్వభావమంటే అసహ్యం పుట్టేటు వంటి కథలు నీకు చెప్పగలను'' అన్నాడు. అతను కిటికీ దగ్గరకు వెళ్ళి, ఖాళీ భర్తీ అయిందని బిగ్గరగా అరిచాడు, దానితో కింద నుంచి నిరాశాజనకమైన నిట్టూర్పులు వినిపంచాయి. వ్యక్తులు వివిధ లెక్కల్లో వెనక్కి మరిలారు. చివరకు ఉన్నవారు లేరు.

''నా పేరు డంకన్ రాస్. మన ఉదార దాత వదిలి వెళ్ళిన సంపద నుంచి పెన్షన్ పొందుతున్న లబ్దిదారును నేను. నువ్వు వివాహితుడివా మిస్టర్ విల్సన్, నీకు కుటుంబం ఉందా?''

లేదని నేను జవాబిచ్చాను.

అతని ముఖ కవళికలు మారిపోయాయి.

''ఓహ్!'' అన్నాడు గంభీరంగా. 'అది చాలా తీవ్రమైన విషయం. ఆ మాట నీ నుంచి వినడం బాలేదు. ఈ నిధి, ఎర్రటి తలకట్టు ఉన్నవారి వ్యాప్తి, ప్రచారం, వారి

బాగోగులకోసం ఉద్దేశించింది. నువ్వు బ్రహ్మచారివి కావడం అత్యంత దురదృష్టకరకం.''

''నా ముఖం వివర్ణమైంది ఈ మాటలతో మిస్టర్ హోమ్స్, ఎందుకంటే ఆ స్థానం నాకు దక్కదని భావించాను; కానీ కొన్ని క్షణాలు ఆలోచించి, అతడు పర్లేదని భరోసా ఇచ్చాడు.''

''మరొకరి విషయంలో అయితే ఈ అభ్యంతరం వారికి నష్టం కలిగించేది. కానీ నీ అంతటి ఎర్రటి తలకట్టు ఉన్న వ్యక్తికి అనుకూలంగా కొన్ని వెసులుబాట్లు చేయడంలో తప్పులేదు. నీ కొత్త బాధ్యతలను ఎప్పటి నుంచి చేపడతావు?'' అడిగాడు.

''ఇది చాలా ఇబ్బందికరమే, ఎందుకంటే నాకు ''రోజుకి నాలుగు గంటలే కదా, నేను వదిలి వెళ్ళను,'' అన్నాను.

''ఎటువంటి సాకులూ కుదరవు. ఆరోగ్యం బాగోలేకపోవడం లేదా వ్యాపారం లేక మరింకేదైనా. నువ్వు ఉండి తీరాల్సిందే, లేదంటే నీ జీతం నష్టపోతావు.''

''ఇక, పని?''

''ఎన్‌సైక్లోపీడియా బ్రిటానికాను కాపీ చేయడమే. సొరుగులో దాని మొదటి సంపుటి ఉంది, నువ్వు నీ ఇంకు, పెన్నులు, బ్లాటింగ్ పేపర్ తెచ్చుకోవాలి. మేం బల్ల, కుర్చీ మాత్రం సమకూరుస్తాం. రేపటి నుంచి రావడానికి సిద్ధమేనా?''

''తప్పకుండా'', జవాబిచ్చాను.

''సరే! గుడ్ బై మిస్టర్ జాబేజ్ విల్సన్. ఇంత ముఖ్యమైన స్థానాన్ని సంపాదించుకోవడం నీ అదృష్టం, అందుకు మరొకసారి నా అభినందనలు''. అతను గదిలోంచి బయటకు తోడ్కొని వచ్చాడు. ఏమి అనాలో, ఏమి చేయాలో తెలియని స్థితిలో నా సహాయకుడితో కలిసి ఇంటికి వచ్చాను, నా అదృష్టానికి నేను మురిసిపోయాను.

''ఆ విషయం గురించి రోజంతా ఆలోచించాను. కానీ సాయంత్రానికి మళ్ళీ నా ఉషారంతా పోయింది. ఎందుకంటే, ఈ వ్యవహారమంతా బూటకమని మోసపూరితమని విశ్వసించడం మొదలు పెట్టాను. దాని లక్ష్యమేమిటో నాకు అర్థం కాలేదు. పైగా నా వ్యాపరం ఉంది,'' అన్నాను.

''ఆ విషయం గురించి పట్టించుకోనవసరం లేదు మిస్టర్ విల్సన్!'' అన్నాడు విన్సెంట్ స్పాల్డింగ్.

''నీ తరఫున దాని బాధ్యతలు నేను నిర్వహిస్తాను.''

''పని వేళలు ఏమిటి?'' అడిగాను.

''పది నుంచి రెండు గంటల వరకు.''

''సాధారణంగా తాకట్టు వ్యాపారం సాయంత్రం వేళ్ళల్లో జరుగుతుంది మిస్టర్ హోమ్స్. ముఖ్యంగా గురు, శుక్రవారపు సాయంత్రాలు. అంటే జీతాలు చెల్లించే ముందు రోజు, కనుక ఉదయం పూట అదనంగా కొంత సంపాదించుకోవడానికి అనువుగానే ఉంది. అంతేకాదు, నా సహాయకుడు మంచి వాడని, ఏ విషయాన్నైనా నిర్వహించగలడని నాకు తెలుసు.''

'' ఆ వేళలు నాకు తగినవే'', అన్నాను. ''ఇంతకీ జీవితం?''

''వారానికి నాలుగు పౌండ్లు''.

''పని?''

''చాలా సాధారణమైంది.''

''సాధారణమని దేన్ని అంటారు?''

''ఆ మొత్తం సమయంలో నువ్వు ఆఫీసులో లేదా భవనం ఆవరణలో ఉండాలి. నువ్వు వెళ్ళిపోతే, శాశ్వతంగా నీ స్థానాన్ని కోల్పోతావు. ఈ విషయం మాత్రం సుస్పష్టం. ఆ సమయంలో ఆఫీసులో లేకపోయినా, నిబంధనలకు కట్టుబడకపోయినా, శాశ్వతంగా ఈ ఉద్యోగాన్ని కోల్పోతావు.''ఊహించలేకపోయాను. ఎవరైనా అటువంటి వీలునామా రాయడం, ఎన్‌సైక్లోపీడియా బ్రిటానికాను కాపీ చేయడం వంటి తేలికైన పనికి అత మొత్తం చెల్లించడం నమ్మశక్యంగా అనిపించలేదు. నన్ను సంతోషపెట్టడానికి వన్సెంట్ స్పాల్డింగ్ చేయగలిగిందంతా చేశాడు. కానీ రాత్రి పడుకునే సమయానికి తర్కం నుంచి బయటపడ్డాను. అయితే, దాని సంగతేమిటో చూడాలని నిర్ణయించుకున్నాను. ఎందుకంటే ఒక పెన్నీతో ఇంకు సీసా, పెన్నుతో సహా కొన్నాను. దానితో పాటుగా ఏడు షీట్ల పేపర్ కొని పోప్స్ కోర్టుకు బయలుదేరాను.

''నన్ను ఆశ్చర్యచకితుడను చేస్తూ అంత సాధ్యమైనంత సాఫీగా, సరిగ్గా ఉంది. నా కోసం బల్ల సిద్ధంగా ఉంది. నేను పనికి ఉపక్రమించడానికి సాయపడేందుకు మిస్టర్ డంకన్ రాస్ అక్కడ ఉన్నాడు. నేను మొదటి అక్షరం మొదలుపెట్టగానే అతను నన్ను వదిలి వెళ్ళాడు. కానీ అప్పుడప్పుడు వచ్చి అంతా సరిగ్గా ఉందా, లేదా అని చూసి పోయాడు. సరిగ్గా రెండు గంటలకు అతను నాకు గుడ్ డే చెప్పి, నేను అంత రాసినందుకు అభినందనలు తెలిపి, నా వెనుకే ఆఫీసుకి తాళం పెట్టాడు.''

''ఇంది నిత్యకృత్యమైంది, మిస్టర్ హోమ్స్, శనివారం నాడు మేనేజర్ నా వద్దకు వచ్చి నాలుగు బంగారు సావరిన్లను నా వారపు పనికి జీతంగా ఇచ్చాడు. ఆపై వారం, ఆ తర్వాతి వారం కూడా అలాగే జరిగింది. ప్రతి ఉదయం పది గంటలకు నేను హాజరై, మధ్యాహ్నం రెండు గంటలకు తిరిగి బయలుదేరే వాడిని, తర్వాత తర్వాత మిస్టర్

డంకన్ రాస్ ఉదయం ఒకసారి వచ్చేవాడు క్రమంగా అతను రావడం మానేశాడు. కానీ, ఒక్క క్షణమైనా గదిలోంచి బయటకు వెళ్లే సాహసం నేను చేయలేదు. ఎందుకంటే, అతను వస్తే వస్తాడేమో? ఇంత మంచి జీతం, నాకు బాగా సరిపోయింది. దానిని కోల్పోయే రిస్క్ తీసుకో దలచుకోలేదు.''

''ఎనిమిది వారాలు ఇలాగే గడిచిపోయాయి. నేను అబ్బాట్స్, ఆర్చరీ, ఆర్మర్, ఆర్కిటెక్చర్, ఆఫ్రికా గురించి రాశాను. త్వరలోనే 'బి'లోకి ప్రవేశిస్తాననుకున్నాను. పేపర్లు కొనడానికి కొంత మొత్తం ఖర్చైన మాట వాస్తవం. నేను రాసిన ప్రతులను నీట్‌గా షెల్ఫ్‌లో అమర్చాను. కానీ ఇంతలోనే మొత్తం వ్యవహారం ముగిసిపోయింది.

''ముగింపు వచ్చిందా?''

''అవును సర్! ఈ రోజు ఉదయం పది గంటలకు నేను యథావిధిగా పనికి వెళ్ళాను. కానీ తలుపు తాళం వేసి ఉంది. ఒక చిన్న కార్డు బోర్డు తలుపుకు వేళాడుతోంది. ఇదిగో చూడండి, మీరే చదవండి.''

ఒక నోట్ పేపర్‌ంత సైజున్న తెల్ల కార్డుబోర్డును ఎత్తి చూపాడు. దానిపై ఇలా రాసి ఉంది...

''ది రెడ్ హెడ్ లీగ్ (ఎర్ర తలకట్టు బృందం) 1890, అక్టోబర్ 9న రద్దు అయింది.

ఆ క్లుప్తమైన, కరుకైన ప్రకటనను, దాని వెనుక బాధగా ఉన్న ముఖాన్ని, నేను, షెర్లాక్ హోమ్స్ లోతుగా గమనించాం. దానికి ఉన్న వినోద కోణం, అన్ని అంశాలను మించి ఉండడంతో, ఇద్దరం పగలబడి నవ్వడం ప్రారంభించాం.

''ఇందులో అంత నవ్వు వచ్చే విషయమేం నాకు కనిపించడం లేదు,'' అన్నాడు మా క్లైంటు బిగ్గరగా, జుత్తు కొసలు కణకణ మండుతున్నట్టుగా భగ్గమంటున్నట్టున్నాయి.

''నన్ను చూసి నవ్వడం మినహా మీరు నాకు ఏమీ చేయలేకపోతే, నేను మరొక చోటికి వెడతాను.''

''వద్దు, వద్దు'' అన్నాడు హోమ్స్. కుర్చీలోంచి సగం లేచిన అతడిని వెనక్కితోస్తూ. ''ప్రపంచంకోసం నీ కేసును నేను వదులుకోను. ఇది చాలా అసాధారణంగా ఉంది. కానీ, ఈ మాటంటున్నందుకు నువ్వు నన్ను క్షమిస్తే, కొంత వినోదకరంగా కూడా ఉంది ఇది. తలుపుకు ఈ కార్డు వేళ్ళాడుతుండటాన్ని చూసి నువ్వేం చేశావో దయచేసి చెప్తావా?''

''నేను నిశ్చేష్టుడిని అయ్యాను సర్! ఏం చేయాలో నాకు తెలియలేదు. చుట్టుపక్కల ఉన్న ఆఫీసులకు వెళ్ళి అడిగాను. కానీ ఎవరికీ ఏమీ తెలిసినట్టు లేదు. అంతిమంగా గ్రౌండ్ ఫ్లోర్‌లో నివసించే యజమాని దగ్గరకు వెళ్ళాను. ఆయన అకౌంటెంట్. ఈ

రెడ్ హెడెడ్ లీగ్‌కు ఏమైందో చెప్పగలరా అని అడిగాను. అతను అటువంటి సంస్థ పేరే వినలేదన్నాడు. అప్పుడు మిస్టర్ డంకన్ రాస్ ఎవరని అడిగాను. ఆ పేరు తనకు కొత్తగా ఉందన్నాడు.''

''నెం.4లో ఉండే పెద్ద మనిషి'' అన్నాను.

''ఎర్రటి తలకట్టు మనిషా?''

''అవును,'' అన్నాను.

''ఓహ్!'' అన్నాడు, ''అతని పేరు విలయం మారిస్. అతను న్యాయవాది. తన కొత్త ఆఫీసు సిద్ధమయ్యే వరకూ తాత్కాలికంగా నా గదిని ఉపయోగించుకున్నాడు. నిన్నే వెళ్ళిపోయాడు''

''అతన్ని ఎక్కడ కలవగలను.''

''ఓహ్! అతని కొత్త ఆఫీసులో. నాకు చిరునామా చెప్పాడు. సెయింట్ పాల్స్ సమీపంలో 17, కింగ్ ఎడ్వర్డ్ వీధి.''

''నేను బయలు దేరాను మిస్టర్ హోమ్స్, కానీ నేను అక్కడికి వెళ్ళేసరికి కృత్రిమ మోకాటి చిప్పల తయారీ యూనిట్ కనిపించింది. అక్కడ ఎవరికీ మిస్టర్ విలియం మారిస్ లేక డంకన్ రాస్ తెలియదు, ఆ పేరును కూడా అంతకు ముందు విని ఉండలేదు.'' ''అప్పుడు నువ్వేం చేశావు?'' అడిగాడు హోమ్స్.

''నేను సాక్సే - కోబర్గ్ స్క్వేర్‌లోని నా ఇంటికి వెళ్ళి, నా అసిస్టెంట్ సలహా అడిగాను. కానీ, అతను ఏ రకంగానూ సాయపడలేకపోయాడు. నేను కాస్త ఓపిక పడితే, పోస్టు ద్వారా నాకేమైనా సమాచారం అందవచ్చన్నాడు. కానీ అది అంత గొప్ప విషయం కాదు మిస్టర్ హోమ్స్. ఎటువంటి పోరాటం లేకుండా అలాంటి స్థానాన్ని వదులుకోదలవలేదు. అవసరంలో ఉన్న పేదవారికి నువ్వు సలహా ఇస్తావని విని, నేరుగా నీ వద్దకు వచ్చాను.''

''నువ్వు చాలా తెలివైన పని చేశావు'' అన్నాడు హోమ్స్. నీ కేసు అత్యంత అసాధారణమైంది. నేను దీనిని ఆనందంగా దర్యాప్తు చేస్తాను. నువ్వు చెప్పిన దానిని బట్టి మొదట కనిపించినట్టుగా గాక తీవ్రమైన విషయాలే బయటపడే అవకాశం ఉంది.''

''తీవ్రమైనవే'' అన్నాడు మిస్టర్ జాబేజ్ విల్సన్. ''నేను వారానికి నాలుగు పౌండ్లు కోల్పోయాను.

''నీ వ్యక్తిగత విషయానికి వస్తే, ఆ అసాధారన లీగ్‌కు వ్యతిరేకంగా నీకు ఎలాంటి ఫిర్యాదులూ లేవు. అందుకు విరుద్ధంగా నాకు అర్థవంతమైనంత వరకూ ముప్పై పౌండ్లు సంపాదించావు. పైగా 'ఎ' అన్న అక్షరం కింద అంతో ఇంత జ్ఞానం ఆర్జించావు. వారి

వల్ల నువ్వు నష్టపోయిందేమీ లేదు,'' అన్నాడు హోమ్స్. ''లేదు సార్! వారి గురించి తెలుసుకోవాలని ఉంది. అసలు వాళ్ళెవరు? ఈ పని చేయడం వెనుక లక్ష్యమేమిటి? నాపైనే ఎందుకు తెలివిని ప్రదర్శించారు. అది వాళ్ళకి చాలా ఖరీదైన వినోదం. ఎందుకంటే వారికది ముప్పైపౌండ్ల వ్యవయాన్ని మిగిల్చింది.''

''ఈ అంశాలను స్పష్టం చేసేందుకు మేం కృషి చేస్తాం. మొదటిగా, ఒకటి రెండు ప్రశ్నలు వేస్తాం మిస్టర్ విల్సన్. ఈ ప్రకటను నీ దృష్టికి తెచ్చాడంటున్న నీ సహాయకుడు. ఎంత కాలం నుంచి నీతో ఉన్నాడు?''

''అప్పటికి దాదాపు నెల రోజుల నుంచి''

''అతను ఎలా వచ్చాడు?''

''ఒక ప్రకటనకు బదులుగా.''

''అతనొక్కడే దరఖాస్తుదారుడా?''

''లేదు! ఒక డజను మంది చేశారు?''

''అతనినే ఎందుకు ఎంపిక చేశావు?''

''అతను అందుబాట్లో, చౌకగా వస్తున్నాడు.''

''వాస్తవానికి, సగం జీతానికే?''

''అవును.''

''విన్సెంట్ స్పాల్డింగ్, ఎలా ఉంటాడు?''

''చిన్న మనిషి, స్థూలకాయం, చురుకుగా ఉంటాడు. ముప్పై ఏళ్ళకన్న తక్కువ ఉండకపోయినా, ముఖంపై జుత్తు లేదు. నుదుటి మీద ఆమ్లం వల్ల ఏర్పడిన మచ్చ ఉంటుంది.''

హోమ్స్, ఉత్సాహం ఉరకలేస్తుండగా తన కుర్చీలో నిటారుగా కూర్చున్నాడు.

''అంత వరకు నేను ఊహించాను,'' అన్నాడు. ''చెవికి రింగులు పెట్టేందుకు, కుట్టి ఉండడం ఎప్పుడైనా గమనించావా?''

''అవును సర్! అతను బాలుడిగా ఉన్నప్పుడు ఒక జిప్సీ ఆ పని చేశాడని చెప్పాడు''

''ఊ!'' అన్నాడు హోమ్స్, దీర్ఘాలోచనలోకి జారుకుంటూ. ''అతనింకా నీతోనే ఉన్నాడా?''

''అవును సర్, ఇప్పుడే నేను అతన్ని వదిలి వచ్చాను.''

''నీవు లేనప్పుడు, నీ వ్యాపారం కొనసాగేదా?''

''ఫిర్యాదు చేసేందుకు ఏమీ లేదు సర్! ఉదయం పూట చేయడానికి ఏమీ ఉండదు.''

''అది చాలు, మిస్టర్ విల్సన్'. ఒకటి రెండు రోజుల్లో ఈ వ్యవహారంపై నా అభిప్రాయం చెప్తాను. ఇవాళ శనివారం. బహుశ సోమవారం నాటికి మనం ఒక అభిప్రాయానికి రావచ్చు.''

''అదీ వాట్సన్'', అన్నాడు హోమ్స్, మా అతిథి వెళ్ళిపోయాక. ''ఇదంతా ఏమై ఉంటుంది?''

''నాకేమీ అర్థం కాలేదు.'' అన్నాను నిర్మొహమాటంగా. ''ఇదంతా చాలా రహస్య వ్యవహారంలా ఉంది.''

''రూల్ ప్రకారం, విషయం ఎంత చిత్రమైందైతే అంత పెద్ద రహస్యం కాదని రుజువవుతుంటుంది. ఇది చాలా సాధారణ ప్రదేశం. గొప్ప లక్షణాలేం లేని నేరాలు అత్యంత చిక్కుముడి పడినవై ఉంటాయి. సాధారణ స్థలంలో ఒక మామూలు వ్యక్తిని గుర్తించడం ఎంత కష్టమో ఇదీ అంతే. కానీ ఈ విషయంలో నేను త్వరపడాలి.''

''అయితే ఇప్పుడేం చేయబోతున్నావు నువ్వు?'' అన్నాను నేను.

''పొగ తాగబోతున్నాను?'' జవాబిచ్చాడు. 'ఇది మూడొంతులు పైప్‌ను ఖర్చు చేయాల్సిన సమస్య. దయచేసి ఒక యాభై నిమిషాలుపాటు నాతో మాట్లాడే ప్రయత్నం చేయవద్దు.'' కుర్చీలో ముడుచుకు కూర్చున్నాడు. సన్నటి మోకాళ్ళు, గద్దలాంటి ముక్కును తాకుతున్నాయి. కళ్ళు మూసుకు కూచున్న అతడి నోట్లో పైప్ ఏదో చిత్రమైన పక్షి ముక్కులా ఉంది. అతను నిద్రలోకి జారుకున్నాడనే అభిప్రాయానికి వచ్చి, నాతో నేను ఏకీభవిస్తూ తలపంకించాను. ఇంతలో అతడు హఠాత్తుగా కుర్చీలోంచి లేచాడు, ఏదో ఒక నిశ్చయానికి వచ్చిన మనిషిలా. తన నోట్లో పైప్ తీసి గట్టుమీద పెట్టాడు.

''ఈ రోజు మధ్యాహ్నం సెయింట్ జేమ్స్ హాల్లో సరాసట్ కార్యక్రమం ఉంది'', అన్నాడు.

''ఏమంటావు వాట్సన్? నీ రోగులు నిన్ను కొద్ది గంటలు వదిలి పెడతారా.''

''ఈ రోజు నేను చేయాల్సిందేం లేదు. పైగా నా ప్రాక్టీసు అంత గొప్పగా ఏం లేదు.''

''అయితే టోపీ పెట్టుకొని నాతో బయలుదేరు. నేను మొదట నగరంలో తిరగబోతున్నాను. దోవలో లంచ్ చేద్దాం. ఆ కార్యక్రమంలో జర్మన్ సంగీతం బాగా ఉందని తెలుసుకున్నాను. ఇటాలియన్, ఫ్రెంచ్ కన్న మెరుగైంది, నాకు నచ్చేది అది. అంతర్ముఖులం కావడానికి తోడ్పడుతుంది. నేను ఆత్మపరిశీలన

చేసుకోవాలనుకుంటున్నాను. నాతో రా!''

మేం అండర్ గ్రౌండ్‌లో ఆల్డర్స్‌చేట్ దాకా వెళ్ళాం; కొద్ది దూరం నడక సాక్సా-కోబర్గ్ స్క్వేర్ వద్దకు తీసుకువెళ్ళింద. ఉదయం మేం విన్న అసాధారణ కథా స్థలి వద్దకు. అది చిన్న పాత ప్రశాంత ప్రదేశం. నాలుగు వరుసలతో రెండంతస్తుల ఇళ్ళు, ఇళ్ళు చుట్టూ కంచెలు ఉన్నాయి. పిచ్చి మొక్కలు, గడ్డితో కూడిన లాన్, అక్కక్కడ చెట్టు గుబుర్లు పొగ చూరిన, అంతగా సౌకర్యవంతంగా లేని వాతావరణంలో గుర్తించడానికి వీలు లేకుండా ఉన్నాయి. ఒక మూల ఉన్న ఇంటిపై ఒక మట్టి రంగు బోర్డుపై తెల్లటి అక్షరాలతో 'జాబేజ్ విల్సన్' రాసి ఉంది. ఎర్రటి తలకట్టు గల మా క్లైంటు తన వ్యాపారం అక్కడే నడుపుతాడని ప్రకటిస్తోంది. షెర్లాక్ హోమ్స్ ఆ ఇంటి ముందు ఆగి, దానిని తదేక దీక్షతో, మెరిసే కళ్ళతో పరిశీలించాడు. తర్వాత అతడు, వీధి పైకి వెళ్ళి, మళ్ళీ తిరిగి సందు మూలకు వెళ్ళి ఆ ఇళ్ళను సునిశితంగా పరిశీలిస్తూ వచ్చాడు. అంతిమంగా ఆ తాకట్టు వ్యాపారి ఇంటి వద్దకు వచ్చి, అక్కడ పేవ్‌మెంట్ మీద తన చేతి కర్రతో రెండు మూడు సార్లు తట్టి, వెళ్ళి ఆ ఇంటి తలుపు కొట్టాడు. వెంటనే తలుపు తెరుచుకుంది. తెలివిగా కనిపిస్తున్న, శుభ్రంగా షేవ్ చేసుకున్న యువకుడు లోపలికి రమ్మంటూ ఆహ్వానించాడు.

''థాంక్యూ'' అన్నాడు హోమ్స్, ''ఇక్కడ నుంచి స్ట్రాండ్‌కి ఎలా వెళ్ళాలో దోవ చెప్తావేమోనని అడగాలనుకున్నాను.''

''మూడవ కుడి, నాలుగవ ఎడమ,'' అని వెంటనే జవాబిచ్చి, తలుపు మూశాడు అసిస్టెంట్.

''తెలివైన వాడు, అతను,'' అన్నాడు హోమ్స్, తిరిగి వెడుతుండగా. ''నా ఉద్దేశం ప్రకారం అతను లండన్‌లోని నాలుగవ తెలివైన వ్యక్తి, మూడవ వాడు కావడానికి అవకాశం లేకపోలేదు. ఇంతకు ముందు అతడి గురించి నాకు కొంత తెలుసు,'' అన్నాడు.

''కనిపిస్తోంది కదా! ఈ ఎర్ర తలకట్టు ముఠా రహస్యంలో మిస్టర్ విల్సన్ తాలూకా అసిస్టెంట్ పాత్ర కూడా ఉంది. అతన్ని చూసేందుకే, నువ్వు ఆ ఎంక్వైరీ చేశాడు'', అన్నాను.

''అతన్ని కాదు.''

''మరి ఎవర్ని?''

''అతని ప్యాంటు మోకాళ్ళ'' దగ్గర ప్రదేశాన్ని.

''ఏం చూశావు?''

''నేను చూడాలనుకున్నది.''

''పేవ్‌మెంట్ మీద ఎందుకు కొట్టావు?''

''మైడియర్ డాక్టర్, ఇది పరిశీలించాల్సిన సమయం. మాటలు కాదు. శత్రు దేశంలో మనం గూఢచారులం. మనకు సాక్సె-కోబర్గ్ స్క్వేర్ గురించి కొంత తెలుసు. ఈ ప్రాంతం వెనుక ఉన్న రోడ్లను పరిశీలిద్దాం పద.''

''సాక్సె-కోబర్గ్ స్క్వేర్ మలుపులోకి మేం తిరిగాం. అక్కడ వాతావరణం ముందువైపు ఉన్నదానికి పూర్తి భిన్నంగా కనిపించింది. నగరంలో ట్రాఫిక్ ఉత్తరం నుంచి దక్షిణానికి వెళ్ళే ప్రధాన రహదారి అది. రహదారులన్నీ వ్యాపారాలతో కిక్కిరిసి ఉన్నాయి. బయటికి వచ్చే, లోపలికి వెళ్ళే జనంతో. ఫుట్‌పాత్‌లు అన్నీ కిక్కిరిసి నల్లగా కనిపిస్తున్నాయి. ఆధునిక దుకాణాల వరుసలు, గంభీరంగా కనిపిస్తున్న వాణిజ్య ప్రాంగణాలను చూస్తుంటే, ఇప్పుడే వచ్చిన వెలిసిపోయిన, స్తబ్దుగా ఉన్న ప్రదేశానికి పూర్తి భిన్నంగా ఉన్న విషయాన్ని గుర్తించాం.

ఒక మూల నిలబడి, ఆ వీధిని పరిశీలిస్తూ, ''నన్ను చూడనివ్వు'' అన్నాడు హోమ్స్. ''ఇక్కడ ఉన్న ఇళ్ళ వరుసను గుర్తుపెట్టుకోవాలనుకుంటున్నాను. లండన్ గురించి సరైన పరిజ్ఞానాన్ని కలిగి ఉండటం నా హాబీ. పొగాకు వ్యాపారి మార్టివోర్, చిన్న వార్తా పత్రిక దుకాణం, కోబర్గ్ బ్యాంక్ నగర శాఖ, సబర్బన్ బ్యాంక్, శాకాహార హోటల్, మెక్ ఫాలేన్ బగ్గీల భవన డిపో. అక్కడి నుంచి మరొక బ్లాక్‌కు వెడదాం. ఇక డాక్టర్ మన పని పూర్తయింది. కాబట్టి మనం ఇక వినోదించే సమయం వచ్చింది. ఒక శాండ్‌విచ్, ఒక కప్పు కాఫీ తర్వాత వయోలిన్ భూమికి. ప్రపంచంలోని తియ్యదనం, సున్నితత్వం, సామరస్యం ఉండే స్థలం అది. తమ బాధలతో మనల్ని విసిగించే ఎర్ర తలకట్టు క్లైంట్లు లేని ప్రదేశం.

నా మిత్రుడు ఉత్సాహవంతమైన సంగీతకారుడు. స్వయంగా మంచి ప్రదర్శన లివ్వగల సమర్థత ఉన్నవాడు మాత్రమే కాదు, ఉన్నతమైన సంగీతాన్ని సమకూర్చగలిగినవాడు. మధ్యాహ్నమంతా స్టాళ్ళలో అత్యంత ఆనందంగా, సంగీతానికి తగినట్టు తన పొడవాటి, సన్నటి వేళ్ళతో తాళం వేస్తూ కూచున్నాడు. అతని ముఖం చిరునవ్వుతో, కలలు కంటున్నట్టుగా ఉన్న కళ్ళతో అరవీర భయంకర గూఢచారి, పట్టువదలని విక్రమార్కుడు, త్వరితగతిన నేరగాళ్ళను పట్టుకునే, వ్యంగ్యపూరిత హాస్యంతో మాట్లాడే హోమ్స్‌కు భిన్నంగా ఉన్నాడు. అసాధారణ వ్యక్తిత్వంలో అతడి ద్వంద్వ స్వభావం ఒకదాని వెంటక ఒకటి తనను తాను స్థిరపరచుకుంది. అప్పుడప్పుడు అతడిని ముంచెత్తే కవితాత్మక, తీవ్ర ఆలోచనాసరళికి ప్రతిస్పందనగా అత్యంత

కచ్చితత్వం, కార్యదక్షత పుట్టుకువచ్చాయినుకుంటుంటాను. అతని స్వభావం తీవ్ర బద్ధకం నుంచి అత్యంత ఉత్సాహం వరకూ ఊగిసలాడటం, రోజుల తరబడి తన పడక కుర్చీలో కూర్చుని ఇంప్రువెజేషన్లు తన నల్లటి రాత ప్రతులలో నిమగ్నమైనప్పుడు అత్యంత శక్తివంతుడవుతాడని నాకు తెలుసు. కానీ వెంటాడాలన్న కాంక్ష హఠాత్తుగా చుట్టుముట్టినప్పుడు అతడి హేతుబద్ధత దివ్యదృష్టి స్థాయికి పెరుగుతుంది. అతని పద్ధతుల గురించి తెలియనివారంతా అతడి జ్ఞానం భూమి మీద జీవించే ఏ మనిషికీ లేదని భావిస్తారు. సెయింట్ జేమ్స్ హాలులో ఆ మధ్యాహ్నం సంగీతంలో మునిగి ఉన్న అతడిని చూసి, అతను వేటాడబోతున్న వారికి చెడు సమయ వచ్చిందని భావించాను.

"నువ్వు నిస్సందేహంగా ఇంటికి వెళ్ళాలనుకుంటున్నావు డాక్టర్!" అన్నాడు, మేం బయటకు రాగానే.

"అవును, అంతే కదా".

"నాకు కొన్ని గంటలు పట్టే పని ఉంది. కోబర్గ్ స్క్వేర్ వద్ద. ఈ పని గంభీరమైంది."

"గంభీరం ఎందుకు?"

"ఏదో నేరం చేసేందుకు యోచన జరుగుతోంది. మనం సమయానికి దానిని అడ్డుకోగలమని, అన్ని రకాలుగా విశ్వసిస్తున్నాను. కానీ ఈ రోజు శనివారం కావడం, విషయాన్ని సంక్లిష్టం చేస్తోంది. ఈ రాత్రికి నీ సహాయం అవసరం అవుతుంది."

"ఎన్ని గంటలకు?"

"పది గంటలకు"

"సరే, పది గంటలకు నేను బేకర్ వీధిలో ఉంటాను."

"మంచిది". ముందే చెప్తున్నాను డాక్టర్! ఇందులో ప్రమాదం ఉండవచ్చు. కనుక నీ ఆర్మీ రివాల్వర్ జేబులో పెట్టుకొని రా." ఈ మాటలు చెప్పి చేయి ఊపి, వెను దిరిగి జనంలో కలిసిపోయి అదృశ్యమయ్యాడు.

నా పొరుగువారికన్న నేను తెలివైనవాడిని కాదని విశ్వసిస్తాను. కానీ షెర్లాక్ హోమ్స్‌తో వ్యవహారంలో నా బుద్ధి హీనతకు నేను చింతిస్తున్నాను. ఇక్కడ అతను విన్నదే నేనూ విన్నాను. అతను చూసిందే నేనూ చూశాను. కానీ అతడి మాటల ద్వారా ఏం జరిగిందని కాదు ఏం జరుగబోతోందో స్పష్టంగా చూశాడు. కానీ నాకు మాత్రం ఆ వ్యవహారమంతా ఇంకా గందరగోళం, అయోమయంగా ఉంది. నేను కెన్సింగ్టన్‌కు వెడుతూ, దాని గురించి ఆలోచించాను. ఎన్‌సైక్లోపీడియాను కాపీ చేసిన ఎర్ర తలకట్టు వ్యక్తి కథ నుంచి, సాక్సె-కోబర్గ్ స్క్వేర్‌కు మా పర్యటన దాకా, అంతిమంగా వెడుతూ అతను చెప్పిన

మాటల గురించి ఈ అర్ధరాత్రి ప్రయాణం ఏమిటి? నేనెందుకు సాయుధంగా వెళ్ళాలి మేం ఎక్కడికి వెడుతున్నాం, ఏం చేయడానికి వెడుతున్నాం? తాకట్టు వ్యాపారి సహాయకుడు బలవంతుడనే సంకేతం హోమ్స్ మాటల ద్వారా అందింది. అతను లోతైనన ఆట ఆడగల వ్యక్తిలా ఉన్నాడు. నేను ఆ పజిల్‌ను పరిష్కరించే ప్రయత్నం చేసి నిరాశతో వదిలేశాను. ఎలాగూ రాత్రికి విషయం తేటతెల్లమవుతుందని ఆలోచనను పక్కన పెట్టాను.

నేను ఇంటి నుంచి బయలుదేరేసరికి తొమ్మిదింబావు అయింది. నేను పార్క్ వీధి మధ్య చేరుకున్నాను. తలుపు వద్ద రెండు చిన్న బగ్గీలు నిలిపి ఉన్నాయి. నేను మెట్లమార్గంలోకి ప్రవేశించగానే పైనుంచి సంభాషణలు వినిపించాయి. నేను గదిలోకి ప్రవేశించేసరికి హోమ్స్ ఇద్దరు వ్యక్తులతో తీవ్రమైన సంభాషణలో ఉన్నాడు. వారిలో ఒకరు అధికారికి పోలీస్ ఏజెంట్ పీటర్ జోన్స్‌గా గుర్తించాను. రెండవ వ్యక్తి సన్నగా, పొడుగ్గా, విషాద, విచార వదనంతో, మెరిసే టోపీ పెట్టుకొని, అత్యంత గౌరవనీయమైన గౌను కోటు ధరించాడు.

''హా! మన పార్టీకి ఇప్పుడు పరిపూర్ణత్వం వచ్చింది.'' అన్నాడు హోమ్స్ తన పీ-జాకెట్ గుండీలు పెట్టుకుంటూ. తర్వాత తన భారీ వేట తుపాకీని షెల్ఫ్‌లోంచి తీస్తూ... ''వాట్సన్, స్కాట్‌లాండ్ యార్డ్‌కు చెందిన మిస్టర్ జోన్స్ తెలుసునుకుంటాను? ఇక ఈ రాత్రి మన సాహసంలో మనకు సహచరుడైన మిస్టర్ మెర్రీ వెదర్ ఈయన.''

''చూడు డాక్టర్, మనం మళ్ళీ జంటగా వేటాడబోతున్నాం.'' అన్నాడు జోన్స్ అదేదో సంప్రదాయమన్నట్టుగా. ''వేటను ప్రారంభించడంలో ఇక్కడున్న మన మిత్రుడు మంచి నిపుణుడు. అతనికి కావలసినదల్లా దోవచూపడానికి ఒక కుక్క మాత్రమే.''

''మన వేట అంతిమంగా నిష్ఫలం కాకూడదనుకొంటున్నాను,'' అన్నాడు మిస్టర్ మెర్రీ వెదర్ విచారంగా.

''మీరు మిస్టర్ హోమ్స్‌ను పూర్తిగా విశ్వసించవచ్చు సర్;'' అన్నాడు పోలీసు ఏజెంట్ ధీమాగా. ''అతని చిన్న పద్ధతులు అతడికి ఉన్నాయి. ఈ మాటలంటున్నందుకు అతడు అన్యధా భావించడనుకుంటాను- ఆ పద్ధతులు కొద్ది సైద్ధాంతికమైనా అద్భుతమైనవి. కానీ, అతడిలో మంచి డిటెక్టివ్‌కు ఉండాల్సిన లక్షణాలు ఉన్నాయి. ఒకటి రెండు సందర్భాలలో ముఖ్యంగా షోల్టో హత్య, ఆగ్రా నిధి కేసులలో అధికారిక బృందానికన్న అతడే సత్యానికి సమీపంగా వెళ్ళాడనడం అతిశయోక్తి కాదు.''

''నువ్వు చెప్తుంటే మిస్టర్ జోన్స్, అలాగే కానివ్వు'', అన్నాడు ఆ అజ్ఞాత వ్యక్తి నిర్లిప్తంగా. ''నా రబ్బర్ స్టాంప్ పోయిందని చెప్పక తప్పదు. ఓ ఇరవై ఏడేళ్ళ క్రితం

మొదటి శనివారం రాత్రి అది - అప్పటినుంచి అది నా వద్ద లేదు.''

''అది మీకు దొరుకుతుంది అనుకుంటున్నా'' అన్నాడు షెర్లాక్ హోమ్స్. ''ఈ రోజు రాత్రి మీరు ఎన్నడూ లేని విధంగా ఎక్కువ డబ్బుతో ఆడబోతున్నారు. ఆట చాలా రసవత్తరంగా ఉంటుంది. నీ వాటా దాదాపు ముప్పైవేల పౌండ్లు ఉంటుంది మిస్టర్ మెర్రీ వెదర్. ఇక మిస్టర్ జోన్స్, నువ్వు పట్టుకో, మనిషి అక్కడ ఉంటాడు.''

''జాన్ క్లీ, హంతకుడు, దొంగ, ఫోర్జర్, విధ్వంసకారుడు అతడు యువకుడు. తన వృత్తిలో ఉచ్ఛస్థితిలో ఉన్నాడు మిస్టర్ మెర్రీ వెదర్. కానీ లండన్ నేరగాళ్ళలో ముందుగా అతడికే సంకెళ్ళు వేయాలన్నది నా కోరిక. యువకుడైౖన జాన్‌క్లే అసాధారణ వ్యక్తి. అతడి తాత రాజవంశానికి చెందిన డ్యూక్. అతడు ఈటన్‌కు, ఆక్స్‌ఫోర్డుకు వెళ్ళి వచ్చినవాడు. అతడి మెదడు, అతని చేతి వేళ్ళంత జిత్తులమారిది. అతడి గుర్తులు మనకు ప్రతి మలుపులోనూ లభించినా, అతడిని ఎక్కడ పట్టుకోవాలో మనకెప్పటికీ తెలియదు. అతడు ఒక వారం స్కాట్‌లాండ్‌లో ఉండి, కార్నివాల్‌లో అనాథాశ్రమ నిర్మాణానికి డబ్బు సేకరిస్తాడు. నేను అతడి కార్యకలాపాలను కొన్నేళ్ళ నుంచీ గమనిస్తున్నాను, కానీ ఇంత వరకూ అతడిని చూడలేకపోయాను.''

''ఈ రాత్రి నిన్ను పరిచయం చేసే భాగ్యం నాకు దక్కుతుందని ఆశిస్తున్నాను. మిస్టర్ జాన్ క్లేతో కలిసి ఒకటి రెండు ప్రయత్నాలు చేశాను. అతడు తన వృత్తి ఉచ్ఛ దశలో ఉన్నాడన్న నీ మాటలతో నేను ఏకీభవిస్తాను. ఇప్పుడు పది దాటింది నం బయలు దేరే సమయం ఆసన్నమైంది. మీరు మొదటి బగ్గీలో వెడితే, రెండవ దానిలో నేను వాట్సన్ వస్తాం.''

''సుదీర్ఘ ప్రయాణంలో షెర్లాక్ హోమ్స్ పెద్దగా మాట్లాడలేదు. ఆ రోజు మధ్యాహ్నం విన్న రాగాలను పాడుతూ వెనక్కివాలి కూచున్నాడు. మేం అసంఖ్యాకమైన వీధి దీపాలు దాటుకొని ఫాడింగ్టన్ వీధిలోకి ప్రవేశించాం.

''మనం దగ్గరకు వచ్చాం,'' అన్నాడు నా స్నేహితుడు. ''ఈ వ్యక్తి మెర్రీ వెదర్ బ్యాంకు డైరెక్టర్. ఈ వ్యవహారం పట్ల వ్యక్తిగత ఆసక్తిగలవాడు. మనతో పాటు జోన్స్‌ను కూడా ఉంచుకోవడం మంచిదనిపించింది. ఈతడు చెడ్డవాడేం కాదు. (తన వృత్తిలో అశక్తుడైనప్పటికీ'. అతడిలో ఒక సుగుణం ఉంది. అతడు బుల్‌డాగ్ అంత సాహసవంతుడు, ఎవరిపైన అయినా తన కోరలు విసిరితే పీత అంత పట్టుగల వాడు.) ఇదిగో వచ్చేశాం. వాళ్ళు మన కోసం వేచి ఉన్నారు.''

''ఉదయం మేం వెళ్ళిన జన సమ్మర్ధం గల ప్రదేశానికి ఇప్పుడు మేం చేరుకున్నాం. మా బగ్గీలను పంపేసి, మెర్రీ వెదర్ మార్గదర్శనంలో ఒక సన్నటి దోవ గుండా, అతను

తెరిచి పట్టుకున్న పలకల తలుపు ద్వారా లోపలికి వెళ్ళాం. ఆ లోపల చిన్న కారిడార్ ఉంది. అది ఒక భారీ ఇనుపగేటు వద్ద అంతమైంది. దాన్ని కూడా తెరిచాడు, అది లోపల చుట్టు తిరిగి మెట్లదోవకు దారి తీసింది. ఆ తోవ కూడా మరో బలమైన గేటు వద్ద అంతమైంది. మెర్రీ లాంతరు వెలిగించేందుకు ఆగి, మమ్మల్ని మట్టి వాసన గొట్టే మార్గం ద్వారా తీసుకువెళ్ళాడు. మూడవ ద్వారం తెరిచి ఒక పెద్ద సెల్లార్‌లోకి తీసుకెళ్ళాడు. దాని నిండా పెద్ద డబ్బాలు, క్రేట్లు పడి ఉన్నాయి.

''పై నుంచి నీకు పెద్దగా సమస్య ఉండదు'', అన్నాడు హోమ్స్ లాంతర్ ఎత్తి పట్టుకొని, అతడి కేసి చూస్తూ.

''కింద నుంచి కూడా,'' అన్నాడు మెర్రీవెదర్ నేలపై చేతి కర్రతో కొడుతూ. ''ఇదేమిటి ఇంత బోలు శబ్దం వస్తోంది,'' అన్నాడు ఆశ్చర్యానికి లోనవుతూ.

''నిశ్శబ్దంగా ఉండండి,'' అన్నాడు హోమ్స్ తీవ్రంగా. ''ఇప్పటికే మన సాహసయాత్ర విజయాన్ని సమస్యల్లోకి తోశావు. దయచేసి మీరు ఆ డబ్బాలలో ఒకదానిపై కూర్చొని జోక్యం చేసుకోకుండా ఉంటారా?''

''దానితో మిస్టర్ మెర్రీ వెదర్, గాయపడిన ముఖ కవళికలతో ఒక క్రేట్‌పై కూర్చున్నాడు. హోమ్స్ నేల మీద మోకాళ్ళపై కూర్చొని, లాంతరు వెలుగులో భూతద్దం సాయంతో పరిచిన రాళ్ళ మధ్య పగుళ్ళను పరిశీలించనారంభించాడు. ఈ కొద్ది క్షణాల తర్వాత సంతృప్తిపడినట్టుగా, లేచి నిలబడి ఆ కటకాన్ని జేబులోకి తోశాడు

''మనకు ఇంకా కనీసం ఒక గంట సమయం ఉంది.'' అన్నాడు. ఆ తాకట్టు వ్యాపారి పడుకునే వరకూ వారు ఎటువంటి చర్యలూ తీసుకోరు. తర్వాత మాత్రం ఒక్క నిమిషం ఆలస్యం లేకుండా పనిచేస్తారు. ఎందుకంటే ఎంత తొందరగా వారు పని ముగిస్తే, తప్పించుకోవడానికి అంత సమయం దొరుకుతుంది. ప్రస్తుతం డాక్టర్ - మనం లండన్ బాంక్స్ ప్రధాన నగర శాఖలలో ఒకదాని సెల్లార్ ఉన్నామని నువ్వు నిస్సందేహంగా గ్రహించి ఉంటావు. మిస్టర్ మెర్రీ వెదర్స్, డైరెక్టర్స్ బోర్డు చైర్మన్. లండన్‌లోని సాహసవంతమైన నేరగాళ్ళు ప్రస్తుతం ఈ సెల్లార్ పట్ల అంత ఆసక్తి ఎందుకు పెంచుకున్నారో కారణాలు అతడు నీకు వివరిస్తాడు.''

''ఇది మా ఫ్రెంచి బంగారం'' రహస్యంగా చెప్పాడు అతను. ''దీనిపై దాడి జరిగే అవకాశముందని మాకు అనేక హెచ్చరికలు వచ్చాయి.''

''మీ ఫ్రెంచి బంగారమా?''

''అవును, కొన్ని నెలల కింద మా వనరులను పరిపుష్టం చేసుకోవాల్సిన అవసరం ఏర్పడి, అందుకోసం బ్యాంక్ ఆఫ్ ఫ్రాన్స్ నుంచి ముప్పైవేల నెపోలియన్ల అప్పు

తెచ్చాం. మేం ఆ డబ్బును బయటకు తీసే అవకాశం రాలేదని, అది ఇంకా సెల్లార్‌లోనే ఉందనే మాట బయటకు పొక్కింది. ఇప్పుడు నేను కూర్చున్న క్రేట్‌లో లెడ్ ఫాయిల్ మధ్య రెండు వేల నెపోలియన్లు సర్దిపెట్టి ఉన్నాయి. ప్రస్తుతం మా ఈ సంపద ఒకే శాఖ కార్యాలయంలో ఉంచే దానికన్న చాలా ఎక్కువగా ఉంది. ఈ విషయంపై మా డైరెక్టర్లు కొందరికి అపోహలు ఉన్నాయి.''

''వాటికి హేతు బద్ధత ఉంది,'' అన్నాడు హోమ్స్. ''మన చిన్న ప్రణాళికను అమలు చేసే సమయం ఆసన్నమైంది. ఒక గంటలో వ్యవహారమంతా బయట పడుతోంది. ఈ లోపల ఆ నల్లటి లాంతరుపై మనం తెర కప్పాలి మిస్టర్ మెర్రీ వెదర్''.

''దానిని ఆపి చీకట్లో కూర్చోవాలా?''

''అనుకుంటాను. నేను నాతో కూడా పేకముక్కలు తెచ్చాను. మేము ఆడుకుంటుండగా, నువ్వు నీ రబ్బర్ తీసుకుంటావనుకున్నాను. కానీ, శతృవు యత్నాలు చూసిన తర్వాత వెలుతురులో ఉండటం మంచిది కాదనిపించింది. ముందుగా మనం ఎక్కడెక్కడ ఉండాలో చూసుకోవాలి. వారు చాలా సాహసోపేతమైన వ్యక్తులు, మనం వారు అప్రమత్తంగా లేని సమయంలో దాడి చేసినా, జాగ్రత్తగా ఉంటే తప్ప మనం హాని నుంచి తప్పించుకోలేం. నేను ఈ క్రేట్ వెనుక దాక్కుంటాను, మీరు వాటి వెనుక దాక్కోండి. నేను వారిపై లైట్లు వేసినప్పుడు, వెంటనే వారిని చుట్టు ముట్టండి. వారు కాల్పులు జరిపితే, వారిపై కాల్పులు జరపానికి వెనకాడవద్దు వాట్సన్.''

''నేను నా రివాల్వర్‌ను సరిచూసుకొని పైన ఉన్న చెక్క కేసు వెనుక నక్కి కూచున్నాను. లాంతరు ముందు పలకను లాగాడు హోమ్స్. దానితో గాఢాంధకారం అలుముకుంది. అంత చిక్కటి చీకటి ఎప్పుడూ నా అనుభవంలోకి రాలేదు. లోహం వేడెక్కిన వాసన, ఇంకా దీపం వెలుగుతోందని, కావాలనుకున్న క్షణంలో వెలుతురు కనపరుస్తుందనే విశ్వాసాన్ని ఇస్తోంది. నరాలు తెగే ఉత్సాహంతో ఎదురు చూస్తున్న నాకు, హఠాత్తుగా ఏర్పడిన ఆ నిశ్శబ్దం, మాళిగలో చల్లని, నల్లటి గాలి విషాద వీచికలు వీస్తున్నట్టుగా అనిపించింది.

''వాళ్ళకి పారిపోవడానికి ఒక మార్గం ఉంది,'' గుసగుసగా చెప్పాడు హోమ్స్. ''ఇంటి వెనుక నుంచి సాక్సెక్రోబర్గ్ స్క్వేర్‌లోకి. నేను అడిగిన ఏర్పాట్లు చేశావనుకుంటాను జోన్స్?''

''ముందు తలుపు వద్ద ఒక ఇన్‌స్పెక్టర్‌నీ, ఇద్దరు అధికారులనూ వేచి ఉండమని చెప్పాను.''

''అయితే మనం అన్ని కంతలనూ మూసివేశాం. ఇప్పుడు మనం చెయ్యాల్సిందల్లా

నిశ్శబ్దంగా వేచి ఉండటమే.''

ఆ ఎదురుచూపులు అనంతంగా అనిపించాయి! తర్వాత వివరాలు పోల్చిచూసుకున్నప్పుడు అది కేవలం గంటంబావే అని తేలింది. కానీ రాత్రంతా గడిచిపోయి, తెల్లవారిపోతున్నట్టుగా అనిపించింది. నా కండరాలు అలసి, నొప్పులు పుడుతున్నట్టు అనిపించినా నా భంగిమను మార్చేందుకు భయపడ్డాను. నా నరాలు ఉత్కంఠతో తెగిపోతున్నట్టుగా ఉన్నాయి. నా వినికిడి శక్తి ఎంత సునిశితమై పోయిందంటే, నా సహచరులు సున్నితంగా ఊపిరి తీస్తున్న శబ్దాన్ని వినిపించడమే కాదు, భారీకాయుడైన జోన్స్‌లోతుగా, గాఢంగా ఊపిరి పీల్చుకోవడం నుంచి బ్యాంక్ డైరెక్టర్ సన్నగా ఊపిరి తీయడం మధ్య గల బేధాన్ని కూడా కనిపెట్టగలిగాను, నేనున్న స్థానం నుంచి నేల దిశగా ఉన్న సందు వైపు చూడగలుగుతున్నాను. హఠాత్తుగా నా కళ్ళకు ఒక వెలుగు రేఖ కనిపించింది.

మొదట, బయట రాతి పేవ్‌మెంట్ మీద సన్నటి శబ్దం వినిపించింది. తర్వాత అది పెరిగి, పసుపుపచ్చని వరుసలా కనిపించింది. తర్వాత ఎటువంటి హెచ్చరిక శబ్దం లేకుండా, చిన్న సందు ఏర్పడి, తెల్లగా, ఆడవాళ్ళ చెయ్యింత సుకుమారంగా ఉన్న చెయ్యి ఆ వెలుతురు మధ్య ప్రత్యక్షమైంది. ఒక నిమిషం లేదా ఆపైన ఆ చెయ్యి, గిజగిజలాడుతున్న చేతి వేళ్ళు నేల మీద నుంచి పూర్తిగా బయటకు వచ్చి, అంతే హఠాత్తుగా వెనక్కి వెళ్ళిపోయాయి. మళ్ళీ అంతా అంధకారం అలుముకుంది. రాళ్ళ మధ్యలో ఉన్న సందులోంచి వస్తున్న వెలుగు రేఖ మినహా అంతా చీకటే.

అలా అదృశ్యం కావడం క్షణికమే. దడదడ శబ్దంతో, వెడల్పుగా, తెల్లగా ఉన్న రాతి పలక ఒకటి తలకిందు పక్కకు ఒరిగి ఒక నలుచదరపు కంత ఏర్పడింది. దాని ద్వారా లాంతరు వెలుతురు విరజిమ్మింది. ఆ కంతలోంచి యువకుడిలా కనిపిస్తున్న శుభ్రంగా జుత్తు కట్ చేసుకున్న ముఖం ఒకటి తొంగి, నిశితంగా పరిశీలించింది. తర్వాత ఆ కంతపై వచ్చేందుకు బయట నేలపై రెండు చేతులూ పెట్టి నేలపై మోకాలు ఆన్చేందుకు వీలుగా నడుం దాకా పైకి లేచాడు. మరుక్షణమే ఆ కంత పక్కన నిలబడి, తనలాగే చిన్న పర్సనాలిటీ ఉన్న సహచరుడికి సాయపడ్డాను. రెండవవాడి ముఖం పాలిపోయి, ఎర్రటి ఎరుపు తలకట్టుతో ఉంది.

''అంతా స్పష్టంగా ఉంది,'' అన్నాడు గుసగుసగా. ''పలుగు, సంచులూ ఉన్నాయా? గ్రేట్ స్కాట్ దూకు, ఆర్చీ నువ్వు కూడా, నేను పనిలో దూకుతాను!''

''షెర్లాక్ హోమ్స్ ఒక్కసారిగా ముందుకు దూకి ఆ వ్యక్తిని కాలర్ దగ్గర పట్టుకున్నాడు. మిగిలిన ఇద్దరూ కంతలోకి దూకారు. జోన్స్ తన స్కర్టుని సర్దుకుంటున్న

శబ్దం వినిపించింది. రివాల్వర్ బారెల్‌పై వెలుగుపడింది. కానీ హోమ్స్ చేతిలోని షూటింగ్ క్రాప్ ఆ వ్యక్తి ముంచేతిపై పడడంతో, తుపాకీ శబ్దం చేస్తూ నేలపై పడింది.

''ఉపయోగం లేదు, జాన్ క్లే!'' అన్నాడు హోమ్స్ నిర్లిప్తంగా, ''నీకు అవకాశమే లేదు.''

''ఓ! అవునా,'' అన్నాడు ఎంతో ప్రశాంతంగా. ''అన్ కోట్ బెల్లులు నీ చేతిలో ఉన్నప్పటికీ నా స్నేహితుడు భద్రంగానే ఉన్నాడనుకుంటాను.''

''అతని కోసం తలుపు వద్ద ముగ్గురు వ్యక్తులు వేచి ఉన్నారు.'' అన్నాడు హోమ్స్.

''అవును! నువ్వు పనిని సంపూర్ణంగా చేసినట్టున్నావు. నిన్ను అభినందించాల్సిందే''

''నేను, నిన్ను అభినందించాలి'' అంటూ ''నీ ఎర్ర తలకట్టు ఐడియా చాలా కొత్తది, ప్రభావవంతమైంది'', జవాబిచ్చాడు హోమ్స్

''ప్రస్తుతం నీ స్నేహితుడిని మళ్ళీ చూస్తావు'' అన్నాడు జోన్స్. ''అతను నాకన్న త్వరగా కంతల్లోకి దూకగలడు. ఎక్కగలడు నేను తగు ఏర్పాట్లు చేసే దాకా.''

''నీ మురికి చేతులతో నన్ను ముట్టుకోవద్దు,'' అన్నాడు ఖైదీ, చేతికి వేసిన సంకెళ్ళు శబ్దం చేస్తుండగా. ''నాలో రాచరిక రక్తం ప్రవహిస్తోందనే విషయం నీకు తెలిసి ఉండకపోవచ్చు. అలాగే నాతో మాట్లాడేటప్పుడు గౌరవంగా 'సర్', 'ప్లీజ్' అని సంబోధిస్తే బాగుటుంది.''

''సరే'' అన్నాడు జోన్స్, అతనికేసే తదేకంగా చూస్తూ వ్యంగ్యమైన నవ్వుతో. ''దయచేసి మీరు మెట్లు ఎక్కుతారా సర్, రాజా వారిని పోలీస్ స్టేషన్‌కు తీసుకువెళ్ళేందుకు అక్కడ కాబ్ వేచి ఉంది.''

''ఇది బాగుంది అన్నాడు జాన్‌క్లే ప్రశాంతంగా. మా ముగ్గురికీ తలవంచి అభివాం చేసి, డిటెక్టివ్ ఆధీనంలో ముందుకు నడిచాడు.

మేం వారిని మాళిగలోంచి అనుసరిస్తుండగా, ''నిజంగా, మిస్టర్ హోమ్స్'' అన్నాడు మెర్రీ వెదర్. ''బ్యాంకు నీకు ఎలా కృతజ్ఞతలు చెప్పాలో, రుణం తీర్చుకోవాలో తెలియదు. నా అనుభవంలో ఇంత పట్టుదలతో బ్యాంకు దోపిడీ ప్రయత్నాలను, దానిని గుర్తించి పూర్తిగా ఆ యత్నాన్ని విఫలం చేయడం నేను చూడలేదు''.

''మిస్టర్ జాన్ క్లే కూ నాకూ పాత గొడవలు ఒకటి రెండున్నాయి'' అన్నాడు హోమ్స్. ''నేను ఈ వ్యవహారంలో కొద్దిగా ఖర్చు చేశాను. దానిని బ్యాంకు తిరిగి చెల్లిస్తుందని ఆశిస్తున్నాను. అది మినహా, నా రుణం తీర్చినట్టే. ఎందుకంటే అనేక రకాలుగా ప్రత్యేకమైన అనుభవానికి ఇది అవకాశం - ముఖ్యంగా అసాధారణమైన

ఎర్రజుత్తు ముఠా కథనం వినడం వల్లే ఈ అవకాశం వచ్చింది.''

''బేకర్ వీధిలో ఒక గ్లాసు విస్కీ, సోడాలతో ఆ రోజు తెల్లవారు జామున మాట్లాడుకుంటుండగా, ''చూడు, వాట్సన్'' అని వివరించడం మొదలు పెట్టాడు'' కొన్ని గంటల పాటు ఆ వడ్డీ వ్యాపారి అడ్డు తొలగించుకోవడం కోసమే ఈ లీగ్ ప్రకటన, ఎన్సైక్లోపీడియాను కాపీచేయడం అన్న వ్యవహార ప్రధానోద్దేశం. అది చాలా విచిత్రమైన పద్ధతే, కానీ అంతకన్నా మెరుగైన పద్ధతిని ఆలోచించడం కష్టం.. తన సహచరుడి జుత్తు చూసిన తర్వాతే క్లే పదునైన బుర్రకి ఈ ఆలోచన వచ్చి ఉంటుంది. వ్యాపారిని ఆకర్షించడానికి నాలుగు పౌండ్లు చాలు, వేలల్లో ఆటలాడేవారికి అది ఎంత మొత్తం? ప్రకటన వేయించారు. ఒకడు తాత్కాలిక ఆఫీసు పెట్టాడు, మరొకడు వ్యాపారిని దరఖాస్తు చేయమని రెచ్చగొట్టాడు. వ్యాపారి లేని సమయాన్ని వారమంతా ఉపయోగించుకున్నారు. తన సహాయకుడు సగం జీతానికే కుదురుకున్నాడన్నమాట చెప్పినప్పటి నుంచి, దాని వెనుక ఏదో బలమైన కారణం/ఉద్దేశం ఉండే ఉంటాయని ఊహించాను.''

''కానీ ఉద్దేశం ఏమై ఉంటుందో ఎలా ఊహించగలిగావు?''

''ఆ ఇంట్లో ఒక మహిళ ఉంది. దాన్ని చిన్న అపభ్రంశంగా అనుమానించాలి. కానీ, అందుకు అవకాశం లేదు. ఆ వ్యక్తి వ్యాపారం చాలా చిన్నది. అటువంటప్పుడు వారు చేస్తున్నంత ఖర్చు కానీ, ఏర్పాట్లు కానీ అవసరం లేదు. అంటే విషయం ఇంటి బయటనే అయి ఉండాలి. అదే ఏమై ఉంటుంది? సహాయకుడికి ఫోటోగ్రఫీ పట్ల ఉన్న ఆసక్తి, అతను వెంటనే నేలమాళిగలోకి అదృశ్యం కావడం గురించి ఆలోచించాను. నేలమాళిగ 'సెల్లార్)! ఇంక ఈ చిక్కు క్లూకి కీలకమైనదే. అప్పుడు నేను ఈ చిత్రమైన సహాయకుడి గురించి ఆరా తీశాను. లండన్‌లోనే అత్యంత సాహసవంతమైన, ప్రశాంతమైన నేరగాడితో నేను వ్యవహరించవలసి ఉంటుందని కనుగొన్నాను. అతను నేల మాళిగలో ఏదో చేస్తున్నాడు. నెలల పాటు రోజుకు అనేక గంటల పాటు. అది ఏమై ఉంటుంది? అతను మరొక భవనానికి సొరంగ మార్గాన్ని తొల్చడం తప్ప ఇంకేమీ అయి ఉండదని భావించాను.

''కార్యరంగాన్ని పర్యవేక్షించడానికి వెళ్ళినప్పుడు ఆ విషయం తెలుసుకునే ప్రయత్నం చేశాను. నా కర్రతో పేవ్‌మెంట్ మీద కొట్టి నిన్ను ఆశ్చర్యపరిచాను. ఆ నేల మాళిగ ఇంటి ముందు ఉందా? వెనక్కి ఉందా అనే విషయాన్ని నిర్ధారించుకునేందుకు అలా చేశాను. తర్వాత, ఆ ఇంటి బెల్లు కొట్టి సహాయకుడే జవాబివ్వాలని ఆశించాను. మా మధ్య చిన్న గొడవలు ఉన్నప్పటికీ, గతంలో ఎప్పుడూ ఒకరిని ఒకరం

చూసుకోలేదు. నేను అతని ముఖాన్ని సరిగ్గా చూడనే లేదు. అతని మోకాళ్ళే చూడాలనుకున్నాను. అక్కడ అతడి పాంటు ఎంతగా నలిగి, మాసి డాగులుపడి ఉందో నువ్వా గమనించే ఉంటావు. కొన్ని గంటలపాటు వంగి తవ్వినట్టు అవి చెప్పకనే చెప్తున్నాయి. ఇక మిగిలిన ప్రశ్న, వారు దేనికోసం ఆ తవ్వకం జరుపుతున్నారు. నేను ఆ మలుపు తిరిగి ముందుకు వెళ్ళి, మన స్నేహితుడి ప్రాంగణంలోనే సిటీ, సబర్బన్ బ్యాంకు ఉండటాన్ని గమనించాను. దానితో సమస్యను పరిష్కరించినట్టే అని భావించాను. కచేరీ తర్వాత నువ్వు ఇంటికి వెళ్ళినప్పుడు, స్కాట్‌లాండ్ యార్డుకీ, బ్యాంకు డైరెక్టర్ల చైర్మన్‌కూ ఫోన్ చేశాను. ఫలితాన్ని నువ్వే చూశావు.''

''ఈ రాత్రి వాళ్ళు ప్రయత్నం చేస్తారని ఎలా ఊహించావు?'' అడిగా నేను.

''వాళ్ళు లీగ్ కార్యాలయాన్ని మూసివేసి, మిస్టర్ జాబేజ్ విల్సన్‌ను పట్టించుకోవడం మానేశారు. అంటే, వారు సొరంగాన్ని తవ్వడం పూర్తి చేశారన్న మాట. కానీ వారు దాన్ని వెంటనే ఉపయోగింగడం అవసరం, ఎందుకంటే దాన్ని ఎవరైనా కనిపెట్టవచ్చు లేదా డబ్బును అక్కడి నుంచి తరలించవచ్చు. మిగిలిన రోజులకన్నా శనివారం వారికి అనువైనది. ఎందుకంటే వారు తప్పించుకోవడానికి రెండు రోజుల సమయం దొరుకుతుంది. ఈ కారణాలన్నింటి వల్లే వీరు ఈ రాత్రికి వస్తారని ఊహించాను''.

''నువ్వు ఈ విషయాన్ని అద్భుతంగా తర్కించి పరిష్కరించావు.'' అంటూ ఆరాధనా భావంతో ఆశ్చర్యాన్ని వ్యక్తం చేశాను.

''అది నన్ను ఏమీ కాలేదన్న అసంతృప్తికి గురికాకుండా కాపాడింది'', అని జవాబిచ్చాడు ఆవలిస్తూ. ''మొత్తానికి దానికి స్వస్తి చెప్పిన భావన నాకు కలుగుతోంది. నేను సాధారణ ప్రదేశాల నుంచి పారిపోవాలనే సుదీర్ఘ ప్రయత్నంలో జీవితమంతా వెచ్చించాను. ఇలాంటి చిన్న సమస్యలు నేను ఆ పని చెయ్యాడానికి తోడ్పడతాయి,'' అన్నాడు.

''ఈ పరుగులో నువ్వు కూడా లబ్దిదారువే'' అన్నాను నేను.

అతను భుజాలు ఎగురవేశాడు.

''అవును, అది కొంత ఉపయోగపడింది,'' అన్నాడు.

3. అస్తిత్వ సమస్య

బేకర్ వీధిలోని ఇంట్లో మంటకు అటూ, ఇటూ కూర్చుని సంభాషిస్తున్నాం.'' మైడియర్ ఫెలో'' అన్నాడు షెర్లాక్ హోమ్స్. ''మనిషి మనకు ఆవిష్కరించగల వాటన్నిటికన్నా అనంతంగా భిన్నమైంది జీవితం. మనం అత్యంత సాధారణ ప్రదేశాలు అనుకునే చోట జరిగే విషయాలను ఊహించడానికి కూడా సాహసించం. మనం చెయ్యి, చెయ్యి కలిపి ఈ కిటికీలోంచి ఈ మహానగరం మీద ఎగురుకుంటూ వెడుతూ, నెమ్మదిగా ఇంటి కప్పులు తొలిగించి, జరిగే వింత విషయాలను, చిత్రమైన యాదృచ్ఛికాలను, ప్రణాళికలను, అసంబద్ధప్రయోజనాలను, తరతరాలుగా జరుగుతున్న అద్భుతమైన గొలుసు సంఘటనలు గమనిస్తే- నిశ్చేష్టులను చేయగల ఫలితాలకు దారితీయగల అన్నికూడా సంప్రదాయబద్ధమైన ఫిక్షన్‌కు, ఊహించగలిగిన, పులిసిపోయి, ఏమాత్రం ప్రయోజనంలేని ముగింపుకు దారి తీస్తాయి''.

''అయినప్పటికీ నేను దానిని విశ్వసించలేను,'' జవాబిచ్చాను.

''పేపర్లో వచ్చే కేసులన్నీ కూడా, రూల్ ప్రకారం నిస్సారమైనవి, నీచమైనవి. మన పోలీసు నివేదికల్లో వాస్తవికత హద్దుల వరకూ నెడతాం. కానీ, ఒప్పు కోవలసిన సత్యమేమిటంటే, ఫలితం అటు కళాత్మకంగాగానీ, ఆసక్తిదాయకంగా గానీ ఉండను.

''వాస్తవిక ఫలితం కోసం కొంత వివేచన, విచక్షణలను ఉపయోగించాలి''. అన్నాడు హోమ్స్. ''పోలీసు రిపోర్టులలో కావలసింది అది. మొత్తం వ్యవహారపు కీలక సారాంశం ఎలా ఉన్నా, మెజిస్ట్రేటు చెప్పే సాధారణ మాటలకు ఎక్కువ ప్రాముఖ్యత ఉంటుంది. దానిపై ఆధారపడితే అంత అసహజమైనది ఉండదు.

నేను చిరునవ్వు నవ్వి, తలపంకించాను. ''నువ్వలా ఆలోచించడాన్ని నేను పూర్తిగా అర్థం చేసుకోగలను'', అన్నాను. ''దాదాపు మూడు ఖండాలతో సంబంధాలు కలిగి, పూర్తిగా అయోమయంలో పడిపోయిన ప్రతి ఒక్కరికీ సహాయపడుతూ, అనధికారిక స్థానంలో ఉన్న నువ్వు విచిత్రమైన, భిన్నమైన విషయాల సంపర్కంలోకి వస్తున్నావు. కానీ, ఇక్కడ - నేల మీద నుంచి ఉదయం పత్రికను తీశాను. దీన్ని ప్రయోగాత్మకంగా ఆచరణలో పెడదాం. నేను తొలి శీర్షికను చదువుతాను. 'భార్యపై

భర్త క్రూరత్వం. అరకాలమ్‌లో దీన్ని ప్రచురించారు. కానీ అది చదవకుండానే అందులో ఏముందో నాకు బాగా తెలుసు. తప్పకుండా మరొక మహిళ, తాగుడు, తొయ్యడం, కొట్టడం, దెబ్బలు, దయగల అక్కో, చెల్లో, ఇంటి యజమానురాలనో సాయపడడం... మోటైన రచయితలు ఇంతకన్నా ఎక్కువ అసభ్యమైనవి ఏమీ ఆవిష్కరించలేరు''.

''నీ వాదనకు ఇది అత్యంత విచారకరమైన ఉదాహరణ,'' అన్నాడు హోమ్స్. పేపరు తీసుకొని ఆ వార్తను చదువుతూ. ''ఇది డుండాస్ విడిపోయిన కేసు. దీనికి సంబంధించి కొన్ని చిన్న అంశాలను పరిష్కరించడంలో నేను నిమగ్నమైన మాట వాస్తవం. భర్తకు ఏ చెడు అలవాటూ లేదు, మరొక మహిళ లేదు, ఫిర్యాదు చేసిన విషయమేమిటంటే, భోజనం చేసిన ప్రతిసారీ, అతడు తన కట్టుడు పళ్ళను తీసి భార్యపైకి విసిరేసేవాడు. ఒక సాధారణ కథారచయిత ఊహకు కూడా అందని చర్య అని అంగీకరిస్తావు. ఒక చిటికెడు ముక్కుపొడి తీసుకో డాక్టర్! నువ్వు చెప్పిన ఉదాహరణలో నేను పైచేయి సాధించానని ఒప్పుకో.

గరుడ పచ్చ అమర్చిన బంగారు ముక్కుపొడి డబ్బాను నావైపు సాచాడు. అతని సాదాసీదా జీవన విధానానికి భిన్నమైన శోభతో ఉందది. దానిపై వ్యాఖ్యానించకుండా ఉండలేకపోయాను.

''ఆహ్!'' అన్నాడు అతను ''నిన్ను నేను కొన్ని వారాల నుంచి కలవలేదనే విషయాన్ని మర్చిపోయాను. ఐరీన్ ఆడ్లర్ పత్రాలకు సంబంధించిన కేసులో నేను చేసిన సహాయానికి ప్రతిగా బొహీమియా రాజు ఇచ్చిన చిన్న బహుమానం ఇది.''

''మరి ఉంగరం?'' అన్నాను. అతడి వేలిపై మెరుస్తూ కనిపిస్తున్న దానిని తదేకంగా చూస్తూ.

''ఇది హాలెండ్ రాచకుటుంబం బహుకరించింది. నా చిన్న సమస్యలు ఒకటి రెండు నీతో పంచుకున్నప్పటికీ నీకు కూడా చెప్పలేనంత సున్నిత వ్యవహారాన్ని చక్కబెట్టినందుకు ఇచ్చింది.

''ఇప్పుడు నీ చేతిలో ఏమైనా ఉన్నాయా.'' అని అడిగాను ఆసక్తిగా.

''ఒక పది లేక పన్నెండు. కానీ అందులో ఏవీ అంత ఆసక్తిదాయకమైనవి కావు. అవి ముఖ్యమైనవి, కానీ ఆసక్తిదాయకం కానివి, అర్థం చేసుకో. ముఖ్యం కాని విషయాల్లోనే పరిశీలనకు అర్హమైన అంశాలు ఉంటాయని, కార్యకారణ సంబంధాలను త్వరితగతిన అర్థం చేసుకునేందుకు తోడ్పడేవి అవేనని, దర్యాప్తుకు శోభనిచ్చేవి కూడా అవేనని నేను కనుగొన్నాను. పెద్ద నేరాలన్నీ సరళంగానే ఉంటాయి, ఎందుకంటే ఎంత పెద్ద నేరమైతే, దాని వెనుక ఉద్దేశం అంత ముఖ్యమవుతుంది. మార్సైల్స్ నుంచి వచ్చిన

ఈ కేసుల్లో సూక్ష్మమైన అంశాలు కానీ, ఆసక్తికలిగించే లక్షణాలు లేవు. కొన్ని నిమిషాలు గడిచేలోగా సాధ్యమైతే నాకేదో ఒకటి లభించవచ్చు. ఎందుకంటే ఆ వచ్చింది నా క్లైంట్లలో ఒకరు. నేను పొరబడకపోతే''.

అతను కుర్చీలోంచి లేచి, కిటికీ తెరల మధ్య నిలబడి, సాధారణంగా, స్తబ్దుగా ఉన్న లండన్ వీధిలోకి చూస్తున్నాడు. అతని భుజం వెనుక నిలబడి చూస్తున్న నాకు, అవతలి పేవ్‌మెంట్ మీద భారీగా ఉన్న ఒక మహిళ కనిపించింది. మందపాటి జూలు చున్నీ లాంటిది వేసుకొని, చెవు లమీదుగా వచ్చేలా డావెన్‌షైర్ డచెస్ తరహాలో ఎర్ర ఈకతో ఉన్న వెడల్పాటి టోపీ పెట్టుకొని ఉంది. కింద నుంచి ఆమె తటపటాయిస్తున్నట్టుగా భయం భయంగా పైన ఉన్న కిటికీకేసి చూస్తోంది. ఆమె శరీరం ముందుకూ, వెనక్కి ఊగుతుండగా, ఆమె వేళ్ళు గ్లోవ్ బటన్లతో ఆడుకుంటున్నాయి. హఠాత్తుగా నీళ్ళలోకి దూకిన ఈతగాడిలా, ఆమె రోడ్డుకు అడ్డంగా నడవడం మొదలుపెట్టింది. కొద్ది క్షణాల తర్వాత ఠంగుమంటూ బెల్లు మోగింది.

''ఈ లక్షణాలు ఇంతకు ముందు కూడా చూశాను,'' అన్నాడు హోమ్స్ సిగరెట్‌ను మంటల్లోకి విసిరేస్తూ. ''పేవ్‌మెంట్ మీద ఊగిసలాట అంటే ఏదో వ్యవహారం ఉందన్న మాటే. ఆమెకు సలహా కావాలి. కానీ, విషయం సున్నితమైంది కనుక సందేహిస్తోంది. అయినప్పటికీ మనం ఇక్కడ విచక్షణ చూపవచ్చు. ఒక మహిళ పురుషుడి చేతిలో ఘోరంగా మోసపోయినప్పుడు ఆమె తటపటాయించదు. ఇది ప్రేమకు సంబంధించిన వ్యవహారం. అయితే ఆ మహిళ అంత ఆగ్రహంతో లేదా బాధతో లేదు. ఇదిగో మన సందేహాలను తీర్చడానికి ఆమే వ్యక్తిగతంగా వస్తోంది.''

అతను మాట్లాడుతుండగా తలుపుకొట్టిన శబ్దమైంది. మిస్ మేరీ సదర్లాండ్ వచ్చిందని చెప్పడానికి బాయ్ లోపలకి వచ్చాడు. ఈలోగా అతడి నల్లటి చిన్న విగ్రహం వెనక ఆ భారీ మహిళ ప్రత్యక్షమైంది. తనకు అలవాటైన మర్యాదపూర్వకమైన దోరణిలో లోపలికి ఆహ్వానించాడు హోమ్స్. తలుపు మూసిన తర్వాత ఆమెను కుర్చీలో కూర్చోపెట్టి, ఆ క్షణంలోనే ఆమెను పరిశీలించి తనదైన శైలిలో విషయాన్ని గ్రహించే ప్రయత్నం చేశాడు.

''నీకున్న హ్రస్వదృష్టితో అంత టైప్ రైటింగ్ చేయడం కష్టంగా అనిపించలేదా'' అని ప్రశ్నించాడు.

''మొదట్లో అనిపించేది'', ఆమె జవాబిచ్చింది.

''కానీ ఇప్పుడు చూడకుండానే అక్షరాలు ఎక్కడున్నాయో నాకు తెలుసు.'' ఇంతలోనే హఠాత్తుగా అతని మాటల వెనక ఉద్దేశాన్ని కనుగొన్నట్టుగా, ఒక్కసారి

ఉలిక్కిపడిన ఆమె వెడల్పాటి ముఖంలో భయం, ఆశ్చర్యం చోటు చేసుకున్నాయి. ''మీరు నా గురించి విన్నారు, మిస్టర్ హోమ్స్'' అంది ఆమె బిగ్గరగా, ''లేదంటే ఆ విషయాలన్నీ మీకెలా తెలుస్తాయి?''

''పర్లేదు,'' అన్నాడు హోమ్స్ నవ్వుతూ. ''విషయాలు తెలుసుకోవడమే నా ఉద్యోగం. ఇతరులు విస్మరించే దాన్ని చూసేందుకు నాకు నేను శిక్షణ ఇచ్చుకున్నాను. లేదంటే నన్ను సంప్రదించేందుకు మీరు ఎందుకు వస్తారు?''

''మీ గురించి మిసెస్ ఈథర్ దగ్గర విని వచ్చాను. పోలీసులతో సమా అందరూ మరణించాడంటూ వదిలి పెట్టిన ఆమె భర్తను తేలికగా కనుగొన్నది మీరు. ఓహ్! నాకు కూడా అంతే సహాయం చేస్తారని ఆశిస్తున్నాను. మిస్టర్ హోమ్స్. నేనంత ధనికురాలిని కాదు- ఏదో ఏడాదికి ఒక వంద నాకు వస్తుంది, అదనంగా మెషీన్‌పై కొద్దిగా సంపాదిస్తాను. మిస్టర్ హోమ్స్, ఏంజిల్‌కి ఏమైందో తెలుసుకోవడానికి అదంతా మీకు ఇస్తాను.'' ''నన్ను సంప్రదించడానికి అంత హడావిడిగా ఎందుకు వచ్చారు''. ప్రశ్నించాడు షెర్లాక్ హోమ్స్ చేతులు రెండూ కలిపి పెట్టుకొని, సీలింగ్ కేసి చూస్తూ.

మళ్ళీ మిస్ మేరీ సదర్లాండ్ వివర్ణమైన ముఖంలో అయోమయం ప్రవేశించింది. ''అవును నేను ఇంట్లోంచి బయటపడ్డాను,'।' అంది ఆమె'' నా తండ్రి - మిస్టర్ విండిబ్యాంక్ అంత తేలికగా వ్యవహరించిన పద్ధతి చూసి నాకు కోపం వచ్చింది. అతను పోలీసుల దగ్గరకూ వెళ్ళలేదు, మీ దగ్గరకూ రాలేదు. అంతిమంగా అతడు ఏమీ చేయకపోగా, ఏ హానీ జరగలేదని పదే పదే అనడాన్ని విని నాకు పిచ్చి ఎక్కింది. నేను నావన్నీ తీసుకొని, నేరుగా మీ దగ్గరకే వచ్చాను.

''మీ తండ్రి?'' అన్నాడు హోమ్స్. ''పేరు వేరుగా ఉందంటే అతడు సవతి తండ్రి అయి ఉంటాడు?' ''అవును, నా సవితి తండ్రే. నేను అతడిని నాన్న అనే అంటాను. వినడానికి హాస్యాస్పదంగా ఉన్నా, ఎందుకంటే అతను నా కన్నా ఐదేళ్ళ రెండు నెలలు మాత్రమే పెద్దవాడు''.

''మీ తల్లి సజీవంగానే ఉన్నదా?''

''అవును! ఆమె ఆరోగ్యంగా, లక్షణంగా ఉంది. నా తండ్రి మరణించిన వెంటనే ఆమె అలా వివాహం చేసుకోవడం నాకు నచ్చలేదు, మిస్టర్ హోమ్స్. పైగా తనకన్నా పదిహేనేళ్ళ చిన్నవాడిని. నా తండ్రి టోటెన్ హోమ్ కోర్టు రోడ్డులో ప్లంబర్. చిన్న వ్యాపారం ఉండేది. నా తల్లి ఫోర్‌మ్యాన్ హార్డీతో కలిసి దానిని నడిపేది. కానీ, మిస్టర్ విండి బ్యాంక్ వచ్చిన తరువాత ఆ వ్యాపారాన్నంతా అమ్మించాడు''.

అతను వైన్ వ్యాపారం చేసేవాడు, ఉన్నతుడు కావడంతో, వారికి నాలుగు

వేల ఏడుందలు వచ్చాయి గుడ్‌విల్ వడ్డీతో కలిపి. నా తండ్రి బతికి ఉంటే అంత వచ్చి ఉండేది కాదు.

ఈ అర్థం పర్థం లేని సంభాషణ కారణంగా షెర్లాక్ హోమ్స్ సహనాన్ని కోల్పోతాడని ఊహించాను. కానీ, అతడు అందుకు విరుద్ధంగా ఏకాగ్రతతో, శ్రద్ధగా విన్నాడు.

''మీకు వచ్చే కొద్ది మొత్తం, ఈ వ్యాపారం నుంచే వచ్చేదా?' అని అడిగాడు.

''ఓహ్ లేదు సర్! అది వేరు. అది ఆక్లాండ్‌లోని బాబాయి నెడ్ ఇచ్చింది. అది న్యూజిలాండ్ స్టాక్‌లో పెట్టుబడిగా ఉంది. నాలుగున్నర శాతం వడ్డీ వస్తుంది. అది మొత్తం రెండు వేల ఐదువందల పౌండ్లు, కానీ నేను వడ్డీని మాత్రమే పొందగలను.''

'' విషయంపట్ల చాలా ఆసక్తి కలుగుతోంది''. అన్నాడు. హోమ్స్. ''మీకు ఏడాదికి వంద పౌండ్ల ఆదాయంతో పాటు అదనపు సంపాదన ఉంటుంది. కనుక నిస్సందేహంగా మీరు కాస్త ఎక్కువగానే ప్రయాణాలు చేసి, కాస్త రోజువారీ విలాసాల్లో మునిగి తేలతారు. కేవలం అరవై పౌండ్లతో ఒక ఒంటరి మహిళ హాయిగా జీవించగలదనుకుంటాను.''

''అంత కన్నా తక్కువ ఆదాయంతో జీవించగలను. మిస్టర్ హోమ్స్. కానీ, నేను ఇంట్లో ఉన్నంత కాలం వారికి భారం కాకూడదనుకుంటాను. నేను వారితో కలిసి ఉన్నంతకాలం నేనిచ్చే డబ్బు వారు వాడుకోవచ్చు. అది కూడా తాత్కాలికంగా. మూడు నెలలకొకసారి మిస్టర్ విండి బ్యాంక్ నా వడ్డీ డ్రా చేసి నా తల్లికి ఇస్తాడు. ఈ టైప్ రైటింగ్ ద్వారా వచ్చే ఆదాయంతో నేను హాయిగా ఉండగలను. ఒక షీటుకు రెండు పెన్నీలు వస్తాయి. రోజుకు నేను పదిహేను నుంచి ఇరవై చేయగలను.''

''మీ పరిస్థితి గురించి స్పష్టంగా చెప్పారు'' అన్నాడు హోమ్స్. ''ఇతను నా స్నేహితుడు డాక్టర్ వాట్సన్. అతని సమక్షంలో మీరు హాయిగా మాట్లాడవచ్చు. మిస్టర్ హోస్మర్ ఏంజిల్‌కు మీకు గల సంబంధం ఏమిటో చెప్పండి.''

మిస్ సదర్లాండ్ ముఖం ఎర్రబడింది. తన జాకెట్ చివర్లను సర్వస్‌గా పట్టుకుంది. ''అతన్ని నేను గ్యాస్ పిట్టర్స్ బాల్‌లో మొదటిసారి కలుసుకున్నాను.'' చెప్పింది. ''మా నాన్న జీవించి ఉండగా వారు టిక్కెట్లు పంపేవారు. తర్వాత మమ్మల్ని గుర్తుపెట్టుకొని మా అమ్మకు పంపారు. మిస్టర్ విండిబ్యాంక్ వెళ్ళడానికి ఇష్టపడలేదు. అతను ఎక్కడికీ వెళ్ళాలనుకోలేదు. ఆదివారం పాఠశాలలో చేరాలనే ఆసక్తిని ప్రదర్శించినప్పుడే అతనికి బాగా కోపం వచ్చింది. కానీ, ఈ సారి నేను వెళ్ళాలనే నిర్ణయించుకున్నాను. నేను వెడతాను, నన్ను ఆపే హక్కు అతనికెక్కడుంది? అక్కడివాళ్ళు

మనస్థాయికి తగ్గవారు కారనేవాడు. కానీ అక్కడకు వచ్చేది నా తండ్రి స్నేహితులే. నా దగ్గర వేసుకోవడానికి కూడా మంచి దుస్తులు లేవనేవాడు, నేను డ్రాయర్‌లోంచి ఎప్పుడూ తీయని పర్పుల్ గౌను బయటకు తీస్తుంటే, ఇక ఏమీ చేయలేక అతడు వ్యాపారం పని మీద ఫ్రాన్స్ వెళ్ళాడు. కానీ నేను, మా అమ్మ ఫోర్‌మాన్ హార్డీతో కలిసి వెళ్ళాం. అక్కడే నేను మిస్టర్ హాస్మర్ ఏంజిల్‌ను తొలిసారి కలుసుకున్నాను.''

''మిస్టర్ విండి బ్యాంక్ ఫ్రాన్స్ నుంచి తిరిగి వచ్చాక మీరు బాల్‌కు వెళ్ళారని తెలిసి ఆగ్రహానికి గురై ఉంటాడనుకుంటాను,'' అన్నాడు హోమ్స్.

''ఓహ్! అదేమీ లేదు తేలికగానే తీసుకున్నాడు. అతడు నవ్వి, భుజాలెగరేసి మహిళను ఆపలేమని, చేయాలనుకుంటే ఆమె ఏమైనా చేయగలదని'' అన్నట్టు గుర్తు.

''అవునా! అయితే నాకర్థమైనంతవరకూ గ్యాస్ పిట్టర్స్ బాల్‌లో మిస్టర్ హాస్మర్ ఏంజిల్ అనే పెద్ద మనిషజని మీరు కలుసుకున్నారు.''

''అవును సర్! నేను ఆ రాత్రి అతడిని కలుసుకున్నాను. కానీ మేం ఇంటికి క్షేమంచా చేరామా, లేదా అని కనుక్కోవడానికి మర్నాడు ఉదయం అతడు వచ్చాడు. ఆ తర్వాత నేను అతడిని కలిశాను. రెండు సార్లు వాకింగ్‌కు వెళ్ళాం మిస్టర్ హోమ్స్. కానీ నా సవితి తండ్రి తిరిగి వచ్చాక, మిస్టర్ హాస్మర్ ఏంజిల్ మా ఇంటికి రాలేకపోయాడు.''

''లేదా?''

''నా తండ్రికి అలాంటివేవీ ఇష్టం ఉండవు. అతనికి అతిథులు, స్నేహితులు ఇంటికి రావడం ఇష్టం ఉండేది కాదు. తన కుటుంబ పరిధిలోనే ఒక మహిళ సంతోషంగా ఉండాలనే వాడు. కానీ, నేను మాత్రం మొదట ఒక మహిళకి తనదైన సర్కిల్ ఉండాలని, నాకింకా అలాంటిదేమీ లేదనీ అంటుండే దాన్ని.

''కానీ, మిస్టర్ హాస్మర్ ఏంజిల్ మాటేమిటి? నిన్ను చూసే, కలిసే ప్రయత్నం ఏమైనా చేశాడా?''

''మరో వారంలో మా నాన్న ఫ్రాన్స్ మళ్ళీ వెళ్ళబోతున్నాడు. అతను వెళ్ళేవరకూ ఆగుదామని హాస్మర్ చెప్పాడు. ఈ మధ్య కాలంలో అతను రోజూ నాకు జాబు రాస్తున్నాడు. నేను ఉదయమే వాటిని అందుకునేదాన్ని, మా నాన్నకు తెలియాల్సిన అవసరం లేదని''.

''ప్రస్తుతం మీకు ఈ పెద్ద మనిషితో ఎంగేజమెంట్ అయిందా?''

''అవును మిస్టర్ హోమ్స్! మేం కలిసి వెళ్ళిన మొదటి వాక్ వెంటనే మా ఎంగేజ్‌మెంట్ అయింది. లెండెన్ హాల్‌స్ట్రీట్‌లోని ఒక ఆఫీసులో హాస్మర్-మిస్టర్ ఏంజిల్

కేషియర్‌గా పనిచేస్తున్నాడు.''

''ఏ ఆఫీసులో?''

''అదే ఘోరం మిస్టర్ హోమ్స్, నాకు తెలియదు,''

''అతని నివాసం ఎక్కడ మరి?''

''ఆ ప్రాంగణంలోనే పడుకునేవాడు.''

''కానీ, మీకు అతని చిరునామా తెలియదు.''

''లేదు- అది లెండెన్ మాల్ వీధిలో అని మినహా ఇంకేం తెలియదు.''

''మరి ఉత్తరాలు ఏ చిరునామాకు రాశావు?''

''లెండెన్ హాల్ వీధిలో పోస్టాఫీసుకు. వస్తే ఇచ్చేలాగా''.

ఒకవేళ ఆఫీసుకి రాస్తే, తోటి గుమస్తాలంతా ఒక మహిళ నుంచి ఉత్తరాలు అందుకుంటున్నాడని ఏడిపిస్తారని చెప్పాడు. దానితో టైప్ చేసి పంపుతాను అని చెప్పాను. అతను తనివి టైప్ చేసి పంపినట్టుగా కానీ అతను అందుకు అంగీకరించలేదు. అలా టైప్ చేసి పంపితే ఆ మెషీన్ మా ఇద్దరి మధ్యకూ వచ్చినట్టుగా ఉందని భావించేవాడు. అతనికి నేనంటే ఎంత ఇష్టమో దాని ద్వారానే తెలుస్తుందిగా మిస్టర్ హోమ్స్! అతను ఎంత చిన్న విషయాల గురించి పట్టించుకొని ఆలోచిస్తాడో.''

''నిజమే''! అన్నాడు హోమ్స్. ''చిన్న విషయాలే అత్యంత ముఖ్యమైనవని ఎప్పటినుంచో నా నమ్మకం. మిస్టర్ హోస్మర్ ఏంజిల్ గురించి ఇంకేవైనా చిన్న విషయాలు గుర్తున్నాయా?''

''అతను చాలా సిగ్గరి మిస్టర్ హోమ్స్! అతను నాతో కలిసి పట్టపగలు నడవడంకన్నా సాయంత్రాలే ఇష్టపడేవాడు. అలా అతిగా కనిపించడం ఇష్టముండేది కాదు. చాలా మర్యాదాపూర్వకమైన పెద్దమనిషి అతడు. అతని కంఠం కూడా చాలా మృదువుగా ఉండేది. తన చిన్నతనంలో గ్రంథులు ఉబ్బాయని అందుకే తన కంఠం బలహీనమైందని చెప్పాడు. అందుకే గుసగుసలాడుతున్నట్టుగా, తటపటాయింపుగా మాట్లాడినట్టు ఉండేది. అతను శుభ్రంగా, నీట్‌గా డ్రస్సు వేసుకునేవాడు. నా కళ్ళలానే అతని కళ్ళుకూడా బలహీనం. దానితో వెలుగు కళ్ళల్లో పడకుండా రంగుటద్దాలు ధరించేవాడు.''

''మిస్టర్ విండి బ్యాంక్, అదే మీ సవతి తండ్రి ఫ్రాన్స్‌కు తిరిగి వెళ్ళిన తర్వాత ఏం జరిగింది?''

''మిస్టర్ హోస్మర్ ఏంజిల్ మళ్ళీ ఇంటికి వచ్చాడు. నా తండ్రి తిరిగి వచ్చేలోగా పెళ్ళి చేసుకుందామనే ప్రతిపాదన తెచ్చాడు. అతను చాలా నిజాయితీగా ఉన్నాడు.

బైబిల్ మీద చెయ్యి పెట్టి, ఏం జరిగినా అతనికే కట్టుబడి, నిజాయితీగా ఉంటానని ప్రమాణం చేయించాడు. అలా నా చేత ప్రమాణం చేయించడం సరైనదేనని, అది అతని గాఢ ప్రేమకు సంకేతమని, అమ్మ చెప్పింది. మొదటి నుంచీ మా అమ్మ అతనికి అనుకూలం. నా కన్న కూడా ఎక్కువగా అతనిని ఇష్టపడేది. ఒక వారంలో పెళ్ళి చేసుకోవాలని మాట్లాడుకున్నాం. నేను మా నాన్న గురించి ప్రశ్నించడం మొదలు పెట్టాను. కానీ వారిద్దరూ కూడా మా నాన్న విషయం పట్టించుకోలేదు. తర్వాత చెప్పవచ్చన్నారు. అతనికి సర్దిచెప్తానని మా అమ్మ అన్నది. కానీ, నా కది నచ్చలేదు, మిస్టర్ హోమ్స్. అతను నాకన్న కొన్నేళ్ళు పెద్దవాడైనంత మాత్రాన అతడి అంగీకారాన్ని కోరడం హాస్యాస్పదంగా ఉన్నప్పటికీ, అలా చాటామాటుగా చేయడం నాకిష్టం లేదు. కనుక, ఫ్రాన్సులో గల కార్యాలయ స్థలి అయిన బర్డాక్స్‌లో ఉన్న మా నాన్నకు ఉత్తరం రాశాను. కానీ, పెళ్ళి రోజు ఉదయమే అది తిరిగి వచ్చింది.''

''అంటే, అతడికి అందలేదన్న మాట.''

''అవును సర్! అది అందేలోపలే ఆయన ఇంగ్లాండ్ బయలుదేరాడట.''

''అవును అది చాలా దురదృష్టకరం. అంటే మీ పెళ్ళికి శుక్రవారం జరిగేలా ఏర్పాట్లు చేశారన్న మాట. చర్చిలోనా?''

''అవును సర్! కానీ చాలా నిశ్శబ్దంగా. కింగ్ క్రాస్ వద్ద గల సెయింట్ గ్జేయర్స్ చర్చిలో జరిగింది. మేము సెయింట్ పాంక్రస్ హోటల్‌లో బ్రేక్‌ఫాస్ట్ చేయవలసి ఉంది. హోస్మర్ చిన్న బగ్గీలో వచ్చాడు. కానీ మేం ఇద్దరం ఉండడం వల్ల, మమ్మల్ని ఇద్దర్నీ అందులోకి ఎక్కించి, తాను నాలుగు చక్రాల వాహనంలో ఎక్కివెళ్ళాడు. అతను దిగడం కోసం వేచి చూశాం. కానీ అతను ఎప్పటికీ దిగలేదు. ఆ వాహనాన్ని తోలే వ్యక్తి దిగి చూసినప్పుడు, మరెవరూ కనిపించలేదు! అతను ఎక్కుతుండగా తన కళ్ళతోనే చూశానని, అతను ఏమయ్యాడో ఊహించలేకపోతున్నామని బండి తోలేవాడు అన్నాడు. అది కిందటి శుక్రవారం, మిస్టర్ హోమ్స్. అప్పటి నుంచి అతన్ని చూడలేదు. అతని నుంచి వినలేదు. అతని కేమైందో తెలుసుకోగలరా మిస్టర్ హోమ్స్.''

''మిమ్మల్ని చాలా అవమానించారని నాకనిపిస్తోంది!'' అన్నాడు హోమ్స్.

''లేదు సర్! అలా నన్ను వదిలి వెళ్ళేంత చెడ్డవాడేం కాదు. అంతెందుకు, ఉదయం అంతా, ఏం జరిగినా మమ్మల్ని విడదీసే విపత్కర పరిస్థితులు ఏర్పడినా, నేను నిజాయితీగా ఉండాలని అడుగుతూనే ఉన్నాడు.

నేను అతనికి ప్రమాణం చేసిన విషయాన్ని గుర్తుపెట్టుకోమని, ఇప్పుడో అప్పుడో తాను వచ్చి ఆ విషయాన్ని గుర్తు చేస్తానని, అన్నాడు. వివాహం రోజు అలాంటి

సంభాషణ జరగడం విచిత్రమే. కానీ తర్వాత జరిగిన దానితో, దాని అర్థం బోధపడింది.''

''అవును కచ్చితంగా అంటే మీ ఉద్దేశం ప్రకారం అతనికి జరుగకూడనిదేదో జరిగిందా?''

''అవును సర్! అతను ఏదో ప్రమాదం ముంచుకు వస్తోందనే శంకించాడని నమ్ముతున్నాను. లేదంటే అలా మాట్లాడడు కదా? అతను అనుమనించింది జరిగిందనుకుంటాను.''

''కానీ అదేమిటో మీకు తెలియదు?''

''అవును''.

''మరొక ప్రశ్న. ఈ వ్యవహారాన్నంతా మీ అమ్మ ఎలా తీసుకుంది?''

''ఆవిడ చాలా కోపగించుకుంది. ఆ విషయాన్ని మళ్ళీ తన వద్ద ఎత్తవద్దని చెప్పింది.''

''మరి మీ నాన్న? ఆయనకు మీరు చెప్పారా?''

''అవును, ఆయన కూడా నాలాగే ఆలోచించాడు, జరగకూడనిదేదో జరిగిందని, మళ్ళీ హాస్మర్ నుంచి వింటానని. నన్ను చర్చి ద్వారాలదాకా తీసుకువెళ్ళి, అలా వదిలేసే అవసరం ఎవరికి ఉంటుందని అన్నాడు. ఒక వేళ, అతను నా నుంచి డబ్బు అప్పు తీసుకొన్నా, లేదా నా డబ్బు తీసుకొని నన్ను పెళ్ళిచేసుకోనని, ఉంటే ఒక కారణం ఉంటుంది. కానీ డబ్బు విషయంలో హాస్మర్ స్వతంత్రంగా ఉండేవాడు. నా దగ్గర నుంచి ఒక్క షిల్లింగ్ కూడా తీసుకోలేదు. కానీ, ఏం జరిగి ఉంటుంది? అతను నాకెందుకు రాయలేదు. దాని గురించి ఆలోచిస్తుంటే పిచ్చి ఎక్కుతోంది. రాత్రి క్షణకాలం కూడా నిద్ర రావటం లేదు. ఆమె తన చిన్న పర్సులోంచి చిన్న కర్చీఫ్ తీసి, వెక్కివెక్కి ఏడవడం మొదలుపెట్టింది.

''మీ కోసం ఈ కేసును పరిశీలిస్తాను'', అన్నాడు హోమ్స్ లేస్తూ. ''తప్పకుండా ఏదో ఒక ఫలితాన్ని సాధిస్తామనేది నిస్సందేహం. విషయాన్ని నాకు వదిలేసి, దాని గురించి ఆలోచించవద్దు. అన్నింటికీ మించి, మిస్టర్ హాస్మర్ ఏంజిల్ జ్ఞాపకాలు మీ బుర్రలో నుంచి అతను మీ జీవితంలోంచి మాయం అయినట్టుగానే అదృశ్యం కానివ్వండి.''

''అంటే, నేను మళ్ళీ అతన్ని చూడలేనన్న మాట?''

''అవును.''

''ఆ విషయం నా చేతుల్లో వదిలేయండి. అతను ఎలా ఉంటాడో కచ్ఛితమైన వివరణ ఇవ్వండి, అలాగే మీ దగ్గర అతను రాసిన ఉత్తరాలుంటే ఇవ్వండి.''

''నేను శనివారం నాటి క్రానికల్‌లో ప్రకటన ఇచ్చాను,'' చెప్పింది ఆమె. ''ఇదుగో చీటి, ఇవిగో అతను రాసిన నాలుగు ఉత్తరాలు.''

''థ్యాంక్యూ. మీ చిరునామా?''

''31, ల్యాన్‌ప్లేస్, కాంబర్‌వెల్.''

''మిస్టర్ ఏంజిల్ చిరునామా మీకు తెలియదని నాకు అర్థమైంది. మీ నాన్నగారి వ్యాపారం చేసే ప్రాంతం?''

''అతను వెదర్‌హౌస్ అండ్ మార్బ్యాంక్‌కు వెళ్తుంటాడు. ఫ్రెంచర్చ్ వీధిలో ఉండే దిగుమతిదారులు''.

''థ్యాంక్యూ! మీరు చెప్పాల్సింది, చాలా స్పష్టంగా చెప్పారు. ఆ కాగితాలు ఇక్కడ ఇవ్వండి. నేను మీకు ఇచ్చిన సలహాను గుర్తుపెట్టుకోండి. జరిగిన ఈ ఘటన అంతా మూసిన పుస్తకం, మీ జీవితాన్ని దానితో ప్రభావితం కానివ్వకండి.''

''మీరు చాలా మంచివారు మిస్టర్ హోమ్స్. కానీ నేను ఆ పని చేయలేను. నేను హోస్మర్‌కు కట్టుబడి ఉంటాను. అతను తిరిగి వచ్చేసరికి సిద్ధంగా ఉండటాన్ని చూస్తాడు.''

ఆ పెద్ద పోటీ, పొగరు మోతు ముఖం వెనుక మా అతిథిలో ఉన్న ఏదో అమాయకమైన నమ్మకం. ఉన్నతత్త్వం, ఆమెను గౌరవించేలా చేశాయి. ఆమె తన చేతిలోని కాగితాల కట్టను బల్లపై పెట్టి, తనను పిలవగానే మళ్ళీ వస్తాననే హామీతో తిరిగి వెళ్ళింది.

కొద్ది నిమిషాల పాటు రెండు చేతి వేళ్ళనూ నొక్కిపెట్టి, కాళ్ళు బారచాచి, సీలింగ్ వైపు చూస్తూ నిశ్శబ్దంగా కూచున్నాడు షెర్లాక్ హోమ్స్. తర్వాత ర్యాక్‌లో నుంచి తన పాత జిడ్డుపట్టిన మట్టి పైప్‌ను తీశాడు. దానిని వెలిగించి, చిక్కటి నీలం పొగను వదులుతూ, కుర్చీలో వెనక్కి వాలాడు. అతని ముఖంపై అనంతమైన కులాసాతనం కనిపించింది.

''ఈ అమ్మాయి కేసు అత్యంత ఆసక్తికరంగా ఉంది,'' అన్నాడు. ''ఆమె చిన్న సమస్యకన్నా ఆమే నాకు ఆసక్తికరంగా అనిపించింది. ఇది అభిప్రాయం మాత్రమే సుమా! నా ఇండెక్స్‌ను నువ్వు పరిశీలిస్తే ఇటువంటి కేసే నీకు కనిపిస్తుంది. ఆండోవర్‌లో 77వ సం॥లో, కిందటేడు ఇలాంటి ఘటనే హేగ్‌లోనూ జరిగాయి. కేసు పాతదిగానే ఉన్నప్పటికీ ఒకటి, రెండు వివరాలు నాకు కొత్తవి. కానీ ఆ యువతి చాలా బాగా చెప్పింది.''

''నాకు కనిపించని విషయాలు ఆమెలో నువ్వు చాలానే చదివినట్టున్నావు''

అన్నాను.

''కనిపించనివి కావు, నువ్వు చూడవనివి వాట్సన్, ఎక్కడ చూడాలో నీకు తెలియదు కాబట్టి నువ్వు ముఖ్యమైన వాటిని చూడలేకపోయావు. భుజాలు, చేతి వేళ్ళ గోళ్ళు, బూట్‌లేస్‌లో దాగుండే గొప్ప విషయాలు, ఏవీ చూడలేకపోయావు. ఆమె తీరు చూసి నువ్వేం తెలుసుకున్నావు? వివరించు.''

''ఆమె పలకరంగు, ఎర్రటి ఈక ఉన్న వెడల్పాటి టోపీ ధరించింది. నల్ల జాకెట్ ధరించింది దానిపై నల్ల రంగు పూసలు కుట్టి ఉన్నాయి. వాటితో పాటుగా నల్లరంగు ఆభరణాలు కూడా ఉన్నాయి. ఆమె కాఫీకన్న ముదురుగా ఉన్న బ్రౌన్ రంగు దుస్తులు ధరించింది. మెడ, స్లీవ్స్ దగ్గర పర్పుల్ రంగు ఉంది. ఆమె గ్లోవ్స్ బూడిదరంగులో ఉన్నాయి. కుడి చేతి చూపుడు వేలి వద్ద కొద్దిగా చినిగి ఉంది. ఆమె చెంపలను నేను గమనించలేదు. ఆమె చిన్న గుండ్రటి, వేలాడే బంగారు రింగులు ధరించింది. డబ్బు బాగానే ఉన్న మనిషిలా, సౌకర్యవంతంగా ఉన్నదానిలా ఉంది.''

షెర్లాక్ హోమ్స్ చప్పట్లు కొట్టి, నవ్వాడు.

''నా మాట గుర్తుపెట్టుకో, వాట్సన్. నువ్వు అద్భుతంగా చెప్తున్నావు. నువ్వు నిజంగా బాగా గమనించావు. ముఖ్యమైన వాటన్నింటినీ నువ్వు విస్మరించినా, పద్ధతిని పట్టించుకున్నావు. పైగా రంగులను బాగా గమనించావు. కానీ, సాధారణ అభిప్రాయాలను విశ్వసించలేదు బాబూ! ఎప్పుడైనా వివరాలమీద దృష్టిపెట్టు. నా మొదటి చూపు ఎప్పుడూ, మహిళ చేతి స్లీవ్‌పై పడుతుంది. పురుషుడైతే పాంటు మోకాలి మీద పడుతుంది. మోచేతిపైన రెండు గీతలు టైప్‌రైటింగ్ చేసేటప్పుడు బల్లకు ఆన్చడంతో చర్కీగా కనిపిస్తున్నాయి. చేతితో కుట్టే కుట్టు మిషన్ విషయాలలో కూడా అదే జరుగుతుంది. ఎడమచేతికి, బొటనివేలు నుంచి అడ్డంగా, ఇలా గీత పడుతుంది. నేను ఆమె ముఖం గమనించాను. ముక్కుకు అడ్డంగా గీత గీసి ఉంది, దాని వల్లే ఆమెకు హ్రస్వదృష్టి ఉందని చెప్పాను. అలాగే టైప్‌రైటింగ్ గురించి కూడా. అది ఆమెను ఆశ్చర్యపరిచినట్టుంది.

''నన్ను ఆశ్చర్యపరిచింది.''

''కానీ, అది స్పష్టం. ఆమె రెండు కాళ్ళకీ ఒకే రకం బూట్లు వేసుకున్నప్పటికీ, అవి చాలా పాతగా ఉండటం చాలా ఆసక్తికరంగా, ఆశ్చర్యంగా అనిపించింది. ఆమె పాదాలు చూడాలని కిందికి చూసినప్పుడు అందులో ఒక దానికి వేలి క్యాప్ ఉండగా, రెండోది సాదాగా ఉంది. ఉన్న అయిదుగుండీలలో చివరి రెండు గుండీలు మాత్రమే పెట్టుకుంది. మరొక దానికి ఒక మూడు, ఐదవ గుండీలు మాత్రమే పెట్టుకుంది. ఒక

యువతి శుభ్రంగా దుస్తులు ధరించి, అలాంటి బూట్లు ధరించి, సగమే గుండీలు పెట్టుకొని ఇంటి నుంచి వచ్చిందంటే, ఆమె ఎంత హడావిడిగా వచ్చిందో చెప్పేందుకు పెద్ద తెలివి అక్కర్లేదు.

''ఇంకేమిటి?'' అన్నాను నేను, ఎప్పటిలాగే నా స్నేహితుడి లోతైన తర్కంపట్ల తీవ్రమైన ఆసక్తిని కనబడురుస్తూ,'

''అలా గమనిస్తుండగానే, తయారైన తర్వాత ఇంటి నుంచి బయలుదేరే ముందు ఆమె ఒక నోట్ రాసిందనే విషయం తెలిసింది. ఆమె కుడి చేతి గ్లోవ్ చూపువేలి దగ్గర చినిగి ఉండటాన్ని నువ్వు గమనించావు. కానీ అటు గ్లోవ్స్‌కు, ఇటు వేలికీ కూడా వయొలెట్ సిరా అంటి, ఉండటాన్ని నవ్వు గమనించినట్టు లేవు. ఆమె హడావిడిగా, పెన్నును సిరాలో లోతుగా ముంచి రాసినట్టుంది. అది ఉదయమే అయి ఉండాలి, లేదంటే ఆ మరక వేలిపై అంత స్పష్టంగా ఉండదు. ఇదంతా చాలా వినోదంగా, ప్రాథమికమైనది అయినా నేను అసలు విషయానికి రావాలి వాట్సన్. మిస్టర్ హోస్మర్ ఏంజిల్ గురించి ప్రకటనను చదివేందుకు నీకు అభ్యంతరం లేదు కదా?''

''నేను ముద్రించిన చిన్న కాగితపు ముక్కను లైట్ కింద పెట్టాను. ''కనిపించటం లేదు'' అన్నది శీర్షిక. 14వ తేదీ ఉదయం హోస్మర్ ఏంజిల్ అనే 5 అడుగుల ఏడంగుళాలు, దృఢంగా తెల్లటి చాయి, నల్లటి జుత్తు మధ్యలో కొంత బట్టతల, గుబురు మీసాలు, రంగుటద్దాలు ధరించి, పీల గొంతు గల పెద్ద మనిషి కనిపించడం లేదు. చివరిసారి కనిపించినప్పుడు, నల్ల సిల్కు గౌను కోటు, నల్ల వెయిస్టుకోటు, బంగారు ఆల్బర్ట్ గొలుసు, బూడిదరంగు ప్యాంటు, మట్టిరంగు బూట్లు ధరించి ఉన్నాడు. లీడెన్ హాల్ వీధిలో పనిచేస్తున్నాడు. అతనిని చూసినవారు వగైరా వగైరా...

''అది చాలు అన్నాడు హోమ్స్. ''ఇక ఉత్తరాలు'' అన్నాడు. వాటివైపు చూస్తూ ''అవి సాధారణమైనవి. మిస్టర్ ఏంజిల్ గురించి ఎటువంటి ఆధారమూ లేనివి. ఒకసారి బల్జాక్ ప్రస్తావన మినహా. అయితే, ఇందులో ఒక విశేషమైన అంశముంది. నిస్సందేహంగా అది నీకు తట్టే ఉంటుంది.''

''అవి టైప్ కొట్టినవి'' అన్నాను నేను. ''అంతే కాదు, అన్నాను.

''అంతే కాదు, సంతకం కూడా టైప్ కొట్టిందే. కింద నీట్‌గా 'హోస్మర్ ఏంజిల్' అని కొట్టి ఉంది చూడు. దాని కింద లీడెన్ హాల్ అని మినహా మరే చిరునామా లేదు. అది చాలా అసమగ్రం. సంతకం చాలా విషయాలు చెప్తోంది. వాస్తవానికి

దానితోనే ఒక అభిప్రాయానికి రావచ్చు.''

''దేని గురించి?''

''అది కేసుపై ఎంత ప్రభావం చూపుతుందో నువ్వు గమనించడం సాధ్యమేనా?''

''ఇచ్చిన హామీని ఉల్లంఘించాడంటూ చర్య చేపట్టినప్పుడు''. ఆ సంతకం తనది కాదంటూ అతడు తిరస్కరిస్తే మినహా నేనుఅ పని చేయలేను.''

''కాదు. విషయమది కాదు. ఈ వ్యవహారాన్ని పరిష్కరించేందుకు నేను రెండు ఉత్తరాలు రాస్తాను. ఒకటి నగరంలోని ఒక సంస్థకు, రెండవది ఆమె సవతి తండ్రి మిస్టర్ విండి బ్యాంక్‌కు. రేపు సాయంత్రం ఆరుగంటలకు మనని కలుసుకోగలడా అని. పురుషులైన బంధువులతో కలిసి వ్యవహారాన్ని చక్కబెట్టడం మంచిది. కనుక డాక్టర్, ఆ జాబులకు జవాబు వచ్చేదాకా మనమేమీ చేయలేం. తాత్కాలికంగా సమస్యను అటకెక్కిద్దాం.

నా మిత్రుడి సూక్ష్మమైన తర్కం, చర్య తీసుకోవడానికి ఉన్న అసాధారణ శక్తిని నమ్మడానికి చాలా కారణాలు ఉన్నాయి. అందుకే పరిశోధించవలసిందిగా కోరిన ఆ అసాధారణ మిస్టరీ వ్యవహారాన్ని అతడు అంత తేలికగా తీసుకోవడానికి కారణాలున్నాయని భావించాను. ఒకే ఒక్కసారి, బొహీమియా రాజు, ఐరీన్ ఆడ్లర్ ఫోటోగ్రాఫ్ కేసులో విఫలం కావడం చూశాను. కానీ సైన్ ఆఫ్ ఫోర్, చిత్రమైన స్కార్లెట్‌ను అధ్యయనంకు సంబంధించిన అసాధారణ పరిస్థితుల వంటివి గమనించాక అతను ఛేదించలేనిది ఉండదనిపిస్తుంది.

తన నల్లటి బంక మట్టి పైప్‌ను తాగుతున్న అతడిని వదిలి బయలుదేరాను. నేను మర్నాడు సాయంత్రం అతడిని కలిసేసరికి చేతిలో అవసరమైన ఆధారాలన్నీ ఉంటాయని, మాయమైన మిస్ మేరీ సదర్లాండ్ వరుడిని గుర్తిస్తాడనే నమ్మకంతో బయటపడ్డాను.

ఆ సమయంలో అత్యంత బలమైన ప్రొఫెసనల్ కేసు ఒకటి నాకు ఉండటంతో, వ్యాధితో బాధపడుతున్న రోగి పక్కనే మర్నాటి ఉదయమంతా గడిపాను. దాదాపు సాయంత్రం ఆరు గంటలకు బయటపడి, బగ్గీ ఎక్కి బేకర్ వీధికి బయలుదేరగలిగాను. ఆ చిన్న మిస్టరీకి నేను అవసరమైనప్పుడు సహాయాన్ని అందించలేమోనని భయపడ్డాను. నేను అక్కడికి వెళ్ళేసరికి, తన పడక కుర్చీలో సగం నిద్రలో ముచుకుపడుకుని ఉన్నాడు. షెర్లాక్ హోమ్స్ అక్కడ పడి ఉన్న సీసాలు, టెస్ట్‌ట్యూబ్‌లు, హైడ్రోక్లోరిక్ ఆసిడ్ ఘాటైన వాసన, అతడు రోజంతా తనకు ఇష్టమైన రసాయినక

ప్రయోగాలలో గడిపాడని చెప్పకనే చెప్తున్నాయి.

''ఏమిటి దాన్ని పరిష్కరించావా?'' ప్రశ్నించాను లోపలికి ప్రవేశిస్తూనే.

''అవును. అది బురైటా తాలూకు బై సల్ఫేట్.''

''అదికాదు, అదికాదు, మిస్టరీ'', అన్నాను బిగ్గరగా.

''ఓహ్ అదా! నేను ప్రయోగం చేస్తున్న సాల్ట్‌గురించి అడిగావనుకున్నాను. ఆ వ్యవహారంలో మిస్టరీనే లేదు. కాకుంటే నిన్న చెప్పినట్టుగా అందులో కొన్ని వివరాలు మాత్రం ఆసక్తికరం. అందులో ఉన్న ఒకే ఒక లోపం ఏమిటంటే, ఆ వెధవని శిక్షించేందుకు చట్టం లేకపోవడం.''

''అయితే మిస్ సదర్లాండ్‌ను అలా వదిలిపెట్టినవాడు ఎవరు? వాడి లక్ష్యమేమిటి?''

ఆ ప్రశ్న నా నోటి లోంచి బయటకు వచ్చీరాగానే, జవాబిచ్చేందుకు హోమ్స్ నోరు తెరిచాడు. కానీ, మెట్ల గదిలో అడుగుల శబ్దం. వెంటనే తలుపుపై టక టక శబ్దం వెంటనే వినిపించాయి.

''ఇతను ఆ పిల్ల సవతి తండ్రి మిస్టర్ జేమ్స్ విండిబ్యాంక్'' అన్నాడు హోమ్స్. ''ఆరింటికి ఇక్కడికి వస్తానని చెప్పాడు. లోపలికి రండి!''

లోపలికి ప్రవేశించిన వ్యక్తి బలంగా మధ్యస్థపు శరీరంతో ఉన్నాడు. వయసు ముప్పై అయి ఉంటుంది. నీట్‌గా షేవ్ చేసుకొని తెల్లటి చర్మంతో, నిర్భావమైన వైఖరితో ఉన్నప్పటికీ, కళ్ళు మాత్రం సునిశితంగా, చురుకుగా ఉన్నాయి. అతను మా ఇద్దరి కేసీ ప్రశ్నార్థకంగా చూశాడు. తన మెరిసే టోపీని తీసి పక్కన అరపై పెట్టి, కొద్దిగా వంగి అభివాదం చేసి దగ్గరలో ఉన్న కుర్చీలో కూలబడ్డాడు.

''గుడ్ ఈవెనింగ్ మిస్టర్ జేమ్స్ విండిబ్యాంక్'', అన్నాడు హోమ్స్. నాతో ఆరు గంటలకు అపాయింట్‌మెంట్ ఫిక్స్ చేసుకోవడానికి ఈ టైప్ కొట్టిన లేఖ రాసింది మీరే అనుకుంటాను!''

''అవును సర్! నేను కొద్ది ఆలశ్యం అయినట్టున్నాను. కానీ, నేను నా యజమానిని కాను. ఈ చిన్న విషయంలో మిస్ సదర్లాండ్ మిమ్మల్ని ఇబ్బంది పెట్టినందుకు క్షమించండి. ఎందుకంటే, ఇలాంటి వ్యవహారాలు బహిరంగం చేయడం సరికాదు. ఆమె నా ఇష్టానికి వ్యతిరేకంగా వచ్చింది. ఆమె చాలా చురుకైన, తెలివైన యువతి అని గమనించే ఉంటారు. కానీ, ఒకసారి నిర్ణయం తీ'సుకుందంటే నియంత్రించడం కష్టం. మీకు పోలీసులతో సంబంధాలు ఉన్నందున నాకు అభ్యంతరం లేదు. కానీ, ఇలాంటి చిన్న కుటుంబ సమస్య బయటకు రావడం

ఆశ్చర్యమే. పైగా మీరు హోస్మర్ ఏంజెల్‌ను ఎలా కనుక్కుంటారు?''

''అందుకు విరుద్ధంగా నేను తప్పక హోస్మర్ ఏంజిల్‌ను కనుక్కోవడంలో విజయంవంతం అవుతాను అని భావిస్తున్నాను'' అన్నాడు హోమ్స్ ప్రశాంతంగా.

మిస్టర్ విండిబ్యాంక్ ఉలిక్కిపడ్డాడు. చేతిలో గ్లవ్ కిందపడింది. ''ఆ మాట వినడం చాలా సంతోషంగా ఉంది'' అన్నాడు.

''ఒక టైప్ రైటర్‌కి కూడా వ్యక్తి చేతి రాతకున్నంత వ్యక్తిత్వం ఉండటం ఆసక్తికరం'' అన్నాడు హోమ్స్. అవి కొత్తవైతే తప్ప ఏ రెంటి రాత ఒకే రకంగా ఉండవు. కొన్ని అక్షరాలు మరీ పడవు, కొన్ని పాక్షికంగా పడతాయి. మీ నోట్ చూడండి మిస్టర్ విండిబ్యాంక్, 'ఇ' ఉన్న అక్షరం కొంత చెదిరినట్టుంది. 'ఆర్'లో కొద్ది లోపం ఉంది. ఇంకా పద్నాలుగు లక్షణాలు స్పష్టంగా ఉన్నాయి''.

''ఆఫీసులో ఉన్న ఈ మెషీన్ ద్వారానే మా కరస్పాండెన్స్ అంతా నడుస్తుంది. కనుక అది కాస్త పాతపడడం, అరిగిపోవడం సహజం'' అన్నాడు మా అతిథి, తన చురుకైన చిన్న కళ్ళతో హోమ్స్ కేసి చూస్తూ.

''ఆసక్తికరమైన అధ్యయనాన్ని మీకు చూపిస్తాను. మిస్టర్ విండ్‌బ్యాంక్'' అంటూ కొనసాగించాడు హోమ్స్. ''నేను టైప్ రైటర్‌పైన, నేరాలలో దాని సంబంధంపైన చిన్న వ్యాసం త్వరలో రాయాలనుకుంటున్నాను. నేను ఆ అంశపై కొద్దిగా దృష్టిపెట్టాను. మాయమైన వ్యక్తి నుంచి వచ్చినట్టుగా చెప్తున్న నాలుగు ఉత్తరాలు నా దగ్గర ఉన్నాయి. అవన్నీ టైప్ చేసినవే. ప్రతి ఉత్తరంలోనూ 'ఇ' అన్న అక్షరం చెరిగి, 'ఆర్' అన్న అక్షరం అరిగిపోయి చివర పడకుండా ఉన్నాయి. నా భూతద్దం ఉపయోగించేట్టు అయితే, నేను చెప్పిన పద్నాలుగు లక్షణాలుకూడా కనిపిస్తాయి.''

మిస్టర్ విండిబ్యాంక్ తన కుర్చీలోంచి లేచి, టోపీ తీసుకున్నాడు. ''ఇలాంటి అద్భుతమైన సంభాషణకోసం సమయాన్ని వృథా చేయలేను మిస్టర్ హోమ్స్. ఆ వ్యక్తిని పట్టుకోగలిగితే పట్టుకోండి. మీరు ఆ పని చేశాక నాకు తెలియజేయండి.''

''తప్పకుండా'' అన్నాడు హోమ్స్ తలుపు తాళం వేస్తూ ''నేను అతన్ని పట్టుకొన్నానని మీకు చెప్తున్నాను''.

''అవునా! ఎక్కడ?'' అరిచాడు మిస్టర్ విండిబ్యాంక్ పాలిపోయిన ముఖంతో పంజరంలో ఇరుక్కున్న ఎలుకలా చూస్తూ.

''ఓహ్, కానీ అది చాలదు. నిజంగా చాలదు'' అన్నాడు హోమ్స్ ఘాటుగా. ''అందులోంచి బయటపడడం సాధ్యం కాదు మిస్టర్ విండ్‌బ్యాంక్. అదంతా పారదర్శకం. ఇలాంటి సరళమైన కేసును నేను పరిష్కరించలేకపోవడం అసాధ్యమంటూ

నువ్వు ఇచ్చిన కాంప్లిమెంట్ గొప్పది కాదు. కూర్చో! మట్లాడుకుందాం,'' అన్నాడు.

మా అతిథి వివర్ణమైన ముఖంతో, చెమర్చిన నుదురుతో కుర్చీలో కూలబడ్డాడు. ''అది... అది శిక్షార్హమైంది కాదు'' అన్నాడు నత్తిగా.

''అవును అది కాదు కానీ, మన మధ్య విండిబ్యాంక్ - అది చాలా క్రూరమైన, స్వార్థపరమైన, మనసు లేని పని, ఇంత వరకూ నాకు వచ్చిన కేసులో ఆ ఘటనల వరుస చెప్తాను, తప్పైతే ఖండించు'' అన్నాడు

ఆ వ్యక్తి కుర్చీలో తలకిందకు వేలాడేసుకొని కూర్చున్నాడు, కదిలిపోయిన మనిషిలా, అక్కడ ఉన్న గోడకు తన కాళ్ళని తాటించి, చేతులు జేబులో పెట్టుకొని, మాతో చెప్తున్నట్టుగా గాక తనలో తాను మాట్లాడుకుంటున్నట్టుగా మొదలు పెట్టాడు.

''ఆ వ్యక్తి డబ్బుకోసం తన కన్నా వయసులో పెద్దదైన మహిళను వివాహం చేసుకున్నాడు'' అన్నాడు. ''ఆమె కుమార్తె తమతో కలిసి ఉన్నంత కాలం ఆమె డబ్బును ఉపయోగించుకున్నాడు. ఆ స్థాయిలో ఉన్న వ్యక్తులకు ఆ డబ్బు చెప్పుకోదగిందే, అది కోల్పోవడం అంటే కష్టమైన పని కనుక, దానిని కాపాడుకునేందుకు ప్రయత్నం చేయడం లాభదాయకమే. కుమార్తె మంచిది, స్నేహపూర్వకమైనది, తనదైన శైలిలో అభిమానం, ఆప్యాయత కలిగింది. అందువల్ల ఆమె తనకు వచ్చిన కొద్ది ఆదాయం, వ్యక్తిగత లాభాలవల్ల ఎక్కువ కాలం ఒంటరిగానే ఉండదు. ఆమె వివాహం అంటే, ఏడాదికి వంద పౌండ్లు కోల్పోవడం. కనుక దాన్ని నిరోధించడానికి ఆమ సవితి తండ్రి ఏం చేస్తాడు? అతను మనసు కన్నా బుర్రతో ఆలోచించి ఒక పన్నాగం పన్నాడు. తన భార్య సహాయంతో మారువేషం వేసుకున్నాడు తన చురుకైన కళ్ళను రంగుటద్దాల వెనుక దాచాడు, గుబురు మీసాల మాటున, చెంపల మాటున ముఖాన్ని దాచాడు, గొంతును పీలగా మార్చాడు. ముఖ్యంగా ఆమె హ్రస్వదృష్టి కారణంగా సురక్షితంగా, మిస్టర్ హోస్మర్ ఏంజిల్‌లా కనిపిస్తూ, ఎవరూ ఆమె జోలికి రాకుండా నటించాడు.''

''మొదట అది జోక్ మాత్రమే'', అంటూ బొంగురుగా చెప్పాడు మా అతిథి. ''ఆమె అందులో అంతగా కూరుకుపోతుందని మేం ఎప్పుడూ అనుకోలేదు.''

''అనుకోకపోయి ఉండవచ్చు. కానీ ఆ యువతి చాలా గాఢంగా కూరుకుపోయింది. తన సవితి తండ్రి ఫ్రాన్సులో ఉన్నాడని నమ్మడంతో క్షణికం కూడా ఈ మోసం పట్ల ఆమెకు అనుమానం రాలేదు. ఆమె ఒక పురుషుడి దృష్టిని తాను ఆకర్షించగలగడంతో పొంగిపోయింది. పైగా ఆమె తల్లి కూడా పొగడడంతో, ఆశలు పెరిగాయి. ఆశించిన ఫలితాన్ని సాధించడం కోసం వ్యవహారాన్ని ఎంత దూరం సాధ్యమైతే అంత దూరం తీసుకువెళ్ళాలని, మిస్టర్ ఏంజిల్ రాకపోకలు ప్రారంభించాడు.

కలవడాలు, ఆమె మరెవరి పట్ల ఆకర్షితురాలు కాకుండా ఎంగేజ్‌మెంట్లు. కానీ, మోసాన్ని ఎల్లకాలం సాగించలేరు. ఫ్రాన్సుకు వెడుతున్నట్టుగా ఈ అబద్ధపు ప్రయాణాలు భారం అయ్యాయి. అందుకే, ఆ యువతి మనసులో దీర్ఘకాలం పాటు ముద్రపడేలా, మరెవరి గురించీ ఆలోచించకుండా ఉండేలా, నాటకీయంగా ఈ వ్యవహారానికి ముగింపు పలకాలనుకున్నారు. అందుకే బైబుల్ మీద ఆ ప్రమాణాలు, పెళ్ళి రోజు ఉదయం ఏదో జరిగే అవకాశం ఉందనే భయాలు వ్యక్తం చేయడం. తన భవిష్యత్తు అస్థిరం కావడంతో, మరొక పదేళ్ళ వరకూ మిస్ సదర్లాండ్ మరొక పురుషుడి మాట కూడా వినకుండా ఉండేలా హోస్మర్ ఏంజిల్‌కు కట్టుబడి ఉండాలని జేమ్స్ విండిబ్యాంక్ ఆశించాడు. ఆమెను చర్చి ద్వారాల వరకూ తేగలిగాడు గానీ, మరి ముందుకు వెళ్ళలేక, చాలా పాత ట్రిక్ అయిన నాలుగు చక్రాల బండిలో ఈ ద్వారం నుంచి అటు దిగి మాయమయ్యాడు. ఘటనల వరుస ఇదే అనుకుంటాను మిస్టర్ విండిబ్యాంక్!''

మా అతిథి ఏదో ధైర్యంతో కొంత కోలుకొని, హోమ్స్ మాట్లాడుతుండగానే కుర్చీలోంచే పాలిపోయి, ఉదాసీనమైన ముఖంతో.

''అది కావచ్చు లేక కాకపోనూ వచ్చు మిస్టర్ హోమ్స్'', అన్నాడు. ''ఒక వేళ నువ్వు అంత తెలివైన వాడివే అయితే, ప్రస్తుతం చట్టాన్ని ఉల్లంఘిస్తున్నది నువ్వే కానీ, నేను కాదు అనే విషయాన్ని గుర్తిస్తావు. నేను మొదటి నుంచీ కూడా శిక్షార్హమైన పని ఏదీ చేయలేదు. కానీ నువ్వు తలుపు తాళం వేసి ఉంచినంత వరకూ, దాడి, చట్టవ్యతిరేకంగా నిర్బంధించినంత వరకూ శిక్షార్హుడివి అవుతావు''.

''చట్టం నిన్ను తాకలేదంటావు'' అన్నాడు హోమ్స్ తాళం తీసి తలుపు తెరుస్తూ. ''కానీ, నీ కన్నా శిక్ష అనుభవించాల్సిన వ్యక్తి మరొకరుండరు. ఒక వేళ ఆ యువతికి సోదరుడో, స్నేహితుడో ఉంటే, నిన్ను కొరడాతో కొట్టాల్సింది. బై! అని అతడి ముఖంలో భావాలను చూసి, నా క్లైంట్‌కు నేనందించే సేవలలో ఇది భాగం కాదు కానీ, నేను మాత్రం -'' అంటూ కొరడాను అందుకునేందుకు రెండడుగులు వేశాడు. కానీ, అతను దాన్ని అందుకునే లోపే మెట్లమీద వడివడిగా అడుగుల చప్పుడు, తలుపు విసురుగా వేసిన శబ్దం వినిపించాయి. కిటికీలో నుంచి అతను రోడ్డు అడ్డంగా వేగంగా పరుగెట్టడం కనిపించింది.

తిరిగి కుర్చీలో కూలబడుతూ ''ఇలాంటి ద్రోహి ఇంకోడు ఉండడు''! అన్నాడు హోమ్స్ నవ్వుతూ. ''ఈ వెధవ ఒక నేరం తర్వాత నేరం చేస్తూ, ఎప్పుడో ఉరికంబం ఎక్కేంత అర్హమైన నేరం చేస్తాడు. కొన్ని రకాలుగా ఈ కేసులు ఆసక్తికరమైన విషయాలేం లేవు.''

''నీ తర్కంలోని అన్ని దశలనూ నేను పూర్తిగా చూడలేకపోతున్నాను'', అన్నాను.

''ఈ హోస్మర్ ఏంజిల్ చిత్రమైన ప్రవర్తనకు ఏదో లక్ష్యముందనేది మొదటి నుంచీ స్పష్టం. మనం చూసినంత వరకూ ఈ ఘటన వల్ల ఎక్కువగా లాభపడేది సవితి తండ్రే. పైగా, ఆ ఇద్దరు వ్యక్తులూ ఎప్పుడూ కలవక పోవడం, ఒకరు లేనప్పుడే మరొకరు కనిపించడంతో విషయం తెలుస్తోంది. అలాగే రంగుటద్దాలు, పీల గొంతు, గుబురు మీసాలు అన్నీ కూడా మారువేషాన్నే గుర్తు చేస్తున్నాయి. తన సంతకాన్ని కూడా టైప్ చేయడంతో నా అనుమానాలు ఖరారు అయ్యాయి. ఎందుకంటే అతడి చేతి రాత ఆమెకు బాగా తెలుసు కనుక గుర్తుపట్టే అవకాశం ఉంది. ఈ వేర్వేరు వాస్తవాలను, చిన్నవాటితో కలిపి చూస్తే, అన్నీ ఒకవైపే చూపాయి.''

'కానీ వాటిని ఎలా ధ్రువీకరించావు?''

''ఒక్కసారి నాకు కావలసిన వ్యక్తిని చూడగానే విషయాన్ని సమన్వయం చేసుకోవడం తేలికైంది. ఇతను పని చేసే సంస్థ నాకు తెలుసు. అతని గురించి వివరణ తీసుకున్న తర్వాత నేను తర్కించుకుంటూ పోగా ఫలితం మారువేషమని తేలింది. మీసాలు, కళ్ళజోడు, గొంతు అన్నీ కలిపి, అలాంటి వర్ణంతో సరిపోలే ప్రయాణీకుడు ఎవరైనా ఉన్నారా చెప్పమని అడిగాను. టైప్‌రైటర్‌లో ప్రత్యేకతలను కూడా గమనించిన నేను, ఆ వ్యక్తి కార్యాలయ చిరునామా స్వయంగా లేఖరారు. నేను ఊహించినట్టే టైపు కొట్టిన జవాబు వచ్చింది. అవే అక్షర లోపాలతో అదే పోస్టులో ఫ్రెంచర్చ్ వీదిలోని వెస్ట్‌హౌస్‌కు మార్చామని కూడా జాబు వచ్చింది. ఆ లక్షణాలన్నీ తమ దగ్గర పనిచేసే జేమ్స్ విండిబ్యాంక్‌తో సరిపోల్తాయని''.

''మరి మిస్ సదర్లాండ్?''

''నేను చెప్పినా, ఆమె నన్ను నమ్మదు. ''పులి పిల్లను పట్టుకున్నవాడికీ, మహిళ భ్రమను లాక్కొన్న వాడికీ ప్రమాదకరమనే పర్షియా సామెత వినలేదా?

4. బాస్కోంబ్ లోయ మిస్టరీ

ఒక రోజు ఉదయం నా భార్యతో కలిసి బ్రేక్‌ఫాస్ట్‌కి కూచున్న సమయంలో పని మనిషి టెలిగ్రాం తీసుకువచ్చింది. అది షెర్లాక్ హోమ్స్ దగ్గర నుంచి వచ్చింది.-

''రెండు రోజుల కేటాయించగలవా? బాస్కోంబ్ లోయ విసాదానికి సంబంధించి పశ్చిమ ఇంగ్లాండ్ నుంచి సమాచారం వచ్చింది. నువ్వు నాతో వస్తే సంతోషం. వాతావరణం చాలా బాగుంటుంది. పాడింగ్టన్ నుంచి 11.15 కి బయలుదేరుదాం.''

''ఏమంటావు డియర్?'' అంది నా భార్య నాకేసి చూస్తూ, వెళ్తావా.''

''ఏం చెప్పాలో అర్థం కావడం లేదు. ప్రస్తుతం నాకు చాలా పనులు ఉన్నాయి.''

''నీ పని ఆన్‌స్ట్రూతర్ చేస్తాడులే. ఈ మధ్య కొద్దిగా ఉదాసీనంగా, పాలిపోయినట్టు కనిపిస్తున్నావు. ఆ మార్పు నీకు కొంత మంచే చేస్తుంది . పైగా నీకు షెర్లాక్ హోమ్స్ కేసులు అంటే చాలా ఆసక్తి కదా?''

''అందులో నుంచి నేను లబ్ధి పొందిన కేసు కూడా ఉన్న నేపథ్యంలో నాకు ఆసక్తి లేకపోవడం క్షమార్హం కాని నేరం,'' అని జవాబిచ్చాను. ''కానీ నేను వెళ్ళాలంటే, వెంటనే సర్దుకోవాలి, ఎందుకంటే నాకింకా అరగంటే సమయం ఉంది'.

ఆఫ్ఘనిస్తాన్‌లో నా క్యాంప్ జీవితం, నన్ను వెంటనే స్పందించి, సంసిద్ధమయ్యే ప్రయాణికుడిగా తయారుచేసింది. నాకు అవసరమైనవి పెద్దగా ఏమీ ఉండవు, అందుకే అనుకున్న సమయానికన్నా ముందే నా సంచితో బండెక్కి, పాడింగ్టన్ స్టేషన్‌కు బయలుదేరాను. స్టేషన్‌లో అప్పటికే షెర్లాక్ హోమ్స్ అటూ, ఇటూ పచార్లు చేస్తున్నాడు. సన్నటి, పొడవాటి అతడి విగ్రహం బూడిదరంగు ట్రావెలింగ్ రోట్, తలకి పట్టినట్టుగా ఉన్న టోపీతో మరింత పొడుగ్గా కనిపిస్తున్నాడు.

''నువ్వు రావడం చాలా సంతోషకరం వాట్సన్,'' అన్నాడు అతను. నేను ఆధారపడదగ్గ మనిషి నాతో ఉండడం వల్ల చెప్పుకోదగిన బేధం ఉంటుంది. స్థానికంగా దొరికే సహాయం అయితే నిరుపయోగంలేక పక్షపాత దోరణితో ఉన్నదై ఉంటుంది. నువ్వు మూల ఉన్న రెండు సీట్లను ఆక్రమిస్తే నేను వెళ్ళి టిక్కెట్లు తెసాను.''

ఆ బోగీ ఆక్రమించాం. హోమ్స్ తనతో తెచ్చిన పేపర్లతో చాలా వరకూ

నిండిపోయింది. ఆ కుప్పల నుంచి అతను వెతికి తీసి చదివి, మధ్యమధ్యలో రాస్తూ, చదవడం అయ్యే వరకూ ఒక ధ్యాన స్థితిలో ఉండిపోయాడు.

తర్వాత వాటన్నింటినీ ఉండలా చుట్టి పైన ర్యాక్‌లోకి విసిరేశాడు.

''ఈ కేసు గురించి నువ్వేమైనా విన్నావా?'' అని అడిగాడు.

''ఒక్క మాట కూడా. నేను కొద్ది రోజులుగా ఏ పేపరూ చూడలేదు.''

''లండన్ ప్రెస్ దగ్గర పూర్తి సమాచారం ఉన్నది. వివరాలు లోతుగా తెలుసుకునేందుకు ఇటీవలి పత్రికలను చూస్తున్నాను. నాకు అర్థమైనంత వరకూ, నేను సేకరించిన సమాచారం మేరకు, ఇది అత్యంత క్లిష్టమైన, సరళమైన కేసు''.

''అది చాలా పరస్పర విరుద్ధంగా ఉంది.'' ''అది చాలా నిజం. విలక్షణతే ఇందులో ఒక పెద్ద క్లూ. నేరం ఎంత సాధారణంగా, ప్రత్యేకత ప్రదేశంలో జరిగితే, దానిని పరిష్కరించడం అంత కష్టం. ఈ కేసులో హత్యకు గురైన వ్యక్తి కుమారుడిపై తీవ్ర నేరారోపణలతో కూడిన కేసు పెట్టారు.

''అయితే, అది హత్య అన్నమాట?''

''అవును, అదే అనే భావనకు వచ్చారు. కానీ నేను వ్యక్తిగతంగా పరిశీలించే అవకాశం వచ్చే వరకూ, దానిని గుడ్డిగా నమ్మను. అక్కడ పరిస్థితులను నీకు వివరిస్తాను. నాకు అర్థమైనంత వరకూ కొద్దిమాటల్లో క్లుప్తంగా చెప్తాను విను.''

''బోస్కోంబ్ లోయ గ్రామీణ ప్రాంతం. హియర్ ఫోర్డ్‌షైర్‌లోని రాస్ నుంచి పెద్ద దూరం ఉండదు. ఆ ప్రాంతంలో అతి పెద్ద భూస్వామి మిస్టర్ జాన్ టర్నర్. ఆస్ట్రేలియాలో డబ్బు సంపాదించి, ఈ దేశానికి తిరిగి వచ్చాడు. అతనికి ఉన్న ఫార్మ్స్‌లో ఒకటి హాతర్లీది, దాన్ని. ఆస్ట్రేలియాకి వెళ్ళి వచ్చిన మిస్టర్ ఛార్లెస్ మెకార్థీకి కౌలుకిచ్చారు. ఆ ఇద్దరు వ్యక్తులకూ కాలనీల్లో ఒకరితో ఒకరికి పరిచయం ఉన్నవారే. ఇద్దరూ సాధ్యమైనంత వరకూ ఒకరికొకరు దగ్గరగా స్థిరపడడం అసహజమేం కాదు. ఇద్దరిలో టర్నర్ ధనవంతుడు, కనుక మెకార్థీ అతనికి కౌలుదారుడయ్యాడు. కానీ, వారిద్దరూ సమానులలానే వ్యవహరించారు. - ఎందుకంటే తరచుగా ఇద్దరూ కలిసి కనిపించేవారట. మెకార్థీకి, పద్దెనిమిదేళ్ల కుమారుడు, టర్నర్‌కు అదే వయసు ఉన్న కుమార్తె ఉన్నారు. కానీ ఇద్దరికీ భార్యలు సజీవంగా లేరు. క్రీడల పట్ల ఆసక్తి ఉన్న మెకార్థీలు అప్పుడప్పుడు పొరుగున జరిగే రేస్‌లకు హాజరైనా పొరు జరిగే వారు పొరుగున ఉన్న ఇంగ్లీషు సమాజాన్ని పట్టించుకోకుండా, విశ్రాంత జీవితాన్ని గడిపారు. మెకార్థీకి ఇద్దరు పనివాళ్ళు ఉన్నారు. ఒక పురుషుడు, ఒక యువతి. టర్నర్‌కు కనీసం ఒక అరడజను మంది ఉంటారు. ఇదీ ఆ కుటుంబాల గురించి నేను సేకరించగలిగిన సమాచారం ఇక వ్యక్తుల

గురించి-

"గత సోమవారం అంటే జూన్ 3న మధ్యాహ్నం మూడు గంటల సమయంలో హెదర్లేలో ఇల్లు వదిలి బయటపడి బోస్కోంబ్ పూల్‌కు వెళ్ళాడు మెకార్తే. బోస్కోంబ్ లోయలోకి పారే సెలయేరు వ్యాపించి ఆ చిన్న చెరువు ఏర్పడింది. రాస్‌లో తన పనివాడితో కలిసి బయటకు పడ్డాడు. మూడింటికి తనకు ఒక ముఖ్యమైన అపాయింట్‌మెంట్ ఉందని, తాను తొందరలో ఉన్నాననీ చెప్పాడు. ఆ అపాయింట్‌మెంట్ నుంచి అతను సజీవంగా తిరిగి రాలేదు.

"హెదర్లే ఫార్మ్‌హౌస్ నుంచి బోస్కోంబ్ పూల్‌కు పావు మైలు ఉంటుంది. అతడు అక్కడికి వెళ్తుండగా చాలా మంది చూశారు. వారిలో ఒకరు వృద్ధ మహిళ - ఆమె పేరు ప్రస్తావించలేదు. మరొకరు, టర్నర్ దగ్గర పనిచేసే గేమ్ కీపర్ విలియం క్రౌడర్. ఇద్దరు సాక్షులూ కూడా మెకార్తే వంటరిగా నడిచి వెళ్ళాడని చెప్పారు. కాకపోతే గేమ్ కీపర్ ప్రకారం, మెకార్తే నడిచి వెళ్ళిన కొద్ది నిమిషాల తర్వాత అతని కొడుకు అదే దోవలో చేతిలో తుపాకీతో వెళ్ళాడు. తండ్రిని కుమారుడు అనుసరిస్తున్నాడని అతని నమ్మకం. సాయంత్రం ఈ విషాదఘటన వివరాలు తెలిసేవరకూ ఆ విషయం గురించి తనేమీ వినలేదు, ఆలోచించలేదు అన్నాడు.

"గేమ్ కీపర్ విలియం క్రేడర్ దృష్టిని దాటిపోయే వరకూ ఇద్దరు మెకార్థీలూ క్షేమంగా ఉన్నారు. బోస్కోంబ్ పూల్ చుట్టూ అడవిలా ఉంటుంది. పూల్ అంచుల్లో గడ్డి ఉంటుంది. ఆ సమయంలో బోస్కోంబ్ లాడ్జి కీపర్ కుమార్తె, పద్నాలుగేళ్ల పీషెన్స్ మోరాన్ అడవిలో పూలు ఏరుకోవడానికి వెళ్ళింది. ఆమె అక్కడ ఉన్న సమయంలో చెరువు దగ్గర మెకార్థీ, అతని కుమారుడు చాలా భీకరంగా గొడవపడుతున్నట్టుగా అనిపించిందని చెప్పింది. తండ్రి మెకార్థీ, కుమారుడిని పరుష పదజాలంతో తిట్టడం, కుమారుడు తండ్రిని కొట్టేందుకు చెయ్యెత్తడం కనిపించాయంది. వారి ఆవేశానికి భయపడిన ఆమె అక్కడ నుంచి పారిపోయి, ఇంటికి వెళ్ళగానే తల్లికి విషయం చెప్పింది. బోస్కోంబ్ పూల్ దగ్గర మెకార్థీలు భీకరంగా పోట్లాడుకుంటున్నారని, వారు భౌతికంగా పోరాడతారేమోనని భయపడ్డది. ఆమె ఆ మాటలు పూర్తి చేయకుండానే, యువ మెకార్థీ లాడ్జికి పరుగెత్తుకుంటూ వచ్చి చిట్టడవిలో తన తండ్రి మరణించి పడి ఉండటాన్ని చూశానని, కాస్త సహాయపడమని లాడ్జి కీపర్‌ను కోరాడు. అతని చేతిలో తుపాకీ కానీ, నెత్తిన టోపీ కానీ లేవు. చాలా ఉద్వేగంగా ఉన్నాడు. అతని కుడి చెయ్యి, కుడి స్లీవ్ కూడా తాజా రక్తంతో తడిసి ఉన్నాయి. అతనితో కలిసి వెళ్ళిన వారికి పూల్ పక్కన గడ్డిలో పడి ఉన్న మెకార్థే మృతదేహం కనిపించింది. అతని తల భారీ ఆయుధంతో మోదినట్టుగా ఉంది. శరీరానికి కొద్ది అడుగుల దూరంలో గడ్డిలో పడి ఉన్న అతని

కుమారుడి తుపాకీ బట్‌తో చేసినట్టుగా గాయాలు ఉన్నాయి. ఈ పరిస్థితుల్లో ఆ యువకుడిని వెంటనే అరెస్టు చేసి, కుట్రపూరితంగా హత్య చేశాడంటూ మంగళవారం వారం నాడు రాస్‌లో మెజిస్ట్రేట్ ఎదుట హాజరపరచగా, ఆయన దానిని తదుపరి న్యాయసభకు పంపారు. ఈ కేసుల్లో పోలీసు కోర్టు, కరోనర్ దృష్టికి వచ్చిన ప్రధాన వాస్తవాలు ఇవి.

''ఇంత కన్న దరిద్రపు కేసు ఊహించలేం'' అన్నాను నేను. ప్రాసంగిక సాక్ష్యాన్ని బట్టి నేరగాడు అతడే.''

''ఈ ప్రాసంగిక సాక్ష్యమనేది చిత్రమైనది'' అన్నాడు హోమ్స్ ఆలోచిస్తూ; అదంతా సూటిగా ఒకే విషయాన్ని సూచిస్తాయి. కానీ నువ్వు నీ దృష్టి కోణాన్ని కాస్త మరలిస్తే, అది పూర్తిగా భిన్నమైన, రాజీలేని అంశాన్ని సూచిస్తుంది. ఆ యువకుడికి సాక్ష్యం వ్యతిరేకంగా బలంగా ఉన్న విషయం అంగీకరించవలసిందే. అతడే దోషి అయి ఉండడం కూడా సాధ్యమే. పొరుగున అనేక మంది ఉన్నారు. కానీ వారిలో, పొరుగున ఉన్న భూస్వామి కుమార్తె మిసటర్నర్ అతడు అమాయకుడని నమ్ముతోంది. ఈ కేసును స్కార్లెట్ అధ్యయనానికి సంబంధించి లెస్ట్రాడేకు అప్పగించారు. లెస్ట్రాడేకు ఏమీ అర్థం కాక నాకు అప్పగించాడు. కనుక ఇద్దరు మధ్య వయసు పెద్దమనుషులు తమ బ్రేక్‌ఫాస్ట్ జీర్ణమయ్యేదాకా ఇంట్లో కూర్చోకుండా గంటకు యాభై మైళ్ళ వేగంతో పశ్చిమదిశగా ప్రయాణిస్తున్నారు.

''ఈ కేసులో వాస్తవాలు ఇంత స్పష్టంగా ఉన్న నేపథ్యంలో ఇందులో నీకు పెద్దగా క్రెడిట్ దక్కుతుందని అనుకోవడం లేదు నేను,'' అన్నాను.

''స్పష్టమైన వాస్తవం కన్నా మోసపూరితమైంది ఏదీ లేదు'' అన్నాడు నవ్వుతూ. ''పైగా లెస్ట్రాడేకి ఏ రకంగానూ స్పష్టంగా కనిపించని ఇతర వాస్తవాలను మనం కనుగొనే అవకాశం ఉంది. పైగా నీకు తెలుసు, లెస్ట్రాడే సిద్ధాంతాన్ని అనుకరించలేని విధంగా ఖరారు చేయడమో లేక ధ్వంసం చేయడమో చేస్తాను. నేను ఆ మాట అనడం గొప్ప చెప్పడంలా అనిపించవచ్చు. ఉదాహరణకు, నీ పడక గదిలో కిటికీ కుడివైపున ఉందని గమనించగలను. కానీ మిస్టర్ లెస్ట్రడే అటువంటి వాటిని గమనించగలడని నేను అనుకోవడం లేదు.''

''ఓరి నీ ఎలా-!''

''మైడియర్ ఫెలో! నీ గురించి నాకు బాగా తెలుసు. నీ వ్యక్తిత్వంలోని మిలటరీ శుభ్రత నాకు తెలుసు. నువ్వు ప్రతిరోజు ఉదయం షేవ్ చేసుకుంటావు, ఈ రుతువులో నువ్వు ఎండలో చేస్తావు ఆ పని. కానీ, ఎడమ వైపు నుంచి చూస్తే తక్కువగా పూర్తయినా,

గడ్డమంతా గమనిస్తూ కుడి పక్కకు వచ్చేసరికి అటుకన్నా ఇటు నీట్‌గా ఉంది. నీ అలవాట్లను బట్టి నీ లాంటి వ్యక్తి మంచి వెలుతురులో చూసుకొని ఫలితంతో సంతృప్తి పడడు. పరిశీలన ఊహకు సంబంధించిన చిన్న ఉదాహరణ చెప్తున్నాను. అందులోనే నా శక్తి ఉంది. మనముందు ఉన్న దర్యాప్తుకు అది కొంత తోడ్పడగలదని నేను భావిస్తున్నాను. శవ పంచాయితీలో బయటకు వచ్చిన ఒకటి, రెండు చిన్న విషయాలు ఉన్నాయి. అవి పరిశీలనార్హమైనవి.''

''ఏమిటవి?''

''అతన్ని వెంటనే అరెస్టు చేయలేదనిపిస్తోంది. అతను షెదర్లీ ఫార్మ్‌కు తిరిగి వచ్చాక చేశారు. కానిస్టేబుల్ వెళ్ళి అతడు బందీ అని చెప్పినప్పుడు, తాను ఏమీ ఆశ్చర్యపడటం లేదని, అది గొప్ప విషయమేం కాదని వ్యాఖ్యానించాడు. శవ పంచాయితీ పెద్దల మనసులలో ఏవైనా అనుమానాలు మిగిలి ఉంటే ఈ మాటలతో చెరిగిపోయే ప్రభావాన్ని అవి చూపించాయి.''

''అది ఒప్పుకోలు,'' అన్నాను అప్రయత్నంగా.

''కాదు, ఎందుకంటే తాను అమాయకుడినని అతడు ప్రతిఘటించిన తర్వాత అన్న మాటలు.'' ''అటువంటి నష్టకరమైన పరిణామాల అనంతరం వచ్చిన వ్యాఖ్యలు అనుమానించదగినవి.

''కానీ అందుకు భిన్నంగా'', అన్నాడు హోమ్స్. ఇందులో ప్రస్తుతం చూడగలిగిన భేదం. అయితే, అతడు ఎంత అమాయకుడైనా తనకు వ్యతిరేకంగా, తీవ్రంగా ఉన్న పరిణామాలు చూడలేనంత మూఢుడు కాడు. అతను తన అరెస్టు పట్ల ఆశ్చర్యాన్ని ప్రకటించినా లేదా ఆగ్రహాన్ని ప్రకటించినా, అతన్ని నేను చాలా అనుమానంగా చూసేవాడిని. ఎందుకంటే అటువంటి పరిస్థితుల్లో అలాంటి ఆశ్చర్యం కానీ ఆగ్రహం కానీ సహజమైనవి కావు ఎందుకంటే, పన్నాగాలు పన్నే వారి ఉత్తమ విధానమది. పరిస్థితిని అతడు స్వీకరించిన విధానం అతడు నిర్దోషి లేక చాలా ఆత్మ నిగ్రహం, పట్టుదల ఉన్న మనిషిని చెప్తోంది అతడి వ్యాఖ్యల విషయానికి వస్తే అదేమంత అసహజమైన విషయం కాదు. ముఖ్యంగా తన తండ్రి మృతదేహం పక్కన నిలబడి ఉన్నాడు, పైగా ముఖ్యమైన ఆ చిన్న పిల్ల సాక్ష్యం పరిగణనలోకి తీసుకుంటే తండ్రితో పరుషంగా మాట్లాడి, అతడిపై చేయి చేసుకోవడానికి చెయ్యెత్తాడు. ఆ వ్యాఖ్యల్లో వ్యక్తమైన వ్యక్తగత వైఖరితో నాకు అతడి మనసు ఆరోగ్యకరమైందే తప్ప తప్పు చేసింది కాదని అనిపిస్తోంది.''

నేను తల అడ్డంగా ఊపాను. ''చాలా మంది వ్యక్తులను చిన్న ఆధారాల

కారణంగానే ఉరితీశారు,'' అన్నాను. అవును పైగా చాలా మందిని అన్యాయంగా ఉరి తీశారు.''

''ఈ విషయంలో ఆ యువకుడు చెప్పదేమిటి?''

''అతనిని సమర్థించేవారికి అది ఏమాత్రం ప్రోత్సాహకరమైంది కాదని అనుకుంటాను. అందులో ఒకటో, రెండో అంశాలు సంకేతాత్మకంగా ఉన్నప్పటికీ. ఇందులో ఉన్నాయి. నువ్వే చదివి తెలుసుకో.''

''తన కాగితాల కట్టలో నుంచి స్థానిక హియర్‌ఫోర్డ్ షైర్ పత్రిక నొకటి తీసి, పేజీ తిప్పి, ఏం జరిగిందో స్వయంగా ఆ దురదృష్టవంతుడైన యువకుడి ప్రకటన ఉంది. నేను బోగీలో ఒక మూల కూచొని, జాగ్రత్తగా చదవడం మొదలుపెట్టాను. అందులో ఇలా ఉంది.''

''మరణించిన వ్యక్తి కుమారుడైన మిస్టర్ జేమ్స్ మెకార్థీ ఈ రకంగా సాక్ష్యమిచ్చాడు. ''నేను బ్రిస్టల్ వెళ్ళి మూడు రోజులు ఇంటికి దూరంగా ఉండి, గత సోమవారం ఉదయమే తిరిగి వచ్చాను. నేను వచ్చేసరికి నా తండ్రి ఇంట్లో లేడు, పెళ్ళికొడుకు జాన్ కాబ్‌తో కలిసి రాస్ వెళ్ళాడన పనిమనిషి చెప్పింది. నేను తిరిగి వచ్చేసరికి, దొడ్లో బండి ఆగినట్టు చక్రాల చప్పుడు వినిపించింది, నేను కిటికీలో నుంచి చూసేసరికి అతడు అందులోంచి దిగి వడివడిగా నడిచివెళ్ళాడు. అయితే అతడు ఏ దిశలో వెళ్ళాడో నేను చెప్పలేను. తర్వాత నేను నా తుపాకీ తీసుకొని నేను బోస్కోంబ్ చెరువువైపుగా వెళ్ళాను. అవతల వైపున ఉన్న వారెన్‌ను కలవాలన్నది నా ఉద్దేశం. దోవలో నేను గేమ్ కీపర్ విలియం క్రేడర్‌ను చూశాను. అతను సాక్ష్యం చెప్పినట్టుగా, నేను నా తండ్రిని అనుసరిస్తున్నానన్న అతని ఆలోచన తప్పు. నా తండ్రి ముందు వెడుతున్నాడన్న సంగతి కూడా నాకు తెలియదు. నేను చెరువుకు వంద గజాల దూరంలో ఉన్నప్పుడు, 'కూ' అనే శబ్దం విన్నాను. అది నాకూ, నా తండ్రికీ మధ్య సంకేత భాష. దానితో హడావిడిగా వెళ్ళిన నాకు నా తండ్రి పూల్ పక్కన నిలబడి కనిపించాడు. ఆయన నన్ను అక్కడ చూసి ఆశ్చర్యపడి, అక్కడ నేనేం చేస్తున్నానని కటువుగానే అడిగాడు. మా ఇద్దరి మద్యా సంభాషణ వాగ్వాదానికి, దాదాపు కొట్టుకోవడానికీ దారి తీసింది. ఎందుకంటే నా తండ్రికి చాలా ఆవేశం ఎక్కువ. ఆయన కోసం హద్దులు మీరుతుందడడంతో ఆయనను అక్కడే వదిలేసి నేను హెదర్లీ ఫార్మ్‌కు బయలుదేరాను. నేను నూటయాభై గజాల దూరం వెళ్ళేసరికి, నా వెనుకనుంచి బాధతో కూడిన కేక వినిపించింది. దానితో నేను వెనక్కి పరుగెత్తవలసి వచ్చింది. తలపై తీవ్రంగా గాయంతో నేల మీద నా తండ్రి కొనప్రాణంలో కనిపించాడు. నేను తుపాకీ విసిరేసి ఆయనను

చేతుల్లోకి తీసుకున్నాను, కానీ ఆయన ప్రాణం వెంటనే పోయింది. నేను అతని పక్కనే కొద్ది నిమిషాలపాటు కూలబడ్డాడు. తర్వాత లేచి టర్నర్ లాడ్జి కీపర్ దగ్గరకు సహాయం అర్థించడానికి వెళ్ళాను ఎందుకంటే, ఆ ఇల్లే అతి దగ్గరగా ఉన్నది. నేను తిరిగి వచ్చినప్పుడు నా తండ్రి దగ్గర ఎవరూ లేరు, ఆయనకు అలాంటి గాయాలు ఎలా అయ్యాయో తెలియదు. అతడికి ఎవరితో మాట్లాడకుండా ఉదాసీనంగా ఉండేవాడు, పైగా త్వరగా ఆవేశానికి లోనయ్యేవాడు, దానివల్ల అతనికి పెద్ద గొప్ప పేరు, ప్రాచుర్యం లేవు. అలా అని నాకు తెలిసి అతడికి గొప్ప శత్రువులూ లేరు. ఈ విషయంలో ఇంతకు మించి నాకేమీ తెలియదు.

కరోనర్: నీ తండ్రి మరణించే ముందు నీకు ఏమైనా చెప్పాడా?

సాక్షిః ఆయనేదో గొణిగాడు, కానీ అతడేదో ఎలుక గురించి ప్రస్తావించినట్టు అనిపించింది.

కరోనర్ః దాని ద్వారా నీకేమైంది?

సాక్షిః దాని సారాంశమేంటో నాకు అర్థం కాలేదు. అతనిది సంధి ప్రేలాపనా అనిపించింది.

కరోనర్ః నీకు, నీ తండ్రికీ మధ్య ఏ విషయంలో చివరిసారిగా గొడవ జరిగింది.

సాక్షిః దానికి సమాధానం చెప్పలేను.

కరోనర్ః విషయం చెప్పాలని గట్టిగా అడుగుతున్నాను.

సాక్షిః ఆ విషయం నేనుచెప్పడం అసాధ్యం. కానీ ఒక్కటి మాత్రం చెప్పగలను, దానికి, తర్వాత చోటు చేసుకున్న విషాదానికీ ఏ సంబంధమూ లేదు.

కరోనర్ః ఆ విషయం కోర్టు నిర్ణయిస్తుంది. నువ్వు సమాధానం చెప్పకపోవడం అన్న అంశం నీ కేసులో అనుమానాలకు తావిస్తుంది. భవిష్యత్తులో జరుగబోయే విచారణలను ప్రభావితం చేస్తుంది.

సాక్షిః అయినా చెప్పేందుకు నిరాకరిస్తున్నాను.

కరోనర్ః నువ్వు బ్రిస్టల్ నుంచి తిరిగి వచ్చానని అతనికి తెలిసేలోపే నిన్ను చూడగానే అతను ఆ మాటలు ఎలా అన్నాడు?

సాక్షిః (కొద్ది అయోమయంగా) ఏమో నాకు తెలియదు

జ్యూరీ సభ్యుడుః నీకు కేక వనిపించి తిరిగి వెళ్ళి గాయపడిన నీ తండ్రిని చూసినప్పుడు, నీ అనుమానాన్ని రేకెత్తించే అంశమేదీ చూడలేదా?

సాక్షిః నిర్దిష్టంగా ఏమీ లేదు

కరోనర్: అంటే అర్థమేమిటి?

సాక్షి: నేను చాలా ఆందోళన, ఆవేదనలకు, ఉద్వేగానికి లోనయ్యాను అక్కడకు వెళ్ళినప్పుడు కనిపించిన దాన్ని చూశాను. అంతకు మించి నేను వేరే ఏమీ ఆలోచించలేదు. అయినా నేను అక్కడకు పరుగెడెతున్నప్పుడు నా ఎడమ వైపు ఏదో కింద పడిన చప్పుడు వినిపంచిన భావన కలిగింది. అది బూడిదరంగులో ఉన్నట్టు అనిపించింది. బహుశ కోటో లేక లోన ధరించే చొక్కా వంటిదో. నేను నా తండ్రి దగ్గర నుంచి లేచి చుట్టూ చూసేసరికి అది లేదు పోయింది.

''నువ్వు సహాయంకోసం వెళ్లేముందు అది అదృశ్యమైందంటావా.''

''అవును, మాయమైంది.''

''అదేమిటో నువ్వు చెప్పలేవా, అయితే?''

''లేదు, అక్కడేదో ఉందనే భావన కలిగింది.''

''మృతదేహానికి ఎంత దూరంలో?''

''ఒక పన్నెండు గజాలు. అలా.''

''అడవి చివరి నుంచి ఎంత దూరం.''

''దాదాపు అంతే దూరం''

''అంటే దాన్ని తొలగించేప్పుడు నువ్వు దానికి పన్నెండు గజాల దూరంలోనే ఉన్నావన్న మాట.''

''అవును, కానీ నా వీపు అటుగా ఉంది.''

''దీనితో ఆ సాక్షి విచరణ ముగిసింది.''

''ఐసీ,'' అన్నాను నేను, ఆ కాలమ్‌ను కింది దాకా చూస్తూ. ''కరోనర్, తన ముగింపు వ్యాఖ్యలలో యువ మెకార్థే పట్ల తీవ్రంగా కటువుగా ఉన్నాడు. తనని చూడకముందే తండ్రి సంకేతాన్ని ఇచ్చాడన్న మాట, అలాగే తన తండ్రితో జరిగిన సంభాషణ వివరాలు చెప్పడానికి తిరస్కరించడం, తన తండ్రి మరణిస్తూ అన్న మాటల అసాధారణ వివరణ వల్ల అందులోని హేతుబద్ధతపై ఆలోచించాల్సిన అవసరాన్ని పట్టి చూపుతోంది. అవన్నీ కూడా కుమారుడి పట్ల కరోనర్ చెప్పినట్టుగా వ్యతిరేకంగానే ఉన్నాయి.''

హోమ్స్ తనలో తాను మెత్తగా నవ్వుకున్నాడు. ''నువ్వు కరోనర్ ఇద్దరు కూడా ఏదో కష్టపడుతున్నారు; అన్నాడు అతను, ''ఆ యువకుడికి అనుకూలంగా ఉన్న ఒకే ఒక్క బలమైన అంశం మాటేమిటి? అతని ఊహాశక్తికి మీరే ఒకసారి అతిగా ఉందని,

తక్కువగా ఉందని అతనికి క్రెడిట్ ఇవ్వడాన్ని గమనించావా? అతి తక్కువ అని ఎందుకంటే, జ్యూరీ సానుభూతిని పొందేందుకు తమ పోట్లాటకు కారణాన్ని కల్పించలేకపోవడం; మరణించే వ్యక్తి ఎలుక గురించి ప్రస్తావించాడని చెప్పడం, వస్త్రం అదృశ్యమైందన్న ఘటన మీకు అతిగా అనిపించింది. ఆ యువకుడు నిజమే చెప్తున్నాడన్న దృక్పథం నుంచి నేను కేసును చూస్తాను, ఈ పరికల్పన తప్పని రుజువవుతుందో లేక ఎక్కడికి తీసుకువెడుతుందో చూడాలి. ఇదిగో నా జేబులో పెట్టుకునే పెట్రార్క్, ఘటనా స్థలికి వెళ్ళే వరకూ నేనొక్క మాట మాట్లాడను. మనం స్విండనలో భోజనం చేస్తాం. బహుశ ఇరవై నిమిషాలపాటు అక్కడ ఉంటాం.''

మేం అందమైన స్ట్రాడ్ లోయను దాటుకొని విస్తృతమైన, వెలిగిపోయే సెవర్న్ దాటుకొని ఎట్టకేలకు నాలుగు గంటలకు చిన్నపట్టణమైన రాస్ చేరుకున్నాం. సన్నటి, జిత్తులమారిలా కనిపిస్తున్న వ్యక్తి ఒక ప్లాట్‌పారంపై మాకోసం ఎదురుచూస్తున్నాడు. లేత బ్రౌన్ కోటు, తోలు బూట్లతో అతడు ఆ గ్రామీణ పరిసరాలకు తగ్గ వస్త్రధారణతో ఉన్నాడు. స్కాట్‌లాండ్ యార్డ్‌కు చెందిన లెస్ట్రేడ్‌ను గుర్తించడం నాకేం కష్ట సాధ్యం కాలేదు. అతనితో కలిసి మేం, ''హియర్ ఫోర్డ్ ఆర్మ్స్‌కు చేరుకున్నాం అప్పటికే అక్కడ మాకోసం గది సిద్ధంగా ఉంది.

''నేను బండిని రమ్మని చెప్పాను'' అన్నాడు. లెస్ట్రాడీ, మేం టీ తాగేందుకు కూచున్నప్పుడు. ''నీ బలమైన స్వభావం నాకు తెలుసు, ఘటనా స్థలికి వెళ్ళే వరకూ నువ్వు సంతోషంగా ఉండవు''

''నువ్వన్న మాటలకు సంతోషం'', జవాబిచ్చాడు హోమ్స్. ''ఇదంతా పూర్తిగా బారామతి ఒత్తిడికి సంబంధించిన ప్రశ్న.''

లెస్ట్రాడీ ఉలిక్కిపడ్డట్టు చూశాడు.

''నాకు అర్థం కాలేదు'', అన్నాడు.

''గాజు ఎలా ఉంది? ఇరవై తొమ్మిదా, ఐసీ గాలి లేదు, ఆకాశంలో ఒక మబ్బు తునక లేదు. నా దగ్గర తాగవలసిన పెట్టెడు సిగరెట్లు ఉన్నాయి. పట్టణ ప్రాంతంలోని హోటల్‌కు ఈ సోఫా చాలా ఉత్తమైమైంది. నేను ఈ రాత్రికి బండిని ఉపయోగించడం సాధ్యం కాదని అనుకుంటున్నాను.''

లెస్ట్రాడీ నవ్వాడు. ''వార్తా పత్రికల్లో చూసి ఇప్పటికీ నువ్వు నిస్సందేహంగా ఒక అభిప్రాయానికి వచ్చావు,'' అన్నాడు. ''ఈ కేసు నిజానికి చాలా సులువైంది, లోతుకు వెళ్లే కొద్దీ అది మరింత సులువు అవుతుంది. అయినా కూడా ఒక మహిళ అభ్యర్థనను తిరస్కరించలేము. అదీ అంత సానుకూల వ్యక్తిని. ఆమె నీ గురించి విన్నది, నీ

అభిప్రాయం తీసుకుంటుంది. అప్పటికీ నేను ఆమెకు చాలా సార్లు చెప్పాను నేను చెయ్యనిదీ, నువ్వు కొత్తగా చేసేదీ ఏమీ ఉండదని. ఓరి దేవుడా! ఆమె బండి గుమ్మం ముందు ఆగింది.''

అతడి మాటలు పూర్తికాకుండానే, నా జీవితంలో ఇంత వరకూ చూడని అందమైన యువతి గదిలోకి హడావిడిగా ప్రవేశించింది. వంకాయ రంగులో ఉన్న ఆమె కళ్ళు మెరుస్తున్నాయి, పెదవులు విచ్చుకొని ఉన్నాయి, చెంపలు గులాబీల్లా కంది ఉన్నాయి. ఆమె ఆందోళన, ఉద్వేగాలకు లోనవుతూ తన సహజ స్వభావాన్ని మరిచింది.

''ఓ మిస్టర్ షెర్లాక్ హోమ్స్!' అందరికేసీ చూస్తూ అరిచింది, మహిళలకు ఉండే సహజ సహజాతంతో నా స్నేహితుడికేసి చూస్తూ, ''మీరు వచ్చినందుకు నాకు ఎంతో సంతోషంగా ఉంది. ఆ మాట చెప్పేందుకే ఇక్కడకు వచ్చాను. ఆ పని జేమ్స్ చేయలేదని నాకు తెలుసు. నాకు తెలుసు, ఆ విషయం మీరు తెలుసుకుని పని ప్రారంభించాలనుకుంటన్నాను. ఆ విషయంలో ఎప్పుడూ సందేహం వద్దు. మేం చిన్న పిల్లలుగా ఉన్నప్పటి నుంచీ ఒకరికి ఒకరం తెలుసు. ఎవరికీ తెలియని అతని లోపాలూ, తప్పులూ కూడా నాకు తెలుసు. అతను ఒక ఈగను కూడా బాధపెట్టలేనంత సున్నిత హృదయుడు. అతని గురించి తెలిసినవారు ఎవరైనా ఆ ఆరోపణ అర్ధరహితమనే అంటారు.''

''అతడు నిర్దోషి అని మేం నిరూపించగలనమి ఆశిస్తున్నాం, మిస్ టర్నర్'' అన్నాడు షెర్లాక్ హోమ్స్. ''నేను చేయగలిగిందంతా చేస్తానని విశ్వసించండి.''

''కానీ, మీరు ఆధారాలు చూశారు. ఒక నిర్ణయానికి వచ్చారా? మీకు ఏవో లోపాలు, తప్పు కనిపించలేదా? అతడు అమాయకుడని మీకు అనిపించడం లేదా?''

''అది సాధ్యమనే భావిస్తున్నాను.''

''అదిగో చూడండి!'' అని తల వెనక్కి వాల్చి, లెస్ట్రాడీ కేసి మొండిగా చూస్తూ అరిచింది. ''వింటున్నారా! అతను నాకు నమ్మకం ఇస్తున్నాడు.''

లెస్ట్రాడే భుజాలు ఎగరేశాడు. ''నా సహచరుడు త్వరపడి ఒక నిర్ణయానికి వచ్చాడనిపిస్తోంది,'' అన్నాడు.

'' కానీ అతడు సరిగ్గా ఊహించాడు. ఓ! అతడు చెప్పింది నిజమని నాకు తెలుసు. జేమ్స్ ఎప్పుడూ అలాంటి పని చేయలేడు. ఇక తండ్రితో అతడి తగాదా విషయానికి వస్తే, అతను కరోనర్‌కు ఆ విషయం చెప్పడానికి నిరాకరించడానికి కారణం, అందులో నా ప్రస్తావన కూడా ఉంది కనుక.''

''ఏరకంగా?'' ప్రశ్నించాడు హోమ్స్.

''ఏదీ దాచడానికి ఇది సమయం కాదు. జేమ్స్, అతడి తండ్రికి, నా విషయంలో చాలా విభేదాలు ఉన్నాయి. మిస్టర్ మెకార్థేకు మా యిద్దరి పెళ్ళి చేసేయాలనే ఆతృత ఉంది. నాకూ, జేమ్స్‌కూ మధ్య సోదర ప్రేమ ఉంది. అతను చిన్నవాడు, పెద్దగా జీవితాన్ని చూడలేదు. కనుక, అలాంటి పని చేయడానికి అతడు పెద్దగా ఇష్టపడలేదు. దాని వల్ల వారి మధ్య గొడవలు, పోట్లాటలు, ఇది కూడా అలాంటిదే అని నా నమ్మకం.

''మరి మీ తండ్రి? అలాంటి సంబంధానికి అనుకూలంగా ఉన్నారా?'' అడిగాడు హోమ్స్.

''లేదు, అతను కూడా అందుకు వ్యతిరేకమే. మిస్టర్ మెకార్థే మినహా దానికి ఎవరూ అనుకూలం కాదు.'' హోమ్స్ ఆమె వైపు ప్రశ్నార్థకంగా, సూటిగా చూస్తుండడంతో ఆమె ముఖం ఎర్రబడింది.

''ఈ సమాచారానికి కృతజ్ఞతలు'', అన్నాడు.

''రేపు నేను మీ తండ్రిని కలవచ్చా?''

''డాక్టర్ అంగీకరించకపోవచ్చు''

''డాక్టరా?''

''అవును, మీరు వినలేదా? ఈ వ్యవహారంతో కుప్పకూలిన నా తండ్రి ఇంకా కోలుకోలేకపోతున్నాడు. ఆయన మంచాన పడ్డారు. అతని నరాల వ్యవస్థ దెబ్బతిన్నదని, అతని ఆరోగ్యం పాడైందని డాక్టర్ విల్లోస్ అంటున్నారు. నా తండ్రిని విక్టోరియాలో ఉన్నప్పటి నుంచీ తెలిసిన వ్యక్తి మిస్టర్ మెకార్థే మాత్రమే.

''ఆ విక్టోరియాలో!! అది చాలా ముఖ్యం.''

''అవును, మైన్ల వద్ద''

''నిజమే, బంగారం గనుల వద్ద, నాకు అర్థమైనంత వరకూ మిస్టర్ టర్నర్ డబ్బు సంపాదించిన చోటు.''

''అవును.''

''థ్యాంక్యూ, మిస్ టర్నర్. నువ్వు నాకు ఎంతో సాయం చేశావు.

''రేపు నీకేదైనా సమాచారం అందితే నాకు చెప్పు. జేమ్స్‌ను చూసేందుకు మీరు ఎటూ జైలుకి వెళతారు. ఒకవేళ మీరు వెళితే అతడు అమాయకుడని నాకు తెలుసునని చెప్పండి.

''తప్పకుండా చెప్తాను, మిస్ టర్నర్'.

''నేను ఇంక ఇంటికి వెళ్ళాలి. ఎందుకంటే నాన్నకు అసలు ఒంట్లో బాగాలేదు.

అతన్ని వదిలితే అతను నన్ను మిస్ అవుతాడు. గుడ్‌బై, మీ పనిలో దేవుడు సహాయపడుగాక.''

ఆమె గదిలోంచి వచ్చినంత ఆవేశంగా బయట పడింది. ఆమె ఎక్కిన బగ్గీ రోడ్డు మీద వెడుతున్న చప్పుడు వినిపించింది.

''సిగ్గుపడేలా చేస్తున్నావు, హోమ్స్,'' అన్నాడు లెస్ట్రాడే కొద్ది నిమిషాల నిశ్శబ్దం తర్వాత మర్యాదగా. ''అంతిమంగా నిరాశపడనున్నప్పుడు ఆమెలో ఎందుకు ఆశలు రేపాలి? నా మనసు అంత మెత్తటిది కాదు, అది క్రూరమైంది అంటాను.''

''జేమ్స్ మెకార్థీని నిర్దోషిగా నిరూపించే మార్గాన్ని స్పష్టంగా చూడగలుగుతున్నాను, అన్నాడు హోమ్స్'' ''అతన్ని జైల్లో కలిసేందుకు అనుమతి పత్రం ఉందా నీ వద్ద?''

''అవును, ఉంది కానీ నువ్వూ, నేనూ వెళ్ళేందుకు మాత్రమే.''

''అయితే, బయటకు వెళ్ళాలన్న ఆలోచనను పునరాలోచించిస్తారు. మనం షెరీ పోర్ట్ వెళ్ళేందుకు రైలుకు టైముందా? తద్వారా అతడిని ఈ రాత్రికే కలవవచ్చు''

''చాలా సమయం ఉంది.''

''అయితే, ఆ పని చేద్దాం పద. వాట్సన్ నువ్వు ఒక్కడివే ఎక్కువసేపు గడపాలనుకోవద్దు. నేను ఒకటి రెండు గంటలు మాత్రమే వెడతాను.''

''నేను వారితో కలిసే స్టేషన్ దాకా వెళ్ళాను. తర్వాత ఆ చిన్న పట్టణంలోని వీధుల్లో తిరిగి కాసేపటి తర్వాత హోటల్‌కు వచ్చాను. సోఫాలో పడుకొని పసుపు పచ్చ కవరున్న నవలలో మునిగిపోయే ప్రయత్నం చేశాను. ఆ కథ తాలూకా ప్లాటు చాలా పల్చగా ఉంది, ప్రస్తుతతం మేం తడుముకుంటున్న లోతైన మిస్టరీతో పోలిస్తే, నా ఆలోచనలు పదే పదే వాస్తవానికీ, కల్పనకూ మధ్య తిరుగుతుండడంతో, విసుగ్గా పుస్తకాన్ని ఒక మూలకి విసిరికొట్టాను. ఆ రోజు చోటు చేసుకున్న ఘటనలపైకి దృష్టి మళ్ళించి అంచనా వేయడం మొదలు పెట్టాను. ఒక వేళ ఆ యువకుడి విషాద గాథ పూర్తిగా నిజమే అయితే, అతను తండ్రిని వదిలి వెనుతిరగడానికి, అరుపులు, వినిపించి మైదానంలోకి తిరిగి రావడానికి మధ్య అసాధారణమైన ఘటన ఏం జరిగి ఉంటుంది? అది చాలా తీవ్రమైంది, ఘోరమైంది. ఏమిటది? తగిలిన గాయాల స్వభావం నా వైద్య సహజాతాలకు ఏదైనా బహిర్గతం చేస్తుందా? నేను బెల్లు కొట్టి ఆ వారపు కౌంటీ పేపర్లు తెమ్మని అడిగాను. అందులో శవ పంచాయితీలో మాట్లాడిన మాటలను యథాతథంగా ఇచ్చారు. సర్జన్ ఇచ్చిన సాక్ష్యం ప్రకారం బండబారిన ఆయుధంతో బలమైన దెబ్బ పడటంతో తలలో ముందువైపు, పక్కల ఉండే ఎముకలు విరిగాయి. నేను ఆ ప్రదేశాలకు నా తలపైన గుర్తులు పెట్టుకున్నాను. అటువంటి దెబ్బ తప్పకుండా

వెనుక నుంచే పడి ఉంటుంది. అది ఒక రకంగా నిందితుడికి అనుకూలమైన అంశం. ఎందుకంటే అతను తండ్రికి ఎదురుగా నిలబడి వాగ్వాదానికి దిగడమే జనం చూశారు. అయినా కూడా అది నిలవకపోవచ్చు, ఎందుకంటే ఆ పెద్దాయన దెబ్బ పడే ముందు వెనక్కి తిరిగి ఉండవచ్చు. అయినా, హోమ్స్ దృష్టికి ఈ విషయాన్ని తేవడం అవసరమే. మరొక విషయం, ఆ సందర్భంలో ఎలుక ప్రస్తావన. దాని అర్థమేమిటి? అది మైకం కాదు. హఠాత్తుగా దెబ్బతగిలి మరణించే వ్యక్తికి అలా మైకం, మగత కమ్మవు. కాదు, అది తనకు ఆ దుర్ఘటన ఎలా ఎదురైందో చెప్పేందుకు చేసిన ప్రయత్నం. కానీ, అది దేనిని సూచిస్తుంది? సాధ్యమైన వివరణ కోసం నేను నా మెదడుకు పదును పెట్టాను. మరొక విషయం, యువ మెకార్థీ చూసిన బూడిదరంగు వస్త్రం. అదే నిజమైతే, పారిపోతున్న సమయంలో హంతకుడు తన డ్రెస్‌లో కొంత భాగాన్ని, బహుశా ఓవర్‌కోట్ అయి ఉండవచ్చు. పైగా బాధితుడి కుమారుడు ఒక డజను అడుగుల దూరంలో వీపు పెట్టి వంగి ఉన్న సమయంలో, దానిని తిరిగి తీసుకోవడం హంతకుడికి కష్టం కాకపోయి ఉండవచ్చు. పడేసుకొని ఉండవచ్చు. మొత్తం వ్యవహారాలు ఎన్ని మిస్టరీలు, అసహజాలు! లెస్ట్రాడ్ అభిప్రాయం పట్ల నాకు ఆశ్చర్యం కలుగలేదు. కానీ నాకు షెర్లాక్ హోమ్స్ దర్యాప్తు పట్ల ఉన్న నమ్మకం కారణంగా, యువ మెకార్థీ అమాయకత్వంపట్ల అతనికి ఉన్న నమ్మకాన్ని తాజా వాస్తవం బలోపేతం చేస్తోంది.

షెర్లాక్ హోమ్స్ తిరిగి వచ్చేసరికి ఆలశ్యం అయింది. అతను వంటరిగా వచ్చాడు. ఎందుకంటే లెస్ట్రాడ్ పట్టణంలోని తన లాడ్జిలో ఆగిపోయాడు.

''ఇంకా విషయాలు ఒక కొలిక్కి రాలేదు'', అన్నాడు కూచుంటూ. ''మనం ఘటనా స్థలానికి వెళ్ళేముందు ఆ పని చేసేందుకు వ్యక్తి సునిశితంగా, ఏకాగ్రత దృష్టితో ఉండాలి. అందుకే సుదీర్ఘ ప్రయాణం, అలసట తర్వాత ఆ పని చేయాలనుకోవడం లేదు. నేను యువ మెకార్థేని కలిశాను.''

''అతని నుంచి ఏం తెలుసుకున్నావు?''

''ఏమీ లేదు.''

''అతనేమైనా చెప్పాడా?''

''ఏమీ లేదు. ఒక దశలో ఆ పని చేసింది ఎవరో అతడికి తెలుసని, భావించాను. కానీ అందరికీ తెలిసినంతే అతడికీ తెలుసని ఇప్పుడు తెలిసింది. అతను హుషారైన యువకుడేమీ కాదు, అలా కనిపించినప్పటకీ, గుండె దిటువు ఉన్న వాడని అనుకుంటున్నాను.''

''అతని అభిరుచిని అభినందించలేను ఎందుకంటే, మిస్ టర్నర్ అంత

అందమైన యువతితో అతడు వివాహానికి సుముఖంగా లేడు'' అన్నాను.

''అక్కడే ఉంది దయనీయ గాథ. ఇతను రెండేళ్ళ కిందట చిన్నవాడిగా ఉన్నప్పుడు, ఆమె గురించి తెలియనప్పుడు తీవ్రంగా గాఢంగా ఆమెను ప్రేమించాడు. నిజానికి ఆమె అయిదేళ్ళు బోర్డింగ్ స్కూల్లో చదువుకుంది. కానీ, బ్రిస్టల్‌లో ఒక బార్‌లో పనిచేసే యువతి చేతిలో చిక్కి, ఆమెను రిజిస్టర్ ఆఫీసులో వివాహం చేసుకున్నాడు ఈ వెధవ! ఈ విషయం ఎవరికీ తెలియదు. కానీ, తన ప్రాణాలు ఇచ్చేందుకైనా సిద్ధపడే పని చేయలేకపోవడం ఎంత బాధాకరమో ఊహించవచ్చు. అది అసాధ్యమన పని అతనికి తెలుసు. వారి చివరి సమావేశంలో మిస్ టర్నర్‌కు ప్రపోజ్ చేయమంటూ తండ్రి బలవంతపెడుతున్న నేపథ్యంలోనే ఆవేశంతో అతను చేతులు గాల్లో ఎగురవేసి మాట్లాడి ఉంటాడు. పైగా అతను తనను తాను పోషించుకునే స్థితిలో లేడు. అతని తండ్రి ఏ రకంగా చూసినా చాలా కఠినమైన వ్యక్తి. అతను చివరి మూడు రోజులూ బ్రిస్టల్‌లో బార్‌లో పనిచేసే తన భార్యతో కలిసి ఉన్నాడు. అతని తండ్రికి అతడెక్కడున్నాడో తెలియదు. ఇది చాలా ముఖ్యమైన విషయం. గుర్తుపెట్టుకో. కానీ చెడులోనూ మంచే జరిగింది. అతను తీవ్రమైన ఇబ్బందుల్లో ఉన్నాడని, ఉరిశిక్షకు గురికాబోతున్నాడని పేపర్లద్వారా తెలుసుకున్న అతని భార్య, అతన్ని తిరస్కరిస్తూ, బెర్ముడా డాక్‌యార్డ్‌లో తనకు భర్త ఉన్నాడని, కనుక తమ మధ్య బంధమేదీ లేదని ఉత్తరం రాసింది. ఆ వార్త అసలే వేదనలో ఉన్న యువ మెకార్థేకి ఊరట కలిగిస్తుందనుకుంటున్నాను.

''ఒకవేళ అతడు అమాయకుడు అయితే, ఈ పని ఎవరు చేశారు?''

''ఎవరా? రెండు విషయాలను నీ దృష్టికి తెస్తాను. హత్యకు గురైన వ్యక్తికి చెరువు వద్ద ఎవరినో కలిసేందుకు అపాయింట్‌మెంట్ ఉంది. అది తన కుమారుడితో కాదు. ఎందుకంటే, అతను ఎక్కడ ఉన్నాడో, ఎప్పుడు వస్తాడో తెలియదు. రెండవ విషయం ఏమిటంటే, తన కుమారుడి వచ్చాడని తెలిసే ముందు హత్యకు గురైన వ్యక్తి 'కూః' అంటూ అరిచాడు. ఈ రెండు కీలకమైన అంశాలపై కేసు ఆధారపడి ఉంది. కావాలంటే ఇప్పుడు జార్జ్ మెరిడిత్ గురించి మాట్లాడదాం. చిన్న విషయాలు రేపటకి వదిలేద్దాం.''

హోమ్స్ ముందుగా చెప్పినట్టుగా వాన కురవలేదు. ఆ రోజు ఆకాశంలో మబ్బు తునక లేకుండా తెల్లవారింది. తొమ్మిది గంటలకు లెస్ట్రాడే బండితో మా వద్దకు వచ్చాడు. మేం హెదర్లే ఫార్మ్‌కు, బోస్కోంబ్‌పూల్‌కు బయలుదేరాం.

''ఈ రోజు ఉదయం తీవ్రమైన వార్త తెలిసింది,'' అన్నాడు లెస్ట్రాడే. హాల్‌కు చెందిన మిస్టర్ టర్నర్ ఆరోగ్యం చాలా తీవ్రంగా ఉందని, క్షీణించిందని విన్నాను.''

''బహుశ వృద్ధుడై ఉంటాడు.'', అన్నాడు హోమ్స్.

''సుమారు అరవై; కానీ విదేశాలలో జీవితం కారణంగా అతని ఆరోగ్యం దెబ్బతిన్నది. గత కొంత కాలంగా క్షీణిస్తోంది. ఈ వ్యాపారం అతడిపై దుష్ప్రభావాన్ని చూపింది. అతను మెకార్థేలకు పాత మిత్రుడు, వారికి ఎంతో మేలు చేశాడు. ఎందుకంటే, అతనికి షెదర్లే ఫార్మ్‌ను ఉచితంగా ఇచ్చాడని విన్నాను.''

''అవునా! అది చాలా ఆసక్తికరమైన విషయం'', అన్నాడు హోమ్స్.

''అవును మరో వంద రకాలుగా అతనికి సాయపడ్డాడు. ఇక్కడ అందరూ అతడి దయ గురించి చెప్పుకుంటారు.''

''నిజమే! స్వంతంగా ఏమీ లేనట్టు కనిపించే టర్నర్‌కు రుణపడి ఉన్న మెకార్థే - తన కుమారుడిని, టర్నర్ కుమార్తెకిచ్చి వివాహం చేయాలని మాట్లాడటం విచిత్రంగా లేదూ! ముఖ్యంగా ఎస్టేట్‌కు వారసురాలైన ఆమె వివాహం గురించి అంత కచ్చితంగా మాట్లాడటం, మిగిలినదంతా ఆ ప్రతిపాదనను అనుసరిస్తుందని భావించడం చిత్రంగా లేదూ? అయితే, ఈ ప్రతిపాదన పట్ల టర్నర్ విముఖంగా ఉండటం మరొక విచిత్రం. కుమార్తె కూడా మనకు ఆ విషయం చెప్పింది. దాని నుంచి మనం ఏమీ రాబట్టలేమా?

''మేం దాని నుంచి చాలా గ్రహించాం,'' అన్నాడు లెస్ట్రాడే, నాకు కన్నుకొడుతూ, ''సిద్ధాంతాలు, ఊహలు వెనుక పడకుండా వాస్తవాలను పరిశీలించడం నాకు కష్టమనిపిస్తుంది హోమ్స్.''

''నువ్వు చెప్పింది నిజమే'' అన్నాడు హోమ్స్ గంభీరంగా; ''వాస్తవాలను పరిశీలించడం నీకు కష్టమే.''

''నువ్వు గ్రహించడానకి కష్టపడే ఒక వాస్తవాన్ని నేను ఒడిసిపట్టుకున్నాను,'' అన్నాడు లెస్ట్రాడే కొంత మెత్తగా.

''మంచు తెరకన్నా వెన్నెల వెలుగు మెరుగ్గా ఉంటుంది,'' అన్నాడు హోమ్స్ నవ్వుతూ. ''ఎడమ వైపు ఉన్నది హెదర్లే ఫార్మ్ అని నేను విన్నాను.''

''అవును, అదే.'' అది విస్తారమైన, సౌకర్యంగా కనిపించే రెండతస్తుల భవనం. పలకలతో కప్పు, బూడిదరంగు గోడపై పసుపు పచ్చ మరకలతో ఉంది. మూసి ఉన్న తెరలు, పొగలేని చిమ్నీలతో అది విషాదంగా, అ భయానక ఘట్టపు బరువు ఇంకా తొలగిపోనట్టుగా ఉంది.

మేం తలుపు కొట్టాం. హోమ్స్ విన్నపాన్ని మన్నించి పనిమనిషి తన యజమాని మరణించే సమయంలో ధరించిన బూట్లను చూపించింది. వాటని ఏడెనిమిది కోణాల్లో పరిశీలించిన అనంతరం, తమను పెరట్లోకి తీసుకువెళ్ళమని హోమ్స్ కోరాడు. అక్కడ

నుంచి బోస్కోంబ్‌పూల్‌కు వెళ్ళే డొంక దారిన అందరం బయలుదేరాం.

ఇటువంటి వాసనలతో ఉత్సాహం పుంజుకున్న షెర్లాక్ హోమ్స్ పరివర్తన చెందుతాడు. ప్రశాంతమైన ఆలోచనలతో, తర్కంతో బేకర్ స్ట్రీట్‌లో నివసించే అతడిని చూసిన వ్యక్తులు, ఇటువంటి సమయంలో అతడిని గుర్తించలేరు. అతని ముఖం రక్తంతో ఉబ్బి నల్లబడింది. అతని కనుబొమ్మలు రెండూ నల్లగీతలు ముడిపడినట్టు ఉన్నాయి, వాటి కింద రెండు కళ్ళు మిలమిల మెరుస్తున్నాయి. అతని ముఖం కిందకి వేళ్ళాడుతోంది. భుజాలు వంగి ఉన్నాయి, పెదవులు బిగించి ఉన్నాయి. మెడ మీద నరాలు ఉబ్బి ఉన్నాయి. ఆ వేట ఉద్వేగంతో అతని ముక్కు పుటాలు వెడల్పు అయ్యాయి. అతని మెదడు ముందున్న విషయంపై ఎంతగా లగ్నమై ఉందంటే, అతని చెవులకు ఏ ప్రశ్నా, మాటా వినిపించడం లేదు. లేదా అసహనంతో కూడిన జవాబు వస్తున్నది. అతను బోస్కోంబ్ పూల్‌కు వెళ్ళే పచ్చిక బయలు మీద గంభీరంగా, నిశ్శబ్దంగా, వడివడిగా నడుస్తున్నాడు. అక్కడ అంతా చిత్తడిగా, బురదగా, అనేక జాడలతో ఉంది. దోవ అంతా, పక్కన ఉన్న పచ్చికలోనూ అలానే ఉంది. కొన్ని సార్లు హడావిడిగా, మరికొన్ని సార్లు ఆగిపోయి హోమ్స్ నిలబడుతున్నాడు. నేను, లెస్ట్రాడే అతని వెనుకే నడుస్తున్నాం. డిటెక్టివ్ అనాసక్తిగా, చిరాకుతో నడుస్తుండగా, నేను, నా స్నేహితుడి ప్రతి చర్య ఒక నిర్దిష్టమన ముగింపుకే దారితీస్తుందనే నమ్మకంతో అతడిని ఆసక్తితో గమనించాను.

దాదాపు యాభై గజాల మేరకు గడ్డి మొలచి ఉన్న బోస్కోంబ్ పూల్, హెదర్లీ ఫార్మ్‌కు చెందిన ధనవంతుడైన టర్నర్‌కు చెందిన ప్రైవేట్ పార్క్ సరిహద్దుల మధ్య ఉంది. దానికి పక్కన ఉన్న అడవి మీద నుంచి ఎత్తుగా ఎర్రటి కప్పుతో ధనవంతుడి ఇంటిని సూచిస్తున్నాయి. హెదర్లే వైపుగా ఉన్న పూల్ వెనుక చెట్లు గుబురుగా ఉన్నాయి. వాటి చివర్లో పూల్‌కు మధ్య ఇరవై అడుగుల గడ్డి ఉంది. మృతదేహం ఎక్కడ కనపడిందో ఆ ప్రదేశాన్ని లెస్ట్రాడే చూపాడు. అక్కడ ఎంత తడిగా ఉందంటే, పడిపోయిన వ్యక్తి ఆనవాళ్ళు దానిపై స్పష్టంగా కనిపిస్తున్నాయి. కానీ, హోమ్స్ ముఖం, కళ్ళను చూసిన నాకు ఆ నలిగిన గడ్డి ద్వారా అతను అనేక ఇతర విషయాలు తెలుసుకున్నాడని అర్థమైంది. వాసన పడుతున్న కుక్క చుట్టూ పరుగెత్తినట్టుగా అతను కూడా తిరుగుతూ, నా సహచరుడి కేసి తిరిగాడు.

''ఆ పూల్‌లోకి దేనికోసం వెళ్ళావు?''అని అడిగాడు.

''నేను అక్కడ ఏదైనా ఆయుధం లేక ఆనవాలు దొరుకుతుందేమోనని వెళ్ళాను. కానీ, నువ్వెలా-?''

''ఓ, ప్చ్, ప్చ్! నా వద్ద సమయం లేదు. లోపలికి తిరిగి ఉన్న ఎడమ పాదం గుర్తులు ఇక్కడంతా ఉన్నాయి. దానిని గుర్తించవచ్చు, అది వెదురు తుప్పల మధ్య మాయమైంది. వాళ్ళంతా పశువుల మందలా వచ్చి ఇక్కడ ధ్వంసం చేయకముందే నేను వచ్చి అంటే, పని ఎంత సులువు అయి ఉండేది? లాడ్జి కీపర్‌తో వచ్చిన పార్టీ అడుగులు ఇవి, మృత దేహానికి ఆరు నుంచి ఎనిమిది అడుగుల దూరంలో దోవ అంతా కవర్ చేశాయి. కానీ ఒకే రకమైన అడుగుజాడలు మూడు భిన్న దారుల్లో ఉన్నాయి.'' అతను జేబులోంచి భూతద్దం తీసి, వాటర్ ప్రూఫ్ బట్టలతో నేలపై పడుకొని పరిశీలిస్తూ తనలో తాను మాట్లాడుకోవడం ప్రారంభించాడు. ''ఇవి యువ మెకార్థీ పాదాలు. ఒక సారి అతడు నడిచాడు, రెండవసారి పరుగులు తీశాడు ఎందుకంటే బూట్ల సోల్స్ లోతుగా పడ్డాయి. అదే అసలు కథ చెప్తుంది. తన తండ్రిని నేలపై చూసి అతను అతను పరుగెత్తాడు. ఇవి తండ్రి అడుగుల - అతను పచార్లు చేస్తుండగా. కానీ, ఇదేంటి? ఇంకా ఇది? హా, హా! ఏమున్నాయి ఇక్కడ? బొటని వేలి గుర్తులు, బొటని వేలు గుర్తులు! చదరంగా కూడా ఉన్నాయి, అసాధారణమైన బూట్లు! అవి వచ్చాయి, వెళ్ళాయి, మళ్ళీ వచ్చాయి - బహుశ కోటు తీసుకోవడానికి. ఇవి ఎక్కడ నుంచి వచ్చాయి?'' అతను అటూ ఇటూ పరుగులు తీయడం ప్రారంభించాడు. కొన్నిసార్లు ఆనవాళ్ళు కనుక్కుంటూ, మరి కొన్నిసార్లు వెతుకుతూ అడవి చివరకు, పెద్ద చెట్టు కిందకి వచ్చాడు. ఆ చుట్టుపక్కల అతి పెద్ద చెట్టు అదే. దాని నుంచి కొంత దూరం వెళ్ళి, బోర్లా పడుకొని సంతృప్తికరంగా నిట్టూర్చాడు. చాలాసేపు అక్కడే ఆకులను, పుల్లలను కదిలిస్తూ, మట్టిలో ఉన్న దాన్ని కవర్లో పోసుకుంటూ, తన భూతద్దంతో నేలలోనే కాక చెట్టు బెరడును తనకు సాధ్యమైనంత వరకూ పరిశీలించాడు. పాచిలో పడి ఉన్న ఒక రాయిని తీసి జాగ్రత్తగా పరిశీలించి భద్రపరిచాడు. తర్వాత అడవిలో నుంచి వెడుతున్న నడక దారిని పట్టి మెయిన్‌రోడ్డు మీదకు వచ్చాడు. కానీ అక్కడ ఆనవాళ్ళు అన్నీ పోయాయి.

''ఈ కేసు తగినంత ఆసక్తిని కలిగించేదే'' అన్నాడు తన సహజధోరణికి తిరిగి వస్తూ. ''కుడివైపున ఉన్న బూడిదరంగు ఇల్లు లాడ్జి అయి ఉండాలి. నేను దానిలోపలికి వెళ్ళి మోరన్‌తో కొంచెం మాట్లాడి, అవసరమైతే నోట్స్ తీసుకుని వస్తాను. ఆ తర్వాత మనం భోజనానికి తిరిగి వెళ్ళవచ్చు. మీరు బండి దగ్గరకు వెళ్ళండి, నేను చిటికెలో తిరిగి వస్తాను.

అతను మా బండి దగ్గరకు తిరిగి వచ్చేసరికి పది నిమిషాలు పట్టింది. మేం రాస్‌కి తిరిగి వెళ్ళాం. అడవిలో తీసుకున్న రాయిని అతను ఇంకా తన వద్దే ఉంచుకున్నాడు.

''ఇది నీకు చాలా ఆసక్తికరం కావచ్చు లెస్ట్రాడే అన్నాడు రాయిని చూపిస్తూ. ''హత్య దీనితోనే చేశారు.''

''నాకు ఏమి ఆనవాల్లు కనిపించడం లేదు.''

''ఏమీ లేవు.''

''నీకు అది ఎలా తెలుసు?''

''దాని కింద గడ్డి మొలుస్తోంది. అది కొన్ని రోజుల కింద నుంచీ అక్కడ పడి ఉంది. దాన్ని ఎక్కడి నుంచి తీశారో గుర్తులు లేవు. గాయాలు దీనితో అయినట్టుగా కనిపిస్తోంది. మరొక ఆయుధాన్ని ఉపయోగించిన చిహ్నాలు లేవు''.

''మరి హంతకుడు?''

''అతను పొడుగాటి వ్యక్తి, ఎడమ చేతి వాటం, కుడి కాలితో కుంటుతాడు. వేటకు వెళ్ళే మందపాటి బూట్లు, బూడిదరంగు కోటు ధరించి, ఇండియన్ సిగార్లు తాగుతాడు. అందుకు సిగార్ హోల్డర్‌ను ఉపయోగిస్తాడు. జేబులో మొండిబారిన కత్తిని పెట్టుకుంటాడు. ఇంకా చాలా సూచికలే ఉన్నాయి కానీ, మన అన్వేషణకు ఇవి సరిపోతాయి అనుకుంటాను.''

''లెస్ట్రాడే నవ్వాడు. ''నాకు ఇంకా అనుమానం గానే ఉంది,'' అన్నాడు. ''సిద్ధాంతాలన్నీ బాగున్నాయి, కానీ మనం తల బిరుసు బ్రిటిష్ జ్యూరీని నమ్మించగలగాలి''.

''నువ్వు నీ పద్ధతిలో పని చెయ్యి, నేను నా పద్ధతిలో చేస్తాను. నేను ఈ మధ్యాహ్నం బిజీగా ఉంటాను. బహుశ సాయంత్రం రైలులో లండన్ వెళతాను.''

''కేసును అర్ధాంతరంగా వదిలి వెడతావా?''

''లేదు, పూర్తి చేసి.''

''కానీ, మిస్టరీ?''

''అది పరిష్కారమైంది.''

''మరి నేరగాడు ఎవరు?''

''నేను వర్ణించిన పెద్ద మనిషి.''

''కానీ అతను ఎవరు?''

''అది కనుక్కోవడం పెద్ద కష్టం కాదు. ఇదేమంత జనాభా ఉన్న ప్రదేశం కాదు.''

లెస్ట్రాడే భుజాలు ఎగరేశాడు. ''నేను చాలా ప్రాక్టికల్ మనిషిని,'' అన్నాడు. ''నేను పట్టణంలో ఎడమచేతి వాటం, కుంటి కాలు ఉన్న వ్యక్తిని వెతుకుతూ పోలేను.

స్కాట్‌లాండ్ యార్డులో నవ్వులపాలు అవుతాను.''

''సరే'' అన్నాడు హోమ్స్ ప్రశాంతంగా. ''నీకు అవకాశమిచ్చాను. నీ లాడ్జి వచ్చింది. గుడ్ బై. నేను వెళ్ళే ముందు ఒక ముక్క చెప్పే వెళ్తాను''.

''లెస్ట్రాడేని అతని గది వద్ద దింపాక, మేం నేరుగా మా హోటల్‌కు వెళ్ళాం. అక్కడ మాకు భోజనం సిద్ధంగా ఉంది. హోమ్స్ మౌన ముద్రలో ఉన్నాడు. ముఖంపై బాధాకరమైన భావంతో తారట్లాడుతుండగా, దీర్ఘాలోచనలో మునిగి ఉన్నాడు. అతను చాలా ఇబ్బందికరమైన స్థితిలో ఉన్నప్పుడు అలానే ఉంటాడు.

''చూడు, వాట్సన్'', అన్నాడు టేబుల్ శుభ్రం చేయడం పూర్తయ్యాక. ''ఈ కుర్చీలో కూర్చొని నేను చెప్పే ఉపన్యాసం విను. నాకేం చేయాలో తెలియడం లేదు. నువ్వు ఇచ్చే సలహాకు విలువ ఇస్తాను. సిగార్ వెలిగించు. నన్ను ఆలోచించనివ్వు.

''సరే చెప్పు.''

''ఈ కేసు పరిగణిస్తున్నప్పుడు, యువ మెకార్థే వివరణలో రెండు అంశాలు మనకు టక్కున తట్టాయి. నాకు అవి అతడికి అనుకూలమైనవి అనిపిస్తే, అవి అతడికి వ్యతిరేకమని నీకనిపించాయి. అతడు చెప్పిన దాని ప్రకారం, అతడిని చూసే ముందు 'కూ' అంటూ తండ్రి అరిచాడు. మరొకటి, మరణించేటప్పుడు 'ర్యాట్' అంటూ అసాధారణంగా ప్రస్తావించడం. అతను చాలానే గొణిగాడు గానీ కొడుకు చెవిన పడ్డది ఈ పదమే. ఈ రెండు అంశాల ఆధారంగానే మన పరిశోధన ప్రారంభం కావాలి. ఆ యువకుడు చెప్పింది పచ్చి నిజమనే భావనతో మనం ప్రారంభిద్దాం.

''అయితే ఈ 'కూ' వ్యవహారమేంటి?''

''అది కుమారుడిని ఉద్దేశించింది అయి ఉండదన్నది నిస్సందేహం. కుమారుడు బ్రిస్టల్‌లో ఉన్న విషయమే అతడికి తెలుసు. కానీ, కుమారుడు కూత వేటు దూరంలో ఉండటం యాదృచ్ఛికమై! ' 'కూ' అన్న కూత, అతను కలవబోతున్న వ్యక్తిని ఉద్దేశించింది. కానీ 'కూ' అన్నది ఆస్ట్రేలియాకు ప్రత్యేకమైంది. ఇద్దరు ఆస్ట్రేలియన్ల మధ్య సాధారణమైంది. కనుక, మెకార్థే బోస్కోంబే పూల్ వద్ద కలవనున్న వ్యక్తి ఆస్ట్రేలియాకు వెళ్ళి వచ్చిన వాడే.''

''సరే, మరి ర్యాట్ మాటేమిటి?''

''షెర్లాక్ హోమ్స్ తన జేబులో నుంచి మడత పెట్టిన కాగితాన్ని తీసి, దాన్ని బల్ల మీద పరిచాడు. ''ఇది విక్టోరియా కాలనీ మ్యాప్'', అన్నాడు. ''దానికోసం నిన్న రాత్రి నేను బ్రిస్టల్‌కు ఫోన్ చేశాను. అను మ్యాప్‌లో కొంత భాగంపై చెయ్యి పెట్టాడు.

''ఏం కనిపిస్తోంది?'' అని ప్రశ్నించాడు.

''ఎ.ఆర్.ఎ.టి', అని చదివాను.

''ఇప్పుడు?'' అంటూ అతను చెయ్యెత్తాడు.

''BALLART'' అదే మరి... ఆ వ్యక్తి ఉచ్ఛరించిన మాట. కానీ కుమారుడు చివరి అక్షరాలనే గ్రహించగలిగాడు. అతను హంతకుడి పేరును చెప్పే ప్రయత్నం చేస్తున్నాడు. బల్లారాట్‌కు చెందిన ఫలానా వ్యక్తి అని.''

''ఇది అద్భుతం'', అన్నాను ఆశ్చర్యంతో.

''అది సహజం. ఇప్పుడు నేను క్షేత్ర పరిధిని చెప్పుకోతగినంతగా కుదించాను. ఇక మూడవ అంశం, బూడిద రంగు కోటు గురించి - కుమారుడి ప్రకటన నిజమని భావిస్తే, వాస్తవానికి అది ఉండే ఉంటుంది. మనం ఇప్పుడు అస్పష్టత నుంచి బయటపడి, బూడిదరంగు కోటు కలిగి, బల్లారాట్‌కు చెందిన ఆస్ట్రేలియన్ అతడనే భావనకు వచ్చాం.''

''అవును కచ్చితంగా.''

''ఇక ఆ జిల్లాలో ఉంటున్న వ్యక్తి. ఎందుకంటే, కొత్తవారు తెలుసుకోలేని విధంగా ఫార్మ్ నుంచి కానీ ఎస్టేట్ నుంచి కానీ అక్కడకు రావాలి.''

''నిజమే కదా.''

''ఇక ఈ రోజు మనం కనుక్కున్న విషయం - నేను కనుగొన్న విషయాలు, అనాసక్తుడైన లెస్ట్రాడేకు నేరగాడి గురించి అల్పమైన వివరాలు ఇచ్చాను.''

''కానీ, వాటిని ఎలా సంపాదించావు?''

''నీకు నా పద్ధతి తెలుసు. చిన్న విషయాలు పరిశీలించడం ద్వారా సాధించాను.''

''అతడి నడకను బట్టి అతని పొడుగును అంచనా వేశాను. ఆనవాళ్ళను బట్టి అతడి బూట్ల గురించి చెప్పగలిగాను.''

''అవును, అవి చాలా ప్రత్యేకమైన బూట్లు.''

''కానీ అతని వైకల్యం?''

''అతని ఎడమ కాలి అడుగుకన్నా కుడి పాదం తేలికగా పడ్డ ఆనవాళ్ళు ఉన్నాయి. అతను దానిపై తక్కువ బరువు వేశాడు. ఎందుకు? ఎందుకంటే, అతను కుంటాడు కనుక అతను కుంటివాడు.''

''అతని ఎడమ చేతి వాటం?''

''శవ పంచాయితీ సమయంలో సర్జన్ నమోదు చేసిన గాయ స్వభావాన్ని చూసి నువ్వే ఆశ్చర్యపడ్డావు. దెబ్బ సరిగ్గా అతని వెనుక నుంచే పడ్డది, కానీ ఎడమ వైపు.

మరి, అది ఎలా జరుగుతుంది? అను ఎడమచేతి వాటం కలవాడైతే తప్ప అలా జరగదు. తండ్రీ, కొడుకులు మాట్లాడుకుంటున్న సమయంలో అతను చెట్టు చాటున నక్కాడు. అతను అక్కడ పొగ తాగాడు కూడా. సిగార్ తాలూకు బూడిద కనుగొన్నాను. పొగాకుపై నాకున్న పరిజ్ఞానం ద్వారా అది ఇండియన్ సిగార్ అని కనుగొన్నాను. నేను కొంత దృష్టి దీనిపై కేంద్రీకరించి, దాదాపు 140 రకాల పైప్, సిగార్, సిగరెట్ టుబాకో బూడిదలపై చిన్న మోనోగ్రాఫ్ రాశాను. బూడిదను కనుక్కొన్న తర్వాత, నేను చుట్టూ తిరిగి పాచిలోకి అతను విసిరేసిన సిగార్ ముక్కను కనుగొన్నాను. అది ఇండియన్ సిగార్, రోట్టర్‌డామ్‌లో చుట్టిన రకమది.''

''మరి సిగార్ హోల్డర్ మాటేమిటి?''

''సిగార్ ముక్క చివర్లు నోట్లో పెట్టుకోలేదని అర్థమైంది. అంటే అతను హోల్టర్‌ను ఉపయోగించాడన్నమాట. దాని చివర్లను కొరకలేదు, కత్తిరించారు. కానీ ఆ కత్తిరింపు కూడా నీటిగా లేదు. అందుకే అది మొద్దుబారిన పెన్ నైఫ్ (చాకు)తో చేశారనే నిర్ణయానికి వచ్చాను.

''హోమ్స్'', అన్నాను. ''నువ్వు ఆ మనిషి చుట్టూ తప్పించుకోలేని విధంగా వల పన్నావు. ఒక అమాయక ప్రాణాన్ని కాపాడావు. అతని నెత్తిన వేలాడుతున్న తాడుని కత్తిరించినట్టుగా. ఈ అంశాలన్నీ ఎవరినీ, ఎటువైపు సూచిస్తున్నాయో నాకు అర్థమైంది. నిందితుడు ఎవరంటే - మేం కూచున్న గది తలుపు తెరిచి, వచ్చిన అతిథిని లోపలికి పంపుతూ, ''మిస్టర్ జాన్ టర్నర్,'' అని పెద్దగా అరిచాడు హోటల్ వెయిటర్.

లోపలికి ప్రవేశించిన వ్యక్తి అసాధారణంగా, గుర్తుపెట్టుకొనే విధంగా ఉన్నాడు. అతను నిదానంగా, కుంటుతూ నడుస్తున్న నడక, వంగిన భుజలు అతను శిథిల స్థితిలో ఉన్నట్టు కనిపింపచేసినా, అతని బలమైన చేతులు, లక్షణాలూ అతడి శారీరక బలానికీ, శీలానికీ అద్దం పడుతున్నాయి. అతని గడ్డం, నున్నగా దువ్విన జుత్తు, ఒత్తుగా వంగి ఉన్న కనుబొమ్మలూ అతని రూపానికీ, డిగ్నిటీకి బలాన్ని ఇస్తున్నాయి. కానీ అతని ముఖం పాలిపోయినట్టు ఉండగా, పెదిమలు, ముక్కు పుటాల చివర్లు నీలం రంగులోకి తిరిగి ఉన్నాయి. అతడిని పరికించిన క్షణంలోనే అతడు ఏదో తీవ్ర వ్యాధితో బాధపడుతున్నట్టు అర్థమైంది.

''దయచేసి సోఫాలో కూచోండి'', అన్నాడు హోమ్స్ మెత్తగా. ''మీకు నోట్ అందిందా''

''అవును, లాడ్జి కీపర్ తెచ్చిచ్చాడు. అనవసరమైన పుకార్లను నివారించేందుకు మీరు ఇక్కడ కలుస్తానన్నారు.''

''నేను అక్కడికి వస్తే జనాలు చెవులు కొరుక్కుంటారనుకున్నాను''

''ఇంతకీ నన్నెందుకు కలుసుకోవాలనుకున్నారు?'' అతను నా సహచరుడికేసి అలసినన కళ్ళతో తన ప్రశ్నకు సమాధానం దొరికినట్టుగా నిస్పృహతో చూశాడు.

''అవును,'' అన్నాడు హోమ్స్, అతని మాటలకు కాక చూపులకు బదులిస్తూ. ''అవును అది నిజమే. నాకు మెకార్థీ గురించి అంతా తెలుసు.''

ఆ వృద్ధుడు చేతుల్లో ముఖం దాచుకున్నాడు. ''దేవుడా నాకు సాయపడు!'' అంటూ అరిచాడు. ''కానీ, ఆ యువకుడికి హాని జరగనివ్వను. కోర్టులో అతనికి వ్యతిరేకంగా తీర్పు వస్తే నేను మాట్లాడేవాడినే. ఆ మేరకు మీకు హామీ ఇస్తాను.''

''మా అమ్మాయి కాకపోతే, ఇప్పుడే మాట్లాడి ఉండేవాడిని. కానీ, అది ఆమె మనసుని ముక్కలు చేస్తుంది. నేను అరెస్టు అయ్యాననే వార్త ఆమె మనసును విరిచేస్తుంది.''

''అంతవరకూ రాకపోవచ్చు'' అన్నాడు హోమ్స్.

''ఏమిటీ!''

''నేను అధికారిక ఏజెంట్‌ను కాను. మీ కుమార్తె నన్ను ఇక్కడకు రమ్మని కోరింది. నేను ఆమె ప్రయోజనాలకు అనుగుణంగా ప్రవర్తిస్తున్నాను. యువ మెకార్థీ ఎలాగైనా బయటపడాలి.''

''నేను మరణం అంచుల్లో ఉన్న మనిషిని'', అన్నాడు వృద్ధ టర్నర్. ''గత కొన్నేళ్ళుగా డయాబెటిస్‌తో బాధపడుతున్నాను. నేను బహుశ ఒక నెల మాత్రమే జీవిస్తానేమో అని నా వైద్యుడు అంటున్నాడు. అయినా నేను నా ఇంట్లోనే మరణిస్తా తప్ప జైల్లో కాదు.''

హోమ్స్ లేచి చేతిలో పెన్ను, ఒక కాగితాల కట్ట పెట్టుకొని తన టేబుల్ వద్ద కూచున్నాడు. ''మాకు నిజం చెప్పండి చాలు'' అన్నాడు. ''నేను వాస్తవాలను నోట్ చేసుకుంటాను. మీరు దానిపై సంతకం చేస్తారు, వాట్సన్ సాక్షిగా ఉంటాడు. యువ మెకార్థేని కాపాడేందుకు అవసరమైతే ఆఖరి ప్రయత్నంగా మీ ఒప్పుకోలును బయటపెడతాను. అత్యవసరమైతే తప్ప దానిని ఉపయోగించనని మీకు హామీ ఇస్తున్నాను.''

''సరే'' అన్నాడు ఆ వృద్ధుడు. ''తీర్పు వచ్చే వరకూ ఉంటానో లేదో తెలియదు, కనుక నాకు పెద్దగా పట్టదు. కానీ ఆ లీస్‌కు షాక్ తగల కూడదనుకుంటాను. ఇప్పుడు నీకు విషయం స్పష్టం చేస్తాను, నేను ఆ పని చేయడానికి చాలా సమయం పట్టింది. కానీ చెప్పడానికి పట్టదు.''

''మరణించిన మెకార్థే గురించి నీకు తెలియదు. అతను రాక్షసుడి అవతారం. అది చెప్పగలను. అటువంటి వాడి గుప్పిట్లో ఎవరూ చిక్కకూడదని దేవుడిని ప్రార్థిస్తాను. ఈ ఇరవై ఏళ్ళ నుంచీ అతడి గుప్పిట్లో ఉన్నాను. నా జీవితాన్ని కాల్చేశాడు. అతని గుప్పిట్లోకి ఎలా వచ్చానో చెప్తాను.''

''అరవైల మొదట్లో తవ్వకాల దగ్గర - నేను అపుడు యువకుడిని, ఆవేశపరుడిని, ఏ పని చేయడానికైనా సిద్ధపడే నిర్లక్ష్యధోరణితో ఉండేవాడిని. నాకు మంచి మిత్రులు లేరు. మద్యం అలవాటైంది. అదృష్టం కలిసిరాకపోవడంతో దొంగతనాలకు అలవాటు పడ్డాను. ఇక్కడ మీరు అలాంటివారి హైవే దొంగలంటారు. మేం ఆరుగురం ఉండేవాళ్ళం. మేం స్వేచ్ఛగా, ఇష్టమొచ్చిన రీతిలో జీవించాం. ఒక్కొక్క ప్రాంతంలో ఉంటూ లేదా రోడ్డు మీద వాహనాలను ఆపి దోచుకుంటూ. అప్పట్లో నా పేరు బ్లాక్ జాక్ ఆఫ్ బెల్లరాట్. ఇప్పటికీ ఆ కాలనీలో మమ్మల్ని బెల్లారాట్ గ్యాంగ్‌గా గుర్తుపడతారు.

ఒక రోజు బెల్లరాట్ నుంచి మెల్‌బోర్న్‌కు బంగారం మోసుకువెడుతున్న వాహనాలు వచ్చాయి వాటిపై దాడి చేసేందుకు మేం వేచి ఉన్నాం. అందులో ఆరుగురు రక్షకులు ఉన్నారు. మేం ఆరుగురం. అది ప్రమాదకరం కానీ మొదటి యత్నంలో నాలుగు బళ్ళను ఖాళీ చేశాం. దోచుకునే యత్నంలో మా వాళ్ళు ముగ్గురు మరణించారు. నేను నా పిస్టల్ తీసి వాగన్ డ్రైవర్ తలకి గురిపెట్టాను. అతనే ఈ మెకార్థే. నేను అప్పుడే అతన్ని కాల్చేసి ఉండాల్సిందని అనుకొంటుంటాను. అతని జిత్తులమారి కళ్ళు నా లక్షణాలన్నీ గుర్తుపెట్టకోవాలనుకున్నట్టుగా నాకేసి పరికించి చూస్తున్నా వదిలేశాను. మేం ఆ బంగారంతో తప్పించుకున్నాం. సంపన్నులమయ్యాం. ఎవరికీ అనుమానం రాకుండా ఇంగ్లాండ్‌కు తప్పించుకు వచ్చాం. అక్కడ నా సహచరులతో విడిపోయి ప్రశాంతమైన, గౌరవనీయమైన జీవితాన్ని గడిపేందుకు స్థిరపడాలని నిర్ణయించుకున్నాను. ఈ ఎస్టేట్ కొన్నాను అప్పుడిది అమ్మకానికి ఉంది. తర్వాత నా పాపానికి ప్రాయశ్చిత్తంగా నా దగ్గర డబ్బుని మంచికి ఉపయోగించాలనుకున్నాను. నేను పెళ్ళి చేసుకున్నాను కూడా. అయితే నా భార్య చిన్నతనంలోనే మరణించింది. తన గుర్తుగా పసి ఆలిస్‌ను వదిలిపోయింది. నా కూతురు పసిదే అయినా నా చెయ్యి పట్టుకొని సరైన మార్గంలో నడిపించింది. ఒక్క ముక్కలో చెప్పాలంటే నేను కొత్తజీవితాన్ని ప్రారంభించాను. నా గతాన్ని చెరిపివేసుకునేందుకు, నేను చేయగలిగింది చేశాను. మెకార్థే నాపై తన ఉచ్చు బిగించే వరకూ అంతా సవ్యంగానే సాగుతోంది.

నేను ఒక పెట్టుబడి విషయంలో పట్టణానికి వెళ్ళినప్పుడు రీజెంట్ వీధిలో కాళ్ళకు చెప్పులు, ఒంటికి చొక్కాలేని స్థితిలో అతన్ని కలిశాను.

ఇదిగో మేం, జాక్ అన్నాడు నా చెయ్యిపట్టుకుంటూ. మేం కూడా నీ కుటుంబం లాంటివాళ్ళమే. నేనూ, నా కొడుకూ ఇద్దరం ఉన్నాం. నువ్వు మమ్మల్ని పోషించవచ్చు. నువ్వు కాదంటే సరే - ఇంగ్లాండ్ చట్టానికి కట్టుబడే దేశం, కూత వేటులో పోలీసు ఉన్నాడు.

అలా వారు మా ప్రాంతానికి వచ్చారు. వారిని వదిలించుకోలేకపోయాను. వాళ్ళు ఎలాంటి అద్దె చెల్లించకుండా అప్పటి నుంచీ మంచి ఇంట్లో ఉన్నారు. నాకు మాత్రం విశ్రాంతి కానీ, శాంతి కానీ, మరపుకానీ లేవు. నేను ఎటువెళ్ళినా ఆ జిత్తులమారి ముఖం పళ్ళికిలిస్తూ నా పక్కనే. ఆలిస్ పెరిగినప్పటి నుంచీ పరిస్థితి మరింత తీవ్రమైంది. ముఖ్యంగా పోలీసులకన్నా ఆలిస్‌కు నా గతం తెలియకూడదని భయపడటాన్ని అతడు గ్రహించాక. అతనికేం కావాలంటే అది ఇవ్వాల్సిందే. మరొక ప్రశ్న లేకుండా ఇవ్వాలి. భూమి, డబ్బు, ఇళ్ళు ఇలా, కానీ అతను నేను ఇవ్వలేనిది అడిగాడు. అతను ఆలిస్‌ను అడిగాడు.

అతని కొడుకు పెద్దవాడయ్యాడు, అలాగే నా కూతురు కూడా. నా ఆరోగ్యం క్షీణించాక, నా ఆస్తినంతా హస్తగతం చేసుకోవడానికి అది మంచి ఎత్తుగడ. కానీ నేను అంగీకరించలేదు. అతని శాపగ్రస్త వారసుడిని మాలో కలుపుకోవడం నాకిష్టం లేదు. అలా అని ఆ యువకుడు అంటే నాకు అయిష్టం ఏమీ లేదు. కానీ మెకార్థే రక్తం అతనిలో ప్రవహిస్తోంది. అది చాలు. అందుకే దృఢంగా ఉన్నాను. మెకార్థే బెదిరించాడు. నా జోలికి వస్తే దారుణంగా ఉంటుందని బెదిరించాను. ఈ విషయం గురించి చర్చించేందుకు మా ఇళ్ళ మధ్య ఉన్న పూల్ వద్ద కలవాలనుకున్నాం.

నేను అక్కడికి వెళ్ళేసరికి అతను కొడుకుతో మాట్లాడటం కనిపించింది. దానితో నేను చెట్టు వెనక నక్కి, సిగార్ తాగుతూ వేచి ఉన్నాను. అతన్ని ఒంటరిగా కలవడం కోసం. కానీ నేను అతను మాటలు వినగానే, నాలో అంతర్గతంగా ఉన్న చెడు బయటకు ఉబికింది. నా కూతురుని పెళ్ళి చేసుకోమని కొడుకుని బతిమాలుతున్నాడు. దానితో నా కూతురికేమీ సంబంధం లేనట్టు, ఆమె చవకబారు మనిషి అయినట్టు. నాకు ఎంతో ప్రియమైనది, ఆ వ్యక్తి ఆధీనంలోకి వెళ్ళడమన్న ఆలోచనను సహించలేకపోయాను. నేను ఆ బంధాన్ని తెంపలేనా? నేను మరణానికి చేరువలో ఉన్నాను. నా మనసులో స్పష్టత, అంగ బలం ఉన్న నా భవిష్యత్తు తెలుసు. కానీ నా జ్ఞాపకాలు, నా కుమార్తె! ఒక వేళ ఆ వ్యక్తి నోరు శాశ్వతంగా మూయిస్తే? రెండూ పదిలంగా ఉంటాయి. నేనే చేశాను. మిస్టర్ హోమ్స్. నేను మళ్ళీ చేస్తాను కూడా. నేను పాపం చేసినందుకు పశ్చాత్తాపంగా సన్యాసి జీవితం గడిపాను. కానీ నా కూతురు కూడా నన్ను బిగించిన ఉచ్చులో చిక్కుకొని, నేను క్షోభ పడినట్టు పడటం నాకిష్టం లేదు. ఏదో విషపూరిత

జంతువును చంపినట్టుగా బలంగా అతడిని మోది చంపాను. అతని అరుపు కొడుకుని వెనక్కి తెచ్చింది. కానీ నేను చెట్ల వెనక దాక్కున్నాను. అయితే పారిపోతూ నేను పడేసుకున్న కోటు కోసం వెనక్కి వెళ్ళక తప్పలేదు. ఇదీ జరిగిన పరిణామాలకు సంబంధించిన అసలు కథ.

''మమ్మల్ని అంచనా వేయడం నా పని కాదు'' అన్నాడు హోమ్స్, ఆ వృద్ధుడు స్టేట్‌మెంట్‌పై సంతకం చేస్తుండగా. ''అలాంటి ఒత్తిడికి మేం లోనుకాకూడదని ప్రార్థిస్తాను.''

''నేను ప్రార్థించను సర్. మీరు ఏం చేయదలచుకున్నారు?''

''మీ ఆరోగ్యం దృష్ట్యా ఏమీ లేదు. ఈ కింద కోర్టులకన్నా ఉన్నతమైన న్యాయస్థానంలో మీరు సమాధానం చెప్పుకోవలసి ఉంటుందని మీకు తెలుసు. మీ నేరాంగీకార పత్రాన్ని నా దగ్గర ఉంచుకుంటాను. ఒక వేళ మెకార్థీకి ఉరిశిక్ష పడితే, దీనిని ఉపయోగించక తప్పదు. మీరు సజీవంగా ఉన్నా మరణించినా మీ రహస్యం మా దగ్గర పదిలం.''

''అయితే వెళ్ళొస్తా! అన్నాడు పెద్దమనిషి గంభీరంగా. ''మీ మరణం అది వచ్చినప్పుడు సులువుగా ఉంటుంది. మీరు నాకిచ్చిన ప్రశాంతతే అందుకు కారణం.'' వణుకుతూ తడబడుతున్న అడుగులతో ఆ భారీ కాయం గది నుంచి నెమ్మదిగా నిష్క్రమించింది.

''దేవుడా! మాకు సాయపడు'', అన్నాడు హోమ్స్ సుదీర్ఘ నిశ్శబ్దం తర్వాత. విధి నిస్సహాయులపట్ల ఇంత క్రూరమైన ఆటలు ఎందుకు ఆడుతుంది? ఇటువంటి కేసు గురించి నేనెపుడూ వినలేదు. ''దేవుడి కృపతో షెర్లాక్ హోమ్స్ జీవిస్తున్నాడు'' అని బాక్సర్‌ను తలచుకొని అనడం మినహా ఏం చేయలేను.

జేమ్స్ మెకార్థీని కోర్టులు నిర్దోషిగా ప్రకటించాయి. హోమ్స్ పరిశోధన ఆధారంగా రూపొందిన అభ్యంతరాలను డిఫెండింగ్ న్యాయవాదికి పంపిన నేపథ్యంలో వాటి ఆధారంగా శిక్షపడలేదు. మేం కలిసిన తర్వాత ఏడు నెలలపాటు వృద్ధ టర్నర్ జీవించాడు. కానీ ఇప్పుడు మరణించాడు. తమ గతాల గురించి తెలియని ఆ కుమారుడు, కుమార్తె కలకాలం ఆనందంగానే ఉండే అవకాశాలు ఇప్పుడు మెండుగా ఉన్నాయి.

5. ఎండు నారింజ గింజలు

షెర్లాక్ హోమ్స్ '82-90 మధ్య పరిష్కరించిన కేసుల తాలూకా రికార్డులు, నోట్సులు పరిశీలించినప్పుడు, విచిత్రమైన, ఆసక్తికరమైన లక్షణాలు ఉన్నవి అనేకం ఉన్నాయి. అందులో ఏది వదలాలి, ఏది ఎంపిక చేయాలన్నది తేల్చుకోవడం కష్టమే. ఇందులో కొన్ని కేసులు పేపర్ల పుణ్యామా అని ప్రాచుర్యం పొందాయి. కొన్ని కేసులు నా స్నేహితుడికి అత్యున్నత స్థాయిలో ఉన్న లక్షణాలను ప్రదర్శించేందుకు అవకాశం ఇవ్వకపోవడంతో పేపర్లకు అది ఆసక్తిదాయకం కాలేదు. కొన్ని అతని తార్కిక జ్ఞానానికే సవాలు విసిరినవి, మొదలే తప్ప వాటికి ముగింపు లేదు. మరికొన్ని పాక్షికంగా పరిష్కృతం అయ్యాయి, వాటికి ఆ పరిస్థితులను బట్టి వివరణలు ఇవ్వడమే తప్ప అతనికి ఎంతో ప్రియమైన తార్కికమైన ఆధారాలు వాటికి లభించలేదు.ఇందులో ఒకటి మాత్రం వివరాలలో అసాధారణమైంది, అనూహ్యామైన ఫలితం కలిగింది. ఆ కేసుకు సంబంధించి కొన్ని అంశాలు స్పష్టమైనా, మరికొన్ని మాత్రం పరిష్కారం కాని, భవిష్యత్తులో కూడా కాలేని అంశాల గురించి చెప్పాలని నాకు అనిపిస్తోంది.

87వ సంవత్సరం అత్యంత క్లిష్టమైన, అల్ప ఆసక్తితో కూడిన అనేక కేసులను మా ముందుంచింది. వాటి తాలూకు రికార్డులు ఇంకా నా వద్ద ఉన్నాయి. ఈ పన్నెండు నెలల కింద ఉన్న శీర్షికలలో, పెరొడాల్ ఛాంబర్‌లో సాహసానికి సంబంధించిన కథనం, అలాగే ఒక ఫర్నిచర్ తయారీ, ఉంచే వేర్‌హౌజ్‌లో ఒక విలాసవంతమైన క్లబ్బు కలిగిన అమెచ్యూర్ మెండికెంట్ (బిక్షగాళ్ళ సొసైటీకి సంబంధించింది, అలాగే బ్రిటిష్ ఓడ సోఫీ ఆండర్సన్ పోవడానికి సంబంధించిన వాస్తవాలు, ఉఫా ద్వీపంలో గ్రైస్‌పాటర్సన్ అసాధారణ సాహసాలు, అంతిమంగా కాంబర్‌వెల్ విషప్రయోగం కేసు. ఈ కేసులో షెర్లాక్ హోమ్స్ మరణించిన వ్యక్తి ఒక నిర్దిష్ట సమయంలోనే నిద్ర పోయాడని నిరూపించందుకు ఆ వ్యక్తి వాచీ ముల్లును రెండు గంటలపాటు వెనక్కి తిప్పాడు. ఆ కేసును పరిష్కరించేందుకు అది అత్యంత ముఖ్యం.వీటన్నిటి గురించి నేను భవిష్యత్తులో రాస్తాను. కానీ ఇప్పుడు నేను వివరించదలచుకున్న కేసులో చోటు చేసుకున్నన్ని అసాధారణ పరిస్థితులు మరొక దానిలో ఉండవేమో.

అవి సెప్టెంబర్ నెలాఖరు రోజులు. ఆ కాలపు ఈదురు గాలులు బలంగా వీస్తున్నాయి. రోజంతా గాలులు, హోరున వర్షం కిటికీ అద్దాలను బద్దలు చేస్తున్నట్టుగా కురుస్తోంది. లండన్ గుండెకాయ అయిన ప్రదేశంలో జీవిస్తున్న గొప్పవారంతా కూడా తమ రొటీన్ జీవితాల నుంచి బయటపడి, బోనులో ఉన్న అడవి జంతువులా కడ్డీల నుంచి మన నాగరికతను చూసి గర్జిస్తున్న ఆ శక్తిని మానవ జాతి అంతా గుర్తించే పనిలో పడ్డారు. సాయంత్రం అవుతున్న కొద్దీ తుఫాను మరింత భీకరమైంది. తుపాను గాలులు చిమ్నీలో పడ్డ చిన్నపిల్లవాడిలా హోరుమంటూ శబ్దం చేస్తున్నాయి. షెర్లాక్ హోమ్స్ మంటకు ఒక పక్కగా మూడీగా కూర్చొని తన నేరపరిశోధనకు సంబంధించిన రికార్డులకు పట్టికలను రాసుకుంటున్నాడు. నేను మంటకు మరొకవైపు కూర్చొని క్లార్క్ రెస్సెల్ రాసిన సముద్ర కథనాలను చదువుతున్నాను. బయట వీస్తున్న సుడిగాలి శబ్దం నేను చదువుతున్న పంక్తులతో కలిసిపోయి, కురుస్తున్న వర్షం తాలూకా చప్పుడు సముద్రపు అలల శబ్దంలా వినిపించేంతగా లీనమైపోయాను. నా భార్య తన అత్త ఇంటికి కొన్ని రోజుల కోసం వెళ్ళింది. నేను బేకర్ స్ట్రీట్‌లోని నా ఆవాసంలో ఉన్నాను.

''ఎందుకు?'' అన్నాను నా సహచరుడికేసి చూస్తూ, ''అది తప్పకుండా బెల్లే అయి ఉంటుంది. ఈ రాత్రి ఎవరు రాగలరు? బహుశ ఎవరో నీ స్నేహితుడు ఏమో?''

''నువ్వు తప్ప నాకెవరూ లేరు'' అని జవాబిచ్చాడతను. ''నేను అతిథులను ప్రోత్సహించను.''

''అయితే క్లైంటు ఏమో?''

''ఒకవేళ అయితే, ఇది చాలా సీరియస్ కేసు అన్నమాట. ఇలాంటి రోజున ఈ సమయంలో ఒక వ్యక్తి బయటకు వచ్చాడంటే అది ఎంతో గంభీరమై ఉంటుంది. కానీ యజమానురాలికి సంబంధించిన బాపతు ఎవరో అయి ఉంటారని అనుకుంటున్నాను.''

షెర్లాక్ హోమ్స్ ఊహ తప్పు. ఎందుకంటే మెట్ల మార్గంలో అడుగుల చప్పుడు, తర్వాత తలుపు తట్టిన శబ్దం వినిపించాయి. అతను తన పొడవాటి చేతులను చాచి, తన వైపుగా ఉన్న దీపాన్ని కొత్తగా వచ్చిన వ్యక్తి కూచోవలసిన కుర్చీ వైపుకు తిప్పాడు. ''కమిన్,'' అన్నాడు.

లోపలికి వచ్చిన వ్యక్తి యువకుడు. బహుశ ఇరవై, ఇరవై రెండేళ్ళ వయసు ఉంటుంది. శుభ్రంగా తల దువ్వుకొని, నలగని దుస్తులు వేసుకొని ఉన్నాడు. అతని విగ్రహం నాగరికంగా, సున్నితంగా ఉంది. అతడు వేసుకువచ్చిన గొడుగు నుంచి ధారగా జారుతున్న నీరు. పొడుగ్గా ఉన్న వాటర్‌ప్రూఫ్ కోటు మెరుపు బయట వాతావరణం ఎంత భీకరంగా ఉందో చెప్పకనే చెప్తున్నాయి. దీపం వెలుగులో అతడు

హోమ్స్ కేసి ఆందోళనగా చూడటం కనిపించింది. ముఖం పాలిపోయి ఉంది, తీవ్ర ఆందోళనకు గురైన వ్యక్తిలా కళ్ళు భారంగా ఉన్నాయి.

''మీకు నేను క్షమాపణలు చెప్పాలి'' అన్నాడు కళ్ళకు పెట్టుకొన్న బంగారు కళ్ళద్దాలను తీస్తూ. ''నేను మిమ్మల్ని డిస్టర్బ్ చేయడం లేదనుకుంటాను. మీ వెచ్చటి గదిలోకి నేను తుపాను ఆనవాళ్ళను, వానను తీసుకువచ్చాను.''

''మీ కోటు, గొడుగు ఇలా ఇవ్వండి,'' అన్నాడు హోమ్స్. ''వాటిని హుక్‌కు తగిలిద్దాం. కాసేపటికి ఆరిపోతాయి. మీరు ఆగ్నేయ దిశ నుంచి వచ్చారనిపిస్తోంది నాకు.''

''అవును, హోర్షామ్ నుంచి.''

''మీ షూ ముందు భాగంలోని బంకమన్ను, సున్నపు మిశ్రమం స్పష్టంగా ఉంది.''

''నేను సలహా కోసం వచ్చాను.''

''అది తేలికగా దొరుకుతుంది.''

''మరి సహాయం కూడా.''

'' అది ఎప్పుడూ అంత సులువు కాదు.''

''నేను మీ గురించి విన్నాను మిస్టర్ హోమ్స్. టాంకర్‌విల్లె క్లబ్ కుంభకోణం నుంచి మేజర్ ప్రెండర్‌గ్యాస్ట్‌ను ఎలా కాపాడారో ఆయన నుంచి విన్నాను.''

''ఆ! అవును. అతనిపై పేకాటలో మోసం చేశాడనే తప్పుడు ఆరోపణ చేశారు.''

''మీరు దేనినైనా పరిష్కరించగలరని ఆయన చెప్పారు.''

''ఆయన అతిగా చెప్పారు.''

''మీరు ఎప్పుడూ ఓటమిపాలు కాలేదని.''

''నేను నాలుగుసార్లు ఓడిపోయాను- మూడుసార్లు పురుషుల చేతుల్లో, ఒకసారి మహిళ చేతిలో''

''మీ విజయాలతో పోలిస్తే ఆ సంఖ్య ఎంత?''

''నేను సాధారణంగా విజయం సాధిస్తానన్నది నిజం.''

''అయితే మీరు నా విషయంలో కూడా విజయం సాధించవచ్చు.''

''మీరు మంట దగ్గరకు కుర్చీ లాక్కొని, దయచేసి మీ కేసుకి సంబంధించిన వివరాలు చెప్తారా?''

''అది సాధారణమైంది కాదు.''

''నా దగ్గరకు వచ్చేవి ఏవీ కావు. నేనే చివరి ప్రయత్నం అవుతాను.''

''కానీ నేను చెప్తున్నాను సర్, మీరు మీ అనుభవంలో మా ఇంట్లో చోటు చేసుకున్న ఇంతటి మార్మికమైన, వివరించలేని అసాధారణ ఘటనలు విని ఉండరు.''

''నవ్వు నాలో ఆసక్తి పెంచుతున్నావు,''అన్నాడు హోమ్స్. ''దయచేసి మొదటి నుంచి ముఖ్య వాస్తవాలను చెప్పండి. తర్వాత నాకు ముఖ్యమైనవి అనిపించిన వివరాలను గురించి ప్రశ్నిస్తాను.''

'' నా పేరు జాన్ ఓపెన్‌షా, కానీ నా స్వంత వ్యవహారాలకు ఈ ఘోరమైన ఘటనలకు పెద్దగా సంబంధం లేదు. ఇది వారసత్వ వ్యవహారం, మీకు వాస్తవాల గురించి ఒక ఐడియా ఇచ్చేందుకు, ఈ వ్యవహారం గురించి మొదటి నుంచి చెప్పాలి,'' అన్నాడు.

మా తాతకు ఇద్దరు కుమారులు ఉన్నారనే విషయం మీరు తెలుసుకోవాలి-మా బాబాయి ఎలిన్ నా తండ్రి జోష్. నా తండ్రికి కోవెంట్రీలో చిన్న ఫ్యాక్టరీ ఉండేది. సైకిల్‌ను కనిపెట్టిన తర్వాత ఆయన వ్యాపారం బాగా విస్తరించింది. ఓపెన్‌షా అన్ బ్రేకబుల్ టైర్‌కు ఆయన పేటెంట్ తీసుకున్నాడు., వ్యాపారం ఎంత విజయవంతం అయిందంటే, మంచి లాభాలు, సొమ్ము పొందిన తర్వాత దానిని అమ్మి రిటైర్ అవుదామని ఆయన అనుకున్నాడు.

''మా బాబాయి ఎలియాన్‌చిన్న వయసులోనే అమెరికాలో స్థిరపడ్డాడు. ఫ్లోరిడాలో తోటలు పెంచి విజయవంతం అయ్యాడు. యుద్ధసమయంలో జాక్సన్ సైన్యంలో పోరాడాడు. తర్వాత హుడ్ నేతృత్వంలోని దళంలో పనిచేసి కల్నల్ స్థాయికి ఎదిగాడు. లీ ఆయుధాలను విడిచిపెట్టిన తర్వాత మా బాబాయ మళ్ళీ తోటల పెంపకంలో పడి మూడు, నాలుగేళ్ళు గడిపాడు. దాదాపు 1869 లేక 1870లో యూరప్‌కు తిరిగి వచ్చి, హోర్షామ్ సమీపంలోని సెసెక్స్‌లో చిన్న ఎస్టేట్ కొనుక్కొని స్థిరపడ్డాడు. స్టేట్స్‌లో అతను చెప్పుకోదగినంత డబ్బు సంపాదించాడు. అతను అక్కడి నుంచి తిరిగి రావడానికి కారణం, నీగ్రోల పట్ల అతడికున్న విముఖత, వారికి ఓటు హక్కును కొనసాగించాలన్న రిపబ్లికన్ విధానం పట్ల వ్యతిరేకత. అతను అసాధారణ వ్యక్తి, ఆవేశపరుడు, ఆగ్రహం వచ్చిందంటే పచ్చి బూతులు మాట్లాడతాడు. కానీ విశ్రాంతిగా ఉండాలని తాపత్రయ పడేవాడు. ఆయన హోర్షామ్‌లో జీవించిన ఏళ్ళలో అతను పట్టణంలో అడుగు పెట్టాడా అన్నది నాకు సందేహమే. అతని ఇంటి చుట్టూ ఒక తోట, రెండు మూడు పొలాలు ఉన్నాయి. అక్కడే అతను వ్యాయాయమం చేసేవాడు. తరచుగా కొన్ని వారాల పాటు తన గదిని విడిచివచ్చే వాడు కాదు. అతను బ్రాందీ ఎక్కువగా తాగేవాడు, అలాగే విపరీతంగా ధూమపానం చేసేవాడు. సమాజాన్ని, స్నేహితులను వద్దనుకున్నాడు. తన స్వంత సోదరుడిని కూడా అక్కర్లేదనుకున్నవాడు.

కానీ నన్ను అభ్యంతరపెట్టలేదు. నిజానికి నేనంటే ఇష్టపడేవాడు. ఎందుకంటే, అతను నన్ను మొదట చూసినప్పుడు నేను పన్నెండేళ్ళ వాడిని. అది 1878వ సంవత్సరం అనుకుంటాను, అతను ఏడెనిమిదేళ్ళు ఇంగ్లాండ్‌లో ఉండి వచ్చాక, నన్ను అతనితో పాటు కలిసి ఉండనివ్వమని నా తండ్రిని అర్థించాడు. నా విషయంలో అతను ఎంతో దయగా ఉన్నాడు. అతను తాగకుండా ఉన్న సమయంలో నాతో రకరకాల ఆటలు ఆడేవాడు. పైగా పనివాళ్ళకు, వ్యాపారులకు నన్ను తన ప్రతినిధిగా చేసుకున్నాడు. దానితో నాకు పదహారవ ఏడు వచ్చేసరికి నేనే ఆ ఇంటి యజమానిని అయ్యాను. తాళాలన్నీ నా దగ్గరే ఉండేవి అతని ఏకాంతాన్ని భంగపరచకుండా నా చిత్తం వచ్చినట్టుగా ఎక్కడికి పడితే అక్కడికి వెళ్ళేవాడిని. అయితే ఒక అసాధారణ మినహాయింపు ఉంది. అదేమిటంటే, అతనికి ఒక చెక్క గది ఉండేది. అది కూడా అటక మీద ఉంటుంది. సాధారణంగా దానికి తాళం వేసి ఉండేది. నన్ను కానీ వేరెవరిని కానీ అందులోకి ప్రవేశించడానికి ఆయన అనుమతించేవాడు కాదు. పిల్లలకుండే ఆసక్తితో నేను తలుపుకు ఉన్న కంతలో నుంచి ఒకసారి తొంగి చూశాను. అన్ని ట్రంకు పెట్టెలను, దొంతర్లను నేను ఎన్నడూ చూడలేదు, అందులోనూ అలాంటి గదిలో.

ఒకరోజు, 1883, మార్చిలో విదేశీ స్టాంపు ఉన్న కవరు ఒకటి కల్నల్ ప్లేటు ముందు, టేబుల్ మీద పడి ఉంది. అలా ఉత్తరాలు అందుకోవడమన్నది అతనికి సాధారణ విషయం కాదు. ఎందుకంటే, బిల్లులన్నీ డబ్బు రూపంలోనే ఆయన చెల్లించేవాడు, పైగా అతనికి స్నేహితులు లేరు. ''ఇంటియా నుంచి,'' అన్నాడు అతను, దానిని చేతిలోకి తీసుకుంటూ. ''పాండిచ్చేరి పోస్ట్‌ముద్ర. ఇది ఏమై ఉంటుంది?'' దానిని హడావిడిగా తెరవడంతో అందులో నుంచి ఐదు ఎండిన నారింజ గింజలు అతని ప్లేటులో గలగలా పడ్డాయి. నేను పకపక నవ్వడం ప్రారంభించాను, కానీ అతని ముఖం చూసి నా నవ్వు పెదవుల మీదే ఆగిపోయింది. అతని నోరు తెరుచుకుంది, కళ్ళు పెద్దవయ్యాయి, చర్మం పాలిపోయింది. వణుకుతున్న చేతులతో పట్టుకున్న కవర్‌ను చూస్తూ ''కె.కె.కె.'' అని అరిచాడు. తర్వాత ''దేవుడా! దేవుడా! దేవుడా! నా పాపాలు బద్దలయ్యాయి.''

''ఏంటది బాబాయ్!'' అని పెద్దగా అడిగాను.

''చావు,'' అన్నాడు టేబుల్ ముందు నుంచి లేచి గదిలోకి వెడుతూ. నేను ఎగశ్వాస, భయాలతో అక్కడే నిలిచిపోయాను. నేను ఆ కవర్‌ను చేతిలోకి తీసుకొని చూశాను. గమ్ అంటించే చోటుకు పైన ఎర్ర ఇంకుతో కె అన్న అక్షరం మూడుసార్లు రాసి ఉంది. ఆ ఐదు ఎండిన నారింజ గింజల మినహా అందులో మరేమీ లేదు. కానీ ఆయన అంతగా భయపడిపోవడానికి కారణం ఏమై ఉంటుంది? నేను బ్రేక్‌ఫాస్ట్‌టేబుల్

వదిలి మెట్లు ఎక్కుతుండగా, తుప్పు పట్టిన తాళం చెవితో అతను మెట్లు దిగివస్తూ కలిశాడు. బహుశ అది అటకది అయి ఉంటుంది, మరొక చేతిలో క్యాష్ బాక్స్‌లా ఉన్న ఇత్తడి పెట్టె ఒకటి ఉంది.

''వారు వారికిష్టమైంది ఏమైనా చేసుకోవచ్చు, కానీ వాళ్ళను నేను చెక్‌మేట్ చేస్తాను,'' అన్నాడు ప్రతిజ్ఞ చేస్తున్నట్టుగా. '' నాకు గదిలో ఫైర్ కావాలని మేరీకి చెప్పు. అలాగే హోర్షామ్ న్యాయవాది ఫోర్ధామ్‌ను పిలిపించు.''

''నేను అతను చెప్పినట్టుగానే చేశాను. లాయర్ వచ్చినప్పుడు, నన్ను కూడా గదిలోకి రమ్మని పిలిచాడు. మంట చాలా జ్వాలాయమానంగా ఉంది, అందులో పేపర్‌లను కాల్చినట్టుగా నల్లటి, ఉబ్బెత్తు బూడిద కనిపిస్తోంది. పక్కనే ఇత్తడి పెట్టె తెరిచి పెట్టి ఖాళీగా ఉంది. నేను ఆ పెట్టెను పరిశీలించగా, దాని బుడిపె పై నేను పొద్దున కవర్‌పై చదివిని కె అన్న అక్షరం దానిపై ముద్రించి ఉండటాన్ని గమనించాను.

నా వీలునామాకు సాక్షిగా నువ్వు ఉండాలని కోరుకుంటున్నాను జాన్ అన్నాడు మా బాబాయి. ఈ ఎస్టేట్‌ను అన్ని లాభాలు, నష్టాలతో నేను నా సోదరుడికి, నీ తండ్రికి వదిలిపెడుతున్నాను. తదనంతరం అది నీకే చెందుతుంది నిస్సందేహంగా. నువ్వు దీనిని ప్రశాంతంగా ఎంజాయ్ చేయగలిగితే మంచిదే! ఒకవేళ అలా చేయలేకపోతే, నా సలహా విను. దానిని నీ బద్ధ శత్రువుకు వదిలిపెట్టి వెళ్ళిపో. నీకు అలా రెండువైపులా పదనున్న ఆస్తిని ఇస్తున్నందుకు క్షమించు. కానీ ఎలాంటి పరిణామాలు చోటు చేసుకుంటాయో నేను చెప్పలేను. ఫోర్ధామ్ చూపించిన చోట దయచేసి సంతకం చేయి.

'' నేను వారు సూచించినట్టుగా పేపర్‌పై సంతకం చేశాను. తర్వాత న్యాయవాది దానిని తనతో తీసుకువెళ్ళాడు. ఆ అసాధారణ ఘటన నా పై ప్రభావం చూపింది. దాని గురించి అన్ని రకాలగా ఆలోచించాను కానీ ఏమీ అర్థం చేసుకోలేకపోయాను. కానీ అది వదిలిన భయపు భావనను వదిలించుకోలేకపోయాను. వారాలు గడిచే కొద్దీ ఆ సునిశిత భావన తగ్గుతూ వచ్చింది. మా జీవితాలను డిస్టర్బ్ చేసే అసాధారణ ఘటనలు ఏవీ జరుగలేదు. కానీ, మా బాబాయలో ఏదో మార్పును గమనించాను. అతను గతంలోకన్నా ఎక్కువగా తాగుతున్నాడు, ఎటువంటి సామాజిక లావాదేవీలకు మరింత దూరంగా ఉన్నాడు. ఎక్కువ సమయం తన గదిలో తలుపులు మూసుకొని లోపల కూర్చునేవాడు. కానీ కొన్ని సార్లు తాగిన మైకంలో బయటకు వచ్చి గందరగోళం చేసి, చేతిలో రివాల్వర్‌తో తాను ఏ మనిషికీ భయపడనని అరుస్తూ తోటను ధ్వంసం చేసేవాడు. ఆ సమయంలో అతడిని సముదాయించడం చాలా కష్టంగా ఉండేది. ఈ కేకలు, గొడవ తగ్గిన తర్వాత అతను తన గదిలోకి తూలుతూ పరుగెత్తి వెనుకే తలుపు మూని గొళ్ళెం పెట్టుకునేవాడు. తన మనసు లోలోతుల్లో ఉన్న భయాన్ని ఇక ఏ మాత్రం

తట్టుకోలేనట్టుగా ఉండేది ఆ ప్రవర్తన. అటువంటి సమయాల్లో అతడి ముఖం, అది చల్లటి రోజు అయినా సరే చెమటతో మెరుస్తూ అప్పుడే కడుక్కొన్నట్టుగా కనిపించడాన్ని గమనించాను.

మీ సహనానికి పరీక్ష పెట్టకుండా, విషయాన్ని ముగిస్తాను మిస్టర్ హోమ్స్, ఒకరోజు రాత్రి అతను తాగిన మైకంలో అల్లరి చేస్తూ అందులో నుంచి బయటపడలేదు, కనిపించలేదు. మేం అతనిని వెతుకుతూ వెళ్ళి తోట మొదట్లో ఉన్న పాచి నిండిన పూల్ వద్ద బోర్లాపడి ఉండడాన్ని గమనించాం. అక్కడ హింస జరిగిన దాఖలాలు ఏమీ లేవు. నీరు రెండడుగుల లోతే ఉంది. దానితో అతని అతి మనస్తత్వం గురించి తెలిసిన జ్యూరీ అది ఆత్మహత్య అని తీర్పు చెప్పింది. కానీ, చావు అనే ఆలోచనను కూడా తప్పించుకునే అతని మనస్తత్వం గురించి తెలిసిన నేను, అతను దానిని కలుసుకునేందుకు తనను తాను ఎంతగా నచ్చ చెప్పుకున్నాడా అనుకున్నాను. ఆ వ్యవహారం ముగిసిపోయింది. నా తండ్రి ఎస్టేట్‌ను, బ్యాంకులో తన పేర వేసిన దాదాపు పధ్నాలుగు వేల పౌండ్లను స్వంతం చేసుకున్నాడు.''

''ఒక్క క్షణం'' అంటూ హోమ్స్ అడ్డుపడ్డాడు. ''నేను ఇప్పటి వరకూ విన్న కథనాలలో నీదే చెప్పుకోదగింది. మీ బాబాయికి ఉత్తరం వచ్చిన తేదీ ఏమిటో, అతను ఆత్మహత్య చేసుకున్నట్టుగా చెప్తున్న రోజు ఎన్నో తారీఖో చెప్పు.''

''ఉత్తరం 1883, మార్చి 10వ తేదీన వచ్చింది. అతను ఏడువారాల తర్వాత అంటే మే 2వ తేదీ రాత్రి మరణించాడు.''

''థాంక్యూ. మీరు చెప్పండి.''

''నా తండ్రి హోర్షామ్ ఆస్థులను హస్తగతం చేసుకున్నప్పుడు, అతను నా విన్నపం మేరకు ఎప్పుడూ తాళం వేసి ఉండే అటకను జాగ్రత్తగా పరీక్షించాడు. అందులోని వస్తువులను ధ్వంసం చేసినప్పటికీ, ఇత్తడి పెట్టె మాకు అక్కడ కనిపించింది. పెట్టె లోపల వైపు దానిపై కె.కె.కె. అన్న లక్షరాలు ఉన్న ఒక పేపర్ లేబుల్ కనిపించింది. దాని కింద (లేఖలు, వినతిపత్రాలు, రసీదులు, రిజిస్టర్'' అని రాసి ఉంది. దానితో కల్నల్ ఓపెన్‌షా ధ్వంసం చేసిన పత్రాల స్వభావం ఏమిటో వాటిద్వారా తెలిసింది. అది మినహా ఆ అటకలో పెద్దగా ముఖ్యమైనవి ఏమీ లేవు. మా బాబాయి అమెరికా జీవితం గురించి ఉన్న కొన్ని పత్రాలు, నోట్‌బుక్కులు చిందరవందరగా పడేసి ఉన్నాయి. అందులో కొన్ని యుద్ధ సమయానివి. అతను విధులు బాగా నిర్వర్తించాడని, సాహసవంతుడైన సైనికుడని చెప్పేవి. మిగిలినవి దక్షిణ అమెరికా పునర్నిర్మాణానికి, ఎక్కువగా రాజకీయాలకు సంబంధించిన పత్రాలు. ఎందుకంటే, అతను ఉత్తరాది నుంచి పంపిన రాజకీయ నాయకులను తీవ్రంగా వ్యతిరేకించాడు.

''అది '84వ సంవత్సరం మొదలు, నా తండ్రి హోర్షామ్‌లో ఉండేందుకు వచ్చాడు. జనవరి 85 వరకూ అంతా బాగానే ఉంది. కానీ న్యూ ఇయర్ వెళ్ళిన నాలుగవ రోజు, మేమిద్దరం బ్రేక్‌ఫాస్ట్‌టేబుల్ దగ్గర కూర్చొని ఉన్నప్పుడు నా తండ్రి అరుపు విన్నాను. అప్పుడే తెరిచిన కవర్ ఒక చేతిలో, ఐదు ఎండిపోయిన నారింజ గింజలు సాచిన మరొక చేతిలో పెట్టుకొని కూచున్నాడు. అతను ఎప్పుడూ నేను చెప్పిన కల్నల్ కథను కాకమ్మ కథలని కొట్టిపారేసి నవ్వుతుండేవాడు. కానీ ఇప్పుడు మాత్రం అయోమయంగా, భయంగా, అదే తనకు జరుగబోతోందా అన్నట్టు చూస్తూ కూచున్నాడు.

''ఎందుకు? దీని అర్థం ఏమిటి జాన్?'' అని నత్తినత్తిగా అడిగాడు.

విషయం చెప్పాలని మనసులో నిర్ణయించుకొని, ''అది కె.కె.కె,'' అన్నాను నేను.

అతను కవర్‌లో చూశాడు. ప్రవును అదే.'' అని అరిచాడు. ''ఆ అక్షరాలే ఇక్కడ ఉన్నాయి. కానీ వాటిపైన రాని ఉన్నదేమిటి?''

అతని భుజం మీద నుంచి చూస్తూ, ''సన్‌డయల్ మీద పేపర్లు పెట్టు,'' అని చదివాను.

''ఏం పేపర్లు? ఏం సన్‌డయల్?'' అని అడిగాడు.

''తోటలో ఉన్న సన్ డయల్. వేరొకటి లేదు,'' అన్నాను నేను. ''కానీ అవి ధ్వంసం అయిన పేపర్లు కాబోలు,'' అన్నాను.

''ఓ!'' అన్నాడు, ధైర్యాన్ని మూటగట్టుకుంటూ. ప్రమనం ఇక్కడ నాగరిక ప్రాంతంలో ఉన్నాం. ఇలాంటి పిచ్చి వ్యవహారాలను సహించలేం. ఇది ఎక్కడ నుంచి వచ్చింది?''

''డూండీ నుంచి,'' అన్నాను పోస్టల్ ముద్రను చూసి.

''ఇది విచిత్రమైన ప్రాక్టికల్ జోక్‌లా ఉంది,'' అన్నాడు ఆయన. ''పేపర్ల గురించి, సన్ డయల్ గురించి నాకేం తెలుసు? ఈ వ్యవహారాన్ని నేను పట్టించుకోను.''

''నేను ఈ విషయం గురించి పోలీసులతో తప్పక మాట్లాడతాను,'' అన్నాను నేను.

అతను నా బాధ చూసి నవ్వాడు. అటువంటిదేమీ లేదన్నాడు.

''అయితే, నన్ను ఆ పని చేయనివ్వు.''

''లేదు, ఆ పని చేయవద్దని చెప్తున్నాను. ఇలాంటి చెత్త విషయాన్ని పెద్దది చేయడం నాకిష్టం లేదు.''

అతనితో వాదించడం వృథా. ఎందుకంటే, అతను చాలా మొండివాడు. కానీ, బరువైన హృదయంతో నేను బయటపడ్డాను.

'' ఉత్తరం వచ్చిన మూడవ రోజు నా తండ్రి తన పాత మిత్రుడు మేజర్ ఫ్రీబాడీని

కలిసేందుకు బయటకు వెళ్ళాడు. పోర్ట్స్ డౌన్ కొండ మీద కోటలలో ఒకదానికి ఆయన బాధ్యుడు. అతను అలా వెళ్ళినందుకు నేను సంతోషించాను. ఎందుకంటే అతను ఇంటికి ఎంత దూరంగా ఉంటే ప్రమాదానికి అంత దూరమని భావించాను. కానీ అలా అనుకోవడం నా తప్పు. ఆయన వెళ్ళిన రెండవ రోజు, నాకు టెలిగ్రాం వచ్చింది. ఆయన పొరుగున ఉన్న సున్నపు బట్టీల వద్ద పగిలిన తలతో స్పృహలేని స్థితిలో పడి ఉన్నాడనే సమాచారం అది. నేను అతని వద్దకు పరుగులు తీశాను. కానీ అతను స్పృహలోకి రాకుండానే మరణించాడు. ఆయన సాయం సమయంలో ఫార్‌హామ్ నుంచి తిరిగి వస్తున్నాడని తెలిసింది. ఆ పొరుగున ఉన్న ప్రాంతంతో అతనికి పరిచయం లేకపోవడంతోనూ, ఆ సున్నపు బట్టీకి చుట్టూ కంచె వంటిది ఏమీ లేకపోవడంతోనూ, జ్యూరీ ఆయన మరణం ప్రమాదం కారణంగా సంభవించిందనే నిర్ణయానికి వచ్చింది. నేను ఆయన మరణానికి సంబంధించిన ప్రతి వాస్తవాన్నీ జాగ్రత్తగా పరీక్షించాను. కానీ అది హత్య అనడానికి తగిన ఆధారాలను కనిపెట్టలేకపోయాను. ఎక్కడా హింస జరిగిన దాఖలాలు లేవు, అడుగు జాడలు కానీ, దొంగతనం కానీ, రోడ్ల పై అపరిచితులు కనిపించిన దాఖలాలు కానీ లేవు. అయినా నా మనసు ప్రశాంతంగా లేదనే విషయం నేను చెప్పక్కర్లేదు. అతని చుట్టూ ఏదో ఉచ్చు పన్నారనే నిర్ణయానికి వచ్చాను.

ఈ రకంగా నేను దానికి వారసుడినయ్యాను. నేను దాన్ని ఎందుకు అమ్మలేదని మీరు నన్ను అడగవచ్చు. ఎందుకంటే, మా బాబాయ్ జీవితంతోనే ఈ సమస్యలు ముడిపడి ఉన్నాయని, ఇది అమ్మి వేరొకచోటుకి వెళ్లినా ప్రమాదం వెంటాడుతుందనే నిర్ణయానికి నేను వచ్చాను.''

అది జనవరి '85లో నా తండ్రి మరణించాడు. అప్పటి నుంచి రెండేళ్ళ ఎనిమిది నెలలు గడిచాయి. ఆ సమయంలో నేను హార్షామ్‌లో ఆనందంగా గడిపాను. ఈ శాపం నుంచి కుటుంబం బయటపడ్డదనే భావనకు వచ్చాను. అది ఆఖరు తరంలో ఆగిపోయిందనుకున్నాను. దానితో సుఖంగా ఉండే ప్రయత్నం చేశాను. కానీ నిన్న ఉదయం, నా తండ్రికి తగిలినట్టే దెబ్బ నాకూ తగిలింది.''

ఆ యువకుడు తన జేబులో నుంచి నలిగిపోయిన కవర్‌ను తీశాడు. తర్వాత టేబుల్‌పై కవర్‌లో నుంచి ఐదు ఎండిపోయిన నారింజ గింజలను పోశాడు.

''ఇదే కవర్,'' అన్నాడు. ''పోస్ట్‌ముద్ర లండన్- తూర్పు డివిజన్‌ది. నా తండ్రికి వచ్చిన చివరి సందేశంలానే నాకు కూడా అదే విధమైన సందేశం వచ్చింది. ''కె.కె.కె., కాగితాలను సన్‌డయల్‌పై పెట్టు,'' అంటూ.

''నువ్వు ఏం చేశావు?'' అడిగాడు హోమ్స్.

''ఏమీ చేయలేదు.''

''ఏమీ చేయలేదా?''

''నిజం చెప్పాలంటే'' - అతను తన ముఖాన్ని సన్నటి, తెల్లటి చేతుల్లో దాచుకున్నాడు - ''నాకు చాలా నిస్సహాయంగా అనిపించింది. పాము తన వైపు పాకుతూ వస్తుంటే వణుకుతున్న కుందేలు పిల్లలా అనిపించింది. ఏ జాగ్రత్తలూ కూడా పని చేయని ఏదో ఒక దుర్మార్గపు కబంధ హస్తాల్లో నేను చిక్కుకున్నట్టు అనిపించింది.''

''ప్చ్! ప్చ్!'' అన్నాడు షెర్లాక్ హోమ్స్ పెద్దగా. ''నువ్వు ఏదో ఒకటి చెయ్యాలి లేదంటే నీ గతి కూడా అంతే. ధైర్యం తప్ప నిన్ను ఏదీ కాపాడలేదు. ఇది నిరాశపడే సమయం కాదు.''

''నేను పోలీసుల వద్దకు వెళ్ళాను.''

''ఓ అవునా?''

''కానీ వారు నా కథని చిరునవ్వుతో విన్నారు. ఆ ఉత్తరాలు ప్రాక్టికల్ జోక్స్ అనే అభిప్రాయానికి ఇన్‌స్పెక్టర్ వచ్చినట్టు అనిపించింది. అలాగే మా వాళ్ళ మరణాలు కూడా జ్యూరీ ప్రకటించినట్టుగా ప్రమాదవశాత్తు జరిగినవే తప్ప ఆ హెచ్చరికలతో సంబంధం లేనివని అతను విశ్వసిస్తున్నట్టు అనిపించింది.''

షెర్లాక్ హోమ్స్ తన పిడికిలిని గాల్లోకి విసిరి, ''క్షమార్హం కాని అసమర్థత!'' అని అరిచాడు.

''వారు నాతో పాటు ఇంట్లో ఉండేందుకు ఒక పోలీసును అనుమతించారు.''

''ఈ రాత్రి నీతోపాటు అతను కూడా వచ్చాడా?''

''లేదు. ఉత్తర్వులు అతను ఇంట్లోనే ఉండాలని చెప్తున్నాయి .''

మళ్ళీ హోమ్స్ గాల్లోకి చేతులు విసిరాడు.

''నా దగ్గరకు ఎందుకు వచ్చావు?'' అని అడిగాడు. ''అన్నిటికీ మించి అకస్మాత్తుగా నా దగ్గరకు ఎందుకు వచ్చావు?''

''నాకే తెలిదు. నా సమస్య గురించి మేజర్ ప్రెండర్‌గ్యాస్ట్‌తో ఇవ్వాళే మాట్లాడాను. మీ దగ్గరకు వెళ్ళమని ఆయన సలహా ఇచ్చాడు.''

''దాదాపు రెండు రోజుల నుంచి ఆ లేఖ నీ వద్దనే ఉంది. నువ్వు ఇంకా ముందే ఈ పని చేసి ఉండవలసింది. నువ్వు మాకు చూపించింది మినహా నీ దగ్గర మాకు సాయపడే ఆధారాలు లేవనుకుంటాను.''

''ఒకటి ఉంది,'' అన్నాడు జాన్ ఓపెన్‌షా. తన కోటు జేబులో చెయ్యి పెట్టి, వెలిసిపోయిన నీలం రంగులో ఉన్న కాగితం ముక్కను బయటకు తీసి టేబుల్ మీద పెట్టాడు.

''మా బాబాయి కాగితాలను కాల్చివేసిన రోజు, కాలకుండా మిగిలిపోయిన ముక్కలు ఈ రంగులోనే ఉన్నట్టు నాకు గుర్తుంది. అతని గదిలో నేలపై ఈ కాగితం పడి ఉంది. ఇది మిగిలిన కాగితాల కట్టల నుంచి తప్పించుకొని దగ్ధం కాకుండా మిగిలిపోయిందని అనుకున్నాను. గింజల ప్రస్తావన మినహా అది ఏరకంగానూ సాయపడుతుందనుకోను. ఇది ప్రైవేటు డైరీలో పేజీ అనుకుంటాను. అందులోని రాత నిస్సందేహంగా మా బాబాయిదే.''

హోమ్స్ దీపాన్ని కదిలించాడు. మేం ఆ పేపర్ మీద వంగి చూశాం. దాని చివర్లు అది పుస్తకంలోంచి చించిన పేజీ అనే విషయాన్ని చెప్తున్నాయి. దానిపై ''మార్చి, 1869''' అనే శీర్షిక ఉంది. కింద ఈ విధంగా ఉంది:

''4న హడ్సన్ వచ్చాడు. అదే పాత ప్లాట్‌ఫాం.

7న గింజలను పారామోర్‌కు చెందిన మెకాలే, సెయింట్ అగస్టీన్‌కు చెందిన స్ప్రెయిన్‌పై పెట్టాం.

9న మెకాలే క్లియర్ చేశాడు.

12న పారామోర్ వెళ్ళాను. అంతా బాగే.''

''థాంక్యూ!'' అన్నాడు హోమ్స్ ఆ కాగితాన్ని మడతపెట్టి అతనికి ఇస్తూ. ''నువ్వు మరొక్క క్షణం కూడా వృథా చేయకూడదు. నువ్వు చెప్పిన దాన్ని చర్చించేందుకు కూడా మనం సమయం వృథా చేయకూడదు. నువ్వు వెంటనే ఇంటికి వెళ్ళి చర్య తీసుకోవాలి.''

''నేను ఏం చెయ్యాలి?''

''ఒక్కపని చేయవచ్చు. అది కూడా వెంటనే చేయాలి. నువ్వు మాకు చూపించిన కాగితాన్ని నువ్వు వర్ణించిన ఇత్తడి పెట్టెలో పెట్టాలి. అలాగే, మిగిలిన కాగితాలన్నింటినీ మీ బాబాయ్ కాల్చివేశాడని, ఇదొక్కటే మిగిలిందని రాని నోట్ పెట్టాలి. నువ్వు రాసినది వారు నమ్మే విధంగా పదాలను వాడాలి. అది చేసిన తర్వాత వారు సూచించినట్టుగా దానిని సన్‌డయల్‌పై వెంటనే పెట్టాలి. అర్థమైందా?''

''సంపూర్ణంగా.''

''ప్రస్తుతానికి ప్రతీకారం గురించి, అలాంటి పని గురించి ఆలోచించవద్దు. మనం చట్ట ప్రకారం ఆ పని చేయవచ్చు. వారు ఉచ్చు పన్నారు, మనం ఇంకా పన్నాలి. తక్షణం నువ్వు ఎదుర్కొంటున్న ప్రమాదం నుంచి నువ్వు బయటపడాలి. రెండవది, ఈ మిస్టరీని పరిష్కరించి, నిందితులకు శిక్షపడేలా చెయ్యాలి.''

''మీకు నా కృతజ్ఞతలు,'' అన్నాడు ఆ యువకుడు లేచి నిలబడి, ఓవర్‌కోట్

తొడుక్కుంటూ. ''మీరు నాకు తాజా జీవితాన్ని, ఆశను ఇచ్చారు. మీ సలహా ప్రకారమే వ్యవహరిస్తాను.''

''ఒక్క క్షణం కూడా వృథా చేయవద్దు. ఈ లోపల జాగ్రత్తగా ఉండు. ఎందుకంటే, నువ్వు చాలా పెద్ద, నిజమైన ప్రమాదంలోనే చిక్కుకొని ఉన్నావు. వెనక్కి ఎలా వెడతావు?''

''వాటర్లూ నుంచి రైలులో.''

''ఇంకా తొమ్మిది కాలేదు. వీధులు జనసమ్మర్దంతో ఉంటాయి. కనుక నువ్వు సురక్షితంగా ఉంటావనుకుంటున్నాను. కానీ నిన్ను నువ్వు జాగ్రత్తగా కాపాడుకోలేవు.''

''నా దగ్గర ఆయుధముంది.''

''అది మంచిదే. రేపు నేను నీ కేసులో పనికి దగుతాను.''

''అయితే మిమ్మల్ని హోర్షామ్‌లో కలుస్తానా నేను?''

''లేదు! నీ రహస్యం లండన్‌లో ఉంది. అక్కడే నేను దాన్ని అన్వేషిస్తాను.''

''అయితే నేను మిమ్మల్ని మళ్ళీ ఒకటి రెండు రోజుల్లో ఇత్తడి డబ్బా, పేపర్లకు సంబంధించిన వార్తతో కలుస్తాను. ప్రతి విషయంలోనూ మీ సలహా తీసుకుంటాను.'' అతను మాతో కరచాలనం చేసి, వెళ్ళొస్తానని బయలుదేరాడు. బయట ఇంకా గాలి హోరున వీస్తోంది, వాన విసురుగా కిటికీ అద్దాలపై పడుతోంది. ఈ చిత్రమైన, అనాగరిక కథ, రెచ్చిపోతున్న ప్రకృతి మధ్యలో సముద్రపు గడ్డి గాలికి లేచి వచ్చినట్టుగా మా వద్దకు వచ్చింది -దానితో మళ్ళీ దానిలో మునిగిపోయాం.

తల ముందుకు వాల్చి, ఎర్రటి మంటను చూస్తూ షెర్లాక్ హోమ్స్ కాసేపు మౌనంగా కూర్చున్నాడు. తర్వాత పైప్‌ను అంటించుకొని కుర్చీలో వెనక్కి వాలి తను వదిలిన నీలం రంగు పొగరింగులు పైకి వెళ్ళడాన్ని చూస్తూ కూర్చున్నాడు.

''మనం పరిష్కరించిన కేసులన్నింటిలోకీ అద్భుతమైన కేసు ఇదనుకుంటాను వాట్సన్,'' అన్నాడు ఎట్టకేలకు మాట్లాడుతూ.

''నాలుగు గుర్తు మినహా'' అన్నాను.

''అవును! దానిని మినహాయించి. కానీ షోల్టోన్‌కన్నా ఎక్కువ ప్రమాదంలో ఈ జాన్ ఓపెన్‌షా జీవిస్తున్నట్టు అనిపిస్తోంది నాకు.''

''కానీ ఈ ప్రమాదాలేమై ఉంటావో నువ్వు నిర్దిష్టంగా ఊహించావా?'' అడిగాను.

''వాటి స్వభావానికి వేరే ప్రశ్నలుండవు,'' అని జవాబిచ్చాడు.

''అయితే ఏమిటవి? ఈ కె.కె.కె., ఎవరు? ఈ సంతోషం లేని కుటుంబం వెంట ఎందుకు పడుతున్నాడు?''

షెర్లాక్ హోమ్స్ కళ్ళు మూసుకొని, తన మోచేతులను కుర్చీ చేతులపై పెట్టి, రెండు చేతుల వేళ్ళను జోడించాడు.

''మంచి తార్కికుడు, జరిగిన ఘటనలకు సంబంధించి ఒక్క వాస్తవాన్ని పట్టుకున్నా, ఈ మొత్తం ఘటనల పరంపరకు కారణాన్ని పట్టుకోవడమే కాక, తదుపరి రాబోయే ఫలితాలను కూడా చెప్పగలడు. క్యువియర్ ఒక ఎముకను చూని మొత్తం జంతువును వర్ణించినట్టుగా, ఘటనల పరంపరలో ఒక్క లింకును పూర్తిగా పరిశీలకుడు అర్థం చేసుకున్నా, ముందు జరిగిన, తర్వాత జరుగబోయే ఘటనలను చెప్పగలడు. మనం ఇంకా అటువంటి దానిని పట్టుకోలేదు. తమ జ్ఞానం సాయంతో సమస్యను పరిష్కరించాలనకున్న వారిని అయోమయంలో పడవేయడాన్ని అధ్యయనం చేయడం ద్వారా మనం సమస్యకు పరిష్కారాన్ని వెతకవచ్చు. ఈ కళను అత్యున్నత స్థాయికి తీసుకువెళ్ళడానికి తార్కికుడు తనకు తెలినిన వాస్తవాలన్నింటినీ ఉపయోగించే సామర్థ్యాన్ని కలిగి ఉండాలి. అంటే దానర్థం ఎన్‌సైక్లోపీడియాలు, ఉచిత విద్య ఉన్న ఈ రోజుల్లో కూడా కొరత పడిన జ్ఞానాన్ని అతను కలిగి ఉండాలి. ఇదేమీ అసాధ్యమైన విషయం కాదు. కానీ తన పనికి ఉపయోగపడే జ్ఞానాన్ని వ్యక్తి కలిగి ఉండాలి. దీనినే నేను నా కేసులో ఉపయోగిస్తున్నాను. నాకు బాగా గుర్తుండి ఉంటే, మనం స్నేహితులమైన కొత్తల్లో ఒక సందర్భంలో నువ్వు నా పరిమితులను చాలా క్లుప్తంగా వివరించావు.''

''అవును,'' అన్నాను నేను నవ్వుతూ. ''అది ఒక అసాధారణ పత్రం. ఫిలాసఫీ, ఆస్ట్రానమీ, రాజకీయాలకు సంబంధించిన జ్ఞానం సున్న అన్నట్టు గుర్తు. బోటనీ పర్లేదు, జియాలజీ పరిజ్ఞానం బాగా ఉంది. పట్టణానికి చుట్టు పక్కల యాభై మైళ్ళ వరకూ ఎటువంటి రాయినైనా గుర్తించి, విశ్లేషించగలవు, కెమిస్ట్రీ అసాధారణం, అనాటమీ పద్ధతి లేనిది,సంచలనాత్మక సాహిత్యం, ప్రత్యేకమైన క్రైమ్ రికార్డులు, వయోలిన్ వాద్యగాడు, బాక్సర్, కత్తిసాములో నిపుణుడు, న్యాయవాది, కొకైన్ పొగాకుకు బానిస. నా విశ్లేషణలో ముఖ్య అంశాలు ఇవే అనుకుంటాను.''

చివరి అంశం విన్న హోమ్స్ నవ్వాడు. ''వెల్,'' అన్నాడు, ''అప్పుడు అన్నట్టే ఇప్పుడూ అంటాను, తాను ఉపయోగించే ఫర్నిచర్‌ను అటకలో పెట్టి అవసరమైనప్పుడు ఉపయోగించినట్టుగా వ్యక్తి తన చిన్న మెదడును కూడా పెట్టాలి. ఎప్పుడు కావాలంటే అప్పుడు ఉపయోగించుకునేలా మిగిలినదంతా లైబ్రరీలో పెట్టాఆలి. ఈ రాత్రి మన దగ్గరకు వచ్చిన కేసులాంటి కేసులో మన వనరులన్నింటినీ తప్పనిసరిగా సమీకరించుకోవాలి. నీ పక్కనే అల్మరాలో ఉన్న అమెరికన్ ఎన్‌సైక్లోపీడియాలో కె అన్న అక్షరం ఉన్న సంపుటిని ఇవ్వు. థాంక్యూ. ఇప్పుడు పరిస్థితిని అంచనా వేసి, దానిని నుంచి ఏం విషయ సేకరణ చేయగలమో చూద్దాం. కల్నల్ ఓపెన్ షా అమెరికా

వదిలి రావడానికి బలమైన కారణం ఉందనే భావనతో ప్రారంభిద్దాం. అతని వయసులో ఉన్న వారు తమ అలవాట్లను తేలికగా మార్చుకోలేరు. ముఖ్యంగా, ఫ్లోరిడాలోని ఆకర్షణీయమైన వాతావరణాన్ని వదిలి, ఇంగ్లీష పట్టణంలో ఒంరిగా స్థిరపడాలనుకోరు. ఇంగ్లాండ్‌లో అతను ఏకాంతంగా ఉండటానికి ఇష్టపడటానికి, అతను ఎవరికో లేక దేనికో భయపడడమే కారణం. ఈ భయమే అతడిని అమెరికా నుంచి తరిమి వేసిందని భావిద్దాం. అతను దేనికి భయపడ్డాడనే విషయం, అతను, అతని వారసులు అందుకున్న లేఖలను పరిగణించడం ద్వారానే తెలుసుకోగలం. ఆ లేఖల పోస్టల్ ముద్రలు ఎక్కడి నుంచి వచ్చినట్టుగా ఉన్నాయో గుర్తించావా?''

''మొదటిది పాండిచ్చేరీ, రెండవది డూండీ, మూడవది లండన్ నుంచి.''

''తూర్పు లండన్ నుంచి. అంటే ఏమి కనిపెట్టావు?''

''అవన్నీ కూడా ఓడరేవులు. రాసిన వ్యక్తి ఓడలో ప్రయాణిస్తున్నాడు.''

''అద్భుతం. మన దగ్గర ఇప్పటికే ఒక ఆధారముంది. ఆ రచయిత ఓడలో ఉండి ఉండవచ్చు. మరొక అంశాన్ని పరిగణిద్దాం. పాండిచ్చేరి విషయంలో బెదిరింపుకీ, దానిని అమలు చేయడానికీ మధ్య ఏడువారాల సమయం పట్టింది. డూండీ కేసులో మూడు నాలుగు రోజులు. అంటే దాని అర్థమేమిటి?''

''దూర ప్రయాణం చేయవలని రావడం.''

''కానీ లేఖ కూడా అంతే దూరం నుంచి రావాలి కదా?''

''అయితే నాకు అర్థం కాలేదు.''

''ఆ వ్యక్తి లేక వ్యక్తులు ప్రయాణిస్తున్నది సముద్రయానం చేస్తున్న ఓడలో. వారు తమ మిషన్‌ను ప్రారంభించే ముందే అసాధారణ హెచ్చరికను పంపారన్న మాట. డూండీ నుంచి లేఖ వచ్చిన వెంటనే ఘటన జరిగింది. వాళ్ళు పాండిచ్చేరి నుంచి స్టీమర్‌లో వస్తే వారు లేఖ వచ్చిన వెంటనే వచ్చి ఉండేవారు. కానీ వాస్తవంగా మధ్యలో ఏడువారాలు గడిచిపోయాయి. ఆ ఏడువారాలూ ఆ ఉత్తరాన్ని తెచ్చిన ఓడకీ, లేఖకుడు ప్రయాణించిన ఓడకీ మధ్య సమయంలో తేడాకు ప్రాతినిధ్యం వహిస్తున్నాయి.''

''అది సాధ్యమే.''

''అంతకు మించి, ఇప్పుడు కొత్త కేసులో యువ ఓపెన్‌షాను జాగ్రత్త పడమని చెప్పడానికి కారణం ఉంది. కథకు ముగింపు ఎప్పుడూ లేఖ పంపిన వారి ప్రయాణపు దూరాన్ని బట్టి ఉంది. ఇప్పుడు అది లండన్ నుంచి వచ్చింది. కనుక మనం ఆలస్యం చేయలేం.''

''గుడ్ గాడ్!'' అరిచాను నేను. ''ఈ అవిశ్రాంత హత్యలకు కారణమేమై ఉంటుంది?''

''ఓడలో ప్రయాణిస్తున్న వ్యక్తి లేక వ్యక్తులకు ఓపెన్‌షా వద్ద ఉన్న పత్రాలు కీలకమైనవి. ఈ వ్యవహారంలో ఒక్కరికన్నా ఎక్కువమందే ఉన్నారన్నది సుస్పష్టం. జ్యూరీని మోసపుచ్చేలా ఒకే వ్యక్తి రెండు హత్యలు చేయలేడు. వారు అనేకమంది అయి ఉంటారు. వారిలో పట్టుదల, కక్ష ఉన్నవారు ఉండి ఉంటారు. వారు కావాలనుకుంటున్న పత్రాల సొంతదారు కూడా వారిలో ఉంటారు. ఈ రకంగా కె.కె.కె. అనేది ఒక వ్యక్తి ఇంటిపేరు అయి ఉండదు, అది ఒకసొసైటీ బ్యాడ్జి అయి ఉంటుంది.''

''కానీ ఏ సొసైటీ?''

''నువ్వు ఎప్పుడూ-'' అన్నాడు షెర్లాక్ హోమ్స్ ముందుకు వంగి గొంతు తగ్గించి- ''కూ క్లక్స్ క్లాన్ గురించి వినలేదా?''

''నేనెప్పుడూ వినలేదు.''

తన మోకాళ్ళపై పెట్టుకున్న పుస్తకం పేజీలను హోమ్స్ తెరిచే ఉంచాడు. ''ఇదిగో ఇక్కడ,'' అన్నాడు, ''కూ క్లక్స్ క్లాన్. పేలుతున్న తుపాకీ చప్పుడుకి ప్రతీకగా ఈ పేరు పుట్టింది. అంతర్యుద్ధానంతరం దక్షిణ అమెరికాలో మాజీ కాన్ఫెడరేట్ సైనికులు దీనిని ఏర్పాటు చేశారు. తదనంతరం, టెన్నిసీ, లూసియానా, కరోలీనాలు, జార్జియా, ఫ్లోరిడా సహా దేశంలోని పలు ప్రాంతాలలో దీని శాఖలు ఏర్పాటయ్యాయి. దీని శక్తిని రాజకీయ ప్రయోజనాల కోసం వాడారు. ముఖ్యంగా నీగ్రో ఓటర్లను భయపెట్టేందుకు, తమ అభిప్రాయాలను వ్యతిరేకించిన వారిని హత్య చేయడం లేక దేశం నుంచి తరిమివేయడానికి ఉపయోగించేవారు. వారు సాధారణంగా తాము లక్ష్యంగా చేసుకున్న వ్యక్తికి ఓక్ ఆకులను, కొన్ని భాగాలలో గుమ్మడి లేక నారింజ గింజలను హెచ్చరికగా పంపడం ఆనవాయితీ. అవి అందుకున్న ప్రతి బాధితుడు తన పద్ధతులను మార్చుకోవడమో, దేశం నుంచి పారిపోవడమో జరుగుతుంది. అతను దానిని ఎదుర్కొంటే, అతనికి అనుకోని విధంగా, విచిత్ర పద్ధతుల్లో మరణం ఎదురవుతుంది. ఆ సొసైటీ తాలూకు వ్యవస్థ అంత పొందిగ్గా ఉంటుంది. దాని పద్ధతులు కూడా అంతే చాకచక్యంగా, హంతకుడు వారేనని తెలుసుకోలేని విధంగా ఉంటాయి. యునైటెడ్ స్టేట్స్ ప్రభుత్వం, దక్షిణాదిలో కొన్ని ఉన్నతవర్గాలు దానిని నిర్మూలించేందుకు ఎన్ని ప్రయత్నాలు చేసినప్పటికీ, కొన్నేళ్ళపాటు ఆ సంస్థ ఒక వెలుగు వెలిగింది. కానీ, 1869లో హఠాత్తుగా ఈ ఉద్యమం కుప్పకూలింది, తర్వాత అక్కడక్కడ చెదరుమదురు సంఘటనలు మాత్రమే చోటు చేసుకున్నాయి.''

''వారి పత్రాలతో ఓపెన్‌షా అమెరికా నుంచి అదృశ్యమవడం, సంస్థ హఠాత్తుగా విచ్ఛిన్నం కావడం ఎంత యాధృచ్ఛికంగా జరిగినట్టున్నాయో గమనించావా?'' అన్నాడు హోమ్స్. ''బహుశ అదే కార్యకారణం అయి ఉండవచ్చు. అందుకే, అతను,

అతని కుటుంబ సభ్యులు ప్రమాదంలో పడ్డారు. ఈ రిజిస్టరూ, డైరీ దక్షిణాదిలో తొలి వ్యక్తులను ఇరికించే సమాచారం కలిగినవై ఉంటాయని అర్థమవుతోంది - దాన్ని కనుగొనే దాకా రాత్రిళ్ళు ప్రశాంతంగా నిద్రపోలేని వారు అందులో ఉండి ఉండచ్చు.''

''అంటే, మనం చూసిన పేజీ -''

''అటువంటిదే అనుకోవచ్చు. నాకు గుర్తున్నంత వరకూ ఎ,బి,సిలకు గింజలు పంపినట్టు ఉంది. అంటే సొసైటీ హెచ్చరికలు పంపిందన్న మాట. తర్వాత ఎ,బిల సమస్య పరిష్కారమైంది అని ఉంది అంటే వారు మాట విన్నారు లేక దేశాన్ని విడిచిపెట్టి వెళ్ళారు. ఇక సి వద్దకు వెళ్ళారని ఉంది- అంటే 'సి' భయానక ఉత్పాతాన్ని ఎదుర్కొన్నాడన్న మాట. నా ఉద్దేశంలో ఈ చీకటి అంశంపై మనం కొంత వెలుగు ప్రసరింపచేయాలన్నది నా ఉద్దేశం డాక్టర్, ఇక యువ ఓపెన్‌షాకు మిగిలి ఉన్న అవకాశం నేను చెప్పిన పని చేయడమే. ఈ రాత్రికి ఇక చెప్పేది, చేసేది ఏమీ లేదు. కనుక నా వయొలిన్ ఇవ్వు, ఒక అరగంటపాటు ఈ భయానక వాతావరణాన్ని, మనతోటి వ్యక్తుల ఘోర స్వభావాలను మర్చిపోదాం.''

ఉదయానికి వాన తగ్గింది. ఆ మహా నగరం పైన ముసురుకున్న మబ్బుల్లో నుంచి సూర్యుడు వెలుగును ప్రసరింపచేస్తున్నాడు. నేను కిందకు వచ్చేసరికి షెర్లాక్ హోమ్స్ బ్రేక్‌ఫాస్ట్‌బల్ల వద్ద సిద్ధంగా ఉన్నాడు.

''నీ కోసం వేచి చూడనందుకు నన్ను క్షమించాలి,'' అన్నాడు అతను. '' యువ ఓపెన్‌షా కేసు దర్యాప్తులో ఈ రోజంతా చాలా బిజీగా ఉంటుందని నేను భావిస్తున్నాను.''

''ఏం చర్యలు తీసుకుంటావు?'' అడిగాను నేను.

''నా తొలి విచారణ ఫలితాలను బట్టి అది చాలా వరకూ అధారపడి ఉంటుంది. నేను హోర్షామ్ వెళ్ళాల్సి రావచ్చు,'' అన్నాడు.

''నువ్వు మొదట అక్కడకు వెళ్ళవా?''

''లేదు. నేను సిటీతో మొదలు పెడతాను. బెల్లు కొట్టు, పనిమనిషి నీ కాఫీ పట్టుకువస్తుంది.''

కాఫీ కోసం వేచి చూస్తూ, బల్లపై తెరవకుండా పడేసి ఉన్న దినపత్రికను తెరిచి చూశాను. నా దృష్టి నా గుండెల్లో వణుకు పుట్టించే ఒక శీర్షికపై పడింది.

''హోమ్స్,'' అని అరిచాను. ''నువ్వు ఆలస్యమయ్యావు.''

''ఆ!'' అన్నాడు అతను చేతిలో కప్పును కింద పెడుతూ. ''నేను కూడా అదే భయపడ్డాను. ఎలా జరిగింది అది?'' అతను చాలా ప్రశాంతంగా మాట్లాడినప్పటికీ, అంతర్గతంగా కదిలిపోయాడని నాకర్థమైంది.

''నా దృష్టి ఓపెన్‌షా అన్న పేరుపై పడింది. శీర్షిక - వాటర్‌లూ బ్రిడ్జి సమీపంలో విషాదం.'' ఇదిగో వార్త- ''రాత్రి తొమ్మిది, పది గంటల మధ్య హెచ్‌డివిజన్‌కు చెందిన కానిస్టేబుల్ కుక్ వాటర్‌లూ బ్రిడ్జి వద్ద డ్యూటీలో ఉన్నాడు. అతను సాయం చేయండన్న అరుపును, ఎవరో నీళ్ళలో పడ్డ చప్పుడును విన్నాడు. ఆ రాత్రి చాలా చీకటిగా, భీకరమైన వాన హోరుతో ఉంది, అందుకే అనేకమంది అటే వెడుతున్నా కాపాడడం అసాధ్యమైంది. అయితే, అతను తనపై వారికి తెలియచేశాడు. వాటర్ పోలీస్‌సాయంతో మృతదేహాన్ని కనుగొన్నారు. ఆ యువకుడి పేరు జాన్ ఓపెన్‌షా అని, అతడు హోర్షామ్ వాని అతని జేబులో ఉన్న కవర్‌ను బట్టి అర్థమైంది. అతను వాటర్‌లూ స్టేషన్ నుంచి చివరి రైలును పట్టుకునేందుకు హడావిడిగా వెడుతున్నాడని, చిమ్మ చీకటి కారణంగా దారి తప్పి నదిలో నడిచే స్టీమ్ బోట్లు నిలిపే ప్రదేశం అంచులకు వెళ్ళాడని భావిస్తున్నారు. శరీరంపై ఎటువంటి హింసకు గురైన గాయాలు లేవు, బాధితుడు ప్రమాదవశాత్తు నీళ్ళలో పడ్డాడన్న విషయంలో సందేహం లేదు. ఈ ఘటన నది పక్కన రోడ్లను అధికారులు బాగు చేయాల్సిన ఆవశ్యకతను పట్టి చూపుతోంది.''

మేం కొద్ది నిమిషాల పాటు మౌనంగా కూర్చున్నాం. హోమ్స్ నేనెన్నడూ చూడని విధంగా తీవ్రమైన వేదనలో, కదిలిపోయి కనిపించాడు.

''అది నా అహాన్ని దెబ్బకొట్టింది, వాట్సన్,'' అన్నాడు ఎట్టకేలకు. ''అది చిన్న విషయమే కానీ నా అహాన్ని దెబ్బతీసింది. ఇప్పుడది నాకు వ్యక్తిగత వ్యవహారమైంది. ఒకవేళ దేవుడు నాకు ఆరోగ్యాన్నిస్తే నేను ఆ గ్యాంగు పని పడతాను. అతను నా వద్దకు సాయం కోసం రావాలి - నేను అతడిని మృత్యువు వద్దకు పంపుతాను!'' అతను చివ్వున తన కుర్చీలోంచి లేచి గదిలో ఆపుకోలేని ఆగ్రహంతో అటూ ఇటూ పచార్లు చేయడం ప్రారంభించాడు. అతని ముఖం కందిపోయింది, సన్నటి చేతులను కలుపుతూ, తీసేస్తూ తిరుగుతున్నాడు.

''వాళ్ళు జిత్తులమారి రాక్షసులు అయి ఉండాలి,'' అన్నాడు ఎట్టకేలకు. ''వారు అతడిని అక్కడ ఎలా చంపి ఉంటారు? నది ఒడ్డు స్టేషన్‌కు నేరుగా వెళ్ళే దారిలో లేదు. వారి అవసరం కోసమా అన్నట్టు అంత రాత్రి వేళలో కూడా బ్రిడ్జి నిస్సందేహంగా కిక్కిరిసి ఉంటుంది. వెల్ వాట్సన్, దీర్ఘ కాలంలో ఎవరు గెలుస్తారో చూద్దాం. నేను ఇప్పుడు బయటకు వెడుతున్నాను!''

''పోలీసుల దగ్గరికా?''

''కాదు. నేనే స్వయంగా పోలీసును అవుతాను. నేను ఉచ్చు పన్నాక వారు ఏమీ చెయ్యలేరు.''

ఈ రోజంతా నేను నా ప్రొఫెషనల్ పనిలో పడ్డాను, నేను బేకర్ వీధికి తిరిగి

వచ్చేసరికి సాయంత్రం అయింది. షెర్లాక్ హోమ్స్ ఇంకా తిరిగి రాలేదు. అతను తిరిగి వచ్చేసరికి దాదాపు పది గంటలైంది. బాగా అలసిపోయి, పాలిపోయి కనిపించాడు. అతను అల్మారావైపు వెళ్ళి, బ్రెడ్డును తుంచి ఆబగా తిని, చెంబెడు నీళ్ళు తాగాడు.

''నువ్వు బాగా ఆకలితో ఉన్నావు,'' అన్నాను.

''అలమటిస్తున్నాను. అసలు ఆ విషయమే మర్చిపోయాను. బ్రేక్‌ఫాస్ట్ తర్వాత అసలు ఏమీ తినలేదు.''

''ఏమీ తినలేదా?''

''అవును, చిన్న ముక్క కూడా. దాని గురించి ఆలోచించే సమయం కూడా లేదు.''

''సరే ఇంతకీ నీ ప్రయత్నంలో విజయం సాధించావా?''

''వెల్.''

''ఏదైనా ఆధారం దొరికిందా?''

''వారు ఇప్పుడు నా గుప్పిట్లో ఉన్నారు. యువ ఓపెన్‌షా ప్రతీకారం ఎక్కువ కాలం ఆగదు. ఎందుకు, వాట్సన్, వారి రాక్షస ముద్రే వారికి వేద్దాం. నేను బాగా ఆలోచించాను!''

''నీ ఉద్దేశ్యమేమిటి?''

అతను అల్మారాలో నుంచి ఒక నారింజను తీశాడు, దానిని ఒలిచి అందులో నుంచి గింజలను టేబుల్ మీద పోశాడు. అందులో నుంచి ఐదింటిని తీసి, ఒక కవర్‌లో పెట్టాడు. కవర్ లోపలి భాగంలో, ''ఎస్‌హెచ్‌ఫర్ జె.ని.'' అని రాశాడు. తర్వాత దానిని అంటించి, దానిపై ''కెప్టెన్ జేమ్స్ కల్హౌన్, బార్క్ లోన్ స్టార్, సవాన్నా, జార్జియా'' అని చిరునామా రాశాడు.

''అతను ఓడరేవులో ప్రవేశించగానే ఇది ఎదురు చూస్తుంటుంది,'' అన్నాడు నవ్వుతూ.'' అది అతనికి నిద్రలేని రాత్రిళ్ళనే ఇస్తుంది. ఓపెన్‌షా భావించినట్టుగానే దానిని దుశ్శకునం అనుకుంటాడు.''

''సరే, ఇంతకీ ఈ కెప్టెన్ కల్హౌన్ ఎవరు?''

''ఆ గ్యాంగ్ లీడర్. మిగిలిన వారి సంగతి కూడా చూస్తా కానీ మొదటి ఇతనే.''

''అసలు ఎలా కనుక్కున్నావు?''

అతను జేబులో నుంచి తేదీలు, పేర్లు ఉన్న ఒక పెద్ద కాగితాన్ని తీశాడు.

''నేను రోజంతా లాయిడ్స్ రిజిస్టర్స్, పాత పేపర్లను పరిశీలిస్తూ గడిపాను. ముఖ్యంగా (83 జనవరి, ఫిబ్రవరి నెలల్లో పాండిచ్చేరిని తాకిన ఓడలన్నీ భవిష్యత్తులో ఏ మార్గాన్ని పట్టనున్నాయో పరిశీలించాను. ఆ సమయంలో దాదాపు 36 పడవలు

భారీ వస్తు సామాగ్రితో రిపోర్టు చేశాయి. వాటిలో లోన్‌స్టార్ వెంటనే నా దృష్టిని ఆకర్షించింది. అది లండన్ నుంచి వస్తున్నట్టు ఉన్నా, అది యూనియన్‌లోని రాష్ట్రాలలో ఒకదానికి ఇచ్చిన పేరు.''

''టెక్సాస్‌కు అనుకుంటాను.''

''ఏ రాష్ట్రమన్నది నాకు తెలియదు కచ్చితంగా, కానీ ఆ ఓడ అమెరికా నుంచి వచ్చినదై ఉంటుందని నాకనిపించింది.''

''తర్వాత?''

''నేను డూండీ రికార్డులను వెతికాను. '85 జనవరిలో లోన్‌స్టార్ ఓడ అక్కడకు వచ్చిందని నమోదు కావడంతో నా అనుమానాలు ఖరారు అయ్యాయి. తర్వాత ప్రస్తుతం లండన్ రేవులో నిలిచి ఉన్న ఓడల గురించి విచారించాను.''

''సరే?''

''లోన్‌స్టార్ కిందటి వారమే ఇక్కడకు వచ్చింది. నేను ఆల్బర్ట్ డాక్‌కు వెళ్ళాను, అయితే ఈ రోజు తెల్లవారు జామునే అది నది మార్గం గుండా సవాన్నాకు బయలుదేరిందని తెలిసింది. నేను గ్రేవ్‌సెండ్‌కు ఫోన్ చేశాను, అది అంతకు ముందు దాన్ని దాటి వెళ్ళిందని తెలిసింది. గాలి బాగా ఉన్న నేపథ్యంలో అది ఇప్పటికే గుడ్‌విన్స్ దాటి ఐల్ ఆఫ్ వైట్ నుంచి చాలా దూరంలో ఉంటుందని భావిస్తున్నాను.''

''అయితే ఇప్పుడేం చేస్తావు?''

''ఓ, నా దృష్టి అతని మీదే ఉంది. ఓడలో ఉన్నవారిలో అతను, అతని ఇద్దరు సహచరులు మాత్రమే అమెరికాలో పుట్టిన ఆదివాసులు. మిగిలిన వారు ఫిన్స్, జర్మన్లు. వారు ముగ్గురూ రాత్రి ఓడలో లేరని తెలిసింది. వారి సామాను ఎక్కిస్తున్న వ్యక్తి ద్వారా ఈ విషయం నాకు తెలిసింది. వారి ఓడ సవాన్నా చేరుకునే సమయానికి, ఉత్తరాన్ని మోసుకువెడుతున్న పడవ అక్కడకి చేరుకుంటుంది. సవాన్నా పోలీసులకు వారు ముగ్గురూ హత్యా ఆరోపణలో ఇక్కడ కావలసిన నిందితులనే సమాచారం అందుతుంది.''

మానవుల ప్రణాళికలలో ఎప్పుడూ ఏదో ఒక లోపం ఉంటుంది, జాన్ ఓపెన్‌షా హంతకులకు నారింజ గింజలు అందవు. వారి వంటి జిత్తులమారి, పట్టుదల గల మనిషి వారి మార్గంలోనే ఉన్నాడనే విషయం వారికెన్నడూ తెలియదు. ఆ ఏడు గాలులు చాలా దీర్ఘకాలం, బలంగా ఉన్నాయి. మేం సవాన్నాకు చెందిన లోన్‌స్టార్ ఓడ గురించిన సమాచారం కోసం చాలా కాలం ఎదురు చూశాం, కానీ ఏదీ అందలేదు. అయితే, అట్లాంటిక్ సముద్రంలో ఒక ఓడ ధ్వంసమైందని, ''ఎల్.ఎస్'' అన్న అక్షరాలు కలిగి ఉన్న దాని తాలూకు స్తంభం ఒకటి అలల్లో కొట్టుకువచ్చిందని, తెలిసింది. లోన్‌స్టార్ భవితవ్యం గురించి మాకు తెలిసింది, తెలిసేది అదే.

6. వంకర పెదిమవాడు

సెయింట్ జార్జిలోని థియోలాజికల్ కాలేజీ ప్రిన్సిపాల్‌గా పని చేసిన కీ.శే. ఎలియాస్ విట్నీ సోదరుడైన ఈసా విట్నీ మత్తు మందుకి బానిస. అతను కాలేజీలో ఉండగా డీ క్విన్సీ కలలు, ఉద్వేగాల గురించి రాసిన వివరణలను చదివిన తర్వాత తన పొగాకులో మత్తు మందు కలిపి అదే ప్రభావాన్ని చవి చూడాలన్న ఉత్సాహంతో చిలిపిగా ప్రారంభమైన అలవాటని నాకు అర్థమైంది. చాలా మందిలాగే ఆ అలవాటు చేసుకోవడం తేలిక కానీ వదిలించుకోవడం కష్టమైన విషయం అని అతను తెలుసుకున్నాడు. అందుకే అనేక సంవత్సరాలు ఆ మత్తు పదార్థానికి బానిసగా ఉన్నాడు. అతని స్నేహితులకు, బంధువులకు సానుభూతిని, భయాన్ని ఏకకాలంలో పుట్టించే వ్యక్తిగా కొనసాగాడు. పసుపు పచ్చటి, జిడ్డోడుతున్న ముఖం, బరువుగా ఉన్న కళ్ళు, చిన్నవైన కనుగుడ్లు, అన్నీ కలగలసి.. ఒక ఉన్నత మానవుడి పతనాన్ని సూచిస్తూ కుర్చీలో నా కళ్ళెదురుగుండా కనిపిస్తున్నాడు.

ఒకరోజు రాత్రి- అది '89 జూన్‌లో - నా బెల్లు మోగింది. సాధారణంగా ఎవరైనా పడుకునే ప్రయత్నంలో గడియారం కేసి చూసే సమయమది. నేను లేచి కుర్చీలో కూర్చున్నాను. నా భార్య కుడుతున్న దానిని ఒళ్ళో పడేసి, నిరాశ పడ్డట్టుగా ముఖాన్ని పెట్టింది.

''ఎవరో రోగి!'' చెప్పింది ఆమె. ''నువ్వు బయటకు వెళ్ళాల్సి ఉంటుంది.''

నేను మూలిగాను. ఎందుకంటే నేను ఆ రోజు చాలా కష్టపడి వచ్చాను.

తలుపు తెరుచుకోవడం విన్నాం. హడావిడి మాటలు, తర్వాత వడివడి అడుగులు వినిపించాయి. మా తలుపు తెరుచుకుంది, ఏదో నల్లటి దుస్తులను, నల్లటి ముసుగును ధరించిన స్త్రీ ఒకామె లోపలికి దూసుకువచ్చింది.

''ఇంత ఆలస్యంగా వచ్చినందుకు క్షమించండి,'' అంది ఆమె మొదలుపెడుతూ. తర్వాత ఆవేశంగా నా భార్యకేసి పరుగెత్తి ఆమెను చుట్టుకొని, ఆమె భుజంపై తలపెట్టి వెక్కివెక్కి ఏడవడం మొదలుపెట్టింది. ''నేను చాలా సమస్యల్లో చిక్కుకున్నాను,'' అంటూ ఏడిచింది.

''నాకు చిన్న సహాయం కావాలి.''

''ఎందుకు?'' అంది నా భార్య ఆమె ముసుగు తొలగిస్తూ, ''ఆమె కేట్ విట్నీ. ఎంత భయపెట్టావు కేట్! నువ్వు లోపలికి వచ్చినప్పుడు నువ్వెవరో నాకు అర్థం కాలేదు.''

''ఏం చేయాలో నాకు తెలియలేదు, అందుకే నేరుగా నీ దగ్గరకు వచ్చాను.''

సాధారణంగా జరిగేది అదే. దు:ఖంలో ఉన్న వ్యక్తులు, లైట్ హౌజ్ వైపు వెళ్ళే పక్షుల్లా నా భార్య దగ్గరకు వస్తారు.

''నువ్వు రావడం మంచిదైంది. ఇప్పుడు కొంచెం నీళ్ళు, వైన్ తాగి, స్థిమితంగా కూర్చొని ఏం జరిగిందో చెప్పు. లేక జేమ్స్‌ను నిద్రపోవడానికి పంపించమంటావా?''

''వద్దు, వద్దు. నాకు డాక్టర్ సాయం, సలహా కావాలి. ఇది ఈశా గురించి. అతను రెండురోజుల నుంచి ఇంటికి రాలేదు. నేను అతని గురించి చాలా భయపడుతున్నాను!''

తన భర్త సమస్యల గురించి మాతో ఆమె అలా మాట్లాడటం ఇదే మొదటిసారి, ఒక వైద్యుడిగా నాకు, తన పాత మిత్రురాలు, స్కూల్లో సహచరిగా నా భార్యకు కూడా అది వింత అనుభవం. మేం మాకు వచ్చిన పరిభాషలో ఆమెను ఓదార్చే ప్రయత్నం చేశాం. తన భర్త ఎక్కడ ఉన్నాడో ఆమెకు తెలుసా? అతడిని ఆమె వద్దకు తేగలగడం మాకు సాధ్యమయ్యే పనేనా?

ఆమెకు తెలుసన్నట్టే అనిపించింది. అతను ఈ మధ్య కాలంలో ఎక్కడ ఉన్నాడో ఆమె వద్ద కచ్చితమైన సమాచారం ఉంది. నగరానికి తూర్పుగా దూరంలో ఉన్న ఓపియమ్ డెన్‌ను ఎలా ఉపయోగించుకున్నాడో తెలుసు. అయితే, అతని హడావిడి అంతా ఒకరోజుకే పరిమితం. అతను తర్వాత సాయంత్రానికే ఇంటికి తిరిగివచ్చేవాడు మత్తుగా తూలుతూ, చెదిరిపోయిన స్థితిలో. కానీ ప్రస్తుతం అతను గత నలభై ఎనిమిది గంటలుగా అదే స్థితిలో ఉన్నాడు. నిస్సందేహంగా డాక్‌లతో ఇతర మత్తు మందు బానిసలో కలిసి అక్కడే విషాన్ని పీలుస్తూ లేదా దాని ప్రభావంతో పడి ఉన్నాడు. అప్పర్ స్వాండామ్ లేన్‌లోని 'బార్ ఆఫ్ గోల్డ్'లో అతను కనిపిస్తాడని ఆమె బలంగా నమ్ముతోంది. కానీ ఆమె ఏం చేయగలదు? మర్యాదస్తురాలు, పిరికిది అయిన యువతి, అలాంటి చోటికి వెళ్ళి, రౌడీల మధ్య కూర్చొని ఉన్న తన భర్తను ఎలా లాక్కురాగలదు?

అదీ కేసు, కానీ దానిలోంచి బయటపడడానికి మార్గం ఒక్కటే. ఆ చోటుకి ఆమెతో కలిసి నేను వెళ్ళలేనా? కానీ అసలు ఆమె అక్కడకు ఎందుకు రావాలన్నది రెండవ ఆలోచన. నేను ఈశా విట్నీ వైద్య సలహాదారుని, నా ప్రభావం అతనిపై ఉంది. నేను వంటరిగా వెడితే సరిగా చక్కబెట్టగలను. ఆమె ఇచ్చిన చిరునామాలోనే అతడు ఉంటే రెండుగంటల్లో బండిలో అతన్ని ఇంటికి పంపిస్తానని ఆమెకు హామీ ఇచ్చాను. మరొక పది నిమిషాల్లో నేను నా సిట్టింగ్ రూమ్‌ను, పడక కుర్చీని వదిలి, చిన్న బగ్గీలో

తూర్పువైపు వేగంగా బయలుదేరాను. అప్పుడది నాకు చిత్రమైన పనిలా అనిపించింది. భవిష్యత్తు మాత్రమే అది ఎంత చిత్రమైందో చెప్పగలదు.

నా సాహసం మొదటి దశలో ఎటువంటి కష్టమూ ఎదురుకాలేదు. లండన్ బ్రిడ్జికి తూర్పున, నదికి ఉత్తరాన ఉన్న రేవు కట్టడాలకు వెనుకగా అప్పర్ స్వాండన్ వీధి ఉంది. ఒక చౌకబారు దుకాణానికి, జిన్ దుకాణానికి మధ్య ఎత్తైన మెట్లతో ఒక గుహలోకి వెడుతున్నట్టుగా ఉన్న ద్వారంతో నేను వెతుకుతున్న డెన్ కనపడింది. నా బండివాడిని ఆగమని చెప్పి, నేను తాగుబోతులు ఇష్టమొచ్చినట్టుగా ఎక్కి దిగుతుండడంతో పాడైన మెట్లు ఎక్కి, తలుపు మీద ఉన్న నూనె దీపం గుడ్డి వెలుగులో దాని గొళ్ళాన్ని కనుగొని పొడవుగా, చౌకబారుగా ఉన్న గదిలోకి ప్రవేశించాను. గది అంతా ఓపియమ్ తాలూకా దట్టమైన పొగ అలుముకొని ఉంది. గదిలో అంతస్తుల్లా చెక్క బల్లలు ఉన్నాయి. ఏదో ప్రవాసులు వస్తున్న పడవలోలా.

ఆ గుడ్డివెలుగులో చిత్రమైన భంగిమలలో పడి ఉన్న శరీరాలను, వంగిపోయిన భుజాలను, మోకాళ్లను, తలను వెనక్కి వాల్చి గడ్డంపైకి పెట్టి చూస్తూ కూర్చున్నవారిని, చూశాను. కొత్త వ్యక్తి రాకను ఆసక్తితో గమనించిన కొందరి కళ్ళ కదలికలు కనిపించాయి. నల్లటి నీడల్లో నుంచి ఎర్రటి వలయాలతో ఉన్న వెలుగు కనిపించింది. లోహపు పైపుల్లో విషయం పెరిగి తగ్గుతున్నట్టుగా - ఒకసారి బాగా వెలుగుగా, మరొకసారి వెలుగు తగ్గిపోయినట్టుగా కనిపిస్తోంది. చాలామంది మౌనంగా పడి ఉన్నా, కొందరు మాత్రం తమలో తాము మాట్లాడుకుంటున్నారు. మరికొందరు చిత్రమైన లోగొంతుతో మాట్లాడుతున్నారు. వారి సంభాషణ అప్పుడప్పుడు వినిపిస్తూ, మళ్ళీ నిశ్శబ్దంలోకి జారిపోతూ వినిపిస్తోంది. ఎవరికి వారు, వారి ఆలోచనలను బయటికే చెప్తున్నారు పక్కవారి మాలను పట్టించుకోకుండా. మరొక మూలకు బొగ్గుల మంట కనిపిస్తోంది. దానిపక్కనే మూడు కాళ్ళున్న చెక్క స్టూల్ ఉంది. దానిపైన పొడవైన, సన్నటి వృద్ధుడు ఒకరు మోచేతులపై గడ్డాన్ని ఆన్చి, మోచేతులను మోకాళ్ళపై పెట్టుకొని మంటలోకి చూస్తూ కూర్చొని ఉన్నాడు.

నేను ప్రవేశించగానే, ఒక మలయ్ నావికుడు నాకేని పైప్ మత్తు మందు తీసుకుని పరుగెత్తుకు వచ్చి ఒక ఖాళీ బెర్త్‌ను కూర్చోమని చూపించాడు.

''థాంక్యూ. నేను కూర్చోవడానికి రాలేదు,'' అన్నాను నేను. ''ఇక్కడ నా స్నేహితుడు ఒకరు ఉన్నారు. మిస్టర్ ఈశా విట్నీ. అతనితో మాట్లాడాలనుకుంటున్నాను.''

నా కుడివైపున కదలిక, ఆశ్చర్యంతో కూడిన శబ్దం వినిపించాయి. ఆ చీకట్లోంచి కళ్ళు చికిలించుకొని నేను విట్నీని చూశాను. పాలిపోయి, అశుభ్రంగా నాకేసి చూస్తున్నాడు తదేకంగా.

''మైగాడ్! అది వాట్సన్,'' అన్నాడు అతను. చాలా ఘోరమైన పరిస్థితిలో ఉన్నాడు. శరీరంలోని ప్రతి నరం అదురుతోంది. ''ఇంతకీ వాట్సన్ ఇప్పుడు సమయం ఎంతైంది?'' అని అడిగాడు.

''దగ్గర దగ్గర పదకొండు.''

''ఏ రోజు?''

''శుక్రవారం, జూన్ 19.''

''ఓరి భగవంతుడా! నేనింకా ఇది బుధవారం అనుకున్నాను. కాదు ఇది బుధవారమే. నాలాంటి వాడిని ఎందుకు భయపెట్టాలనుకుంటున్నావు?'' రెండు చేతుల్లో ముఖం దాచుకొని భోరుమని పెద్దగా ఏడవనారంభించాడు.

''నేను చెప్తున్నాను కదా, ఇది శుక్రవారమే. గత రెండు రోజులుగా నీ భార్య నీ కోసం ఎదురుచూస్తోంది. నీ ప్రవర్తనకు నువ్వు సిగ్గుపడాలి!'

''నేను పడుతున్నాను. కానీ నువ్వే పొరబడుతున్నావు వాట్సన్. ఎందుకంటే నేనిక్కడకు కొన్ని గంటల ముందే వచ్చాను, మూడు పైప్‌లు, నాలుగు పైప్‌లో- ఏమో గుర్తులేదు ఎన్నో. కానీ నేను నీతో ఇంటికి వస్తాను. నేను కేట్‌ను భయపెట్టను. పాపం కేట్. నీ చెయ్యి కాస్త ఆసరా ఇవ్వు. ఇంతకీ నువ్వు బండిలోనే వచ్చావా?''

''అవును, వెయిటింగ్‌లో ఉంది.''

''అయితే నేను అందులో వెడతాను. కానీ నాకు సాయం కావాలి. ఏం సాయమో తెలుసుకో వాట్సన్. నేను పూర్తిగా మత్తులో ఉన్నాను. నాకై నేను ఏమీ చెయ్యలేను.''

నేను నిద్రపోతున్న వారి మధ్య ఉన్న సన్నటి దోవలో నుంచి, మత్తు పదార్థపు విషపూరిత, మత్తును కలిగించే పొగలో నుంచి ఊపిరి బిగపట్టి మేనేజర్ కోసం వెతకడం ప్రారంభించాను. ఒక బాయిలర్ లాంటి దాని పక్కన కూర్చొని ఉన్న పొడవాటి వ్యక్తిని దాటుతుండగా, నా చొక్కాను పట్టుకులాగి, ''నన్ను దాటి వెళ్ళి, వెనక్కి తిరిగి నాకేసి చూడు,'' అన్నమాటలు రహస్యంగా వినిపించాయి. ఆ మాటలు నా చెవిలో స్పష్టంగా పడ్డాయి. నేను కిందకి చూశాను. అవి నాకు పక్కగా ఉన్న వృద్ధుడి నుంచే వచ్చి ఉండాలి. కానీ ఇప్పుడతడు మత్తులో మునిగిపోయి ఉన్నట్టుగానే కనిపించాడు. చాలా సన్నగా, చాలా ముడతలు పడిన ముఖం, వయసు కారణంగా వంగిపోయి, పొరపాటున వేళ్ళ మధ్య నుంచి పడేసినట్టుగా మోకాళ్ళ మధ్యలో నుంచి ఓపియమ్ పైప్ వేళ్ళాడుతూ కనిపించాడు. నేను రెండు అడుగులు ముందుకు వేసి వెనక్కి తిరిగి చూశాను. కనిపించిన దృశ్యంతో తీవ్ర ఆశ్చర్యానికి లోనైన నేను గట్టిగా అరవకుండా ఉండేందుకు నా సర్వశక్తులను, నియంత్రణను ఒడ్డాల్సి వచ్చింది. నేను మినహా మరెవరూ తనను

చూడకుండా ఉండేందుకు అతను వెనుతిరిగాడు. అతని శరీరం ఇప్పుడు దృఢంగా ఉంది, ముడతలు పోయాయి, మత్తుగా ఉన్న కళ్ళల్లో చురుకుదనం వచ్చింది, అక్కడ మంట పక్కన కూర్చొని నా ఆశ్చర్యాన్ని చూసి నవ్వుతున్న వ్యక్తి వేరెవరో కాదు షెర్లాక్ హోమ్స్. తన వైపు రావలసిందిగా సైగ చేశాడు. తక్షణమే తన పక్కనున్న వారికేసి ముఖం తిప్పుకొని, నోటికొచ్చినట్టు మాట్లాడటం మొదలు పెట్టాడు.

''హోమ్స్!' గొణిగాను నేను సన్నగా. ''ఈ డెన్‌లో నువ్వేం చేస్తున్నావు?''

''నువ్వెంత సన్నగా గొణిగినా,'' అతను జవాబిచ్చాడు అతను, ''నాకు మంచి వినికిడి శక్తి ఉంది. నువ్వు ఆ స్నేహితుడిని వదుల్చుకోగలిగితే, నీతో కాసేపు మాట్లాడేందుకు చాలా సంతోషిస్తాను.''

''బయిట బండి ఉంది.''

''అయితే, దయచేసి అతడిని అందులో ఇంటికి పంపు. అతడిని నువ్వు నమ్మవచ్చు. ఎందుకంటే, అతడు ఏ గొడవలోనూ చిక్కుకోలేనంత మత్తులో ఉన్నాడు. అలాగే, నువ్వు నన్ను కలిశాననే నోట్‌ను నీ భార్యకు రాని ఆ బండివాడికిచ్చి పంపమని సూచిస్తున్నాను. నువ్వు బయట నిలబడితే, నేను నిన్ను ఐదు నిమిషాల్లో కలుసుకుంటాను.''

షెర్లాక్ హోమ్స్ ఏ వినతినైనా తిరస్కరించడం కష్టమే. ఎందుకంటే, అవి చాలా నిర్దిష్టంగా, ఎంతో నైపుణ్యంతో ఒప్పించే విధంగా ఉంటాయి. విట్నీని కాబ్ ఎక్కేస్తే నా మిషన్ పూర్తి అయినట్టే అని భావించాను. ఇక నా స్నేహితుడితో కలిసి అసాధారణమైన సాహసాలు చేయడం కన్నా మరేదీ ఉత్తమం కాదు. కొద్ది క్షణాల్లోనే నోట్ రాశాను, విట్నీ బిల్లు కట్టేశాను, తర్వాత అతడిని బండి ఎక్కించి, బండి చీకటిలోకి వెళ్ళే దాకా చూశాను. కొద్ది సేపటిలో శిధిల స్థితిలో ఉన్నట్టుగా ఉన్న అవతారం ఒకటి ఓపియం డెన్‌లో నుంచి బయటకు వచ్చింది. మరికొద్ది క్షణాల్లో నేను షెర్లాక్ హోమ్స్‌తో కలిసి రోడ్డు మీద నడుస్తున్నాను. రెండు వీధుల వరకూ అతను వంగిపోయి, తూలుతూ నడిచాడు. తర్వాత చురుకుగా చుట్టూ చూసి, నిటారుగా నిలబడి, పకపకమని నవ్వాడు.

''నేను కొకైన్ ఇంజెక్షన్లకు, ఓపియమ్‌ను తాగడాన్ని కూడా జోడించానని నువ్వు ఊహించుకొని ఉంటావు కదా వాట్సన్,'' అన్నాడు అతను. ''నాకున్న ఆ చిన్న చిన్న బలహీనతల మీద నువ్వు నీ వైద్యపరమైన సలహాలు, అభిప్రాయాలు కూడా ఇచ్చావు.''

''నిన్నక్కడ చూసి నేను నిజంగానే ఆశ్చర్యానికి లోనయ్యాను.''

''కానీ నిన్నక్కడ చూసి నేను లోనైనంతగా కాదు.''

''నేను ఒక స్నేహితుడిని వెతకడానికి వచ్చాను.''

''నేను ఒక శత్రువుని!''

''శత్రువునా?''

''అవును! నా సహజ శత్రువులలో ఒకరిని లేదా నా ఆహారాన్ని. క్లుప్తంగా చెప్పాలంటే వాట్సన్, నేను ఒక అసాధారణ విచారణలో నిమగ్నమై ఉన్నాను. గతంలోలానే దానికి సంబంధించిన క్లూ కోసం ఇటువంటి బానిసలు ఉండేచోటుకి వచ్చాను. ఒకవేళ నన్ను డెన్‌లో గుర్తించి ఉంటే, నా ప్రాణాలను గంటల్లో వేలం వేసేవారు. ఎందుకంటే, నేను ఇంతకు ముందే నా ప్రయోజనాల కోసం దాన్ని నేను వాడుకున్నాను. అందుకే దాని యజమాని లాస్కర్ అందుకు నాపై ప్రతీకారం తీర్చుకుంటానని ప్రతిజ్ఞ పూనాడు. ఆ భవనం వెనుక ఒక రహస్య ద్వారం ఉన్నది. పాల్స్ కట్టడాలకు మూలగా ఉన్న ఆ చోటు అమావాశ్య రోజుల్లో అక్కడేం జరిగిందో కథలు కథలుగా చెప్తుంది.''

''ఏమిటీ? నీ ఉద్దేశం మృతదేహాలు కాదు కదా?''

''అవును, మృతదేహాలే వాట్సన్. ఆ డెన్‌లో చంపిన ప్రతి పేదవాడి శరీరానికి వెయ్యి పౌండ్లు వెలకడితే, మనం చాలా సంపన్నులం అవుతాం. నది ఒడ్డున ఉన్న అత్యంత ప్రమాదకరమైన హత్యా స్థలి అదే. నెవెల్లి సయింట్ క్లెయిర్ కూడా ఇందులోకి ప్రవేశించి తిరిగి రాలేదు అన్నది నా అనుమానం. కానీ మన ఉచ్చు ఇక్కడ ఉండాలి!'' అతడు తన మునివేళ్ళు రెండిటినీ నోట్లో పెట్టుకొని గట్టిగా ఈల వేశాడు. దానికి బదులుగా దూరం నుంచి అదే మాదిరి ఈల, తర్వాత చక్రాలు, గుర్రపు సకిలింపుల శబ్దం వినిపించింది.

''ఇప్పుడు వాట్సన్,'' అన్నాడు హోమ్స్, బండికి అటూ ఇటూ బంగారు రంగులో వెలుగులు చిమ్ముతున్న లాంతర్లతో చీకట్లోంచి బండి దూసుకువస్తుండగా. ''నువ్వు నాతో వస్తున్నావు, రావా?''

''నేనేమైనా ఉపయోగపడేట్టు అయితే.''

''విశ్వసించదగ్గ మిత్రుడు ఎప్పుడూ ఉపయోగకరమే. అందులోనూ ఒక రచయిత. సెడార్స్‌లో ఉన్న నా గది రెండు పడకలది.''

''సెడార్సా?''

''అవును. అది మిస్టర్ సెయింట్‌క్లెయిర్స్ ఇంట్లో ఉంది. నేను విచారణా కాలంలో ఆ ఇంట్లోనే ఉంటున్నాను.''

''అయితే అది ఎక్కడ ఉంది?''

''లీ సమీపంలో కెంట్ వద్ద. మనం ఏడు మైళ్ళ ప్రయాణం చేయాలి.''

''కానీ నాకేమీ తెలియదు.''

''నిజమే నీకేమీ తెలియదు. ప్రస్తుతం దాని గురించి అంతా తెలుసుకుంటావు. లోపలికి ఎక్కు! సరే జాన్! నువ్వు మాకు అక్కర్లేదు. ఇదిగో అర క్రౌను. నాకోసం రేపు పదకొండుగంటలకు ఎదురుచూడు. సరే మరి వెళ్ళొస్తాం.''

అతడు కొరడాతో గుర్రాన్ని కదిలేలా చేశాడు. మేం అలా అనంతంగా వస్తున్న నిర్మానుష్యమైన రోడ్ల మీద ప్రయాణం చేయడం ప్రారంభించాం. మేం కింద నది పారుతున్న వంతెన మీదకు వచ్చేవరకూ క్రమంగా రోడ్లు వెడల్పు అవుతూ వచ్చాయి. బ్రిడ్జి ఆవల ఇటుకలు, గులకరాళ్ళు, తారు ఉన్న నిర్మానుష్య మార్గం ఉంది. అక్కడ భారీగా పడుతున్న పోలీసుల అడుగులతో నిశ్శబ్దం చెదురుతున్నది లేక అక్కడ పార్టీ చేసుకుంటున్న వారి పాటలు, అరుపులతో కరుగుతోంది. ఆకాశంలో మబ్బు తెర నిదానంగా కదులుతోంది. అక్కడక్కడ మబ్బుల మధ్య నుంచి ఒకటి అరా నక్షత్రాలు మెరుస్తున్నాయి. హోమ్స్ నిశ్శబ్దంగా, తలను వంచుకొని, దీర్ఘాలోచనలో ఉన్న మనిషిలా బండి నడిపాడు. మరోవైపు నేను అతని నూతన అన్వేషణ దేని గురించో తెలుసుకోవాలన్న ఆసక్తితో కూర్చొని ఉన్నాను. అతని శక్తిని అంతగా తీసుకుంటున్న అన్వేషణ ఏమిటో తెలుసుకోవాలనున్నా, అతని ఆలోచనలకు అడ్డురావడం ఇష్టం లేకపోయింది. మేం చాలా మైళ్ళే ప్రయాణించి, ఊరి చివర్లో ఉన్న విల్లాలను సమీపించాం. అతను భుజాలు ఎగురవేసి, సర్దుకొని, చాలా బాగా వ్యవహరిస్తున్నానని సంతృప్తి చెందిన మనిషిలా పైప్ తీసి వెలిగించాడు.

''నిశ్శబ్దంగా ఉండగల గొప్ప శక్తి నీకు ఉంది వాట్సన్,'' అన్నాడు అతను. ''అదే నిన్ను అమూల్యమైన సహచరుడిని చేస్తుంది. నాకు మాత్రం మాట్లాడటానికి ఒక సహచరుడు దొరకడం గొప్ప విషయం. ఎందుకంటే నా ఆలోచనలు ఎప్పుడూ ఆనందకరమైనవి కావు. ఇప్పుడు నన్ను ద్వారం వద్ద కలుసుకోబోయే ఆ మహిళకు ఏం చెప్పాలా అని ఆలోచిస్తున్నాను.''

''ఆ విషయం నాకేమీ తెలియదని మర్చిపోయినట్టున్నావు.''

''మనం లీకు వెళ్ళే ముందు కేసును గురించిన వాస్తవాలు నీకు చెప్తాను. అది చాలా సరళంగా ఉన్నట్టు కనిపించినా, నాకు ముందుకు వెళ్ళడానికి ఏ ఆధారం కనిపించలేదు. చాలా తాడే ఉంది, అందులో సందేహం లేదు. కానీ నేను స్వయంగా దాని చివరికి వెళ్ళలేకపోతున్నాను. ఇప్పుడు కేసు గురించి, స్పష్టంగా, క్లుప్తంగా నీకు చెప్తాను వాట్సన్. నాకు అంతగా చీకటిలా అనిపిస్తున్న దానిలో నీకేమైనా వెలుగు కనిపిస్తుందేమో.''

''అయితే మొదలు పెట్టు.''

''కొన్నేళ్ళ కిందట- నిర్దిష్టంగా చెప్పాలంటే 1884, మేలో- నెవిల్లే సెయింట్ క్లెయిర్ అనే పెద్ద మనిషి లీకి వచ్చాడు. అతను చాలా సంపన్నుడిలా కనిపించాడు. అతను పెద్ద విల్లాలను తీసుకొని, విలాసవంతంగా దానిని అలంకరించి, చక్కగా జీవించాడు. నెమ్మదిగా పొరుగున స్నేహితులను సంపాదించుకున్నాడు. 1887లో అతను స్థానిక బ్రూయర్ (వైన్ తయారీదారు) కుమార్తెను వివాహం చేసుకున్నాడు. ఆమెతో అతనికి ఇద్దరు పిల్లలు పుట్టారు. అతను ఏ వృత్తీ చేసేవాడు కాదు. కానీ అనేక కంపెనీలలో ఆసక్తి ఉండేది, దానితో ప్రతి ఉదయం పట్టణంలోకి వెళ్ళి ప్రతి రాత్రి 5.14కు కానన్ వీధి గుండా వచ్చేవాడు. ఈ మిస్టర్ సెయింట్ క్లెయిర్‌కు ఇప్పుడు 37 ఏళ్ళు ఉంటాయి. మంచి అలవాట్లు ఉన్న మనిషి. మంచి భర్త, చాలా ప్రేమ చూపే తండ్రి, తెలిసినవారందరిలో చాలా ప్రాచుర్యాన్ని పంపాదించినవాడు.

నేను ఖచ్చితంగా అంచనా వేసినంత వరకూ, అతనిక ఉన్న అప్పులు 88,104 పౌండ్లు, ఇక కాపిటల్ అండ్ కౌంటీస్ బ్యాంకులో 220 పౌండ్ల క్రెడిట్ ఉంది కనుక, అతన్ని డబ్బు సమస్యలు బాధిస్తున్నాయనుకోవడానికి లేదు.

''గత సోమవారం మిస్టర్ నేవిల్లి సెయింట్ క్లెయిర్ ఎప్పుడూ వెళ్ళే దానికన్న ముందుగానే పట్టణంలోకి వెళ్ళాడు. తనకు చెయ్యవలసిన రెండు ముఖ్యమైన పనులు ఉన్నాయని, వచ్చేటప్పుడు పిల్లవాడికి బ్రిక్స్ డబ్బా తెస్తానని చెప్పాడట. కాగా, అదే సోమవారంనాడు అతను బయటకు వెళ్ళగానే భార్య ఒక టెలిగ్రాంను అందుకుంది భార్య. అబర్డీన్ షిప్పింగ్ కంపెనీ ఆఫీసులో ఆమె ఎప్పటినుంచో ఎదురుచూస్తున్న తగు మాత్రం విలువ గల చిన్న పార్సిల్ సిద్ధంగా ఉందని. నీకు లండన్ బాగా తెలిస్తే, ఆ కంపెనీలో ఆఫీసు ఫ్రెస్నో వీధిలో ఉందని తెలుస్తుంది. నువ్వు ఈ రాత్రి నన్ను కలిసిన అప్పర్ స్వాండన్ వీధిలో దాని శాఖ ఉంది. మిసెస్ సెయింట్ క్లెయిర్ భోజనం చేసిన తర్వాత, సిటీకి బయలుదేరి, కొంచెం షాపింగ్ చేసి, కంపెనీ ఆఫీసుకి వెళ్ళి, ప్యాకెట్ తీసుకొని, స్టేషన్‌కు వెళ్ళేందుకు సరిగ్గా 4.35 స్వాండన్ లేన్‌లో నడవడం మొదలుపెట్టింది. నేను ఇప్పటి వరకూ చెప్పింది అర్థమైందా?''

''చాలా స్పష్టంగా.''

''నీకు గుర్తుంటే, సోమవారం రోజు చాలా వేడిగా ఉంది, మిసెస్ క్లెయిర్‌కు ఆ పరిసరాలు నచ్చకపోవడంతో బండి కోసం వెతుకుతూ నడుస్తోంది. ఆమె స్వాండన్ లేన్ ద్వారా నడుస్తుండగా, ఆమెకు హఠాత్తుగా కేక వినిపించింది. తలెత్తి చూసిన ఆమెకు అక్కడ రెండవ అంతస్తు కిటికీలో నుంచి తన భర్త తనను పిలవడం వినిపించింది. కిటికీ తెరిచి ఉంది, ఆమె అతడి ముఖాన్ని స్పష్టంగా చూశానని, చాలా ఉద్రేకంగా

ఉన్నాడని వర్ణించింది. అతను తన చేతులను వేగంగా ఊపి, కిటికీ నుంచి ఎంత హఠాత్తుగా అదృశ్యమయ్యాడంటే, వెనుక నుంచి ఏదో శక్తి అతన్ని లాక్కెళ్ళినట్టుగా ఆమెకు అనిపించింది. ఆమె వేగవంతమైన కంటికి కనిపించిన అసాధారణ విషయం ఏమిటంటే, అతను ఇంటి నుంచి పట్టణానికి బయలుదేరేటప్పుడు ముదురు రంగు కోటు వేసుకున్నప్పటికీ దానికి కాలర్ కానీ, నెక్ టై కానీ కనిపించలేదు.

''అతని విషయంలో ఏదో జరిగిందనే భావనకు వచ్చిన ఆమె, మెట్లవైపు పరుగు తీసింది. ఆ ఇల్లు మరేదో కాదు, ఈ రాత్రి నన్ను నువ్వు కలిసి ఓపియం డెన్ - ముందు గదిలోంచి ఆమె మొదటి అంతస్తుకు వెళ్ళేందుకు ప్రయత్నించింది. మెట్ల మొదట్లోనే ఆమె నేను నీకు చెప్పిన లాస్కర్ స్కాంద్రల్‌ను కలిసింది. అతడు ఆమెను వీధిలోకి నెట్టేశాడు. తీవ్రమైన అనుమానాలు, భయాలతో ఆమె ఆ వీధిలోకి పరుగులు తీసింది. అరుదైన అదృష్టం కారణంగా ఆమె ఫ్రాన్స్ వీధిలో ఇన్‌స్పెక్టర్ సహా అనేక మంది కానిస్టేబుళ్ళను కలిసింది. వారంతా తమ విధులకు వెడుతున్నారు. ఇన్‌స్పెక్టర్, ఇద్దరు కానిస్టేబుళ్ళు ఆమెతో కలిసి అక్కకు వెళ్ళారు. ప్రొప్రయిటర్ అభ్యంతర పెట్టినప్పటికీ, మిస్టర్ సెయింట్ క్లెయిర్ చివరిసారి కనిపించిన గదిలోకి వెళ్ళారు.

అక్కడ అతని జాడలేమీ కనిపించలేదు. వాస్తవానికి, ఆ అంతస్తు మొత్తంలోనే ఎవరూ కనిపించలేదు. ఆ స్థలాన్ని తన ఇంటిగా చేసుకున్న ఒక కుంటివాడు మినహా. అతను, లాస్కర్ ఆ గదిలో మధ్యాహ్నం ఎవరూ లేరని బలంగా వాదించారు. వారు ఎంత తీవ్రంగా తమ వాదనను వినిపించారంటే, ఇన్‌స్పెక్టర్ మిసెస్ సెయింట్ క్లెయిర్ పొరబడిందనే భావనకు వచ్చాడు. దానితో ఆమె చేతిలో డబ్బాను టేబుల్ మీద పెట్టి మూత తీసింది. అందులో పిల్లలు ఆడుకునే బ్రిక్స్ ఉన్నాయి. అవే అతడు ఇంటికి తెస్తానని హామీ ఇచ్చింది.

''ఈ ఆవిష్కరణ, కుంటివాడు ప్రదర్శించిన అయోమయం అన్నీ కూడా వ్యవహారం గంభీరమైందని ఇన్‌స్పెక్టర్ గుర్తించేలా చేశాయి. గదులను చాలా జాగ్రత్తగా పరిశీలించారు. ఫలితాలు అక్కడేదో ఘోరమైన నేరం జరిగినట్టు సూచించాయి. ముందు గది సాధారణ సిట్టింగ్ రూంలా అలంకరించి ఉంది. అది చిన్న పడక గదిలోకి దారి తీసింది. అది రేవు కట్టడాల వెనక్కి వస్తుంది. ఆ కట్టడానికీ, బెడ్‌రూమ్‌కీ మధ్య ఉన్న సన్నటి దోవ ఆటుపోట్లు తక్కువగా ఉన్న సమయంలో పొడిగా, ఎక్కువగా ఉన్నప్పుడు కనీసం నాలుగున్నర అడుగుల నీటితో ఉంటుంది. బెడ్‌రూం కిటికీ వెడల్పుగా ఉంటుంది. పైగా కింద నుంచి తీసి ఉంటుంది. పరిశీలనలో కిటికీకి రక్తం జాడలు, బెడ్‌రూంలోని చెక్క నేలపై రక్తపు చుక్కల జాడలు కనిపించాయి. ముందు గదిలో కర్టెన్ వెనుక మిస్టర్ నెవిల్లె సెయింట్ క్లెయిర దుస్తులు దోపి ఉన్నాయి. ఒక్క కోటు

మినహా, అతని బూట్లు, సాక్సు, టోపీ వాచీ, అన్నీ అక్కడ ఉన్నాయి. అయితే ఆ దుస్తుల మీద హింసాత్మక గొడవ జరిగిన ఆనవాళ్ళు కానీ, మిస్టర్ నెవిల్లి సెయింట్ క్లెయిర్ జాడలు కానీ కనిపించలేదు. కిటికీలో నుంచే అతడు మాయమై ఉండాలి, ఎందుకంటే, బయటకు వెళ్ళడానికి మరి ఏ మార్గమూ లేదు. పైగా కిటికీ గట్టు మీద కనిపించిన రక్తపు మరకలు, అతను దూకి ఈదుకుంటూ వెళ్ళి తనను తాను కాపాడుకున్నాడనుకోవడానికి లేకుండా చేశాయి. ఎందుకంటే, ఈ విషాదం చోటు చేసుకున్నప్పుడు సముద్రంలో ఆటుపోట్లు చాలా తీవ్రంగా ఉన్నాయి.

ఇక, ఈ వ్యవహారంలో వెంటనే చిక్కుకున్న విలన్ల గురించి- లాస్కర్ గతం చాలా భయంకరమైంది. కానీ, మిసెస్ సెయింట్ క్లెయిర్ కథనం ప్రకారం, తన భర్త కిటికీలో కనిపించిన కొద్ది క్షణాల్లోనే లాస్కర్ మెట్ల మొదట్లో కనిపించాడు. అతను ఆ నేరంలో భాగస్వామి అనుకోవడానికి లేదు. అతని వాదన నిజమే, తమ యజమాని హగ్‌బూన్ చేసే పనుల గురించి తనకేమీ తెలియదని, కనిపించకుండా పోయిన పెద్ద మనిషి దుస్తుల గురించి తానేమీ చెప్పలేనని అతను నిరసన ప్రకటించాడు.

అది లాస్కర్ మేనేజర్ వ్యవహారం. ఇక ఓపియం డెన్‌లోని రెండవ అంతస్తులో ఉంటున్న దుర్మార్గ కుంటివాడి విషయానికి వస్తే, నెవిల్లె సెయింట్‌క్లెయిర్‌ను ఆఖరుసారి చూసిన మనిషి అతనే. అతని పేరు హగ్‌బూన్ - అతడి అసహ్యకరమైన ముఖం సిటీకి తరచుగా వెళ్ళే ప్రతి ఒక్కరికీ తెలుసు. అతడు వృత్తి రీత్యా భిక్షగాడు. కానీ పోలీసు నిబంధనలను తప్పించుకునేందుకు మైనపు అగ్గిపెట్టెలు అమ్మే చిన్న వ్యాపారిలా నటిస్తుంటాడు. త్రెడ్ నీడిల్ వీధికి కొద్ది దూరంలో ఎడమవైపున, గోడపైన చిన్న మలుపు ఉందని నువ్వు గుర్తించి ఉంటావు. ఇక్కడే వాడు రోజూ పద్మాసనం వేసి కూచొని, తన ఒళ్ళో అగ్గి పెట్టెలు పెట్టుకొని దయనీయంగా ఉంటాడు. దానితో అతని ఎదురుగా పేవ్‌మెంట్‌పై పెట్టుకున్న లెదర్ టోపీలో చిల్లర డబ్బులు పడతాయి.

ఈ వ్యక్తిని చాలాసార్లు చూశాను. అతనితో ఈ విధమైన పరిచయం కాక ముందే. స్వల్పకాలంలోనే అతని పంట పండిన తీరు నన్ను ఆశ్చర్యపరిచింది. అతని వేషం ఎంత అసాధారణంగా ఉంటుందంటే, అతన్ని పరిశీలించకుండా ఎవరూ దాటి వెళ్ళలేరు. ఆరెంజ్ రంగు జుత్తు, భయంకరమైన చారతో గుర్తుపట్టలేని విధంగా ఉన్న ముఖం, దాని వల్ల పై పెదిమ చివర్లు వంకరపోయినట్టు ఉంటాయి. బుల్‌డాగ్ లాంటి గడ్డం, జుత్తుకు భిన్నంగా కనిపించే తీవ్రంగా చూసే నల్లటి కళ్ళు - ఇతర భిక్షగాళ్ళకు భిన్నంగా కనిపించడమే కాదు, ఎవరైనా ఏమైనా అంటే చెప్పడానికి అతని వద్ద సమాధానం సిద్ధంగా ఉండేది. ఓపియం డెన్ వద్ద లాడ్జర్ ద్వారా అతనిని మనం వెతుకుతున్న పెద్ద మనిషిని చివరిసారి చూసిన వ్యక్తి ఇతనేని తెలిసింది.

''కానీ ఒక కుంటివాడా!'' అన్నాను నేను. ''వయసులో ఉన్న వ్యక్తిని ఒక్కడే ఏమి చేయగలడు?''

''అతను కుంటుతూ నడుస్తాడు కనుక కుంటి వాడు అంటున్నాం. కానీ, ఇతరత్రా చూస్తే అతను పుష్టిగా శక్తిమంతంగా కనిపిస్తాడు. ఒక అంగంలో బలహీనత వేరే వాటిలో విపరీతమైన బలంతో చెల్లుబాటు అవుతుందని నీ వైద్య అనుభవం తప్పక చెప్తుంది వాట్సన్.

''దయచేసి కథనాన్ని కొనసాగించు.'' ''కిటికీపై రక్తం చూసి మిసెస్ సెయింట్ క్లెయిర్ మూర్ఛపోయింది. పోలీసులు ఆమెను కాబ్‌లో ఇంటికి తీసుకువెళ్ళారు. ఆమె అక్కడ ఉండడం వల్ల దర్యాప్తుకి ఏ విధంగానూ సాయపడదని వారు భావించారు. కేసు ఛార్జి తీసుకున్న ఇన్‌స్పెక్టర్ బార్టన్ ఆ ప్రాంగణాన్ని అంతా జాగ్రత్తగా పరీక్షించాడు. కానీ, ఆ వ్యవహారంపై నూతన వెలుగు ప్రసరించేందుకు ఎటువంటి ఆధారాలు లభించలేదు. బూన్‌ను తక్షణమే అరెస్టు చేయకపోవడం తప్పు.

ఎందుకంటే, అతను తన స్నేహితుడు లాస్కర్‌తో సంభాషించేందుకు కొద్ది నిమిషాల సమయం దొరికి ఉంటుంది. కానీ ఈ తప్పుని వెంటనే సరిదిద్దుకున్నారు. అతన్ని వెంటనే అదుపులోకి తీసుకొని, సోదా చేశారు. కానీ అతనిపై ఆరోపణలు మోపేందుకు ఏ ఆధారాలూ లభించలేదు. అతని కుడిచేతి స్లీవ్‌పై రక్తపు మరకలు ఉన్నాయి. కానీ అతని కుడి ఉంగరం వేలు గోరు దగ్గర కోసుకుపోవడంతో రక్తం అక్కడ నుంచి కారిందని వివరించాడు. పైగా తాను కిటికీ దగ్గరకు వెళ్ళానని, కనుక అక్కడి రక్తపు మరకలు కూడా నిస్సందేహంగా అతని వేల నుంచే కారాయని అన్నాడు. అలాగే మిస్టర్ నెవిల్లె సెయింట్ క్లెయిర్‌ను తానెప్పుడూ చూడలేదని అంటూ, అతని దుస్తులు తన గదిలో ఉండటం పోలీసులకు ఎంత ఆశ్చర్యం కలిగించిందో తనకూ అంతే కలిగించిందని చెప్పాడు. ఇక మిసెస్ సెయింట్ క్లెయిర్ తన భర్తను కిటికీ దగ్గర చూశానన్న మాటలకు, ఆమె పిచ్చిదైనా అయి ఉండాలి లేక కలనైనా కని ఉండాలని ప్రకటించాడు. అతను గట్టిగా అరిచి నిరసన ప్రకటిస్తుండగానే పోలీసు స్టేషన్‌కు తరలించారు. కాగా ఇన్‌స్పెక్టర్ మాత్రం తగ్గుతున్న ఆటుపోట్లు తమకు ఏదైనా తాజా క్లూ ఇస్తాయేమోనని ప్రాంగణంలోనే ఆగిపోయాడు.

వాస్తవానికి అది ఇచ్చింది కూడా. వారు భయపడినట్టుగా ఒడ్డున నెవిల్లె సెయింట్ క్లెయిర్ కనిపించకపోయినా, నెవెల్లె సెయింట్ క్లెయిర్ కోట్ వారికి కనిపించింది. ఆటుపోట్లు తగ్గడంతో అడుగున అది కనిపించింది. జేబుల్లో వారికి ఏం కనిపించిందనుకున్నావు?''

''నేను ఊహించలేను.''

''లేదు. నువ్వు ఊహించగలవని కూడా నేను అనుకోను. ప్రతి జేబులోనూ పెన్నీలు, అర పెన్నీలు ఉన్నాయి. దాదాపు నాలుగు వందల ఇరవై ఒక్క పెన్నీలు, రెండు వందల డెబ్బై అర పెన్నీలు. సముద్రపు నీటిలో అది కొట్టుకుపోకుండా ఉండటానికి కారణమదే. కానీ మానవ శరీరం విషయం వేరు. రేవు కట్టడానికీ, ఇంటికీ మధ్య భీకర సుడిగుండం ఉంది. బరువుగా ఉన్న వెయిస్ట్ కోట్ అక్కడ నిలిచిపోగా, నగ్నంగా ఉన్న శరీరం అందులో కొట్టుకుపోయి ఉంటుంది.''

''దుస్తులన్నీ గదిలో కనిపించాయని అర్థమైంది. కేవలం ఒక్క కోటు మాత్రమే శరీరంపై ధరించి ఉంటాడా?''

''లేదు సర్, వాస్తవాలన్నీ నిజంగానే కనిపించేలా ఉన్నాయి. ఒక వేళ ఈ బూన్ అనే వ్యక్తి నెవిల్లె సెయింట్ క్లెయిర్‌ను కిటికీలోంచి తోసేశాడు అనుకుందాం, కానీ దాన్ని చూసిన మనిషి ఎవరూ లేరు. అప్పుడు అతనేం చేస్తాడు? మిగిలిన దుస్తులను ఎలాగైనా వదిలించుకోవాలనుకుంటాడు. అతను కోటు లాక్కొని విసిరే ప్రయత్నం చేస్తాడు. అది మునిగిపోకుండా కొట్టుకుపోతుందనుకున్నప్పుడు. కానీ అతనికి ఎక్కువ సమయం లేదు, ఎందుకంటే భార్యపైకి వచ్చేందుకు చేస్తున్న ప్రయత్నం, గొడవ విన్నాడు. లేదా బహూశ వీధిలోకి పోలీసులు వస్తున్నారని లాస్కర్ బృందం చెప్పి ఉంటుంది. ఒక్క నిమిషం కూడా వృథా చేయడానికి లేదు. దానితో తాను అడుక్కు తెచ్చిన డబ్బు దాచే చోటుకి వెళ్ళి కోటు జేబుల్లో నాణేలు కుక్కి, అది ఆ బరువుకి మునుగుతుందనుకున్న తర్వాత దాన్ని బయటికి విసిరేసి ఉంటాడు. కింద మెట్ల దగ్గర హడావిడి వినిపించడంతో ఇతర దుస్తులను కూడా ఆ రకంగా వదిలించుకునే ప్రయత్నాన్ని మానాడు. కేవలం కిటికీ మూసేందుకు మాత్రమే సమయం ఉండడంతో పోలీసులు వచ్చే సరికి ఆ పని ముగించాడు.''

''ఇది సాధ్యమేనని అనిపిస్తోంది.''

''మంచి ఆధారాలు లేకపోవడం వల్ల దీనినే పరికల్పనగా వాడదాం. నీకు చెప్పినట్లుగానే బూన్‌ను అరెస్టు చేసి స్టేషన్‌కు తీసుకువెళ్ళారు. కానీ అతనిపై గతంలో ఆరోపణలు ఉన్నట్టు చూపలేకపోయారు. అతడు చాలా ఏళ్ళుగా భిక్షగాడిగానే అందరికీ తెలుసు, పైగా అతని జీవితం ప్రశాంతంగా, నిష్కపటంగా గడిచినట్టు కనిపిస్తోంది. ప్రస్తుతం వ్యవహారం అక్కడ ఉంది - మనం పరిష్కరించవలసిన సమస్యలు ఏమిటంటే, ఓపియం డెన్‌లో నెవిల్లె సెయింట్ క్లెయిర్ ఏం చేస్తున్నాడు? అతను అక్కడుండగా ఏం జరిగింది? ప్రస్తుతం ఎక్కడ ఉన్నాడు? అతను అదృశ్యం కావడంలో హగ్‌బూన్ పాత్ర ఏమిటి? ఎప్పటిలానే ఇవి పరిష్కారానికి దూరంగా కనిపిస్తున్నాయి,

షెర్లాక్ హోమ్స్ ఈ అసాధారణ సంఘటనలను వివరిస్తుండగా మేం ఆ మహాపట్టణ

శివార్లలోని చివరి ఇళ్ళు దాటి, ఇరువైపులా గ్రామీణ పరిసరాలు కనిపించే ప్రాంతంలోకి వచ్చాం. అతను ముగిస్తుండగానే అక్కడక్కడ విసిరేసినట్టుగా ఉన్న గ్రామాలను దాటాం. అక్కడ కూడా కొన్ని దీపాలు ఇంకా మిణుకుమంటున్నాయి.

''మనం లీ శివార్లలో ఉన్నాం'', చెప్పాడు నా సహచరుడు. ''మన ఈ స్వల్ప ప్రయాణంలో మూడు ఇంగ్లీష్ కౌంటీలను దాటాం మిడిల్ సెక్స్‌లో ప్రారంభమై, సర్రే ద్వారా ప్రయాణించి కెంట్‌లో ముగిస్తున్నాం. చెట్ల మధ్యలోంచి వెలుగు కనిపిస్తోంది చూశావా? అదే సెడార్స్, ఇక ఆ దీపం పక్క ఒక మహిళ కూర్చుని ఉంటుంది. ఆదుర్దాగా చూస్తున్న ఆమె చెవులకు గుర్రపు డెక్కల చప్పుడు చేరే ఉంటుందని సందేహం లేకుండా చెప్పగలను.''

''నువ్వు బేకర్ వీధి నుంచి ఈ కేసును ఎందుకు నిర్వహించడం లేదు?'' అడిగాను.

''ఎందుకంటే, ఇక్కడ విచారించాల్సిన విషయాలు అనేకం ఉన్నాయి. మిసెస్ సెయింట్ క్లెయిర్ ఎంతో ఉదారంగా రెండు గదులను నాకు కేటాయించింది. ఆమె నా స్నేహితుడు, సహచరుడు అయిన నిన్ను ఎంతో ఆనందంగా ఆహ్వానిస్తుంది. ఆమెను కలుసుకోవడం నాకు అస్సలు ఇష్టంగా లేదు వాట్సన్, ఆమె భర్త గురించిన ఏ సమాచారం నా వద్ద లేదు. ఇదిగో వచ్చేశాం. ఇదిగో అక్కడే!''

స్వంత భూమిపై ఉన్న పెద్ద విల్లా ఎదుట బండిని నిలిపాం. గుర్రపు శాలలో ఉండే పిల్లవాడు పరుగున వచ్చి గుర్రపు పగ్గాలను అందుకున్నాడు. నేను హోమ్స్ వెనుకే దిగి, ఇంట్లోకి వెళ్ళే మార్గాన్ని పట్టాను. మేం ఇంటిని సమీపిస్తుండగానే తలుపు తెరుచుకుని, బంగారు రంగు తలకట్టున్న మహిళ గుమ్మంలో ప్రత్యక్షమైంది. ఆమె మెడ, చేతులు వద్ద షిఫాన్ కుచ్చులతో ఉన్న తేలికపాటి మస్లిన్ గౌను ధరించి ఉంది. ఆమె విగ్రహం దీపపు వెలుగులో స్పష్టంగా కనిపిస్తోంది. ఒక చెయ్యి తలుపు మీద, రెండవ చెయ్యి ఆతృతతో ఎత్తి, శరీరం, తల ముందుకు వంచి నిలబడింది. ఆత్రంగా ఎదురు చూస్తున్న చూపులూ, తెరుచుకున్న పెదిమలతో మనిషి అవతారం ఎత్తిన ప్రశ్నలా కనిపించింది.

''ఏమిటి?'' అని అరిచింది. ''ఏమిటి?'' తర్వాత మేం ఇద్దరం ఉన్నామన్న విషయాన్ని గమనించి, ఆశగా అరిచింది. కానీ నా సహచరుడు తల అడ్డంగా ఊపి, భుజాలు ఎగురవేయడంతో ఆ అరుపు బాధాకరమైన మూలుగుగా రూపాంతరం చెందింది.

''మంచి వార్తేం లేదా?''

''ఏమీ లేదు.''

''చెడ్డవార్త కూడా లేదా?''

''లేదు.''

''అందుకు దేవుడికి కృతజ్ఞతలు. లోపలికి రండి. మీరు రోజంతా శ్రమించి అలిసిపోయి ఉంటారు.''

''ఇతను నా మిత్రుడు, డా॥ వాట్సన్. నేను పరిష్కరించిన అనేక కేసుల్లో ఇతను కీలకంగా ఉపయోగపడ్డాడు. అదృష్టవశాత్తు ఇతన్ని కలుపుకొని, ఈ కేసు దర్యాప్తులో భాగస్వామిని చేయగలిగాను.''

''మిమ్మల్ని కలవడం చాలా సంతోషంగా ఉంది,'' అన్నది ఆమె ఆప్యాయంగా కరచాలనం చేస్తూ. ''మా ఏర్పాట్లలో ఏమైనా లోపాలు ఉంటే క్షమిస్తారని ఆశిస్తున్నాను. ఎందుకంటే హఠాత్తుగా మాపై ఊహించని దెబ్బపడింది.''

''మైడియర్ మేడమ్!'' అన్నాను. ''నేను పాత మిత్రుడినే, ఒక వేళ కాకపోయినా క్షమాపణలు అవసరం లేదు. మీకు కానీ, నా స్నేహితుడికి కానీ నేనే విధంగా సాయపడగలిగినా సంతోషిస్తాను.''

''మేం వెలుతురుతో నిండి, టేబుల్‌పై భోజనం సిద్ధంగా ఉన్న డైనింగ్ హాల్లోకి ప్రవేశిస్తుండగా, ''వెల్ మిస్టర్ షెర్లాక్ హోమ్స్,'' అంది ఆ మహిళ.

''నేను మిమ్మల్ని రెండు ప్రశ్నలను సూటిగా వేయాలనుకుంటున్నాను. వాటికి మీరు అంతే ఇదిగా సమాధానం చెప్తారని ఆశిస్తున్నాను.''

''తప్పకుండా మేడమ్.''

''నా భావాలు, ఉద్వేగాల గురించి ఆలోచించకండి. నేనేమీ ఆవేశపరురాలిని కాదు, మూర్ఛపోను. నేను మీ అసలైన, నిజమైన అభిప్రాయాన్ని వినాలని కోరుకుంటున్నాను అంతే.''

'' ఏ విషయంలో?''

''నెవెల్లీ సజీవంగా ఉన్నాడని మీరు మనసు లోతుల్లో భావిస్తున్నారా.''

''ఈ ప్రశ్నకు షెర్లాక్ హోమ్స్ ఇబ్బందిపడ్డట్టుగా కనిపించాడు. ''మొహమాటం లేకుండా చెప్పండి'', అంది ఆమె రగ్గుపై నిలబడి, కుర్చీలో వెనక్కి వాలి కూచున్న అతని ముఖాన్ని నిశితంగా పరిశీలిస్తూ.

''నిజం చెప్పాలంటే మేడమ్, నాకు నమ్మకం లేదు.''

''అతను మరణించాడని మీరు భావిస్తున్నారా?''

''అవును.''

''హత్య చేశారని?''

''బహుశ, ఆ మాట అనను.''

''ఆ రోజే అతడు మృత్యువును సమీపించాడా.''

''సోమవారం నాడు.''

''అయితే మిస్టర్ హోమ్స్, నేను ఈ రోజు అతడి నుంచి అందుకున్న లేఖను మీరు ఎలా వివరించగలరు.''

షెర్లాక్ హోమ్స్ షాక్ కొట్టిన వాడిలాగా కుర్చీలోంచి లేచి నిలబడ్డాడు.

''ఏమిటీ?'' అని గర్జించాడు.

''అవును, ఈ రోజే, '' అంది ఆమె చిరునవ్వుతో నిలబడి, చేతిలో ఒక చిన్న కాగితాన్ని ఎత్తిపట్టుకొని.

''నేను దాన్ని చూడవచ్చా?''

''తప్పకుండా.''

''అతను ఆతృతతో ఆమె చేతి నుంచి దాన్ని లాక్కొని, టేబుల్ మీద పెట్టి దాని ముడతలను సరిచేసి, దీపాన్ని దగ్గరకు లాగి, నిశితంగా పరీక్షించాడు. నేను నా కుర్చీలోంచి లేచి అతని భుజంపై నుంచి దాన్ని పరిశీలించాను. ఆ కవరు చాలా ముతకగా ఉంది. దానిపై గ్రేవ్ సెండ్ పోస్ట్ ముద్ర ఉంది. ఆ రోజుదో లేక అంతుకు ముందు రోజుదో తారీఖు ఉంది. అర్ధరాత్రి దాటడంతో కనిపించడం లేదు.

''ముతక రాత,'' గొణిగాడు హోమ్. ''ఇది నీ భర్త చేతి రాత కానేకాదు మేడమ్''.

''లేదు కానీ చిరునామా అతనిదే.''

''కవరు మీద రాసింది ఎవరైనా, ఆ చిరునామాకు వెళ్ళి దర్యాప్తు చేయాల్సి ఉంటుందనుకుంటున్నాను''.

''అలా ఎలా చెప్పగలరు?''

''పేరు నల్ల సిరాతో రాసారు. అది బాగా ఆరిపోయింది. మిగిలినదంతా బూడిద రంగులో ఉంది. అంటే బ్లాటింగ్ పేపర్‌ను ఉపయోగించారన్నమాట. దాన్ని నేరుగా రాసి, తర్వాత బ్లాటింగ్ పేపర్‌ను ఉపయోగించి ఉంటే, అది ఇంకా నల్లగా ఉండేది. ఈ వ్యక్తిపేరు రాశాడు. తర్వాత కొంతసేపటికి చిరునామా రాశాడు.. అంటే, అతనికి చిరునామా బాగా తెలియదన్నమాట.

ఇది చాలా చిన్న విషయంలా కనిపించవచ్చు. కానీ చిన్నవే చాలా ముఖ్యమైనవి. ఇప్పుడు లేఖను చూద్దాం. ఇక్కడ జతపరిచిన కాగితం ఉంది.''

''అవును అక్కడ సంతకం ఉంది, అతని సంతకం.''

''ఇది మీ భర్త చేతిరాతే అని మీకు కచ్చితంగా తెలుసా?''

''అతని రాతలలో ఒకటి?''

''ఒకటా?''

''అతను హడావిడిగా రాసినప్పుడు రాత అలానే ఉంటుంది. సాధారణ రాతకు భిన్నంగా. అయినా, అది నాకు తెలుసు.''

''మీరు భయపడకండి. అంతా సరిగ్గానే జరుగుతుంది. ఇక్కడ పెద్ద తప్పు జరిగింది. దాన్ని సరిచేసుకోవడానికి కొంచెం సమయం పడుతుంది. కాస్త ఓపిక పట్టు - నెవిల్లె'' లెటర్ పాడ్ సైజు కాగితం మీద పెన్సిల్‌తో రాసినది అది. దానిపై ఎటువంటి వాటర్ మార్క్ లేదు. దాన్ని మురికి బొటనివేలు ఉన్న వ్యక్తి ఈ రోజే గ్రేవ్‌సెండ్‌లో పోస్టు చేశాడు. ఈ కవర్‌ను పొగాకు నమిలే అలవాటు ఉన్న వ్యక్తి అంటించాడు. అది మీ భర్త చేతి రాత అనడానికి మీలో ఎటువంటి సందేహమూ లేదు కదా, మేడమ్?''

''ఎంత మాత్రం. నెవిల్లేనే రాశాడు.''

''వాటిని ఈ రోజు గ్రేవ్‌సెండ్‌లో పోస్ట్ చేశారు. మబ్బులు విచ్చుకుంటున్నాయి మిసెస్ సెయింట్‌క్లెయిర్. అయితే, ప్రమాదం లేదని నేను చెప్ప సాహసించడం తగదు.''

''కానీ, అతను బతికే ఉండి ఉంటాడు మిస్టర్ హోమ్స్.''

''మనని తప్పుదోవ పట్టించడానికి చేసిన తెలివైన ఫోర్జరీ ఇది కానంతవరకు. సంతకపు ముద్ర ఏమీ రుజువు చేయదు. దాన్ని అతని నుంచి తీసుకొని ఉండవచ్చు.''

''లేదు, లేదు; అది అతని చేతి రాతే!''

''మరీ మంచిది, దాన్ని అతను సోమవారం రాసి ఉండవచ్చు- దాన్ని ఇవాళ పోస్టు చేసి ఉండవచ్చు.''

''అది సాధ్యమే.''

''అదే అయితే, మధ్యలో చాలానే జరిగి ఉంటుంది.''

''ఓ! మీరు నన్ను నిరుత్సాహపరచకూడదు మిస్టర్ హోమ్స్. అతను బాగానే ఉన్నాడని నాకు తెలుసు. మా మధ్య ఎంత సాన్నిహిత్యం ఉందంటే, అతనికి ఏదైనాచెడు జరిగితే నాకు తెలుస్తుంది. నేను అతన్ని ఆఖరిసారి చూసిన రోజు, బెడ్‌రూంలో చెయ్యి కోసుకున్నాడు - అప్పుడు నేను డైనింగ్ రూంలోనే ఉన్నా, ఏదో జరిగిందనే బలమైన భావం కలిగి పైకి పరుగెత్తాను. అలాంటి చిన్న విషయానికి స్పందించిన నేను, అతని మరణం గురించి తెలుసుకోకుండా, స్పందించకుండా ఉంటానా?''

''ఒక హేతుబద్ధ తార్కికుడి నిర్ణయానికన్నా ఒక మహిళ అభిప్రాయం విలువైనదని తెలుసుకోకుండా లేను. మీ అభిప్రాయాన్ని బలపరిచే బలమైన ఆధారం ఈ లేఖలో మీకు ఉంది. కానీ, ఒక వేళ మీ భర్త సజీవంగా, లేఖలు రాయగల స్థితిలో ఉంటే, మీకు దూరంగా ఎందుకు ఉన్నాడు?''

''అది ఊహించలేను. అది ఊహాతీతం.''

''సోమవారం బయలుదేరే ముందు మీతో ఏమీ మాట్లాడలేదా?''

''లేదు.''

''స్వాండన్ వీధిలో అతడిని చూసి మీరు ఆశ్చర్యపోయారా?''

''అవును చాలా.''

''అప్పుడు కిటికీ తెరిచి ఉందా?''

''అవును.''

''అయితే, అతను మిమ్మల్ని పిలిచి ఉంటాడు.''

''కావచ్చు.''

''అతనే, అరిచాడని నాకు తెలిసింది.''

''అవును.''

''సాయం కోసం అరిచాడని, మీరు భావించారా?''

''అవును. అతను చేతులు ఊపాడు.''

''బహుశ అది ఆశ్చర్యంతో కూడిన అరుపై ఉండవచ్చు. అనూహ్యంగా మిమ్మల్ని అక్కడ చూసిన ఆశ్చర్యంతో అతను చేతులు ఎత్తి ఉండవచ్చు కదా?''

''అది సాధ్యమే.''

''ఎవరో అతన్ని వెనక్కి లాగారని మీరనుకున్నారు.''

''అతను హఠాత్తుగా అదృశ్యమయ్యాడు.''

''అతను వెనక్కి గెంతి ఉండవచ్చు. మీరు గదిలో వేరెవరినీ చూడలేదు కదా.''

''లేదు. కానీ అక్కడ ఉన్నట్టు ఒక భీకరమైన మనిషి అంగీకరించాడు. మెట్ల మొదట్లో లాస్కర్ ఉన్నాడు.''

''నిజమే, మీరు చూసినంత వరకూ, సాధారణమైన దుస్తులు వేసుకునే ఉన్నాడు కదా?''

''కానీ, లోపల కాలర్, టై లేవు. నేను అతని మెడను స్పష్టంగా చూశాను.''

''అతను ఎప్పుడైనా స్వాండన్ వీధి గురించి మాట్లాడాడా?''

''ఎప్పుడూ లేదు.''

''ఎప్పుడైనా ఓపియం తీసుకున్న చిహ్నాలు చూపాడా?''

''ఎప్పుడూ లేదు.''

''థాంక్యూ, మిసెస్ సెయింట్ క్లెయిర్. ఈ ప్రధాన అంశాల గురించే నేను పూర్తి స్పష్టత కావాలనుకున్నా. ఇప్పుడు మనం కాస్త భోజనం చేసి విశ్రాంతి తీసుకుందాం, ఎందుకంటే రేపు చాలా బిజీ అవుతాం.''

మాకు పెద్ద, రెండు పడకల గదిని ఏర్పాటు చేశారు. నేను తక్షణమే పడక మీదకు చేరిపోయాను. ఆ రాత్రి సాహసంతో నేను అలసిపోయాను. కానీ షెర్లాక్ హోమ్స్ ఎలాంటి వాడంటే, చేతిలో ఉన్న సమస్య పరిష్కారానికి రోజులు, ఇంకా మాట్లాడితే వారాలు అవిశ్రాంతంగా గడపగలడు. సమస్యను ప్రతి కోణం నుంచి పరిశీలిస్తూ, చేతిలో డాటా సంతృప్తికరంగా లభించే వరకూ విశ్రాంతి తీసుకోడు. అతని వాలకం చూస్తే, అతను ఈ రాత్రంతా నిద్రపోయేలా లేడనిపించింది. అతను కోటు, వెయిస్ట్ కోట్‌ను విప్పి, పెద్ద నీలం డ్రెస్సింగ్ గౌను వేసుకున్నాడు. తర్వాత తన మంచం మీద నుంచి దిండ్లను, సోఫాలో కుర్చీలోని కుషన్లను సేకరించాడు. ఆ గుడ్డి వెలుతురులో, అతను తన పాత పైప్‌ను నోట్లో పెట్టుకొని వదిలిన పొగ పైకి రింగులు రింగులుగా వెడుతుండగా, సీలింగ్ కేసి తదేక దీక్షతో చూస్తూ, మౌనంగా, కదలకుండా కూచున్నాడు. బలమైన అతని ముఖంపై వెలుగుపడి మెరుస్తోంది. నేను నిద్రకు ఉపక్రమిస్తుండగా అతను కూచున్నాడు. నాకు హఠాత్తుగా మెలుకువ వచ్చి చూసేసరికి, వేసవి ఎండ అపార్ట్‌మెంట్‌లో పడుతుండడాన్ని గమనించాను. పైప్ ఇంకా అతని నోట్లో ఉంది, పొగ ఇంకా పైకి వెడుతోంది, ఆ గది ఇంకా పొగాకు తెరలో చిక్కుకొని ఉంది. కానీ, నేను గత రాత్రి చూసినట్టుగా చెత్తకుప్పలా లేదు.

''లేచావా, వాట్సన్?'' అడిగాడు అతను.

''అవును.''

''బయటకు వెళ్లేందుకు ఉత్సాహం ఉందా?''

''తప్పకుండా.''

''అయితే, తయారవ్వు. ఇంకా ఎవరూ లేవలేదు. కానీ బండివాడు ఎక్కడ పడుకుంటాడో నాకు తెలుసు. మనం త్వరలోనే దానిని ఛేదిద్దాం.'' అతను ఆ మాటలు అంటూ తనలో తాను నవ్వుకున్నాడు. అతని కళ్ళు మెరుస్తున్నాయి. రాత్రి కనిపించిన ఉదాసీన వ్యక్తిలా కాక పూర్తి భిన్నంగా కనిపిస్తున్నాడు.

నేను తయారై, వాచీకేసి చూసుకున్నాను. ఎవరూ ఇంకా లేవకపోవడంలో ఆశ్చర్యమేమీ లేదు. ఇంకా నాలుగూ ఇరవై అయిదే అయింది సమయం. బండి వాడు బండి సిద్ధం చేస్తున్నాడన్న వార్తతో హోమ్స్ తిరిగి వచ్చేసరికి నేను ఇంకా తయారవుతున్నాను.

''నా చిన్న సిద్ధాంతాన్ని పరీక్షించాలనుకుంటున్నాను,'' అన్నాడు అతను బూట్లు వేసుకుంటూ.

''యూరోప్‌లోని అతి పెద్ద ఫూల్స్‌లో ఒకరి సమక్షంలో నువ్వు నిలబడి ఉన్నావనుకుంటున్నాను వాట్సన్. నన్ను ఇక్కడి నుంచి చారింగ్ క్రాస్‌కు వెళ్ళగొట్టాలి. కానీ ఇప్పుడు ఈ వ్యవహారం మొత్తానికీ కీలకం, తాళం చెవి ఎక్కడుందో నాకు తెలిసింది.''

''ఎక్కడుంది?'' అడిగాను నేను నవ్వుతూ.

''బాత్‌రూంలో,'' సమాధానమిచ్చాడు అతను.

''అవును, నేను జోక్ వేయడం లేదు,'' నా కళ్ళలో ఆశ్చర్యాన్ని గమనించి, తన మాటలు కొనసాగిస్తూ, ''నేను ఇప్పడే అక్కడికి వెళ్ళి, దాన్ని బయటకు తీసి, ఈ గ్లాడ్ స్టోన్ సంచిలో వేశాను. పద బాబూ! ఇది తాళానికి సరిపోతుందో లేదో చూద్దాం.''

మేం సాధ్యమైనంత వేగంగా కిందకు దిగి, ఉదయపు సూర్యకాంతిలోకి ప్రవేశించాం. రోడ్డు మీద మా గుర్రపు బండి, హడావిడిగా దుస్తులు ధరించినట్టు కనిపిస్తున్న బండి తోలేవాడూ నిలబడి ఉన్నారు. మేం ఇద్దరం ఎక్కి కూచున్నాం. లండన్ రోడ్డు మీద బయలుదేరాం. గ్రామాల నుంచి కాయగూరలు తీసుకొని కొన్ని బళ్ళు నగరానికి బయలుదేరాయి, కానీ రోడ్డుకు అటూ, ఇటూ ఉన్న విల్లాలు ఇంకా నిశ్శబ్దంగా, నిర్జీవంగా కలలో ఏదో నగరంలా కనిపిస్తున్నాయి.

''కొన్ని అంశాలలో ఇది అసాధారణమైన కేసు,'' అన్నాడు హోమ్స్, గుర్రాన్ని పరుగులు తీయిస్తూ.'' ''నేను గుడ్డివాడిలా ప్రవర్తించానని ఒప్పుకోవాలి. కానీ అసలు నేర్చుకోకుండా ఉండే బదులు ఆలస్యంగా అయినా జ్ఞానాన్ని ఆర్జించాలి,'' అన్నాడు.

పట్టణంలో, తెల్లవారు జామునే లేచే అలవాటు ఉన్నవారు తమ కిటికీల్లోంచే తొంగి చూస్తున్నారు. మేం రోడ్డు మీద వెడుతుండగా. వాటర్లూ బ్రిడ్జి రోడ్డులో నదిని దాటి, వెల్లింగ్టన్ వీధిలోకి వెళ్ళి కుడివైపుకి తిరిగి బౌన్‌స్ట్రీట్‌లో తేలాం. షెర్లాక్ హోమ్స్, పోలీసు దళాలకు చిరపరిచితుడు. ఇద్దరు కానిస్టేబుళ్ళు ద్వారం వద్ద అతనికి శాల్యూట్ చేశారు. ఒకడు గుర్రాలను పట్టుకోగా, మరొకడు మాకు లోపలికి దారి చూపించాడు.

''డ్యూటీలో ఎవరున్నారు?'' అడిగాడు హోమ్స్.

''ఇన్‌స్పెక్టర్ బ్రాడ్ స్ట్రీట్ సర్.''

''ఆ బ్రాడ్ స్ట్రీట్, ఎలా ఉన్నావు?'' పొడవుగా లావుగా ఉన్న అధికారి ఒకరు బండలు పరిచిన సందులోకి వచ్చాడు. టోపీ పెట్టుకొని, జాకెట్ ధరించి ఉన్నాడు. ''నీతో ఒక రెండు ముక్కలు మాట్లాడుదామనుకుంటునాను బ్రాడ్‌స్ట్రీట్.''

''తప్పకుండా మిస్టర్ హోమ్స్. నా గదిలోకి రండి.''

''అది చిన్న ఆఫీసులాంటి గది. టేబుల్ మీద పెద్ద లెడ్జరు, గోడ మీద టెలిఫోను ఉన్నాయి. ఇన్‌స్పెక్టర్ తన డెస్క్ వద్ద కూచున్నాడు.

''మీకు నేను ఎలా తోడ్పడగలను, మిస్టర్ హోమ్స్?''

''నేను భిక్షగాడు బూన్ కోసం వచ్చాను. లీకి చెందిన మిస్టర్ నెవిల్లె సెయింట్ క్లెయిర్ అదృశ్యం కావడం వెనుక అతని హస్తముందని ఆరోపణలు మోపారు.''

''అవును, అతన్ని తీసుకువచ్చి, తదుపరి విచారణ నిమిత్తం రిమాండ్ చేశారు.''

''సెల్‌లో ఉన్నాడు.''

''అతను ప్రశాంతంగానే ఉన్నాడా?''

''అతను సమస్యలేం సృష్టించలేదు. కానీ మురికి వెధవ.''

''మురికి?''

''అవును, అతను చేతులు కడుక్కునేలానే మేం చేయగలిగాం. అతని ముఖం తారు డబ్బాలా ఉంది. అతని కేసు పరిష్కారం అయితే, జైలులో స్నానం చేస్తాడు, మీరు అతడిని చూసిన తర్వాత అతడికి అది అవసరమనే నా అభిప్రాయంతో ఏకీభవిస్తారు.''

''నేను అతన్ని చూడాలనుకుంటున్నాను.''

''అవునా? చూస్తారా? తేలిగ్గా చూడవచ్చు. ఇటు రండి. మీ బ్యాగ్‌ను అక్కడ వదిలి పెట్టవచ్చు.

''లేదు, నేను దాన్ని తీసుకొద్దామనుకుంటున్నాను.''

''వెరీ గుడ్. అలా అయితే ఇటువైపుగా రండి.'' అతను మిమ్మల్ని ఒక సందులాంటి దానిలోంచి తీసుకువెళ్ళి, నిషిద్ధిత తలుపు ఒకటి తెరిచి, గుండ్రటి మెట్ల దోవగుండా, అటూ ఇటూ తలుపులు ఉన్న సున్నం వేసిన కారిడార్‌లోకి తీసుకువెళ్ళాడు.

''కుడివైపున మూడవది అతనిది,'' చెప్పాడు ఇన్‌స్పెక్టర్. ''ఇదిగో ఇదే!'' ద్వారానికి పై భాగంలో ఉన్న పానెల్‌ను ఎత్తి లోపలికి చూశాడు.

''అతను నిద్రపోతున్నాడు,'' అన్నాడు. మీరు అతన్ని బాగా చూడవచ్చు.

మేం కడ్డీలలోంచి దృష్టి సారించాం. ముఖాన్ని మావైపుగా పెట్టి పడుకుని ఉన్నాడు ఆ ఖైదీ. అతను నెమ్మదిగా ఊపిరి పీలుస్తూ గాఢ నిద్రలో ఉన్నాడు. అతను మధ్యస్థంగా ఉన్న వ్యక్తి. అతని స్థాయికి తగినట్టుగా ముతక దుస్తుల్లో ఉన్నాడు. చిరిగిపోయిన కోటులోంచి లోపల వేసుకొని ఉన్న రంగు చొక్కా కనిపిస్తోంది. ఇన్‌స్పెక్టర్ చెప్పినట్టుగా అతను చాలా మురికిగా ఉన్నాడు. అతని ముఖంపై పేరుకొని ఉన్న మురికి, అతడి

వికృత రూపాన్ని దాచలేకపోయాయి. అతని కంటి నుంచి గడ్డం వరకూ పాత గాటు ఒకటి ఉంది. అది పై పెదవికి ఒకవైపు గాటు కావడం మూడు పళ్ళు ఎప్పుడూ బయటే ఉంటాయి. అతని నుదురు, కళ్ళపైన ఎర్రటి జుత్తు ఉంది.

''అతను అందగాడు, కదా?'' అన్నాడు ఇన్‌స్పెక్టర్.

''అతనికి స్నానం తప్పక అవసరం,'' అన్నాడు హోమ్స్. అతని చేత చేయించే ఐడియా నా దగ్గర ఉంది. అందుకు అవసరమైన పరికరాలు తీసుకు వచ్చాను.'' అతను ఆ మాటలు అంటూనే గ్లాడ్‌స్టోన్ సంచి తెరిచాడు. నేను తీవ్రమైన ఆశ్చర్యానికి లోనవుతుండగా, అందులోంచి పెద్ద బాత్ స్పాంజి తీశాడు.

''హో, హో, నువ్వు చాలా ఫన్నీ,'' అంటూ ఇకిలించాడు ఇన్‌స్పెక్టర్.

''మెత్తగా మీరు ఈ తలుపును తెరవగలిగితే, అతన్ని మరింత మర్యాదపూర్వకంగా మారుస్తాం.''

''తప్పకుండా, ఎందుకు చెయ్యను,'' అన్నాడు ఇన్‌స్పెక్టర్. ''అతడు బే వీధి సెల్స్‌కు ఏ రకంగానూ గొప్పతనాన్ని తీసుకువచ్చేలా లేడు. అలా కనిపిస్తున్నాడా?'' అతను తాళం చెవిని తీసి తలుపు తెరిచాడు. మేమందరం నిశ్శబ్దంగా సెల్‌లోకి ప్రవేశించాం. నిద్రిస్తున్న అతను పక్కకు తిరిగి మళ్ళీ గాఢ నిద్రలోకి జారుకున్నాడు. హోమ్స్ నీటి జగ్గువైపు వంగి, స్పాంజిని తడి చేసి, అతని ముఖంపైన గట్టిగా పై నుంచి కిందకు రెండు సార్లు రుద్దాడు.

''కెంట్ కౌంటీలోని లీకు చెందిన మిస్టర్ నెవిల్లె సెయింట్ క్లెయిర్‌ను పరిచయం, చేస్తాను,'' అంటూ అరిచాడు.

నా జీవితంలో నెనెప్పుడూ అలాంటి దృశ్యాన్ని చూడలేదు. ఆ వ్యక్తి ముఖంపై నుంచి చెట్టు బెరడు ఊడివచ్చినట్టుగా స్పాంజికి ఒక పొర అంటుకుపోయి లేచింది. మట్టి రంగులో ఉన్న మెరుపు పోయింది.! అలాగే భీకరంగా ముఖానికి అడ్డంగా ఉన్న గాటు పోయింది. అలాగే వంకరపోయిన పెదిమ, వెగటు పుట్టించే కవళికలు పోయాయి! ఒక్కసారి గుంజడంతో ఎర్రటి జుత్తు ఊడిపోయింది. నిద్ర మత్తు వదలకుండా, కలవరపాటుతో కళ్ళు నులుముకుంటూ చూస్తున్న వ్యక్తి ప్రత్యక్షమయ్యాడు. పాలిపోయిన, విషాదమైన ముఖంతో, నల్లజుత్తు, నున్నటి చర్మంతో ఉన్న నాగరిక మనిషి ప్రత్యక్షమయ్యాడు. తన అసలు రూపం బయట పడిందన్న విషయాన్ని హఠాత్తుగా గుర్తించిన అతను, ఒక్క అరుపు అరిచి, దిండులో ముఖం దాచుకున్నాడు.

''ఓరి దేవుడా! తప్పిపోయిన వ్యక్తి ఇతనే. ఆ ఫోటో నేను చూశాను,'' అని అరిచాడు ఇన్‌స్పెక్టర్.

అంతా కర్మకు వదిలేసిన వ్యక్తిలా ఆ ఖైదీ కదిలాడు. ''కానివ్వండి,'' అన్నాడు. ''నాపై ఏ ఆరోపణలు మోపారో దయచేసి చెప్తారా?'' అన్నాడు.

''మిస్టర్ నెవిల్లేను అదృశ్యం చేసినందుకు - నీపై ఆ ఆరోపణలు మోపలేం, వారు ఆత్మహత్యాయత్నం కేసు పెట్టేవరకూ,'' అన్నాడు ఇన్‌స్పెక్టర్ నవ్వుతూ. ''నేను దాదాపు ఇరవై ఏడేళ్ళుగా సర్వీసులో ఉన్నాను. కానీ అత్యుత్తమ కేసు ఇది.''

''ఒక వేళ నేనే నెవిల్లె సెయింట్ క్లెయిర్‌ను అయితే, ఏ నేరం జరగలేదన్నది స్పష్టం. అంటే నన్ను చట్ట వ్యతిరేకంగా స్వాధీనంలో ఉంచుకున్నారన్నమాట.''

''నేరం ఏమీ లేదు. కానీ ఒక పెద్ద తప్పు జరిగింది,'' అన్నాడు హోమ్స్. ''నీ భార్యను విశ్వసించి ఉంటే బాగుండేది.''

''నా భార్య గురించి కాదు నా పిల్లల గురించి,'' మూలిగాడు ఖైదీ. ''వారు తమ తండ్రి గురించి సిగ్గుపడటాన్ని తట్టుకోలేను. దేవుడా! ఎలాంటి అవమానం! నేనేం చేయగలను?''

షెర్లాక్ హోమ్స్ పక్క మీద అతడి పక్కనే కూర్చొని, దయగా అతని భుజాన్ని తట్టాడు.

''ఈ విషయాన్ని పరిష్కరించేందుకు కోర్టుకు వదిలేస్తే,'' అన్నాడు హోమ్స్. ''అయితే నువ్వు ప్రచారాన్ని తప్పించుకోలేవు. ఒక వేళ నీకు వ్యతిరేకంగా ఎలాంటి కేసూ లేదని పోలీసు అధికారులకు నచ్చచెప్పగలిగితే, దానికి సంబంధించిన వివరాలు పత్రికల్లో రావని అనుకుంటున్నాను. నువ్వు మాకు చెప్పే ఏ వివరాన్నైనా ఇన్‌స్పెక్టర్ బ్రాడ్‌స్ట్రీట్ నోట్ చేసుకుని, అధికారులకు సమర్పిస్తాడు. అప్పుడు కేసు కోర్టు గుమ్మం ఎక్కదు.''

''గాడ్‌బ్లెస్ యూ!'' అనిఅరిచాడు ఖైదీ ఉద్వేగంగా. ''నేను జైలు శిక్షను, ఇంకా మాట్లాడితే ఉరి శిక్షను కూడా సహించగలను - నా రహస్యం వల్ల నా పిల్లలకు మచ్చరాకుండా.''

''నా కథ విన్న తొలి వ్యక్తి మీరే. నా తండ్రి చెస్టర్‌ఫీల్డులో స్కూల్ మాస్టర్. అక్కడ నేను మంచి విద్యను అందుకున్నాను. నా యవ్వనంలో ప్రయాణాలు చేశాను, నాటకాలాడాను, అంతిమంగా లండన్‌లో ఒక సాయంకాలం పత్రిక విలేకరిని అయ్యాను. ఆ మహానగరంలో భిక్షగాళ్ళపై వ్యాస పరంపర కావాలని మా ఎడిటర్ కోరాడు. ఆ పని చేసేందుకు నేను ముందుకు వచ్చాను. నా వ్యాసాలు వాస్తవాలకు దగ్గరగా ఉండాలంటే, నేను కూడా భిక్షగాడిలా వేషం వేసుకొని అడుక్కోవాలి. ఇక్కడి నుంచే నా సాహసాలు ప్రారంభమయ్యాయి. ఒక నటుడిగా, మేకప్‌లోని రహస్యాలు

నేర్చుకున్న నేను గ్రీన్ రూం నైపుణ్యాలలో అప్పుడే పేరు తెచ్చుకున్నాను. ఆ విజయాన్నే ఇప్పుడు ఉపయోగించుకోవాలనుకున్నాను. ముఖానికి రంగు వేసుకొని, సాధ్యమైనంత దయనీయంగా తయారవడమే కాక మాంసం రంగు ప్లాస్టర్‌ను ఉపయోగించి పెదిమ ఒకవైపు వంకరగా వచ్చేలా తయారయ్యాను. ఎర్రటి జుత్తు, తగిన వస్త్రధారణతో, నగరంలో అత్యంత బిజీగా ఉండే ప్రాంతంలో పైకి అగ్గిపెట్టెలు అమ్మేవాడిలా, నిజానికి భిక్షగాడిలా వ్యవహరించడం మొదలు పెట్టాను. దాదాపు సాయంత్రం ఇంటికి వచ్చి సంపాదన లెక్క చూసుకుని ఆశ్చర్యానికి లోనయ్యాను. ఆ కొద్ది గంటల్లో ఇరవై ఆరు షిల్లింగుల, నాలుగు పెన్నీలు సంపాదించాను.

నేను నా వ్యాసాలు రాశారు. ఈ వ్యవహారం గురించి కొంచెం ఎక్కువగా ఆలోచించాను. ఒక స్నేహితుడికి పూచీకత్తు ఉన్నందుకు 25 పౌండ్లు రిట్ అందుకునే వరకూ ఆలోచించాను. అంత డబ్బు ఎక్కడి నుంచి తేవాలో అర్థం కాలేదు. హఠాత్తుగా ఒక ఆలోచన వచ్చింది. అప్పు ఇచ్చిన వ్యక్తి నుంచి పదిహేను రోజుల గడువు కోరి, అదే సమయంలో మా యజమానిని శలవు అడిగి మారు వేషంలో నగరంలో అడుక్కోవడం మొదలు పెట్టాను. పది రోజుల్లోనే నాకు కావలసిన డబ్బు సంపాదించి, రుణం చెల్లించాను.

ఆ తర్వాత వారానికి రెండు పౌండ్లు మాత్రమే వచ్చే క్లిష్టమైన పనిలో కూరుకుపోవడం ఎంత కష్టమో ఊహించండి. అందు నా ముఖానికి కాస్త రంగు పూసుకొని, టోపీ ముందు పెట్టుకొని, కదలకుండా కూర్చొని రోజుకు ఎంత సంపాదించవచ్చో తెలిసిన తర్వాత. నా ఆత్మగౌరవానికి, డబ్బుకీ మధ్య సుదీర్ఘమైన ఘర్షణే జరిగింది. కానీ అంతిమంగా డబ్బే గెలిచింది. నా విలేకరి వృత్తిని వదిలేసి, నేను మొదట ఎంచుకున్న మూల కూర్చొని, నా దయనీయ స్వరూపంతో జాలి కొల్పేలా చేసి రోజూ డబ్బుతో నా జేబులు నింపుకోవడం ప్రారంభించాను. కేవలం ఒకే ఒక్క మనిషికి నా రహస్యం తెలుసు. స్వాండన్ వీధిలో మత్తు మందు డెన్ నిర్వాహకుడికి. ప్రతి రోజూ ఉదయం నేను దయనీయమైన భిక్షగాడిలా తయారై వెళ్ళి, మళ్ళీ సాయంత్రం మర్యాదస్తుడిలా తయారై పట్టణానికి వెళ్ళేవాడిని. ఆ గది అద్దెకు తీసుకున్నందుకు లాస్కర్‌కు డబ్బు బాగా చెల్లించేవాడిని. తద్వారా నా రహస్యం అతని వద్ద సురక్షితంగా ఉంటుందని నాకు తెలుసు.

త్వరలోనే నేను చెప్పుకోదగిన స్థాయిలో డబ్బు సంపాదించడం మొదలుపెట్టాను. లండన్ వీధులలోని ప్రతి భిక్షగాడూ ఏడాదికి ఏడువందల పౌండ్లు ఆర్జించగలడని చెప్పను - నిజానికి వారిది నా సగటు ఆదాయం కన్నా తక్కువ. నాకు నా మేకప్ నైపుణ్యం, వెంటనే జావాబివ్వగల చాతుర్యం లబ్ధిని చేకూర్చడమే కాదు, నగరంలో

నన్ను అందరికీ తెలిసేలా చేశాయి. రోజంతా నాపై పెన్నీల వర్షం కురిసేది, కనీసం రెండు పౌండ్లు కూడా సంపాదించలేని నాడు, అది నాకు చెడు రోజు.

నేను సంపన్నుడిని అయ్యే కొద్దీ నా ఆశలు పెరిగిపోనారంభించాయి. గ్రామీణ ప్రాంతంలో ఇల్లు కొనుక్కొని, నా వృత్తి ఏమిటో ఎవరికీ అనుమానం రాకుండా పెళ్ళి చేసుకున్నాను. నగరంలో నాకేదో వ్యాపారం ఉందని నా భర్యకు తెలుసు కానీ, అదేమిటో తెలియదు.

గత సోమవారం నా పని ముగించుకొని, ఓపియం డెన్ మీద ఉన్న గదిలో బట్టలు మార్చుకుంటూ కిటికీలోంచి చూసిన నాకు ఆ వీధిలో నిలబడి నా కేసే చూస్తున్న నా భార్య కనిపించింది. దానితో నేను ఆశ్చర్యంతో కేకవేసి, ముఖాన్ని దాచుకునేందుకు చేతులు ఎత్తి, పైకి ఎవరినీ రానివ్వద్దని నా విశ్వసనీయుడు లాస్కర్‌కు చెప్పేందుకు పరుగుతీశాను. కింద మెట్ల వద్ద నుంచి ఆమె గొంతు వినిపించింది. ఆమె పైకి రాలేదని నాకు తెలుసు. త్వరగా నా బట్టలు వదిలి, భిక్షగాడివి వేసుకొని, విగ్గు పెట్టుకొని రంగు పూసుకున్నాను. నా భార్య కూడా నన్ను గుర్తు పట్టలేని విధంగా మారువేషంలోకి మారిపోయాను. అయితే, నా గదిని సోదా చేసే అవకాశం ఉందని, నా దుస్తులే నన్ను పట్టించే అవకాశముందని, అనిపించింది. నేను కిటికీని తిరిగి తెరిచేందుకు యత్నించాను. అది ఆ రోజు ఉదయం బెడ్‌రూంలో అయిన గాయాన్ని తిరిగి రేపింది. తర్వాత నేను సంచిలో వేసిన చిల్లరను తీసి కోటులో పోశాను. అనంతరం దాన్ని కిటికీలోంచి బయటకు విసిరేశాను. అది థేమ్స్‌లో అదృశ్యమైంది. మిగిలిన దుస్తులను కూడా విసిరేద్దామనుకున్నా కానీ, కానిస్టేబుళ్ళు పైకి వస్తున్న అడుగుల చప్పుడు విని ఊరుకున్నాను. కొద్ది నిమిషాల తర్వాత నన్ను నెవెల్లి సెయింట్ క్లెయిర్‌గా కాక అతని హంతకుడిగా అరెస్టు చేయడం ఊరట కలిగించింది.

ఇక నేను వివరించాల్సిందేమీ లేదని నాకనిపించింది. సాధ్యమైనంత కాలం నా మారువేషాన్ని కాపాడుకోవాలని నిర్ణయించుకున్నాను. అందుకే జిడ్డు ముఖంతోనే ఉండేందుకు ఇష్టపడ్డాను. నా భార్య తీవ్ర ఆందోళనకు లోనవుతుందని తెలిసి, నేను నా ఉంగరాన్ని ఎవరూ నా వైపు చూడకుండా ఉన్న సమయంలో లాస్కర్‌కు ఇచ్చి, ఇద్దరం కలిసి భయపడాల్సిందేమీ లేదని గందరగోళంగా ఒక కాగితంపై రాశాం.

"ఆ లేఖ నిన్నే చేరింది." అన్నాడు హోమ్స్.

"మంచిది, మంచిది! పాపం ఈ వారమంతా ఆమె ఎలా గడిపిందో."

"పోలీసులు లాస్కర్‌ను గమనించారు," అన్నాడు ఇన్‌స్పెక్టర్ బ్రాడ్‌స్ట్రీట్. "ఎవరికీ తెలియకుండా ఆ లేఖను పోస్టు చేసేందుకు ఎంత కష్టపడి ఉంటాడో నేను అర్థం

చేసుకోగలను. బహుశ అతను నావికుడైన తన కస్టమర్కి ఇచ్చి ఉంటాడు. ఆ వ్యక్తి కొన్ని రోజులు దాని గురించి మర్చిపోయి ఉంటాడు.''

''అంతే, అంతే,'' అన్నాడు హోమ్స్. ఏకీభవిస్తున్నట్టుగా తలూపుతూ, ''నాకు ఆ విషయంలో ఎలాంటి సందేహమూ లేదు. కానీ అడుక్కుంటున్నందుకు నీకెప్పుడూ శిక్ష పడలేదా?''

''చాలా సార్లు. కానీ ఆ జరిమానా నాకు ఎంత?''

''ఇక ఇది ఇక్కడకు ఆగిపోవలసిందే'', అన్నాడు బ్రాడ్స్ట్రీట్. ''ఒక వేళ పోలీసులు ఈ వ్యవహారాన్ని సద్దుమణిగించాల్సి ఉంటే హగ్ బూన్ ఉండకూడదు.''

''మనిషి చేయగల అత్యంత కఠినమైన ప్రతిజ్ఞను నేను చేసుకున్నాను.''

''అయితే, బహుశ తదుపరి చర్యలు ఏమీ ఉండకపోవచ్చు. కానీ మళ్ళీ కనిపిస్తే మాత్రం మొత్తం బయటకు వస్తుంది. ఈ వ్యవహారం పరిష్కరించినందుకు నీకు రుణపడి ఉంటాను మిస్టర్ హోమ్స్. నువ్వు ఈ సమస్యను ఎలా పరిష్కరించావో తెలిస్తే బాగుండు అన్నాడు బ్రాడ్ స్ట్రీట్.''

''నేను ఈ సమస్యకు పరిష్కారాన్ని ఐదు దిండ్ల మీద కూచొని, ఒక ఔన్సు పొగాకు తాగి కనుగొన్నాను. ఇక మనం బేకర్ వీధికి బయలుదేరితే బ్రేక్ఫాస్ట్ సమయానికి చేరుకుంటాం అనుకుంటాను వాట్సన్.''

7. నీలం మణి

క్రిస్మస్ వెళ్ళిన రెండవరోజు ఉదయం సీజన్స్ గ్రీటింగ్స్ చెప్పాలనే ఉద్దేశంతో నేను నా స్నేహితుడు షెర్లాక్ హోమ్స్ కలిసేందుకు వెళ్ళాను. నేను వెళ్ళేసరికి అతను ద్రాక్షరంగు డ్రెస్సింగ్ గౌను ధరించి సోఫాలో విశ్రాంతి తీసుకుంటూ కనిపించాడు. కుడివైపు అందుబాటులో పైపు, నలిగిన ఉదయం పత్రికలు అప్పుడే చదివి పడేసినట్టుగా కనిపిస్తున్నాయి. మాసిన పెట్టుకోవడానికి వీలులేని విధంగా అనేక చోట్ల చిరిగిన ఫెల్ట్ హాట్ ఒకటి వేలాడుతోంది. కుర్చీలో ఉన్న భూతద్దం, ఫోర్సెప్స్ - ఆ టోపీని పరీక్షించడంకోసం అలా వేళ్ళాడతీశాడనే విషయాన్ని సూచిస్తున్నాయి.

''నువ్వు పనిలో ఉన్నట్టున్నావు, బహుశ నేను నీ పనికి ఆటంకం కలిగిస్తున్నట్టున్నాను,'' అన్నాను నేను.

''ఎంత మాత్రం లేదు. నిజానికి నా ఫలితాలను చర్చించేందుకు ఒక స్నేహితుడు దొరికినందుకు సంతోషిస్తున్నాను. విషయం చాలా స్వల్పమైంది,'' (అని ఆ పాత టోపీ దిశగా తన బొటనివేలును చూపాడు) ''దీనికి సంబంధించిన అంశాలు పూర్తిగా ఆసక్తిని కలిగించనివి ఏమీ కావు,'' అన్నాడు.

నేను అతని పడక కుర్చీలో కూర్చొని, చిటపటమంటున్న మంటలో చేతులను కాచుకున్నాను. ఎందుకంటే అప్పటికే మంచుపడడం ప్రారంభమైంది, కిటికీ అద్దాలపై మంచు తుప్పరలు అలుముకున్నాయి. ''ఇదేదో చాలా ఇంటి వ్యవహారంలా కనిపించినా - భయంకరమైన కథ ఏదో దీనికి సంబంధించి ఉంటుందనిపిస్తోంది - ఏదో మిస్టరీని పరిష్కరిచడానికి ఇది క్లూలా నీకు మార్గదర్శనం చేసి, ఏదో నేరానికి శిక్ష వేయించేలా ఉంది,'' అన్నాను.

''లేదు, లేదు, ఎలాంటి నేరం లేదు'', అన్నాడు షెర్లాక్ హోమ్స్ నవ్వుతూ''. కొన్ని చదరపు మైళ్ళ స్థలంలో నాలుగు మిలియన్ల మంది మానవులు ఒకరినొకరు తోసుకుంటూ ఉన్నప్పుడు జరిగే చిన్న తమాషా సంఘటనలవి. దట్టమైన మానవ సమూహపు చర్య, ప్రతి చర్యల మధ్య ఎటువంటి ఘటనలైనా చోటు చేసుకునే అవకాశముంటుంది. అవి నేరపూరితం కాకపోయినప్పటికీ చాలా చిత్రంగా

కొట్టొచ్చినట్టుగా ఉంటాయి. మనకు ఇప్పటికే అలాంటి అనుభవం ఉంది.'' అన్నాడు.

''నిజమే! నేను నమోదు చేసిన ఆరు కేసుల్లో, మూడు కేసులు పూర్తిగా చట్టపరమైన నేరాలు కావు,'' అన్నాను.

''సరిగ్గా అదే. ఐరీన్ ఆడ్లర్ పేపర్లను కనుగొనే ప్రయత్నంలో తోడ్పడ్డావు, మిస్ మేరీ సదర్లాండ్‌కు సంబంధించిన అసాధారణ కేసు, అలాగే వంకర పెదిమవాడి కేసులోనూ తోడ్పడ్డావు. ఈ వ్యవహారం కూడా అలాంటి అమాయకపు కేటగిరీలోకి వస్తుంది. నీకు కమిషనర్ పీటర్‌సన్ తెలుసా?''

''తెలుసు''

''ఇది అతని టోపీనే''

''ఇది అతని టోపీనా.''

''లేదు, లేదు, అతనికి దొరికింది. దాని సొంతదారు ఎవరో తెలియదు. ఈ విషయాన్ని పరిశీలించమని విజ్ఞప్తి చేస్తున్నాను. కాకపోతే దీనిని తాలారోలీ సమస్యలా కాక మేధోపరమైన సమస్యలా. మొదట, అసలు ఇది ఇక్కడు ఎలా వచ్చింది. అదీ క్రిస్మస్ రోజు ఉదయం, మంచి లావుగా ఉన్న బాతుతో పాటు. అది పీటర్సన్ మంటలో ఇప్పుడు వేగుతోందనడంలో సందేహం లేదు. వాస్తవాలు ఇవి. క్రిస్మస్ రోజు ఉదయం నాలుగు గంటలకు, నీకు తెలుసు పీటర్సన్ ఎంత నిజాయితీపరుడో. ఏదో చిన్న సంబరంలో పాల్గొని టోటెన్ హోమ్స్ రోడ్డులోనుంచి ఇంటికి తిరిగి వెడుతున్నాడు. హఠాత్తుగా ఆ గ్యాస్‌లైట్ వెలుగులో తన ముందు పొడుగాటి వ్యక్తి, చంకకు తెల్లటి బాతును తగిలించుకొని కాస్త తడబడుతూ నడవడాన్ని చూశాడు. వారు గూడ్జ్ వీధి మలుపుకు చేరేసరికి, ఈ అపరిచితుడికీ, కొంత మంది రౌడీలకు గొడవ ప్రారంభమైంది. రౌడీలలో ఒకడు ఆ వ్యక్తి టోపీని లాక్కున్నాడు. కాని అతను తనను తాను కాపాడుకునేందుకు తన కర్రను ఎత్తి తలమీద నుంచి తిప్పుతూ వెనక ఉన్న దుకాణం అద్దాన్ని పగులకొట్టాడు. రౌడీల నుంచి ఆ అపరిచితుడిని కాపాడేందుకు పీటర్సన్ పరుగున ముందుకు వెళ్ళాడు. కానీ షాపు అద్దాన్ని పగులగొట్టడంతో అప్పటికే స్తంభించిన ఆ వ్యక్తి, యూనిఫాం ధరించి అధికారిలా కనిపిస్తున్న వ్యక్తి తనవైపు వస్తుండడాన్ని గమనించి, బాతును కింద పడేసి పరుగున తీసి, టోటెన్ హోమ్ కోర్టు రోడ్డు వెనుక ఉన్న గజిబిజి రోడ్లలో ఒక దానిలోకి ప్రవేశించి అదృశ్యమయ్యాడు. పీటర్సన్‌ను చూసిన రౌడీలు కూడా పరుగులు తీవారు. అతను అక్కడే ఆ యుద్ధక్షేత్రంలో, విజయంతో సాధించిన సొమ్ముతో మిగిలాడు. ఆ సొమ్ము ఈ చినిగిన టోపీ, క్రిస్మస్ బాతు రూపంలోనే అనుకో.''

''వాటిని వాటి యజమానికి అందించి ఉంటాడు కదా?''

''మైడియర్ ఫెల్లో! సమస్య అంతా అక్కడే ఉంది. ఆ బాతు ఎడమ కాలికి ''మిసెస్ హెన్రీ బేకర్'' అని రాసి ఉన్న కార్డు వెళ్ళాడుతోంది అనుకో. అలాగే ఈ టోపీ లైనింగ్ మీద హెచ్.జి. అన్న అక్షరాలు కనిపిస్తున్నాయి. కానీ మన నగరంలో వేల మందికి బేకర్లు, వందల మంది హెన్రీ బేకర్లు ఉన్న నేపథ్యంలో పోయిన సొమ్మును వారికి అందచేయడం కష్టమైన పనే.''

''అయితే, అప్పుడు పీటర్సన్ ఏంచేశాడు?''

''క్రిస్మస్ రోజు ఉదయం టోపీని, బాతుని తీసుకొని నా దగ్గరకు వచ్చాడు. చిన్న సమస్యలైనా అవి నాకు ఆసక్తి కలిగిస్తాయిన అతనికి తెలుసు. బాతును ఈ రోజు ఉదయం దాకా నా దగ్గరే ఉంచాం కానీ ఇంత మంచు పడుతున్నా, దాన్ని ఎలాంటి జాప్యం చేయకుండా వెంటనే వాడకపోతే పాడయ్యేలా అనిపించింది. ఆ బాతు అంతిమంగా జరగాల్సిన దాని కోసమే కనుగొన్న వ్యక్తి తీసుకువెళ్ళిపోయాడు. కాగా, తన క్రిస్మస్ డిన్నర్‌ను కోల్పోయిన వ్యక్తి టోపీ నా దగ్గర ఉండిపోయింది.''

''అతనే ప్రకటన ఇవ్వలేదా?''

''లేదు''.

''మరైతే అతన్ని గుర్తించడానికి నీదగ్గర ఎలాంటి ఆధారం ఉంది?''

''మనం విశ్లేషించి తెలుసుకున్న ఒకే ఒక్కటి.''

''అతని టోపీనుంచి తెలుసుకున్నదా?''

''సరిగ్గా''.

''జోకేస్తున్నట్టున్నావు. ఆ చినిగిపోయిన పాత ఫెల్ట్ టోపీ నుంచి ఏం తెలుసుకోగలవు?''

''ఇదిగో నా భూతద్దం. నా పద్ధతి నీకు తెలుసు. ఈ వస్తువు ధరించిన వ్యక్తి వ్యక్తిత్వం గురించి నువ్వేం తెలుసుకోగలవు?''

నేను చినిగిపోయిన ఆ వస్తువును చేతిలోకి తీసుకుని కాస్తంత విచారంగా తిప్పి చూశాను. అది మామూలుగా ఉండే గుండ్రటి ఆకారంలోని సాధారణ నల్ల టోపీ. గట్టిగా, పెట్టుకోవడానికి కష్టమైన విధంగా ఉంది. దానికున్న లైనింగ్ ఎర్రటి సిల్క్ బట్టతో ఉంది కానీ చాలా వరకూ వెలిసిపోయింది. దాని తయారీదారు పేరు లేదు; కానీ హోమ్స్ చెప్పినట్టుగా 'హెచ్.జి.' అన్న అక్షరాలు ఒక మూలకి కుట్టి ఉన్నాయి. అది టోపీకి ఉండే ఎలాస్టిక్ పక్కన ఉన్నాయి. కానీ, ఎలాస్టిక్ పోయింది. ఇక మిగిలిన టోపీ అంతా చినిగి, విపరీతంగా మాసి, చాలా చోట్ల మరకలు పడి ఉంది. అయితే

వెలిసిపోయిన చోట్ల ఇంకు పులిమి వాటిని దాచే ప్రయత్నం జరిగినట్టు తెలుస్తోంది.

''నేనేం చూడలేకపోతున్నాను'' అన్నాను, దానిని నా స్నేహితుడి చేతికి తిరిగి ఇస్తూ.

''అందుకు భిన్నంగా, వాట్సన్ నువ్వు అంతా చూడవచ్చు. అయితే నువ్వు చూసిన దానిని విశ్లేషించడంతో విఫలమయవున్నావు. దాని నుంచి విషయాన్ని సేకరించడంలో చాలా స్తబ్ధుగా ఉన్నావు.''

''అయితే, ఈ టోపీ నుంచి నువ్వేం తెలుసుకున్నావో దయచేసి చెప్తావా?''

అతను టోపీని ఎత్తి, అతనికే సొంతమైన పద్ధతిలో, వింతగా, అంతర్ముఖుడిలా దానికేసి చూశాడు. ''ఇది చెప్పాల్సినంత చెప్పడం లేదు బహుశ,'' అన్నాడు.

''అయినప్పటికీ ప్రస్ఫుటంగా కనిపించే అంశాలు కొన్ని ఉంటాయి. అలాగే సాధ్యమనిపించే అంశాలు కొన్ని కనిపిస్తున్నాయి. ఆ వ్యక్తి చాలా మేధావని, అఫ్‌కోర్స్ అది చూడగానే తెలుస్తుందనుకో. గత మూడు నాలుగేళ్లు కిందటి వరకూ సంపన్నుడే అయినా ప్రస్తుతం గడ్డుకాలాన్ని ఎదుర్కొంటున్నాడు. అతనికి ముందు చూపుంది. కానీ, గతంలో కన్నా ఇప్పుడు తగ్గింది. అంటే ఇది నైతిక దిగజారుడుతనాన్ని సూచిస్తోంది. అతని సంపద తరిగిపోవడం అంటే ఏదో చెడు ప్రభావానినికి లోనైనట్టుగా ఉంది. బహుశ అతనిపై పనిచేస్తున్నది మద్యం కావచ్చు. అతని భార్య అతడిని ప్రేమించడం మానేసిందన్న వాస్తవాన్ని ఇది నొక్కి చెప్తుంది.''

''మైడియర్ హోమ్స్!''

''అతను కొంత ఆత్మగౌరవాన్ని నిలుపుకున్నాడు,'' అంటూ నా మాటలను ఖాతరు చేయకుండా కొనసాగించాడు. ''అతను చాలా బద్ధకపు జీవితాన్ని గడుపుతున్నాడు. బయటకు అరుదుగా వెడతాడు. పూర్తిగా పని అలవాటు తప్పింది. మధ్యవయస్కుడు కొద్ది రోజులకింద జుత్తు కత్తిరించుకున్నాడు . తలకు నిమ్మక్రీమ్ రాసుకుంటాడు. ఈ టోపీ నుంచి తెలుసుకోగల వాస్తవాలు. అతని ఇంట్లో గ్యాస్ ఉండడం అసాధ్యం.''

''నువ్వు, తప్పకుండా జోక్ వేస్తున్నావు హోమ్స్.''

''ఎంత మాత్రం కాదు. నేను ఇన్ని విషయాలు చెప్పినప్పటికీ, నేను వాటిని ఎలా తెలుసుకున్నానో నీకు అర్థం కావటం లేదు కదా?''

''నేను మొద్దుననే విషయంలో నాకెలాంటి సందేహం లేదు. కానీ, నువ్వు చెప్పింది అర్థం చేసుకోలేకపోయానని ఒప్పుకొని తీరవలసిందే. ఉదాహరణకు, అతడు మేధావని నువ్వెలా ఊహించగలిగావు?''

దానికి జవాబుగా హోమ్స్ టోపీని నెత్తిన పెట్టుకున్నాడు. అతడి నుదిటిని దాటి

ముక్కుపై ఆగింది. ''ఇది క్యూబిక్ సామర్థ్యానికి సంబంధించింది,'' అన్నాడు అతను. ''ఇంత పెద్ద మెదడు ఉందంటే అందులో ఏదో ఉండి ఉండాలి.''

''అతని సంపద తరిగిపోవడం?''

''ఈ టోపీ వయసు మూడేళ్ళు. చివర్లో ఇలా మెలి తిరిగి ఉన్నవి అప్పుడే వచ్చాయి. ఇది చాలా మంచి క్వాలిటీ టోపీ. ఇక్కడ సిల్కుతో చేసిన బ్యాండును, అద్భుతమైన లైనింగ్‌ను చూడు. మూడేళ్ళ కిందట ఇంత ఖరీదైన టోపీని కొనగలిగి, అప్పటి నుంచి ఇంకా ఉంచుకున్నాడంటే, అతని స్థాయి ప్రపంచంలో దిగజారిందన్నమాట.''

''అది చాలు చాలా స్పష్టంగా ఉంది. కానీ అతని ముందు చూపు, నైతిక దిగజారుడుతనం గురించి ఎలా చెప్పావు?''

షెర్లాక్ హోమ్స్ నవ్వాడు. ''ఇదిగో ముందు చూపు'', అన్నాడు, తన వేలుని ఆ టోపీని నిలిపి ఉంచే రంధ్రంపైన, చిన్న డిస్క్‌పైనా పెట్టి. ''వీటిని టోపీలతో ఎప్పుడూ అమ్మరు. ఒకవేళ ఈ వ్యక్తి వాటికోసం ఆర్డర్ చేసి ఉంటే అది కొంత ముందుచూపుకు చిహ్నం. అందరికీ భిన్నంగా ఈ జాగ్రత్తను తీసుకునేందుకు అతను శ్రమపడ్డాడు. ఇక ఎలాస్టిక్ ఊడిపోయిన తర్వాత కూడా దానిని తిరిగి పెట్టించేందుకు శ్రమ తీసుకోలేదంటే, గతంలోకన్నా అతనికిప్పుడు తక్కువ ముందు చూపుందన్న మాట. బలహీన పడుతున్న స్వభావానికి అది చిహ్నం. మరోవైపు ఈ వెలిసిపోయిన మరకలను ఇంకు వేసి దాచేందుకు ప్రయత్నం చేశాడంటే అతను పూర్తిగా ఆత్మగౌరవాన్ని ఇంకా కోల్పోలేదన్నమాట.''

''నీ తర్కంలో నిజం ఉండేందుకు అవకాశం తప్పక ఉంది.''

''ఇక అతను మధ్యవయస్కుడని, అతని జుత్తు ఇటీవలే కత్తించుకొన్నాడని, అతను నిమ్మక్రీమ్ రాసుకున్నాడనే విషయాలు, లైనింగ్ కింద భాగాన్ని నిశితంగా పరీక్షించడంద్వారా తెలుసుకున్నాను. భూతద్దం పెట్టి చూస్తే, మంగలివాడు కత్తెరతో శుభ్రంగా కత్తిరించినట్టుగా జుత్తు చివర్లు లైనింగ్‌కు అంటుకుని కనిపించాయి. అవన్నీ జిడ్డుగా, నిమ్మక్రీమ్ వాసన కొడుతున్నాయి. ఈ మురికి, నువ్వు పరిశీలిస్తే వీధిలో వచ్చే బూడిద రంగు మట్టికాదని, ఇంట్లో ఉండే మట్టి రంగుదని, అతను ఎక్కువ గంటలు ఇంట్లోనే గడుపుతున్నాడని, చెప్తోంది. ఇక లోపల ఉన్న తేమ అతనికి బాగా చెమటలు పడతాయినేందుకు ఆధారం. అంటే, అతనికి శ్రమ చేసే అలవాటు తప్పిపోయిందనుకోవచ్చు.''

''కానీ అతని భార్య - అతన్ని ప్రేమించడం మానేసిందన్నావు.''

''ఈ టోపీని శుభ్రం చేసి కొన్ని వారాలైంది. ఒక వారం రోజుల మురికి కలిగిన టోపీతో నిన్ను చూస్తే, మైడియర్ వాట్సన్ నీ భార్య నిన్ను అలాంటి స్థితిలో బయటకు వెళ్ళనిచ్చిందంటే నీ భార్య ప్రేమను కోల్పోయిన దురదృష్టవంతుడివయ్యావని శంకిస్తాను.''

''కానీ, అతను బ్రహ్మచారి అయి ఉండవచ్చు కదా.''

''లేదు, భార్యతో సంధి కుదుర్చుకునేందుకు అతను బాతును ఇంటికి తీసుకువెడెతున్నాడు. ఆ పక్షి కాలుకి కట్టి ఉన్న కార్డును గుర్తు చేసుకో.''

'' నీ వద్ద ప్రతి దానికీ జవాబు ఉంటుంది కానీ, అతనిని ఇంట్లో గ్యాస్ లాంతరు వెలిగించలేదని ఎలా కనుక్కోగలిగావు.''

''ఒకటి లేదా రెండు కొవ్వు మరకలు పొరపాటున పడవచ్చు, కానీ ఐదుకి తక్కువ కాకుండా కనిపించినప్పుడు, ఆ వ్యక్తి తరచుగా కొవ్వును ఉపయోగిస్తున్నాడని నిస్సందేహంగా చెప్పవచ్చు. అతను రాత్రివేళల్లో ఒక చేతిలో టోపీ, మరొక చేతిలో కొవ్వొత్తితో మేడ ఎక్కుతాడన్నమాట. ఏమైనా, గ్యాస్ లాంతరు నుంచి కొవ్వు మరకలు కావు కదా? సంతృప్తి చెందావా?''

''ఇది చాలా తెలివైన విశ్లేషణ,'' అన్నాను నేను నవ్వుతూ, '' కానీ, నువ్వు ఇప్పుడే అన్నట్టుగా ఏ నేరం జరగలేదు, బాతును కోల్పోవడం మినహా ఏ హానీ జరుగలేదు, కనుక ఇదంతా వృథా శ్రమలా కనిపిస్తోంది.''

సమాధానం చెప్పేందుకు షెర్లాక్ హోమ్స్ నోరు తెరిచేసరికి, కమిషనర్ పీటర్సన్ తలుపు తెరుచుకొని, ఎరబడిన బుగ్గలతో, తీవ్ర ఆశ్చర్యానికి లోనైన మనిషిలా లోపలికి వచ్చాడు.

''ఆ బాతు, మిస్టర్ హోమ్స్! ఆ బాతు సర్,'' అంటూ ఆయాసపడ్డాడు.

''ఆ! అయితే ఏమిటి? అది తిరిగి సజీవమై నీ వంటగది కిటికీలో నుంచి ఎగిరిపోయిందా?'' ఉద్వేగంగా ఉన్న అతని ముఖాన్ని చూసేందుకు సోఫాలో సర్దుకు కూర్చున్నాడు హోమ్స్.

''ఇక్కడ చూడండి సర్! నా భార్య దాని తల మీద కుచ్చులో ఏం కనుగొందో చూడండి! అతను తన చేతిని సాచి, అతని అరచేతిలో ధగధగ మెరుస్తున్న నీలం రాయిని చూపించాడు. చిక్కుడు గింజ కన్నా చిన్న సైజులో, స్వచ్ఛంగా, ధగ ధగమంటున్న ఆ రాయి అతని అరచేతి గుంటలో విద్యుత్ మెరుపులా మెరుస్తోంది.

షెర్లాక్ హోమ్స్ ఈల వేస్తూ లేచి కూచున్నాడు. ''ఓ పీటర్సన్,'' అన్నాడు అతను. ''ఇది నిజంగా నిధే! నీకు ఏం దొరికిందో నీకు తెలుసనే అనుకుంటున్నాను.''

''వజ్రం సర్! అమూల్యమైన రాయి! ఇది గాజుని కత్తిరించగలదు.''

''ఇది అమూల్యమైన రత్నం కన్నా ఎక్కువ. ఇది అమూల్యం.''

''ఇది కౌంటెస్ ఆఫ్ మార్కార్‌కు చెందిన నీలం వజ్రం కాదుకదా?'' అన్నాను నేను ఉలిక్కిపడి.

''సరిగ్గా అదే. ఈ మధ్య రోజూ టైమ్స్‌లో దాని గురించిన ప్రకటన చదివి, చదివి దాని సైజు, ఆకారం తెలుసుకున్నాను. ఇది చాలా ప్రత్యేకమైంది. దాని విలువను ఊహించలేం, కానీ దానికి ప్రకటించిన వెయ్యి పౌండ్ల బహుమానం దాని మార్కెట్ విలువకు ఇరవయ్యవ భాగం కూడా అయి ఉండదు.''

''వెయ్యి పౌండ్లా? దేవుడు ఎంత దయామయుడు!'' అంటూ కమిషనర్ కుర్చీలో కూలబడి మా ఇద్దరికేసి మార్చి మార్చి చూశాడు.

''అది బహుమానం. దీని వెనుక ఉన్న సెంటిమెంటల్ కారణంవల్ల, ఈ రత్నం దొరికితే కౌంటెస్ తన సొమ్ములో సగం ఇచ్చే అవకాశం ఉంది.''

''ఇది హోటల్ కాస్మోపాలిటన్‌లో పోయిందని నాకు గుర్తు!'' అన్నాను.

''సరిగ్గా అదే. ఐదు రోజుల కిందట, అంటే డిసెంబర్ ఇరవై రెండున. ఆమె నగల పెట్టె నుంచి జాన్ హార్నర్ అనే ప్లంబర్ దీనిని దొంగిలించాడని ఆరోపణ. అతనికి వ్యతిరేకంగా ఆధారాలు ఎంత బలంగా ఉన్నాయంటే, కేసును కోర్టుకు అప్పగించారు. ఈ వ్యవహారానికి సంబంధించిన వివరాలు కొన్ని నా దగ్గర ఉన్నట్టున్నాయి. తేదీలను చూస్తూ, న్యూస్ పేపర్లను వెతకనారంభించాడు. తనకు కావలసింది దొరికాక దాన్ని బయటకు తీసి, దాన్ని బల్లపై పరిచి, దిగువ పేరాను చదువునారంభించాడు;

''హోటల్ కాస్మోపాలిటన్ నగల దోపిడీ కౌంటెస్ ఆఫ్ మార్కర్ నగల పెట్టె నుంచి నీలం రత్నం (carbuncle) అని ప్రాచుర్యం పొంది విలువైన వజ్రాన్ని తస్కరించాడని ప్లంబర్ అయిన జాన్ హార్నర్ (26)పై ఆరోపణలు మోపారు. హోటల్‌లో అప్పర్ అటెండెంట్‌గా పనిచేస్తున్న జేమ్స్ రైడర్, ఈ మేరకు సాక్ష్యాన్ని ఇస్తూ, దోపిడీ జరిగిన రోజున కిటికీకి చెందిన రెండవ కడ్డీని బాగుచేసేందుకు కౌంటెస్ ఆఫ్ మార్క్‌ను డ్రెస్సింగ్ రూంలోకి పంపానని చెప్పాడు. కాసేపు హార్నర్‌తో కలిసి ఉన్న అతడు, తనను పిలవడంతో పక్కకు వెళ్ళాడు. తిరిగి వచ్చేసరికి హార్నర్ అదృశ్యం కావడం, బీరువా తలుపును బలవంతంగా తెరిచిన దాఖలాలేగాక, మరొక చిన్న కేసు డ్రెస్సింగ్ టేబుల్ మీద పడేసి ఉంది. తన నగను అందులో దాచుకునే అలవాటు ఆమెకు ఉన్నట్టు తర్వాత తెలిసింది. రైడర్ వెంటనే అందరినీ అప్రమత్తం చేశాడు, అదే రోజు సాయంత్రం హార్నర్‌ను అరెస్టు చేశారు. కానీ ఆ వజ్రం అతడి వద్దగానీ, అతని గదుల్లోకానీ,

కనిపించలేదు. కౌంటెస్ పనిమనిషి కేథరీన్ కసక్, సాక్ష్యమిస్తూ, దోపిడీని గుర్తించిన వెంటనే ఉద్వేగంతో వేసిన కేకవిని, ఆ గదిలోకి పరుగులు తీశానని, ముందు సాక్షి వివరించినట్టుగానే పరిస్థితులు ఉన్నాయని చెప్పింది. తాను అమాయకుడినంటూ వాదించి, గింజుకున్న హోర్నర్ అరెస్టు గురించి బి డివిజన్‌కు చెందిన ఇనస్పెక్టర్ బ్రాడ్ స్ట్రీట్ సాక్ష్యమిచ్చారు. ఖైదీ గతంలో కూడా దొంగతనం కేసులో జైలు శిక్షకు గురైనట్టు ఆధారాలు ఉండడంతో మేజిస్ట్రేట్ కేసును పై కోర్టుకు నివేదించారు. విచారణ సమయంలో తీవ్ర ఉద్వేగానికి లోనైన హోర్నర్, ఆ నిర్ణయాన్ని విని మూర్ఛపోవడంతో, అతడిని బయటకు మోసుకరావలసి వచ్చింది.''

పేపర్‌ను పక్కకు పడేస్తూ, 'ఊ! అదీ పోలీసు కోర్టు నిర్వాకం,'' అన్నాడు హోమ్స్. ''ఇప్పుడు మనం పరిష్కరించవలసిన ప్రశ్న, ఒక మూల జరిగిన నగల దోపిడీకి, మరొక మూల ఉన్న టోటెన్ హోమ్ కోర్టు రోడ్డులో ఒక బాతు నెత్తిపై కుచ్చులోకి రావడానికి మధ్య ఘనటలకు సంబంధించింది. చూడు వాట్సన్, మన విశ్లేషణలు సరళమైన కోణాన్ని కాక కీలకమైన కోణాన్ని సంతరించుకున్నాయి. ఇదిగో రాయి, ఇది బాతు నుంచి వచ్చింది. బాతు హెన్రీ బేకర్ నుంచి, చెత్త టోపీ, ఇందాక నీకు చెప్పి బోర్ కొట్టించిన లక్షనాలు కలిగిన పెద్ద మనిషి నుంచి వచ్చింది. కనుక, ఇప్పుడు మనం ఈ పెద్ద మనిషిని వెతికేందుకు సీరియస్‌గా ప్రయత్నించాలి. ఈ చిన్న మిస్టరీలో అతను పోషించిన పాత్ర ఏమిటో తెలుసుకోవాలి. ఈ పనిచేసేందుకు మనం మొదట అత్యంత సరళమైన మార్గాన్ని ఎంచుకోవాలి. అది అన్ని సాయంకాలం దిన పత్రికల్లో ప్రకటనల ద్వారా నిస్సందేహంగా దొరుకుతుంది. ఇది విఫలం అయితే, నేను ఇతర పద్ధతులకు మళ్ళుతాను.''

''నువ్వు ఏం చెప్తావు.''

''ఒక పెన్సిల్, కాగితం ఇవ్వు. ఇప్పుడు 'గూడ్జ్ వీధి మలుపులో ఒక బాతు, నల్ల ఫెల్ట్ టోపీ దొరికాయి. ఈ రోజు సాయంత్రం 6.30 గంటలకు బేకర్ వీధి, 221 బిలో మిస్టర్ హెన్రీ బేకర్ వాటిని తీసుకోవచ్చు.'' ఊ! ఇది స్పష్టంగా, క్లుప్తంగా ఉంది.''

''అవును. కానీ అతను దీన్ని చూస్తాడా?''

''అతను తప్పకుండా పేపర్ల మీద ఒక కన్నేసే ఉంచుతాడు. ఎందుకంటే, ఒక పేదవాడికి అది భారీ నష్టమే. కిటికీ అద్దం పొరపాటున పగులకొట్టినందుకు అతను తీవ్ర భయానికి లోనయ్యాడు. పైగా పీటర్సన్ దగ్గరకు వస్తుండడంతో పారిపోవడం గురించి తప్ప మరొక ఆలోచన చేయలేకపోయాడు. అయితే అప్పటి నుంచే తాను ఆ బాతును వదిలి వచ్చేంత భయపడినందుకు తీవ్రంగా పశ్చాత్తాపడి ఉంటాడు.

కానీ, అతని పేరును వేయడం వల్ల అతడు చూసే అవకాశం ఉటుంది. అలాగే ఈతనికి తెలిసిన వాళ్లు కూడా అతనికి చెప్పే అవకాశం ఉంది. ఇదుగో పీటర్సన్, అడ్వర్టైజింగ్ ఏజెన్సీకి వెళ్ళి దీన్ని సాయంత్రం పత్రికల్లో వచ్చేలా చూడు.''

''ఎందులో సర్?''

''ఓ! గ్లోబ్, స్టార్, పాల్‌మాల్, సెయింట్ జేమ్స్ గెజెట్, ఈవినింగ్ న్యూస్, స్టాండర్డ్, ఎకో, ఇంకా నీకేమైనా గుర్తు వస్తే.''

''సరే సర్! మరి ఈ రాయి?''

''ఆ! ఆ రాయిని నా దగ్గరుంచుకుంటాను.''

''థ్యాంక్యూ. వెళ్ళేప్పుడు ఒక బాతును కొని నాకిచ్చి వెళ్లు పీటర్సన్. ప్రస్తుతం నీ కుటుంబం తింటున్న దానికి బదులుగా ఆ పెద్ద మనిషికి మనం ఒకటి ఇవ్వాలి.''

కమిషనర్ వెళ్ళిన తర్వాత, హోమ్స్ రాయిని తీసి వెలుగులో పరీక్షించాడు. ''ఇది విలువైంది, చూడు ఎలా చమక్కుమంటోందో. అఫ్‌కోర్స్ ఇది ఒక నేరానికి కేంద్రబిందువు అనుకో. ప్రతి మంచి రాయి పరిస్థితీ అదే. అవి దుర్మార్గులను ఆకర్షిస్తాయి. ఇంకా పెద్ద పాత నగలైతే, వాటి ప్రతి కోణమూ ఒక రుధిరగాథను కలిగి ఉంటుంది. ఈ రాయికి ఇంకా ఇరవై ఒక్కేళ్ళు రాలేదు. ఇది దక్షిణ చైనాలోని అమోయ్ నది ఒడ్డున లభించింది. దీనికి విలువైన రత్నానికి ఉండవలసిన ప్రతి లక్షణమూ ఉంది. కాకుంటే ఇది కెంపు రంగులో గాక నీలం వర్ణంలో ఉంది. ఇది యవ్వనంలో ఉన్నా, ఇప్పటికే భయంకర చరిత్ర దీనికి ఉంది. రెండు హత్యలు, ద్రావణంతో దాడి, ఒక ఆత్మహత్య, అనేక దోపిడీలు ఈ నలభై గ్రాముల బొగ్గుకోసం జరిగాయి. ఇంత అందమైన ఆట బొమ్మ, ఉరికంబానికీ, జైలుకీ దారి తీస్తుందని ఎవరనుకుంటారు? నేను దీన్ని నా ఇనుప పెట్టెలో పెట్టి, ఇది మన దగ్గర ఉందని కౌంటెస్‌కు లేఖరాస్తాను.''

''హార్నర్ అనే ఈ వ్యక్తి అమాయకుడంటావా?''

''నేను చెప్పలేను.''

''సరే, మరొక వ్యక్తి హెన్రీ బేకర్‌కు ఈ వ్యవహారంతో సంబంధం ఉందనుకుంటున్నావా?''

''నా ప్రకారం, హెన్రీ బేకర్ పూర్తిగా అమాయకుడు. తాను తీ'సుకువెడుతున్న పక్షి బంగారంతో చేసిన దానికన్న విలువైందని అతనికి ఈషన్మాత్రం తెలీదు. అయినా దాన్ని నేను చిన్న పరీక్ష ద్వారా నిర్ధారిస్తాను. ఒక వేళ మన ప్రకటనకు స్పందన వస్తే.''

''అయితే, అప్పటి వరకూ ఏం చేయలేమన్నమాట?''

''ఏమీ?''

''అలా అయితే నేను నావృత్తిపరమైన పనికి వెళ్ళొస్తాను. కానీ, సాయంత్రం నువ్వు చెప్పిన సమయానికి వస్తాను, దాని జుత్తును పరిశీలించమని మిసెస్ హడ్సన్‌ను అడుగుతాను.''

నాకు ఒక కేసులో ఆలస్యం అయింది, నేను మళ్ళీ బేకర్ వీధికి చేరుకునేసరికి ఆరు దాటిపోయింది. నేను ఇంటి దగ్గరకు వెళ్ళేసరికి ఒక పొడగాటి వ్యక్తి స్కాచ్ బానెట్ ధరించి, మెడవరకు కోటు బటన్లు పెట్టుకొని నిలబడి ఉండటాన్ని చూశాను. అతను ఫాన్ లైటు వెలుగులో బయట నలబడి వేచి ఉన్నాడు. నేను వెళ్ళే సరికి, తలుపు తెరుచుకుంది. ఇద్దరినీ హోమ్స్ గదిలోకి తీసుకువెళ్ళారు.

''మీరు మిస్టర్ హెన్రీ బేకర్ అనుకుంటాను,'' అన్నాడు హోమ్స్ తన పడక కుర్చీలోంచి లేచి నిలబడి ఎంతో సుహృద్భావంతో. అతను చాలా తేలికగా అలా మారిపోగలడు.

''ఇక్కడ ఫైర్ పక్కన దయచేసి కూర్చోండి. మిస్టర్ బేకర్. ఈ రోజు రాత్రి చల్లగా ఉంది, మీ శరీరం శీతాకాలం కన్నా వేసవికాలానికే ఎక్కువ సరిపడదని తెలుస్తోంది. ఆ వాట్సన్ నువ్వు కూడా సరైన సమయానికి వచ్చావు. అది మీ టోపీనేనా, మిస్టర్ బేకర్?''

''అవును సర్, నిస్సందేహంగా అది నా టోపీనే''

అతను చాలా భారీ మనిషి. గుండ్రటి భుజాలు, పెద్ద తల, వెడల్పాటి, తెలివైన ముఖం, బ్రౌన్ రంగులో ఉన్న రింగుల గడ్డం. ముక్కు, బుగ్గలు కొంచెం ఎర్రబడి, వణుకుతున్న చేతిని చూస్తే హోమ్స్ చెప్పిన అతని అలవాట్లు నాకు గుర్తువచ్చాయి. అతని మాసిన నల్ల ఫ్రాక్ కోటును పైదాకా బటన్లు పెట్టి, కాలర్‌ను పైకి పెట్టాడు. ముందుకు పెట్టిన ముంజేతులు లోపలచొక్కా కానీ, కఫ్స్ కానీ లేవనే విషయాన్ని తెలియజేస్తున్నాయి. అతను చాలా నెమ్మదిగా, నిదానంగా జాగ్రత్తగా పదాలను ఎంచుకొని మాట్లాడుతున్నాడు. బాగా చదువుకున్న వ్యక్తి విధి బారినపడి పతనం అయినట్టుగా కనిపిస్తున్నాడు.

''మీ చిరునామాతో ప్రకటన ఏదైనా ఇస్తారేమోననే ఉద్దేశంతో గత కొద్ది రోజులుగా ఈ వస్తువులను మా దగ్గర ఉంచుకున్నాం. మీరు ఎందుకు ప్రకటన ఇవ్వలేదో ఇప్పటికీ నాకర్థం కావడం లేదు'' అన్నాడు హోమ్స్.

మా అతిథి కాస్త సిగ్గుగా నవ్వాడు. ''గతంలోలా నా దగ్గర అంత డబ్బు ఉండటం లేదు'', అన్నాడు ''నాపై దాడి చేసి రౌడీలే నిస్సందేహంగా నా టోపీని, పక్షినీ తీసుకువెళ్ళుంటారనుకున్నాను. అందుకే వాటిని కనుగొనాలనే దురాశతో మరింత డబ్బు వెచ్చించడానికి నేను ఇష్టపడ లేదు.''

"సహజమే. ఇక పక్షి విషయానికి వస్తే దానిని తిని తీరవలసిన పరిస్థితి వచ్చింది."

"తినడమా!" అన్నాడు, ఉద్వేగంతో సగం లేచి నిలబడిన మా అతిథి. "అవును, ఒక వేళ మేం ఆ పని చేయకపోతే అది ఎవరికీ ఉపయోగపడేది కాదు. కానీ, ఈ పక్కన అరలో పెట్టిన అదే బరువుతో, తాజాగా ఉన్న బాతు మీ ప్రయోజనాన్ని నెరవేరుస్తుందనుకుంటా?" అన్నాడు.

"ఓ, తప్పకుండా, తప్పకుండా!" అని జవాబిచ్చాడు బేకర్ సంతృప్తితో కూడిన నిట్టూర్పు విడుస్తూ.

"మీ బాతు తాలూకు ఈకలు, కాళ్ళు, క్రాప్ అన్నీ మా దగ్గరే ఉన్నాయి. మీకు కావాలంటే, " అన్నాడు హోమ్స్.

అతను భళ్ళుమని హాయిగా నవ్వాడు. "అవి నా సాహసానికి గుర్తులుగా ఉపయోగపడగలవు, అంతకు మించి వాటి ఉపయోగం ఏమిటో నేను చూడలేకపోతున్నాను. వద్దు సర్, మీ అనుమతితో పక్కన అరలో పెట్టిన అద్భుతమైన పక్షిమీద నా దృష్టి కేంద్రీకరించదలచుకున్నాను," అన్నాడు అతను.

షెర్లాక్ హోమ్స్ సున్నితంగా భుజాలు ఎగరేస్తూ నాకేసి సూటిగా చూశాడు.

"అదిగో మీ టోపీ, ఇదిగో మీ పక్షి" అన్నాడు.

"అది సరే కానీ, మీరు ఆ ముందు పక్షిని ఎక్కడ కొన్నారు? బోర్ అనుకోకుండా చెప్పగలరా? నాకు పక్షుల మీద ఆసక్తి ఎక్కువ, అంత బాగా పెరిగిన బాతు తక్కువగా కనిపిస్తుంది." అన్నాడు.

"తప్పకుండా సర్;" అన్నాడు బేకర్, లేచి కొత్తగా సంపాదించిన ఆస్తిని చంకలో పెట్టుకుంటూ. "మ్యూజియం దగ్గర ఉన్న ఆల్ఫా ఇన్‌కు మేం కొందరం తరచుగా వెడుతుంటాం. మేం పగటి పూట మ్యూజియంలోనే ఉంటాం, తెలిసిందా? దాని యజమాని విండిగేట్, ఒక బాతుల క్లబ్‌ను ఏర్పాటు చేశాడు. ప్రతి వారం కొన్ని పెన్నీలు కడితే క్రిస్మస్‌కు ఒక బాతును పొందేలా. నేను నా పెన్నీలను శ్రద్ధగా కట్టాను, మిగిలిన విషయం మీకు తెలిసిందే. మీకు నేనెంతో రుణపడి ఉన్నాను సర్. ఎందుకంటే ఈ స్కాచ్ బానెట్ నా వయసుకు కానీ, నా విగ్రహానికి కానీ తగినది కాదు," అన్నాడు. నవ్వు తెప్పించేలా వంగి, మా ఇద్దరికీ అభివాదం చేసి, అతను తన దారిన తాను పోయాడు.

తలుపులు మూస్తూ, "అదీ మిస్టర్ హెన్రీ బేకర్ కథ" అన్నాడు హోమ్స్. "అతని ఈ వ్యవహారం గురించి ఏమీ తెలియదని కచ్చితంగా చెప్పవచ్చు. ఆకలివేస్తోందా వాట్సన్."

''పెద్దగా లేదు''

''అయితే మనం దాన్ని రాత్రికి వాయిదావేసి, ఈ ఆధారం వేడి తగ్గకుండా, దాని పని పడదాం.''

''తప్పకుండా.''

ఆ రాత్రి చాలా చల్లగా ఉంది. దానితో మా కోట్లు ధరించి, మెడ చుట్టూ మఫ్లర్లు కట్టుకున్నాం. బయట, నిర్మలమైన ఆకాశంలో నక్షత్రాలు మినుకుమంటున్నాయి. వెడుతున్నవారి ఊపిరి ఆ పొగలో పిస్టల్ పేలితే వచ్చే పొగలా తేలుతోంది గాల్లో. మేం డాక్టర్స్ క్వార్టర్, వింపోల్ స్ట్రీట్‌లోకి నడిచివెడుతుంటే, మా నడక శబ్దం పెద్దగా వినిపించసాగింది. ఒక పావుగంటలో మేం ఆల్ఫాఇన్ దగ్గర బ్లూమ్‌బరీలో ఉన్నాం. హాల్‌బార్న్ వెళ్ళే వీదులలో ఒక దాని మలుపులో ఉన్న హోటల్ అది. ప్రైవేట్ బార్ తలుపు తీసుకుని లోపలికి వెళ్ళి, తెల్లయాప్రన్ కట్టుకొని జిడ్డు ముఖంతో ఉన్న యజమానికి రెండు బీర్లు ఆర్డర్ ఇచ్చాడు హోమ్స్.

''మీ బాతులానే అయితే మీ బీరు కూడా రుచిగా ఉంటుంది,'' అన్నాడు హోమ్స్.

''నా బాతా!'' అతను చాలా ఆశ్చర్యానికి లోనైనట్టు కనిపించాడు.

''అవును!'' నేను అరగంట కిందటే మీ బాతుల క్లబ్‌లో సభ్యుడైన హెన్రీ బేకర్‌తో మాట్లాడాను.''

''ఆ! అవునా! కానీ సర్, అవి నా బాతులు కావు.''

''అయితే ఎవరివి?''

''కోవెంట్ గార్డెన్‌లో ఒక సేల్స్‌మన్ దగ్గర రెండు డజన్లు కొన్నాను.''

''అవును! నాకు వారిలో కొంత మంది తెలుసు. వారిలో ఎవరో?''

''అతని పేరు బ్రెకిన్‌రిడ్జ్''.

''ఆ! అతను నాకు తెలియదు. నీకు మంచి ఆరోగ్యం ఇవ్వాలని, హోటల్ సంపన్నం కావాలని దేవుడిని కోరుకుంటున్నా, గుడ్‌నైట్.''

''ఇక మిస్టర్ బ్రెకిన్‌రిడ్జ్ విషయానకి వస్తే'', బయటకు రాగానే తగిలిన చల్లటి గాలికి కోటు బటన్లు పెట్టుకుంటూ అతను కొనసాగించాడు. ''గర్తుపెట్టుకో వాట్సన్, తాడుకు ఒకవైపున మనకు హోమ్లీగా బాతు కనిపించినా, మనం అమాయకుడని రుజువుచేయకపోతే, ఏడేళ్ళ జైలు శిక్ష పడే మనిషి ఒకడున్నాడు. మన విచారణ అతని తప్పిదాన్ని ఖరారు చేసే అవకాశం లేకపోలేదు. ఏదేమైనా పోలీసులు మిస్ చేసిన దర్యాప్తు కోణం ఒకటి మన దగ్గరుంది. అసాధారణ అవకాశం. అది మన చేతుల్లోకి వచ్చిపడింది. దానిని కడదాకా అనుసరిద్దాం. దక్షిణంవైపు తిరిగి, త్వరగా నడుద్దాం!''.

మేం హోల్‌బార్న్ దాటి, ఎండెల్ స్ట్రీట్ మీదుగా అడ్డదిడ్డంగా ఉన్న మురికివాడలను దాటుకొని కోవెంట్ గార్డన్ మార్కెట్ చేరుకున్నాం. అక్కడ ఉన్న పెద్ద దుకాణాల్లో ఒకదానిపై బ్రెకిన్‌రిడ్జి పేరు ఉంది. దాని యజమాని చురుకైన ముఖం, ట్రిమ్ చేసిన మీసాలు, చెంపలపై జుత్తుతో షట్టర్లు మూయడంలో బాయ్‌కు తోడ్పడుతున్నాడు.

''గుడ్ ఈవెనింగ్. చాలా చల్లగా ఉంది కదూ,'' అన్నాడు హోమ్స్.

అవునన్నట్టుగా తలూపి ఏకీభవించి, నా సహచరుడికేసి ప్రశ్నార్థకంగా చూశాడు.

''బాతులన్నీ అమ్మేశారన్న మాట, ఐసీ'' అని ఖాళీ నేలకేసి చూపిస్తూ కొనసాగించాడు హోమ్స్.

''రేపు ఉదయానికల్లా ఐదువందలు వస్తాయి'' అన్నాడు.

''దానివల్లేం ఉపయోగంలేదు.''

''ఇంకా కొన్ని దుకాణాలు తెరిచే ఉన్నాయి.''

''కానీ, మిమ్మల్ని నాకు రికమండ్ చేశారు.''

''ఎవరు?''

''ఆల్ఫా యజమాని''.

''ఆ! అవును. అతనికి రెండు డజన్లు పంపాను''.

''అవి మంచి పక్షులు కూడా. సరే, అవి ఎక్కడ నుంచి తెచ్చావు?''

ప్రశ్న సేల్స్‌మన్‌లో ఆగ్రహాన్ని రగల్చడం నాకు ఆశ్చర్యాన్ని కలిగించింది.

''చూడు మిస్టర్'', అన్నాడు అతను తల ముందుకు పెట్టి చెయ్యి ఎత్తుతూ, ''నీ ఉద్దేశం ఏమిటి? ఏమిటో నేరుగా చెప్పు ఇప్పుడు.''

''నేను నేరుగానే అడిగాను. నువ్వు 'ఆల్ఫా'కు సరఫరా చేసిన బాతులను నీకు ఎవరు అమ్మారో తెలుసుకోవలనుకుంటున్నాను.''

''ఓ! అయితే నేను నీకు చెప్పను. అయితే ఏంటిప్పుడు?''

''ఓ! అది అంత ముఖ్యమైన విషయం కాదు, కానీ, అంత చిన్న విషయం గురించి నువ్విలా ఎందుకు ఆవేశపడుతున్నావో అర్థం కావడంలేదు.''

''ఆవేశమా! నన్ను పీక్కు తిన్నట్టుగా నిన్ను కూడా తింటే, నువ్వూ ఇంతే ఆవేశపడతావు. నేను ఒక మంచి వస్తువుకి, మంచి ధర ఇచ్చినప్పుడు వ్యవహారం అక్కడితో ముగిసిపోవాలి, కానీ ''బాతులు ఎక్కడ?'', ''వాటిని ఎవరికి అమ్మావు? బాతుకు ఎంత తీసుకుంటావు? వంటి ప్రశ్నలు వింటే, ప్రపంచంలో అవే బాతులన్నట్టు రభస జరగడం విచిత్రమనిపిస్తుంది ఎవరికైనా.''

''ఇలా విచారణలు చేస్తున్న వ్యక్తులు ఎవరితో నాకు సంబంధం లేదు,'' అన్నాడు హోమ్స్ నిర్లక్ష్యంగా. ''నువ్వు నాకు చెప్పకపోతే వ్యాపారం వదులుకో. పక్షుల విషయంలో నా అభిప్రాయాన్ని నేను సమర్థించుకుంటాను. నేను తిన్న బాతు గ్రామంలో పెంచిందని పందెం కట్టాను.''

''అయితే నీ పందెం ఓడావు. ఎందుకంటే దాన్ని నగరంలోనే పెంచారు.'' ఆగ్రహంతో జవాబిచ్చాడు సేల్స్‌మాన్.

''అది అలా లేనే లేదు.''

''అదే నేను అంటాను.''

''నేను నిన్ను నమ్మను''.

''నాకన్నా బాతుల గురించి నీకు తెలుసనుకుంటున్నావా? చిన్నతనం నుంచి నేను వాటిని పెంచిన వాడిని. నేను చెప్తున్నాను, 'ఆల్ఫా'కు పంపిన బాతులన్నీ పట్టణంలో పెంచినవే.''

''నువ్వు అలా చెప్పి నన్ను నమ్మించలేవు.''

''అయితే పందెం కడతావా?''

''నేను రైటని నాకు తెలుసు. నీ డబ్బు ఊరికే తీసుకోవడమే అవుతుంది. నీ దగ్గర ఒక సావరిన్ ఉందా? ఇంత మొండిగా ఉండకూదని నీకు బుద్ధి చెప్పేందుకే.''

సేల్స్‌మాన్ నవ్వాడు. ''ఆ పుస్తకాలు, బిల్లలు పట్టుకురా'' అన్నాడు అతను.

ఆ చిన్న పిల్లవాడు సన్నటి పుస్తకం ఒకటి, జిడ్డుగా కవర్ ఉన్న లావుపాటి దాన్ని ఒకటి తీసుకువచ్చి, వేళ్ళాడుతున్న దీపం కింద పడేశాడు.

''అయితే, మిస్టర్ నిక్కచ్చీ'', అన్నాడు సేల్స్‌మాన్. ''నేను బాతులు అయిపోయాయి అనుకున్నాను. నేను పూర్తి చేసే లోపల ఒకటి షాపులో ఉండటాన్ని నువ్వు చూస్తావు. ఈ చిన్న పుస్తకం చూశావు కదా?'' అన్నాడు.

''అయితే?''

''నేను ఎవరెవరి దగ్గర నుంచి కొంటానో వారి జావితా ఇక్కడ ఉంది. కనిపిస్తోందా? ఈ పేజీలో గ్రామాలకు చెందినవారి పేర్లు, పక్కన వారి నెబంర్లు ఉంటాయి. వారి అకౌంట్లు ఆ పెద్ద లెడ్జర్‌లో ఉంటాయి. ఇప్పుడు చూడు! ఎర్ర ఇంకుతో ఉన్న మరో పేజీ కనిపిస్తోందా? నాకు పట్టణంలో సరఫరా చేసేవారి పేర్లు ఇవి. మూడవ పేరు చూడు, దాన్ని పైకి చదివి వినిపించు.'' ''మిసెస్ ఓక్ షాట 117 బ్రిక్స్‌టన్ రోడ్-249'' అని చదివాడు హోమ్స్.

''అవునా! ఇప్పుడు లెడ్జర్ తియ్యి.'' ''హోమ్స్. అతను సంబంధించిన పేజీ తీశాడు. ''ఇదిగో ఇక్కడ, మిసెస్ ఓక్‌షాట్, 117, బ్రిక్స్‌టన్ రోడ్, ఎగ్ అండ్ పౌల్ట్రీ సప్లయర్స్.''

''సరే, చివర ఎంట్రీ ఎప్పటిది?''

''డిసెంబర్ 22న బాతులు, ఒక్కొక్కటీ ఏడు సావరీన్ల, ఆరు డైమ్‌ల చొప్పున''.

''అదే. దాని కింద?''

'' 'ఆల్ఫా'కు చెందిన విండ్‌గేట్‌కు 12 సావరీన్ల చొప్పున అమ్మడం జరిగింది.''

''ఇప్పుడేమంటావు.''

షెర్లాక్ హోమ్స్ తీవ్రంగా నిరాశపడినట్టు కనిపించాడు. అతను జేబులో నుంచి ఒక సావరీన్ తీసి నేలమీద పడేసి, మాటల్లో చెప్పలేనంత చిరాకు పుట్టిన మనిషిలా ముఖం తిప్పుకున్నాడు. కొన్ని గజాల దూరంలో ఉన్న వీధి దీపం కింద ఆగి, అతనికే ప్రత్యేకమైన శబ్దం రాని నవ్వు హృదయపూర్వకంగా నవ్వాడు.

''అలాంటి కట్‌తో మీసాలు ఉండి, జేబులోంచి గులాబీ రంగు కాగితం తొంగి చూస్తున్న వ్యక్తితో మనం ఎప్పుడైనా పందెం కట్టచ్చు.'' అన్నాడు. ''నేను వంద పౌండ్లు అతని ఎదుట పెట్టినా, ఇంత సమాచారం ఇచ్చి ఉండేవాడు కాదు. ఏదో అతను నాపై పందెం కట్టి ఓడిస్తున్నానన్న భావనతో చెప్పాడు. సరే వాట్సన్, మనం మన అన్వేషణ చివరకు వచ్చినట్టున్నాం. అయితే మనం ఈ మిసెస్ ఓక్‌షాట్ వద్దకు ఈ రాత్రికే వెళ్ళాలా లేక రేపటి వరకూ ఆగాలా అన్నది నిర్ణయించుకోవడమే ఇంకా మిగిలి ఉంది. ఆ మనిషి చెప్పిన దాన్ని బట్టి మనం కాకుండా, ఈ వ్యవహారంలో ఆందోళన పడుతున్న వారు ఉన్నారని తెలుస్తోంది. కనుక నేను....''

మేం అప్పుడే బయటకు వచ్చిన స్టాల్‌లో నుంచి పెద్ద శబ్దం వినిపించడంతో అతని మాటలు సగంలోనే ఆగిపోయాయి. వెనక్కి తిరిగి చూసిన మాకు మంచు ముఖంతో ఉన్న వ్యక్తి అక్కడ వేళ్ళాడుతున్న దీపం వెలుగులో నిలబడి ఉండగా, సేల్స్‌మాన్ అయిన బ్రెకిన్‌రిడ్జ్, స్టాల్ తలుపు దగ్గర నిలబడి ఆగ్రహంతో పిడికిళ్లు విసురుతున్నాడు.

''నీ బాతులకూ, నీకూ ఒక నమస్కారం,'' అతను అరిచాడు. ''మీరంతా కలిసి నరకంలో ఉండాలని కోరుకుంటున్నాను. నువ్వు మళ్ళీ నీ తిక్క మాటలతో నన్ను విసిగించడానికి వస్తే నీ మీద కుక్కను వదిలిపెడతాను. నువ్వు మిసెస్ ఓక్‌షాట్‌ను ఇక్కడకు తీసుకురా, ఆమెకు సమాధానం చెప్తాను. కానీ, దానితో నీకేంటి సంబంధం? నీ దగ్గర నుంచి బాతులను కొన్నానా నేను?''

''లేదు, కానీ అందులో ఒకటి నాదే,'' అని మూలిగాడు ఆ వ్యక్తి.

''అయితే, దాని గురించి మిసెస్ ఓక్‌షాట్‌ను అడుగు.''

''ఆమె నిన్నడగమని చెప్పింది.''

''అయితే, నువ్వు ప్రష్యా రాజును అడుక్కో, నాకనవసరం. ఇంక చాలు. ఇక్కడ నుంచి వెళ్ళిపో!'' అతను ఆగ్రహంతో ముందుకు రావడంతో అడిగిన వాడు చీకట్లోకి పారిపోయాడు.

''అమ్మయ్య, ఇది మనం బ్రిక్స్‌టన్ రోడ్డుకు వెళ్ళే అవసరం లేకుండా చేసింది,'' అన్నాడు హోమ్స్ గుసగుసలాడుతూ.

''నాతో రా, ఈ మనిషి నుంచి ఏం రాబట్టగలమో చూద్దాం.'' దుకాణాల చుట్టూ మూగి ఉన్న జనాన్ని దాటుకుంటూ, నా సహచరుడు ఆ పొట్టి మనిషిని వేగంగా దాటి, అతని భుజాన్ని తాకాడు. అతను ఒక్కసారిగా వెనక్కి తిరిగాడు. అక్కడ లాంతరు వెలుగులో అతని ముఖం కూలిపోవడాన్ని గమనించాను.

''నువ్వెవరు? నీకేం కావాలి?'' అడిగాడు వణుకుతున్న గొంతుతో.

''నన్ను క్షమించు. ఇప్పుడు నవ్వు సేల్స్‌మాన్‌ను అడిగిన ప్రశ్నలు నా చెవిన పడ్డాయి. నేను నీకు తోడ్పడగలననుకుంటా,'' అన్నాడు హోమ్స్.

''నువ్వా? నువ్వు ఎవరు? నీకు ఆ వ్యవహారం గురించి ఎలా తెలుసు?''

''నా పేరు షెర్లాక్ హోమ్స్. ఇతరులకు తెలియని విషయాలు తెలుసుకోవడమే నా పని.''

''కానీ ఈ విషయం గురించి నీకు ఏమీ తెలయకూడదు.''

''క్షమించాలి. నాకు అంతా తెలుసు. బ్రిక్స్‌టన్ రోడ్డుకు చెందిన మిసెస్ ఓక్‌షాట్ - బ్రెకిన్‌రిడ్జ్ అనే సేల్స్‌మాన్‌కు, అతను 'ఆల్ఫా'కు చెందిన విండీగేట్‌కు, అతను తన క్లబ్‌కు, ఆ క్లబ్‌లో హెన్రీ బేకర్ సభ్యుడు.''

''ఓ సార్! నేను కలుసుకోవాలని చాలా కాలం నంచి తపిస్తున్న వ్యక్తి మీరే,'' అని అరిచాడు. చేతులు సాచి, వణుకుతున్న వేళ్ళతో ఆ పొటి మనిషి.

''నాకు ఈ వ్యవహారం పట్ల ఎంత ఆసక్తి ఉందో చెప్పలేను.''

అటుగా పోతున్న నాలుగు చక్రాల బండిని ఆపాడు షెర్లాక్ హోమ్స్. ''అయితే గాలి విపరీతంగా వీస్తున్న నడి వీధిలో కన్నా వెచ్చటి గదిలో కూచుని చర్చించుకోవడం మంచిది,'' అన్నాడు అతను. ''కానీ దయచేసి మనం పురోగమించే ముందు, నాకు ఎవరికి తోడ్పడే భాగ్యం కలిగిందో చెప్తారా?''

ఆ వ్యక్తి ఒక్క క్షణం సందేహించాడు. ''నా పేరు జాన్ రాబిన్‌సన్'', అన్నాడు పక్క చూపు చూస్తూ.

''కాదు, కాదు, అసలు పేరు'' అన్నాడు హోమ్స్ తియ్యగా. '' మారుపేరు గలవారితో పనిచెయ్యడం ఇబ్బందికరం,'' అన్నాడు.

ఆ అపరిచితుడి చెంపలు ఎర్రబడ్డాయి. ''సరే అయితే, '' అన్నాడు అతను. ''నా అసలు పేరు జాన్ రైడర్.''

''అదీ. కాస్మోపాలిటన్ హోటల్‌లో హెడ్ అటెండెంట్‌వి. దయచేసి కాబ్ ఎక్కు నువ్వు తెలుసుకోవాలనుకుంటున్న విషయాలన్నీ చెప్తాను.''

ఆ పొట్టి మనిషి మా ఇద్దరికేసీ సగం అనుమానం, సగం ఆశ నిండిన కళ్ళతో చూశాడు. తాను సమస్యలు తెలయని వ్యక్తిలా. తర్వాత నేను కాబ్ ఎక్కాను, అరగంటలో మేం బేకర్ వీధిలో సిట్టింగ్ రూంలో చేరాం. ప్రయాణంలో ఒక్క మాట లేదు. మా కొత్త సహచరుడు ఊపిరి తీస్తున్న శబ్దం, అతను చేతులు రెండూ కలిపి, విడదీస్తున్న చప్పుడు మినహా. అది అతనిలోపల ఉన్న 'టెన్షన్‌ను తెలియచేస్తోంది.'

''ఇదిగో వచ్చేశాం!'' అన్నాడు హోమ్స్. ఉషారుగా, మేం గదిలోకి ప్రవేశించగానే... ''ఈ వాతావరణానికి చాలా తగ్గట్టుగా ఉంది మంట. చాలా చలిగా ఉన్నట్టుంది మీకు మిస్టర్ రైడర్. దయచేసి ఆ బాస్కెట్ చెయిర్‌లో కూచోండి. మీ చిన్న వ్యవహారాన్ని చక్కబెట్టే లోపల నేను స్లిప్పర్లు వేసుకొని వస్తాను. ఇప్పుడూ, ఆ బాతు ఏమైందో తెలుసుకోవాలనుందా?''

''అవును సర్!''

''అది నాకు చాలా నచ్చింది. ఆ ఒక్క పక్షి గురించే నువ్వు ఆసక్తితో ఉన్నట్టున్నావు- తెల్లగా, తోక మీద నల్లటి గీతతో ఉందది.''

రైడర్ ఉద్వేగంగా వణికాడు. ''ఓ సర్'' అని అరిచాడు. ''అది ఎక్కడికి వెళ్ళిందో నాకు చెప్పగలరా.''

''అది ఇక్కడకు వచ్చింది.''

''ఇక్కడికా?''

''అది చాలా ప్రత్యేకమైన పక్షినని రుజువు చేసుకుంది. నీకు దానిపట్ల ఆసక్తి కలగడంపై నాకు ఆశ్చర్యంగా లేదు. అది చచ్చిపోయిన తర్వాత ఒక గుడ్డుపెట్టింది - అత్యంత ధగధగలాడే మంచి నీలం రంగు గుడ్డు పెట్టింది. అలాంటిది నేనెప్పుడూ చూడలేదు. అది ఇక్కడ నా దగ్గర మ్యూజియంలో ఉంది.''

''మా అతిథి తడబడుతూ లేచి నిలబడ్డాడు. ఆసరా కోసం కుడి చేత్తో పక్కనున్న

గోడ కొక్కాన్ని పట్టుకున్నాడు. హోమ్స్ తన ఇనప్పెట్టెను తెరిచి ఆ నీలం రాయిని ఎత్తి పట్టుకున్నాడు. అది నక్షత్రంలా మెరుస్తోంది, అనేక కోణాలను ప్రసరిస్తూ ధగధగాయమానంగా వెలిగిపోతోంది. రైడర్ వాడిపోయిన ముఖంతో దాన్ని అడగాలా లేక వదులుకోవాలా తేల్చుకోలేనట్టున్నాడు.

''ఆట అయిపోయింది, రైడర్,'' అన్నాడు హోమ్స్ ప్రశాంతంగా. ''జాగ్రత్త, లేదంటే మంటలో పడిపోతావు. వాట్సన్, అతను కుర్చీలో కూర్చునేందుకు సాయం చెయ్యి. అతనికి పశ్చాత్తపం లేకుండా నేరం చేయగల రక్తం లేదు. అతనికి కాస్త బ్రాందీ ఇవ్వు. ఇప్పుడు కొంచెం మనిషిలా కనిపిస్తున్నాడు. ఎలాంటి వాడితను!''

ఒక్క క్షణం తడబడి, దాదాపు పడబోయాడు. కానీ, బ్రాందీ అతని చెంపల్లోకి కాస్త రంగు తెచ్చింది. భయపడుతున్న కళ్ళతో తనను నిందితుడి చేసిన వ్యక్తికేసి చూస్తూ కూచున్నాడు.

''నా దగ్గర అన్ని లంకెలు, నాకు అవసరమయ్యే అన్ని ఆధారాలూ ఉన్నాయి. కనుక నువ్వు చెప్పాల్సింది కొంచెమే ఉంది. కానీ ఆ మిగిలింది కూడా కేసును పూర్తి చేసేందుకు స్పష్టం చెయ్యి. నువ్వు కౌంటెస్ ఆఫ్ మార్కార్ వద్ద ఉన్న నీలం రాయి గురించి విన్నావు కదా రైడర్?''

''దాని గురించి నాకు చెప్పింది కేథరిన్ కసక్'' అన్నాడు అతను గొంతు పెగుల్చుకొని.

''ఐసీ, ఆమె చెలికత్తె అన్న మాట. తేలికగా లభ్యమయ్యే ఈ హఠాత్ సంపద గురించి ఆశపడ్డావు. నీకు ముందు అనేక మంది పడ్డట్టుగానే. కానీ నువ్వు ఉపయోగించిన పద్ధతి అంత నిష్టగా లేదు.

నీలో ఒక విలన్ తయారవుతున్నాడని అనిపిస్తోంది నాకు, రైడర్. ప్లంబర్ అయిన హార్నర్ గతంలో ఇలాంటి వ్యవహారంలో చిక్కుకున్నాడు నీకు తెలుసు, కనుక అనుమానం వెంటనే అతని మీదకే వెళ్తుంది. తర్వాత ఏం చేశావు? ఆమె గదిలో ఏదో చిన్న పని. నీ విశ్వసనీయురాలు కసక్‌తో కలిసి అతన్ని బయటకు పని మీద పంపావు. అతను వెళ్ళగానే, నగల పెట్టెను తెరిచి, దోచుకొని, హంగామా చేసి ఆ దురదృష్టవంతుడు అరెస్టు అయ్యేలా చేశావు. తర్వాత నువ్వు''

రైడర్ రగ్గుమీద పడ్డాడు, తర్వాత నా సహచరుడి మోకాళ్ళు పట్టుకొని, ''దయచేసి నాపై దయ చూపండి!'' అని అరిచాడు. ''మా నాన్న గురించి, అమ్మ గురించి ఆలోచించండి. అది వారి హృదయాలను బద్దలు చేస్తుంది. నేను గతంలో ఎప్పుడూ తప్పు చేయలేదు! ఇక ముందు ఎన్నడూ చేయను. నేను ప్రమాణం చేస్తాను. బైబుల్

మీద చేస్తాను. నన్ను కోర్టులో నిలబెట్టకండి, దయచేసి వద్దు.

''కుర్చీలో కూర్చో'', అన్నాడు హోమ్స్ కఠినంగా. ''ఇప్పుడు ఇలా పిల్లి మొగ్గలు వేయడం సహజమే. కానీ, తనకు తెలియని నేరంలో చిక్కుకున్న ఆ అమాయక హార్నర్ గురించి కొంచెం కూడా ఆలోచించలేదు.''

''నేను పారిపోతాను మిస్టర్ హోమ్స్. ఈ దేశాన్ని వదిలి పోతాను సర్. అప్పుడు అతనిపై మోపిన ఆరోపణలు నిర్వీర్యం అవుతాయి.''

''ఊ! దాని గురించి తర్వాత మాట్లాడదాం. కథలో మిగిలిన వివరాలకు సంబంధించిన వాస్తవాలు విందాం. ఇంతకీ ఆ రాయి బాతులోకి, ఆ బాతు మార్కెట్‌లోకి ఎలా వచ్చాయి? నిజం చెప్పు మాకు. అక్కడే నిజానికి నీకు రక్షణ లభించే ఆస్కారం ఉంది.''

ఎండిపోయిన పెదిమలను నాలుకతో తడుపుకున్నాడు రైడర్, నేను జరిగింది జరిగినట్టుగా చెప్తాను సర్', అన్నాడు అతను. ''హార్నర్ అరెస్టు అయినప్పుడు, ఆ రాయిని వెంటనే వదిలించుకోవం మంచిదనిపించింది. ఎందుకంటే పోలీసులు ఏ క్షణంలోనైనా వచ్చి నన్ను, నా గదిని సోదా చేయవచ్చనిపిచింది. హోటల్‌లో సురక్షితమైన స్థలం ఏదీ లేదు. ఏదో పనిమీద వెడుతున్నట్టుగా బయటకు వచ్చి, మా సోదరి ఇంటికి వెళ్ళాను. ఆమె ఓక్‌షాట్ అనే వ్యక్తిని వివాహం చేసుకొని, బ్రిక్స్టన్ రోడ్డులో నివసిస్తోంది. అక్కడ ఆమె బాతులను పెంచి మార్కెట్‌లో అమ్ముతోంది. మార్గంలో కనిపించిన ప్రతి వ్యక్తీ నాకు పోలీసులానో లేక డిటెక్టివ్‌లాగానో అనిపించాడు. నేను బ్రిక్స్టన్ రోడ్డు చేరేసరికి అంతటి చల్లటి రాత్రివేళ కూడా నాకు ఒళ్ళంతా చెమటలు పట్టిపోయింది. నన్ను చూసి మా సోదరి ఏం జరిగింది, ఎందుకంత పాలిపోయి ఉన్నావని ప్రశ్నించింది. కానీ, నేను హోటల్‌లో జరిగిన దోపిడీ గురించి బాధపడుతున్నానని చెప్పాను. తర్వాత నేను పెరట్లోకి వెళ్ళి, పైప్ కాలుస్తూ ఏం చేయడం ఉత్తమమా అని ఆలోచించాను.

ఒకప్పుడు నాకు మాడ్స్లే అనే మిత్రడు ఉండేవాడు అతను చెడు మార్గం పట్టి, ప్రస్తుతం పెంటోన్ విల్లేలో శిక్ష అనుభవించాడు. ఒక రోజు అతను నా దగ్గరకు వచ్చాడు. అతను దొంగలు అనుసరించే పద్ధతులను, దొంగలించిన సొమ్మును ఎలా వదిలించుకుంటుంటారో చెప్పాడు. అతని గురించి ఒకటి, రెండు విషయాలు నాకు తెలుసు, కనుక అతను నాతో నిజాయితీగా ఉంటాడని నాకు తెలుసు. అందుకే నేను మనసు మార్చుకొని, అతను నివసించే కిల్‌బర్న్ వెళ్ళాలని నిర్ణయించుకున్నాను. ఈ రాయిని ఎలా సొమ్ముగా మార్చుకోవాలో మార్గం చెప్తాడు కానీ దాన్ని ఎలా సురక్షితంగా

ఉంచగలను? హోటల్ నుంచి బయటపడేందుకు నేను పడ్డ బాధలు గుర్తు వచ్చాయి. నన్ను ఏ క్షణంలో అయినా అదుపులోకి తీసుకుని సోదా చేయవచ్చు. అప్పుడు నా వెయిస్ట్‌కోట్ జేబులో ఉన్న రాయి బయట పడుతుంది. ఆ సమయంలో నేను గోడకు ఆనుకుని, నా కాళ్ళ చుట్టూ తిరుగుతున్న బాతుల్ని చూస్తున్నాను. ఇంతలో హఠాత్తుగా నాకు ఒక ఐడియా వచ్చింది. ఈ భూమి మీద ఉన్న ఏ డిటెక్టివ్‌కీ పట్టుబడని గొప్ప ఐడియా.

నా సోదరి కొన్ని వారాల కిందటే క్రిస్మస్‌కు నాకు నచ్చిన బాతును కానుకగా తీసుకోమని చెప్పింది. ఆమె ఎప్పుడూ మాట మీద నిలబడే మనిషని నాకు తెలుసు. నేను నా బాతును ఇప్పుడే తీసుకుంటాను, దానిలోనే రాయిని పెట్టి కిల్‌బర్న్ తీసుకువెడతాను. పెరట్లో చిన్న షెడ్ ఉంది. దాని వెనక్కి ఒక పక్షిని తోలుకెళ్ళాను. తెల్లటి, లావాటి బాతు దాని తోక మీద నల్లటి చార ఉంది. దాన్ని పట్టుకొని, దాని నోట్లోకి ఆ రాయిని వేలితో లోపలికి వెళ్ళగిలినంత దోపాను. ఆ పక్షి గుటక వేసింది. కానీ, అది రెక్కలను టపటపా కొట్టుకుంటూ, గింజుకుంది. ఈ లోపల ఏం జరిగిందంటూ నా సోదరి బయటకు వచ్చింది. నేను ఆమెకు సమాధానం చెప్పేందుకు అటు తిరిగేసరికి, అది నా నుంచి తప్పించుకుని గుంపులో కలిసిపోయింది.

''పక్షితో ఇంకేం చేశావు చెప్పు'' అడగింది ఆమె.

'' నువ్వు క్రిస్మస్‌కి కానుకగా ఒక పక్షిని ఇస్తానన్నావు కదా? ఇందులో అన్నిటికన్నా లావాటిది ఏదో పట్టుకొని చూస్తున్నాను,'' అని సమాధానమిచ్చాను.

''ఓ! నీకుద్దేశించిన దానిని పక్కపెట్టాం. దాన్ని జేమ్స్ పక్షి అంటున్నాం. అది పెద్దది, అదిగో ఆ రోలుపైన ఉంది చూడు. అవి ఇరవై ఆరు ఉన్నాయి. వాటిలో ఒకటి నీకు, ఒకటి మాకు, రెండు డజన్లు మార్కెట్‌కి, అని చెప్పింది ఆమె.

''థ్యాంక్యూ మాగీ,'' అన్నాను నేను. ''కానీ, ఇప్పుడు నేను పట్టుకున్న దాన్ని తీసుకుంటాను.''

''కానీ వేరేది మూడు పౌండ్లు ఎక్కువ బరువుంది. నీ కోసమే దాన్ని అంత ఆరోగ్యంగా పెంచాం''. చెప్పింది. ఆమె.

''ఫర్వాలేదు. నాకు అదే కావాలి. దాన్ని ఇప్పుడు తీసుకువెళతాను,'' అన్నాను.

''నీ ఇష్టం వచ్చినట్టు చెయ్యి'' అంది ఆమె కాస్త నిరాశపడినట్టుగా. ''ఇంతకీ నువ్వు కావాలంటున్నది దేన్ని?''

''తోక మీద నల్లటి చార ఉండి, గుంపు మధ్యలో కనిపిస్తోందే అది''.

''ఓ సరే. దాన్ని చంపి తీసుకువెళ్ళు''.

''నేను, ఆమె చెప్పింది చేశాను మిస్టర్ హోమ్స్. నేను దాన్ని కిల్‌బర్న్ వరకూ మోసుకు వెళ్ళాను. నేను చేసిన పని గురించి నా మిత్రుడికి చెప్పాను. ఎందుకంటే, అలాంటి విషయాలు అతనిలాంటి వాళ్ళకు చెప్పడం తేలిక. అతను గుక్క తిప్పుకోలేనంతగా నవ్వాడు. కత్తి తీసుకువచ్చి బాతును కోసాం. నా గుండె నీరైంది. ఎందుకంటే రాయి జాడ ఎక్కడా లేదు. ఏదో తప్పు జరిగిందని నాకు అర్థమైంది. నేను పక్షిని వదిలి మా సోదరి ఇంటికి పరుగెత్తి, హడావుడిగా పెరట్లోకి వెళ్ళాను. కానీ అక్కడ పక్షుల జాడ లేదు.

''అవన్నీ ఎటు పోయాయి, మాగీ', అని అరిచాను.

''డీలర్ దగ్గరకు వెళ్ళాయి'', చెప్పింది ఆమె.

''ఏ డీలర్?''

''కోవెంట్ గార్డెన్‌లో బ్రికిన్‌రిడ్జ్.''

''తోక మీద నల్లటి చార ఉన్నపక్షి ఇంకోటి ఉందా?'' అడిగాను నేను ''నేను ఎంచుకున్న లాంటిదే?''

''అవను జేమ్స్, అలాంటివి రెండు ఉన్నాయి. ఏది ఏదో నేను ఎప్పటికీ కనిపెట్టలేకపోయేదాన్ని.''

''సరే, నాకర్థమైంది. నా కాళ్ళు తీసుకు వెళ్ళినంత వేగంగా నేను బ్రెకిన్ రిడ్జ్ అనే వ్యక్తి దగ్గరకు పరుగు తీశాను. కానీ, అతను వాటిని ఏక మొత్తంగా అమ్మేశాడు. కానీ, అవి ఎక్కడి వెళ్ళాయనే విషయం ఒక్క ముక్క కూడా నాకు చెప్పలేదు. ఈ రాత్రి అతని మాటలు మీరే విన్నారు. అతనెప్పుడూ నాకలాగే సమాధానం చెప్పాడు. నాకు పిచ్చెక్కుతోందని, నా సోదరి అనుకుంటోంది. కొన్నిసార్లు నాకు నేను అనుకొంటాను. ఇప్పు నేను ఒక దొంగగా ముద్రపడ్డ వాడిని. నేను నా శీలాన్ని ఏ సందపకోసమైతే అమ్ముకున్నాననో, దాన్ని తాకకుండానే. దేవుడా నాకు సాయం చేయి! దేవుడా నాకు సాయం చేయి!!'' అతను చేతుల్లో ముఖం దాచుకొని వెక్కి వెక్కి ఏడవడం మొదలుపెట్టాడు.

సుదీర్ఘ నిశ్శబ్దం అలుముకుంది. అతను భారంగా తీస్తున్న ఊపిరి శబ్దం, టేబుల్ అంచులపై షెర్లాక్ హోమ్స్ లయబద్ధంగా వేస్తున్న తాళం చప్పుడు మినహా మరొక శబ్దం వినిపించడం లేదు. తర్వాత నా మిత్రుడు లేచి, తలుపు తెరిచాడు.

''గెట్ ఔట్!'' అన్నాడు.

''ఏంటి సర్! ఓ! దేవుడు మిమ్మల్ని ఆశీర్వదించుగాక!''

''ఇంకేం మాట్లాడకు గెట్ ఔట్!''

ఇంక మాటల అవసరం కలగలేదు. హడావిడి, మెట్ల మీద అడుగుల శబ్దం, తలుపు వేసిన చప్పుడు, వీధిలో ఎవరో పరుగులు తీస్తున్న ధ్వని వినిపించాయి.

''ఆఫ్టరాల్ వాట్సన్'', అన్నాడు హోమ్స్ తన పైప్ కోసం చేతిని చాస్తూ. ''వారి లోపాలను భర్తీ చేయాల్సింది పోలీసులకు నేను కాదు- ఒక వేళ హార్నర్ ప్రమాదంలో ఉంటే అది వేరే విషయం. కానీ, ఈ వ్యక్తి అతనికి వ్యతిరేకంగా చెప్పడు, దానితో కేసు నిర్వీర్యం అవుతుంది. బహుశ, నేను ఒక నేరానికి ఆసరా ఇస్తున్నానేమో కానీ ఒక ఆత్మను కాపాడుతున్నానేమో కూడా. ఈ వ్యక్తి మళ్ళీ తప్పు చేయడు. అతను తీవ్రంగా భయపడ్డాడు. అతన్నిప్పుడు జైలుకి పంపిస్తే జీవితకాలం జైలు పక్షి అయి ఉండేవాడు. పైగా ఇది క్షమాకాలం. అనుకోకుండా మనముందుకు అసాధారణమైన, చిత్రమైన సమస్య వచ్చింది. పరిష్కారమే దానికి కానుక. ఆ బెల్లును కొడితే డాక్టర్, మనం వేరే దర్యాప్తు మొదలుపెడదాం. అందులో కూడా ప్రధాన పాత్రధారి పక్షే.''

8. మచ్చల బ్యాండ్

గత ఎనిమిదేళ్ళలో నా మిత్రుడు షెర్లాక్ హోమ్స్ పద్ధతులను అధ్యయనం చేసి, నమోదు చేసిన 70 చిల్లర కేసులకు తయారు చేసిన నా నోట్స్‌ను ఒకసారి చూసినప్పుడు కొన్ని విషాదాలు, కొన్ని హాస్యాస్పదమైనవి, కొన్ని చాలా వరకూ విచిత్రమైనవి కానీ ఏవీ సాధారణంగా జరిగేవి కావు అనిపిస్తుంది. అతను సంపదకన్నా చేసే పనిమీద ప్రేమతో చేయడం వల్ల, అసాధారణం, అద్భుతమైనవి అయితే తప్ప వాటిని చేపట్టేవాడు కాడు. ఈ భిన్నమైన కేసులలో స్టోక్ మరన్‌కు చెందిన రాయ్ లాట్స్‌కు సర్రే కుటుంబానికి సంబంధించిన కేసంత అసాధారణ లక్షణాలు కలిగిన దాన్ని నేను గుర్తుచేసుకోలేను. నేను షెర్లాక్ హోమ్స్‌తో కలిసి బేకర్ వీధిలో బ్రహ్మచారిగా నివసిస్తున్న రోజుల్లో ఈ ఘటనలు చోటు చేసుకున్నాయి. నేను దానికి సంబంధించిన కేసు వివరాలను నమోదు చేసినప్పటికీ, వాటిని రహస్యంగా ఉంచాలని ఆ సమయంలో హామీ తీసుకున్నారు. కానీ, నేను హామీ ఇచ్చిన ఆ మహిళ కిందటి నెలలో మరణించడంతో ఇంక ఆ హామీకి కట్టుబడాల్సిన అవసరం లేకపోయింది. కనుక, ఈ కేసుకు సంబంధించిన వాస్తవాలు వెలుగులోకి రావాల్సి ఉంది. కానీ, డా॥ గ్రిమ్స్ బీ రాయిలాట్ మరణానికి సంబంధించిన వదంతులు, వాస్తవానికన్నా మరింత భయంకరం చేస్తున్నాయి.

అది '83వ సంవత్సరం ఏప్రిల్ నెల మొదటి వారం, ఒక రోజు నేను లేచే సరికి, షెర్లాక్ హోమ్స్ తయారై, నా పక్కనే నిలబడి ఉన్నాడు. అతను రూల్ ప్రకారం ఆలస్యంగా లేస్తాడు. గోడకి ఉన్న అటక మీద పెట్టిన గడియారం సమయం ఏడుంబావే చూపిస్తోంది. నేను ఆశ్చర్యంగా కళ్ళార్పి చూశాను. బహుశా నేను నా అలవాట్లలో నిక్కచ్చిగా ఉండటమే అందుకు కారణం. అందుకే కాస్త వెటకారంగా అనిపించింది.

''నిన్ను నిద్రలేపినందుకు వేరీ సారీ, వాట్సన్'' అన్నాడు అతను. ''కానీ ఇది ఉదయం పూట సహజమే. మిసెస్ హడ్సన్‌ను లేపారు, ఆమె నన్ను, నేను నిన్ను.''

''అయితే, ఏమిటది? ఎక్కడైనా నిప్పంటుకుందా?'' ''కాదు, ఒక క్లైంటు-ఒక యువతి చాలా ఉద్వేగస్థితిలో వచ్చి నన్ను కవలవాలని పట్టుబడుతోంది. ఇప్పుడు సిట్టింగ్ రూంలో నా కోసం ఎదురు చూస్తోంది. ఈ సమయంలో అలాంటి యువతులు

నగరంలో తిరుగుతూ, పడుకున్నవారిని నిద్రలేపుతున్నారంటే, వారు చెప్పాల్సింది ఏదో ఉండి ఉంటుంది. ఒక వేళ, ఇది ఆసక్తికరమైన కేసు అయితే, మొదటి నుంచీ నువ్వు కచ్చితంగా నన్ను అనుసరించాలనుకుంటావు. ఎలాగైనా నిన్ను పిలిచి నీకు అవకాశం ఇవ్వాలని అనుకున్నాను.''

''నేను అలాంటిది ఏదీ మిస్ కాను మైడియర్ ఫెల్లో.''

''హోమ్స్‌ను దర్యాప్తులో అనుసరించడానికి ఆనందం మరొకటి ఉండదు. అతను త్వరితగతిన విషయాలను తెలుసుకోవడం, వేగవంతమైన సహజాతం, ఎప్పుడూ తార్కిక పునాదుల ఆధారంగానే తన ముందు పెట్టిన సమస్యలను పరిష్కరించడం నన్ను ఆకట్టుకుంటాయి. నేను వెంటనే బట్టలు వేసుకొని, నా స్నేహితుడితో కలిసి సిట్టింగ్ రూంలోకి వెళ్ళేందుకు కొద్ది నిమిషాల్లో సిద్ధమయ్యాను. మేం గదిలో ప్రవేశించేసరికి నల్లటి దుస్తులు, ముసుగు వేసుకొని కిటికీలో కూచుని ఉన్న యువతి, లేచి నిలబడింది.

''గుడ్‌మార్నింగ్ మేడమ్,'' అన్నాడు హోమ్స్ హుషారుగా. ''నా పేరు షెర్లాక్ హోమ్స్. ఇతను నా సన్నిహిత మిత్రుడు, సహచరుడు, డా॥ వాట్సన్. నా ముందు మాట్లాడినంత స్వేచ్ఛగా, అతని సమక్షంలోనూ మాట్లాడవచ్చు. మిసెస్ హడ్సన్‌కు ఫైర్ వెలిగించాలన్న సద్బుద్ధి పుట్టినందుకు సంతోషంగా ఉంది. దయచేసి, దానికి దగ్గరగా వచ్చి కూచోండి. మీరు వణుకుతున్నట్టు కనపిస్తున్నారు. కప్పు వేడివేడి కాఫీ తెమ్మని చెప్తాను.''

''నాకు వణుకు తెప్పిస్తోంది చలికాదు,'' అంది ఆ మహిళ చిన్న గొంతుతో, చోటు మారుతూ.

''మరేమిటి?''

''అది భయం మిస్టర్ హోమ్స్. దడుపు'', అంటూ ముసుగు తీసింది. ఆమె చాలా దయనీయమైన పరిస్థితిలో ఉన్నట్టు ముఖం చూసిన మాకు అర్థమైంది. ఆమె ముఖం వాడిపోయి, పాలిపోయి, అవిశ్రాంతంగా, భయంతో చూస్తున్న చూపులతో, వేటాడబడుతున్న జంతువులా ఉంది. ఆమె ముఖం, పర్సనాలిటీ ముప్పై ఏళ్ళ మహిళలా అనిపిస్తున్నాయి. కానీ చిన్న వయసులోనే జుత్తునెరిసి, అలిసిపోయిన ముఖ కవళికలతో కనిపిస్తోంది. షెర్లాక్ హోమ్స్, తన నిశితమైన చూపులతో ఆమెను నఖశిఖ పర్యంతం చూశాడు.

''మీరు భయపడకూడదు,'' అన్నాడు ఓదార్పుగా, వంగి ఆమె ముంజేతిని తాకుతూ. ''త్వరలోనే విషయాలను చక్కదిద్దగలమన్న నమ్మకం నాకుంది. ఈ రోజు ఉదయం రైలుకి వచ్చారన్నమాట.''

''అయితే, నేను మీకు తెలుసన్నమాట.''

''లేదు, కానీ మీ ఎడమచేతికి వేసుకున్న గ్లోవ్ మడతల్లో తిరుగు ప్రయాణానికి సంబంధించిన సగం టికెట్ చూశాను. మీరు తెల్లవారుఝామునే బయలుదేరినట్టున్నారు. స్టేషన్ చేరుకునేందుకు భారీ రోడ్లపై బండిలో ప్రయాణం చేసినట్టున్నారు.''

ఆ మహిళ ఒక్కసారిగా ఉలిక్కిపడి, దిగ్భ్రాంతికి లోనైనట్టుగా నా సహచరుడికేసే చూస్తుండిపోయింది.

''ఇందులో మిస్టరీ ఏమీ లేదు మేడమ్!'' అన్నాడు అతడు నవ్వుతూ. ''మీరు వేసుకున్న జాకెట్ ఎడమచేతిపై ఏడు చోట్లకు తగ్గకుండా దుమ్ము పేరుకుంది. ఆ మరకలు తాజావి. కుక్కల బండి తప్ప ఆ రకంగా దుమ్ము లేపుతూ ప్రయాణించే బండ్లు లేవు. పైగా మీరు తోలేవాడికి ఎడమ చేతిపైపు కూచున్నారు.''

''కారణాలు ఏమైనప్పటికీ, మీరు సరిగ్గా చెప్పారు,'' అంది ఆమె. ''నేను ఇంటి నుంచి ఆరుకి ముందే బయలుదేరాను, ఇరవై నిముషాల్లో లెవరహె చేరుకుని, వాటర్‌లూకి మొదటి రైల్లో వచ్చాను. సరే, ఈ ఒత్తిడిని నేనింక భరించలేను, ఇది ఇలాగే కొనసాగితే నాకు పిచ్చి ఎక్కుతుంది. నేను సాయం అడిగేందుకు ఎవరూ లేరు, ఒక్కరు మినహా. నా గురించి బాధపడే వ్యక్తి పాపం ఒక్కడు ఉన్నాడు, కానీ అతనేం చేయలేడు. నేను మీ గురించి విన్నాను మిస్టర్ హోమ్స్. నేను మీ గురించి మిసెస్ ఫారింటోష్ నుంచి విన్నాను. మీరు ఆమెకు అత్యవసర పరిస్థితుల్లో తోడ్పడ్డారు. ఆమె నుంచే మీ చిరునామా తెలుసుకున్నాను. ఓ! సర్, మీరు నాకు కూడా సాయం చేసి, నా చుట్టూ అలుముకున్న చిమ్మ చీకట్లపై వెలుగును ప్రసరింపచేయగలరా? మీ సేవకులు మూల్యం చెల్లించుకునే పరిస్థితి ప్రస్తుతం నాకు లేదు. కానీ, ఒకటి రెండు నెలల్లో నేను నాకు రాబోయే ఆదాయంతో పెళ్ళి చేసుకోబోతున్నాను. నేను కృతఘ్నురాలిని కాదని అప్పుడైనా మీకు తెలుస్తుంది.''

హోమ్స్ డెస్క్ వైపు తిరిగి, దాని తాళం తీసి, చిన్న కేసు బుక్‌ను తీసి, చూశాడు. ''ఫారింటోష్'' అన్నాడు అతను. ''ఆ అవును నాకు కేసు గుర్తు వచ్చింది. అది ఒక చిన్న కిరీటానికి సంబంధించినది. అది నువ్వు రాకముందు వచ్చిన కేసు వాట్సన్. మీ స్నేహితురాలి కేసును ఎంతో జాగ్రత్తగా చేశాను. మీదీ అంతే జాగ్రత్తగా చేస్తానని చెప్పడానికి సంతోషిస్తున్నాని మాత్రమే చెప్పగలను. మేడమ్. ఇక బహుమానం విషయానికి వస్తే, నా పనే బహుమానం; కానీ మీకు అనువైన సమయం, అయిన ఖర్చులకు డబ్బు చెల్లించవచ్చు. ఈ విషయంపై ఒక అభిప్రాయానికి రావడానికి అన్ని విషయాలూ కూలంకషంగా చెప్పమని ప్రార్థిస్తున్నాను.

''హతవిధీ!'', అన్నది సమాధానంగా మా అతిధి. నా పరిస్థితికి సంబంధించిన భయానక విషయం అస్పష్టమైన భయాలపై ఆధారపడి ఉంది, పక్కవారికి చాలా అల్పంగా అనిపించే చిన్న అంశాలపై నా అనుమానం ఆధారపడి ఉంది. నేను సహాయం, సలహా కోసం చూసేందుకున్న వ్యక్తికి ఆ విషయం చెప్తే, అతను భయపడుతున్న స్త్రీకి వచ్చే అనుమానాలంతే అన్నట్టుగా ఉంటాడు. అతను ఆ మాట అనకపోయినా, అతను ఓదార్పుగా, కళ్ళు తిప్పుకుని చెప్పే సమాధానాల నంచి గ్రహించగలను. కానీ, మీరు మనిషి గుండెల్లోని జిత్తులమారితనాన్ని కూడా తరచి లోతుగా చూడగలరని విన్నాను మిస్టర్ హోమ్స్. నన్ను చుట్టుముట్టిన ప్రమాదం నడుమ నేనెలా నడవాలో నాకు సలహా చెప్పండి.''

''నేను శ్రద్ధగావింటున్నాను, మేడమ్.''

''నా పేరు హెలెన్ స్టోనర్. నేను నా సవితి తండ్రితో కలిసి ఉంటున్నాను. సర్రే పశ్చిమ సరిహద్దుల్లో స్టోర్‌మారన్‌కు చెందిన లామ్‌టాట్స్‌లో ఇంగ్లండ్‌లో అత్యంత ప్రాచీన సాక్సన్ కుటుంబాలలో మిగిలిన ఆఖరు వారసుల్లో ఒకడు అతను!''

హోమ్స్ తల ఊపుతూ, ''ఈ పేరు నాకు సుపరిచితమే,'' అన్నాడు.

''ఆ కుటుంబం ఒకానొక కాలంలో ఇంగ్లాండులోనే అత్యంత సంపన్నమైంది. వారి ఎస్టేట్ ఉత్తరంలో బెర్క్‌షైర్ వరకు, పశ్చిమంలో హంప్‌షైర్ వరకూ విస్తరించి ఉండేది. గత శతాబ్దంలో నలుగురు వారసులు విలాసాలకు బానిసలు అయ్యారు. ప్రభుత్వ ప్రాతినిధ్యం వహిస్తున్న రోజుల్లో ఒక జూదగాడైన వారసుడి కారణంగా కుటుంబ పతనం పూర్తయింది. ఏదో కొద్ది ఎకరాల భూమి, రెండు వందల ఏళ్ళ నాటి ఇల్లు మినహా ఏమీ మిగలలేదు. ఆ ఇల్లు కూడా భారీ తాకట్టు కింద నలిగిపోతోంది. చివరి వారసుడు తన జీవితాన్ని అక్కడే ఈడుస్తున్నాడు. ఒక రాచరిక బికారిలా జీవిస్తున్నాడు. కానీ అతని ఏకైక కుమారుడు, నా సవతితండ్రి ఈ కొత్త పరిస్థితులకు అలవాటు పడాలన్న విషయం తెలుసుకొని, ఒక బంధువు దగ్గర నుంచి కొంత అప్పు తీసుకున్నాడు. ఆయన మెడికల్ డిగ్రీ పొందేందుకు అది తోడ్పడింది. తర్వాత కలకత్తా వెళ్ళాడు. అక్కడ తన వృత్తి నైపుణ్యం, వ్యక్తిత్వంతో భారీ ప్రాక్టీసు నెలకొల్పాడు. ఇంట్లో జరుగుతున్న వరుస దొంగతనాలతో ఆగ్రహించి, స్థానిక బట్లర్‌ను కొట్టి చంపి, వెంట్రుక వాసిలో ఉరిశిక్ష తప్పించుకున్నాడు. అయినప్పటికీ ఆయన దీర్ఘకాల జైలు శిక్షను అనుభవించాడు. తర్వాత ఇంగ్లాడుకు నిరాశకు గురైన వ్యక్తిలా తిరిగి వచ్చాడు.

'' రాయ్ లాట్ ఇండియాలో ఉన్న సమయంలో నా తల్లి మిసెస్ స్టోనర్‌ను వివాహం చేసుకున్నాడు. బెంగాల్ పదాతి దళాధిపతి, జనరల్ స్టోనర్ భార్య అయిన ఆమె, చిన్నవయసులోనే భర్త మరణించడంతో వంటరి అయింది. నా తల్లి పునర్వివామం

చేసుకునే సమయానికి నాకు, నా కవల సోదరి జూలియాకు వయసు రెండేళ్ళు. ఆమె వద్ద చెప్పుకోదగిన మొత్తంలో డబ్బు ఉంది. ఏడాదికి వెయ్యి పౌండ్లు, డా॥ రాయ్‌లాట్‌తో కలిసి ఉన్న సమయంలో మొత్తం డబ్బును ఆయనకు ధారాదత్తం చేసింది. అయితే మేం వివాహం చేసుకున్నట్టు అయితే మాకు ఏడాదికి కొంత మొత్తం ఇవ్వాలనే నిబంధనతో. మేం ఇంగ్లాండ్ తిరిగి వచ్చిన కొంత కాలానికే మా తల్లి మరణించింది. ఆమె ఎనిమిదేళ్ళ కింద క్రూ వద్ద ఒక రైలు ప్రమాదంలో మరణించింది. దానితో డా॥ రాయ్‌లాట్ లండన్‌లో ప్రాక్టీసు నెలకొల్పే ప్రయత్నాలు మాని, మమ్మల్ని తీసుకొని స్టోర్ మొరాన్‌లో ఉన్న మా పూర్వీకుల ఇంటికి వచ్చాడు. నా తల్లి వదిలి వెళ్లిన డబ్బు మా అవసరాలన్నిటికీ సరిపోతోంది. మా సంతోషానికి ఎలాంటి ఆటంకం లేనట్టు కనిపించింది.

కానీ, ఈ సమయంలోనే మా సవితి తండ్రిలో తీవ్రమైన మార్పు వచ్చింది. స్టోర్‌మొరాన్‌కు చెందిన రాయ్‌లాట్ తన స్వస్థానానికి వచ్చినందుకు సంతోషించిన మిత్రులు, ఇరుగుపొరుగులతో రాకపోకలు, పరిచయాలూ పెంచుకోకుండా ఇంటికే పరిమితమయ్యాడు. ఎప్పుడైనా బయటకు వచ్చినా ఎదురుపడిన వారితో గొడవపడేవాడు. ఆ కుటుంబానికి చెందిన పురుషులతో ఆగ్రహం హింసాత్మకంగా మారే లక్షణం ఉంది. నా సవితి తండ్రి విషయంలో అది మరీ తీవ్రమైంది. ఉష్ణ దేశాలలో జీవించిన ప్రభావం అయి ఉండవచ్చు. అమర్యాదాకరమైన గొడవలు చోటు చేసుకున్నాయి. అందులో రెండు పోలీసు కోర్టు చేరుకున్నాయి. చివరికి అతను గ్రామానికే టెర్రర్‌లా తయారయ్యాడు. ఆయన రాకను చూడగానే జనం పరుగులు తీసేవారు. ఎందుకంటే అతను ఆగ్రహాన్ని నియంత్రించుకోలేకపోవడమే కాదు, అత్యంత బలిష్టుడు.

కిందిటి వారం ఒక కంసాలి ఆయనను పిట్టగోడమీద నుంచి చెరువులోకి తీసేశాడు. నేను పోగుచేయగలిగినంత డబ్బు పోగుచేసి, అది బహిరంగం కాకుండా నిలవరించగలిగాను. జిప్సీలు మినహా అతనికి స్నేహితులు లేరు. ఆ దేశ దిమ్మరులు కుటుంబ ఎస్టేట్‌కు చెందిన భూముల్లో గుడారాలు వేసుకునేందుకు అనుమతి ఇచ్చి, బదులుగా వారిచ్చే ఆతిథ్యాన్ని పొందడమే కాదు, వారాలపాటు వారితోకలిసి తిరిగి వచ్చేవాడు. అతనికి ఇండియన్ జంతువుల పట్ల ఆసక్తి ఎక్కువ. ప్రస్తుతం అతని వద్ద ఒక చిరుత పులి, చింపాంజీ పిల్ల ఉన్నాయి. అవి అతని భూముల్లో స్వేచ్ఛగా తిరుగుతుంటాయి. గ్రామస్తులు వాటి యజమానికి భయపడినట్టే, వాటికి కూడా భయపడుతుంటారు.

నేను చెప్పిన విషయాలను బట్టి నాకు, నా సోదరి జూలియాకు జీవితంలో ఎలాంటి

సంతోషమూ లేదని మీరు ఊహించగలరు. పని మనిషీ మాతో ఉండేది. చాలా కాలంగా ఇంటి పనంతా మేమే చేస్తున్నాం. ఆమె మరణించిన సమయంలో ఆమె వయసు ముప్పై, కాని ఆమె తల అప్పుడే నెరవడం మొదలుపెట్టింది నాలాగానే.''

''అయితే, మీ సోదరి మరణించిందా?''

''ఆమె కేవలం రెండేళ్ళ కిందట మరణించింది. ఆమె మరణం గురించే మీకు చెప్పాలనుకుంటున్నాను. ఇప్పుడూ నేను వర్ణించిన విధంగా జీవిస్తున్న మాకు, మా వయసువారిని, స్థాయివారిని కలుసుకోవడం అసాధ్యమని అర్థమయ్యే ఉంటుంది. కానీ, మాకు ఒక పిన్ని ఉండేది. మా అమ్మ చెల్లెలు. ఆమె మిస్ హానేరియా వెస్ట్‌ఫెయిర్, హారో సమీపంలో నివసించేది. అప్పుడప్పుడు స్వల్పకాలం ఆమెతో గడపడానికి అనుమతి లభించేది. రెండేళ్ళ కిందట క్రిస్మస్ పండక్కి అక్కడకు వెళ్ళిన జూలియా ఒక నావికాదళ మేజర్‌ను కలుసుకొని ఎంగేజ్‌మెంట్ చేసుకుంది. నా సోదరి తిరిగి వచ్చిన తర్వాత ఎంగేజ్‌మెంట్ గురించి తెలుసుకున్న నా సవితి తండ్రి ఆమె వివాహానికి ఎలాంటి అభ్యంతరం చెప్పలేదు. వివాహం ఇంకా పదిహేను రోజులు ఉందనగా జరిగిన ఘోర సంఘటనతో నేను నాకున్న ఏకైక సహచరిని కోల్పోయాను.''

షెర్లాక్ హోమ్స్ కళ్ళు మూసుకుని తన కుర్చీలో వెనక్కి వాలి కూచున్నాడు. అతని తల కుషన్‌లో కూరుకుపోయింది. కానీ అతను ఇప్పుడు సగం కళ్ళు తెరిచి ఆమెకేసి చూశాడు.

''దయచేసి వివరాలు క్లుప్తంగా చెప్పండి'' అన్నాడు అతడు.

''నాకు అది తేలికే. ఎందుకంటే ఆ భయానక సమయంలో చోటు చేసుకున్న ప్రతిఘట్టం నా జ్ఞాపకాలలో మిగిలిపోయింది. నేను చెప్పినట్టుగా ఆ భవనం చాలా పురాతనమైనది. అందులో ఒక భాగంలో మాత్రమే జనం తిరుగుతున్నారు. ఈ భాగంలో ఉన్న బెడ్ రూంలు గ్రౌండ్ ఫ్లోర్‌లో ఉన్నాయి, సిట్టింగ్ రూంలు భవనం మధ్య ఉన్న బ్లాక్‌లో ఉన్నాయి. ఈ పడక గదులు కూడా వరుసగా మొదట, డా॥ రాయ్‌లాట్, తర్వాత మా సోదరి, ఆ పక్కన నాది ఉన్నాయి. వాటి మధ్య ఎలాంటి సంబంధం ఉండదు. కానీ అన్నీ ఒకే కారిడార్ వైపు ద్వారాలు ఉంటాయి. నేను సూటిగా చెప్తున్నానా.''

''సరిగ్గా చెప్తున్నారు.''

''ఆ మూడు గదుల కిటికీలూ లాన్‌వైపుకు తెరుచుకుంటాయి. దుర్ఘటన చోటు చేసుకున్న రోజు డా॥ రాయ్‌లాట్ త్వరగా తన గదిలోకి వెళ్ళిపోయాడు. కానీ ఆయన విశ్రమించలేదని మాకు తెలుసు. ఎందుకంటే, ఆయనకు అలవాటైన ఘాటైన ఇండియన్ సిగార్ వాసనకు నా సోదరి ఇబ్బంది పడింది. దానితో ఆమె తన గది వదిలి నాగదిలోకి

వచ్చి త్వరలో జరగబోయే తన వివాహం గురించి కాసేపు ముచ్చటించింది. దాదాపు పదకొండు గంటల సమయంలో ఆమె లేచి వెడుతూ తలుపు దగ్గర ఆగి, వెనక్కి తిరిగి చూసింది.

నువ్వు ఎప్పుడైనా అర్ధరాత్రి వేళ ఎవరైనా ఈల వేయడాన్ని విన్నావా హెలెన్! చెప్పు?'' అన్నది.

''ఎప్పుడూ లేదు,'' అన్నాను నేను.

''నువ్వు నిద్రలో ఈలవేసే అవకాశం లేదా?''

''లేదు, కానీ ఎందుకు?''

''ఎందుకంటే, గత కొన్ని రాత్రులుగా, దాదాపు తెల్లవారు ఝామున మూడు గంటల సమయంలో చిన్నగా ఈల శబ్దాన్ని వింటున్నాను. నాకు సరిగా నిద్రపట్టదు. ఆ శబ్దంతో నిద్ర పోతోంది. అది ఎక్కడి నుంచి వస్తోందో నాకు తెలియదు. బహుశ పక్కగది నుంచో లేక పచ్చిక బయలు నుంచో వస్తోంది. నీకు కూడా వినిపిస్తోందా అని అడగాలనుకున్నాను.''

''లేదు. నేను వినలేదు. బహుశ తోటలో ఉన్న ఆ జిప్సీలు కావచ్చు.''

''కావచ్చు. కానీ అది లాన్ దగ్గర నుంచి వస్తుంటే, నీకు వినిపించకపోవడం ఆశ్చర్యంగా ఉంది.''

''నేను నీ కన్నా గాఢంగా నిద్రపోతాను.''

''సరే, అదేమీ గొప్ప విషయం కాదులే,'' అంది ఆమె నవ్వుతూ. తర్వాత ఆమె నా గది తలుపు మూసి వెళ్ళింది. కొద్ది క్షణాల్లో ఆమె గది తాళం వేస్తున్న చప్పుడు వినిపించింది.

''అవును'', అన్నాడు హోమ్స్. ''రాత్రి వేళ మీ గదులకు తాళం వేసుకొని పడుకోవడం మీకు ఆనవాయితీనా?''

''ఎప్పుడూ''.

''ఎందుకలా?''

''డాక్టర్ ఒక చిరుతపులిని, చింపాంజీని పెంచుతున్న విషయం మీకు చెప్పినట్టున్నాను. మా తలుపులు తాళం వేసుకోకుంటే తప్ప సురక్షితంగా ఉన్న భావన వచ్చేది కాదు.''

''అవునవును. దయచేసి మీరు కొనసాగించండి.''

''ఆ రాత్రి నేను నిద్రపోలేకపోయాను. ఏదో చెడు జరుగబోతోందన్న భావన నన్ను వెంటాడింది. మీకు గుర్తుండే ఉంటుంది. నేను, నా సోదరి కవలలం, మా

మధ్య సున్నితమైన, సూక్ష్మమైన బంధం ఉంటుంది. సన్నిహితంగా ఉన్న మా రెండు ఆత్మలను అది మరింత దగ్గర చేస్తుంది. అది చాలా భయంకరమైన రాత్రి. బయట గాలి హోరుమంటోంది, వాన కిటికీ తలుపులను తడుతున్నట్లుగా కొడుతోంది. హఠాత్తుగా, ఆ గాలుల హోరు మధ్యతీవ్రంగా భయపడినట్టుగా ఒక మహిళ కేక కెవ్వుమని వినిపించింది. నా సోదరి గొంతు అని నాకు తెలుసు. నేను వెంటనే మంచం మీద నుంచి లేచి, షాల్ కప్పుకొని, కారిడార్‌లోకి పరుగులు తీశాను. నేను నా గది తలుపులు తెరిచినప్పుడు, నా సోదరి వర్ణించిన చిన్న ఈలను విన్నాను. కొద్ది క్షణాల తర్వాత ఏదో లోహపు వస్తువు పడ్డట్టుగా పెద్ద శబ్దం వినిపించింది. నేను ఆ సందులోంచి పరుగెత్తుకెళ్ళేసరికి నా సోదరి గది తలుపు తాళం తీసి ఉంది. తలుపు నెమ్మదిగా తెరుచుకుంటోంది. నేను తీవ్ర భయానికి లోనయ్యాను. ఏం జరిగి ఉంటుందో ఊహించలేకపోయాను. కారిడార్‌లో దీపం వెలుగులో తలుపు వద్ద భయంతో పాలిపోయిన ముఖంతో సహాయం కోసం చేతులతో తడుముతూ, ముందుకూ, వెనక్కి తాగుబోతులా ఊగిపోతున్న నా సోదరి కనిపించింది. నేను ఆమె దగ్గరకు పరుగులు తీసి, రెండు చేతులూ ఆమె చుట్టూ వేశాను. కానీ ఆ క్షణంలోనే ఆమె కుప్పకూలిపోయింది. తీవ్రమైన నొప్పితో విలవిలలాడుతూ, తీవ్ర మూర్ఛకు గురైన దానిలా వేళ్ళు వంకర్లు పోయి బాధపడుతోంది. మొదట, ఆమె నన్ను గుర్తుపట్టలేదనుకుంటాను, నేను నెమ్మదిగా ఆమెకేసి వంగేసరికి, నేను ఎన్నడూ మరువలేని విధంగా హఠాత్తుగా, ''ఓ మైగాడ్! షెలెన్! అది బ్యాండు! మచ్చలున్న బ్యాండు!'' అంటూ కీచు గొంతుతో అరిచింది. ఆమె ఇంకా ఏదో చెప్పడానికి ప్రయత్నిస్తూ గాలిలో వేలుపెట్టి డాక్టర్ గదికేసి చూపింది. ఇంతలోనే మరొకసారి ఆమె మూర్ఛకు లోను కావడంతో మాటలు బయటకు రాలేదు. నేను పెద్దగా నా సవితి తండ్రిని పిలుస్తూ బయటకు పరుగెత్తాను. నైట్‌గౌన్‌తో తన గదిలో నుంచి హడావిడిగా బయటకు వస్తున్న ఆయనను కలిశాను. మేం ఆమె పక్కకు చేరుకునేసరికి, ఆమె స్పృహలేని స్థితిలో ఉంది. ఆమె గొంతులో ఆయన బ్రాందీ పోసి, గ్రామం నుంచి వైద్య సాయాన్ని పిలిపించినప్పటికీ ఉపయోగం లేకపోయింది. ఆమె పరిస్థితి నెమ్మదిగా క్షీణించి, స్పృహలోకి రాకుండానే మరణించింది. నా ప్రియమైన సోదరికి మరణం అలా భయానకంగా సంభవించింది.''

''ఒక్క క్షణం'' అన్నాడు హోమ్స్. ''ఈ ఈల, లోహ శబ్దం కచ్చితంగా వినిపించాయా? మీరు ప్రమాణం చేయగలరా.''

''విచారణ సమయంలో శవ పంచాయితీ నిర్వహించిన వైద్యుడు కూడా ఇదే ప్రశించాడు. నేను విన్నానన్నది నా బలమైన భావన. బలంగా వీస్తున్న గాలి, పాత

ఇంటి నుంచి వచ్చే శబ్ధాల మధ్య, బహుశ నేను మోసపోయి కూడా ఉండవచ్చు.''

''బయటకు వెళ్ళే దుస్తులు ధరించిందా ఆమె?''

''లేదు, ఆమె నైట్ డ్రెస్‌లోనే ఉంది. తన కుడి చేతిలో ఒక కాలిపోయిన అగ్గి పుల్ల, ఎడమ చేతిలో అగ్గిపెట్టె ఉన్నాయి.''

''అతను కేసును చాలా జాగ్రత్తగా దర్యాప్తు చేశాడు. ఎందుకంటే, డా॥ రాయ్‌లాట్ ప్రవర్తన గురించి గ్రామమంతా బాగా తెలుసు. కానీ మరణానికి కారణం ఏమిటో సంతృప్తికరంగా తెలుసుకోలేకపోయాడు. తలుపులు లోపలి నుంచి వేసి ఉన్నాయి, కిటికీలకు పాతకాలం పద్ధతిలో వెడల్పైన ఇనుప కడ్డీలతో కూడి షట్టర్లతో ప్రతి రాత్రిలానే మూసి ఉన్నాయని నాకు ఆధారాలు కనిపించాయి. గోడలు బలంగా, అన్ని వైపులా పటిష్ఠంగా ఉన్నాయి. నేల కూడా అంతే జాగ్రత్తగా పరీక్షించినప్పటికీ ఫలితం అదే. పొగ గొట్టం వెడల్పుగా ఉంటుంది కానీ దానికి అడ్డంగా నాలుగు బలమైన దుంగలు వేశారు. నా సోదరి మరణం సంభవించినప్పుడు వంటరిగానే ఉందనేది స్పష్టం. అంతేకాదు, ఆమె ఒంటిపై హింస జరిగిన దాఖలాలు లేవు.''

''అది విషం అయి ఉండవచ్చా?''

''వైద్యులు ఆ కోణంలో కూడా ఆమె శరీరాన్ని పరీక్షించారు. కానీ ఫలితం సున్నా.''

''అయితే, ఈ దురదృష్ట మహిళ ఏ కారణంగా మరణించి ఉంటుందంటారు?''

''ఆమె తీవ్రమైన భయం, షాక్‌లకు గురై మరణించి ఉంటుందని నా విశ్వాసం. అయితే ఆమెను ఏమి భయపెట్టి ఉంటుందో నేను ఊహించలేకపోతున్నాను.''

''ఆ సమయంలో తోటలో జిప్సీలు ఉన్నారా.''

''అవును, అక్కడ ఎప్పుడూ ఎవరో ఒకరు ఉంటారు.''

''ఆ! ఈ దండు మచ్చల బ్యాండ్ భ్రమ గురించి ఏం తెలుసుకున్నారు?''

''కొన్నిసార్లు ఆమె తీవ్ర భ్రమకు లోనై అలా మాట్లాడుతోందని భావించాను. కొన్ని సార్లు అది కొందరు వ్యక్తులకు బహుశ తోటలో ఉన్న జిప్సీలకు సంబంధించిన ప్రస్తావన అనుకున్నాను. వారిలో చాలా మంది తలకు కట్టుకునే మచ్చల చేతి రుమాళ్ళ గురించి ప్రస్తావించేందుకు ఈ చిత్రమైన విశేషణాన్ని ఉపయోగించిందేమో తెలియదు.''

సంతృప్తి చెందని వ్యక్తిలా హోమ్స్ తల పంకించాడు.

''ఇది చాలా లోతైన వ్యవహారం. దయచేసి కొనసాగించండి,'' అన్నాడు.

''అప్పటి నుంచి రెండేళ్ళు గడిచిపోయాయి. నా జీవితం మరింత వంటరితనంతో గడుస్తోంది. ఒక నెల కిందట, నాకు ఎంతో కాలంగా తెలిసన ఒక మిత్రుడు తనను వివాహం చేసుకోమని కోరాడు. అతపే ఆర్మిటెజ్ రెండవ కుమారుడు. నా సవితి తండ్రి

ఈ సంబంధానికి ఎటువంటి వ్యతిరేకతా చూపలేదు. మేం ఈ వసంతంలో పెళ్ళి చేసుకోవలసి ఉంది. రెండు రోజుల కిందట భవనం పడమటవైపు కొన్ని మరమ్మతులు ప్రారంభం అయ్యాయి. నా పడకగది గోడకు కంత పెట్టారు. దానితో నేను నా సోదరి మరణించిన గదిలోకి మారి, ఆమె నిద్రించిన పక్కమీదే పడుకోవలసి వచ్చింది. గత రాత్రి నేను ఆమెకు జరిగిన దుర్ఘటన గురించి ఆలోచిస్తూ మెలకువగా ఉన్న సమయంలో ఆ నిశ్శబ్దపు రాత్రి వేళ ఆమె మరణాన్ని ప్రకటించి చిన్న ఈలను విని భయంతో వణికిపోయాను. నేను వెంటనే లేచి దీపం వెలిగించాను కానీ గదిలో ఏమీ లేదు. నేను మళ్ళీ ఆ పక్క మీద పడుకోవడానికి భయపడి, దుస్తులు వేసుకొని సిద్ధమయ్యాను. తెల్లవారగానే నెమ్మదిగా బయటపడి క్రౌన్ ఇన్ వద్ద బండి ఎక్కి లెదర్‌హెడ్ వచ్చి, అక్కడి నుంచి ఇక్కడకు వచ్చి మిమ్మల్ని కలిసి, మీ సలహా తీసుకోవాలనే లక్ష్యంతో ప్రయాణించాను.''

''మీరు చాలా తెలివిగా చేశారు'', అన్నాడు నా స్నేహితుడు. కానీ మీరు నాకు అంతా చెప్పారా?''

''అవును, అంతా.''

''మిస్ స్టోనర్, మీరు పూర్తిగా చెప్పలేదు. మీరు మీ సవితి తండ్రి విషయాన్ని మరుగునపరుస్తున్నారు.''

''ఎందుకు?' అంటే మీ ఉద్దేశం ఏమిటి?''

అందుకు జవాబుగా హోమ్స్, మా వద్దకు వచ్చిన అతిథి మోకాలిపై పెట్టుకున్న చేతికి వేళ్ళాడుతున్న నల్ల లేస్ కుచ్చును వెనక్కి తోశాడు. ఆమె తెల్లటి ముంజేతిపై బొటనవేలి సహా మిగిలిన నాలుగు వేళ్ళు ముద్రలు అచ్చులా కనిపిస్తున్నాయి.

''మిమ్మల్ని క్రూరంగా ఉపయోగించుకున్నారు'', అన్నాడు హోమ్స్.

ఆ మహిళ ముఖం ఎర్రగా కందిపోయింది. ఆమె తన గాయపడిన ముంజేతిని దాచుకుంది.

''అతను చాలా బలమైన మనిషి,'' అన్నది ఆమె.

''బహుశ అతనికి తన సొంత బలం గురించి తెలియకపోవచ్చు.''

సుదీర్ఘ నిశ్శబ్దం అలుముకుంది. ఆ సమయంలో హోమ్స్ గడ్డం కింద చేతులు పెట్టుకొని, చిటపట మంటున్న మంటకేసే చూస్తూ కూచున్నాడు.

''ఇది చాలా లోతైన వ్యవహారం'', అన్నాడు చివరికి. తదుపరి చర్య గురించి నిర్ణయం తీసుకునే ముందు, వెయ్యి వివరాలు తెలుసుకోవాలని ఉంది. కానీ, ఒక్క క్షణం కూడా సమయం లేదు. ఈ రోజు మేం కనుక స్టోక్‌మోరాన్‌కు రావాలంటే, మీ

సవితి తండ్రికి తెలియకుండా ఆ గదులు చూడటం మాకు సాధ్యమవుతుందా?''

''ఏదో ముఖ్యమైన పనిమీద ఈ రోజు తాను పట్టణానికి వస్తానని చెప్పారు. ఆయన ఈ రోజంతా అక్కేడే ఉండే అవకాశం ఉంది కనుక మిమ్మల్ని ఎవరూ ఆటంకంపరచరు. ఇప్పుడు మాకు ఇంటిని చూసుకోవడానికి ఒక మనిషి ఉంది. కానీ, ఆమె వృద్ధురాలు. మూర్ఖురాలు. ఆమెను తేలికగా అడ్డుపడకుండా తప్పించగలను.

''అద్భుతం. నీకు ఈ ట్రిప్ పట్ల విముఖత ఏమీ లేదు కదా వాట్సన్?''

''ఎంత మాత్రం.''

''అయితే మేమిద్దరం కలిసి వస్తాం. మరి మీ సంగతేమిటి?''

''నేను పట్టణానికి వచ్చాను కనుక ఒకటి రెండు పనులు చూసుకోవాలనుకుంటున్నాను. కానీ నేను పన్నెండు గంటల రైల్లో తిరిగి వెడతాను. మీరు వచ్చే సమయానికి నేను అక్కడ ఉండేలా.''

''మేం మధ్యాహ్నానికల్లా అక్కడ ఉంటాం. నాకు కూడా చేసుకోవలసిన కొన్ని పనులు ఉన్నాయి. మీరు బ్రేక్‌ఫాస్ట్ కోసం కాసేపు వేచి ఉండగలరా?''

''లేదు. నేను వెళ్ళాలి. నా సమస్య మీకు చెప్పుకోవడంతో నా మనసు ఇప్పటికే తేలికపడింది. ఈ రోజు మధ్యాహ్నం మిమ్మల్ని కలిసేందుకు ఎదురు చూస్తుంటాను. ''ఆమె మళ్ళీ తన నల్లటి ముసుగుని ముఖం పైకి లాక్కొని, గదిలోంచి బయటకు వెళ్ళింది.

''ఈ వ్యవహారం గురించి నువ్వేమనుకుంటున్నావు, వాట్సన్?'' అడిగాడు హోమ్స్ కుర్చీలో వెనక్కి వాలుతూ.

''ఇదంతా చాలా చీకటి, దుర్మార్గపు వ్యవహారంలాగా అనిపిస్తోంది.''

''చీకటిదే, దుర్మార్గపుదే.''

''గోడ, నేల బలంగా ఉన్నాయని తలుపు, కిటికీ పటిష్టమని, చిమ్నీలో దూరడం కష్టమని ఆమె చెప్పింది నిజమే అయితే, ఆమె సోదరి మార్మికంగా మృత్యువును ఎదుర్కొన్నప్పుడు నిజంగానే ఒంటరిగా ఉండి ఉంటుంది.''

''అయితే ఈ రాత్రివేళ ఈలలు, మరణిస్తున్న మహిళ మాట్లాడిన చిత్రమైన మాటలకు అర్థమేంటి?''

''నేను ఆలోచించలేను''.

''రాత్రివేళ ఈలలు, వృద్ధ డాక్టర్‌తో సన్నిహితంగా ఉన్న జిప్సీల గుంపు అన్న భావనను కలిపితే, తన సవితి కుమార్తె పెళ్ళి చెడగొట్టడంలో డాక్టర్‌కు ప్రయోజనముందని నమ్మడానికి కారణాలున్నాయి. మరణిస్తూ ఒక బ్యాండ్ గురించి

చెప్పడం, మిస్ హెలెన స్టోనర్ విన్న లోహపు చప్పుడూ - బహుశ కిటికీకి ఉన్న లోహపు కడ్డీలదై ఉండవచ్చు. దాని షట్టర్ మూస్తుండగా అది చప్పుడు చేసి ఉండవచ్చు. ఈ లైన్‌లోనే మనం మిస్టరీని ఛేదించవచ్చు అనుకుంటున్నాను.''

''అయితే జిప్సీలు ఏం చేసి ఉంటారు.''

''నేను ఊహించలేను''

''నీ థియరీ పట్ల నాకు చాలా అభ్యంతరాలు ఉన్నాయి.''

''నాకు కూడా. సరిగ్గా అందుకే ఈ రోజు మనం స్టోర్‌మొరాన్‌కు వెడుతున్నాం. అభ్యంతరాలు సరైనవా కావా లేక వాటిని వివరించవచ్చా అనేది చూద్దాం.''

ఇంతలో హఠాత్తుగా ధడాలున తలుపు తెరుచుకుని, గుమ్మం నిండుగా ఒక భారీకాయుడు నిలబడడంతో నా సహచరుడు ఒక్కసారిగా ఉలిక్కిపడ్డాడు. ఆ ఆగంతకుడి వేషధారణ ఒక సాధారణ రైతు ధరించే వస్త్రాలమిశ్రమంగా ఉంది. పెద్ద నల్ల టోపీ, పొడవైన ఫ్రాక్-కోటు, ఎత్తైన బూట్లు, కొరడా చేతిలో కలిగి ఉన్నాడు. అతను ఎంత పొడుగ్గా ఉన్నాడంటే, అతని టోపీ పై గుమ్మానికి తగులుతోంది. గుమ్మానికి అటు నుంచి ఇటు అడ్డంగా, సరిపడా ఉన్నాడు. పెద్ద ముఖం, ఎండ వల్ల ఏర్పడిన పసుపు పచ్చ మచ్చలు, వెయ్యి ముడతలుతో దుర్మార్గమంతా మూటగట్టినట్టున్న ముఖం, పచ్చగా ఉన్న కళ్ళు, ఎత్తుగా మాంసం లేకుండా ఉన్న ముక్కు - అన్నీ కూడా ఆహారం కోసం వేటాడే ముసలి పక్షిని తలపిస్తున్నాయి.

''మీలో హోమ్స్ అంటే ఎవరు?'' అడిగింది ఆ అవతారం.

''నా పేరే సర్'' అన్నాడు నా సహచరుడు ప్రశాంతంగా.

''నేను స్టోక్‌మోరాన్‌కు చెందిన డా॥ రాయ్‌లాంట్''.

''అవును, డాక్టర్'', అన్నాడు హోమ్స్ నిర్భావంగా. ''దయచేసి కూర్చోండి.''

''అలాంటి పని నేనేమీ చెయ్యను. నా సవితి కూతురు ఇక్కడకు వచ్చింది. నేను గుర్తించాను. ఆమె నీకేం చెబుతోంది?''

''కాలం కాని కాలంలో చల్లగా ఉంది ఈ ఏడాది,'' అన్నాడు హోమ్స్.

''ఆమె నీకు ఏం చెప్తోంది?'' అరిచాడు కోపంగా ఆ వృద్ధుడు.

''కానీ పంటలు బాగానే పండుతాయని విన్నాను,'' అంటూనే నా సహచరుడు అసంబద్ధ సంభాషణ కొనసాగించాడు.

''హా! అంటే నాకు కోపం తెప్పించాలనుకుంటున్నావా? అంతేనా?'' ఒక అడుగు ముందుకు వేసి, కొరడాను ఝుళిపిస్తూ అన్నాడు మా కొత్త అతిథి. ''నాకు నీ గురించి తెలుసు, దుష్టుడా! నీ గురించి ఇంతకు ముందే విని ఉన్నాను. నువ్వు అనవసర

విషయాల్లో జోక్యం చేసుకునే హోమ్స్‌వి.''

హోమ్స్ ముఖంలో నవ్వు అలుముకుంది.

''స్కాట్‌లాండ్ యార్డ్ తురుంఖాన్, హోమ్స్‌వి''

హోమ్స్ మనస్ఫూర్తిగా నవ్వాడు. ''మీతో సంభాషణ అత్యంత వినోదనాయకంగా ఉంది,'' అన్నాడు అతను. ''మీకు బయటకు వెళ్ళినప్పుడు తలుపు మూసి వెళ్ళండి''.

''నేను చెప్పాల్సింది చెప్పాక వెడతాను. నా వ్యవహారాల్లో కలుగజేసుకునే సాహసం చేయకు. మిస్ స్టోనర్ ఇక్కడకు వచ్చిందని నాకు తెలుసు. నేను కనుగొన్నాను. ఆటలాడేందుకు నేను చాలా ప్రమాదకరమైన వ్యక్తిని! ఇక్కడ చూడు. అతను ఒక అడుగు ముందుకు వేసి అక్కడ ఉన్న ఇనుప కడ్డీని లాక్కొని తన రెండు భారీ చేతులతో దాన్ని వంచాడు.

''నా గుప్పెట్లో చిక్కకుండా ఉంటావని'' అని గర్జిస్తూ, ఆ వంచిన కడ్డీని మంటల్లో పడేసి, గదిలోంచి బయటకు వెళ్ళాడు.

''అతను చాలా స్నేహపూర్వకమైన వ్యక్తిలా ఉన్నాడు,'' నవ్వుతూ అన్నాడు హోమ్స్. నేను అంతర భారీకాయుడి కాదు, కానీ అతను ఉండి ఉంటే నా పట్టు కూడా అతని కన్నా బలహీనమైంది కాదని చూపి ఉండేవాడిని.'' మాట్లాడుతూనే ఆ కడ్డీని తీసి, ఒక్క ఉదుటున దాన్ని వంచి సరిచేశాడు.

''నన్ను అధికారిక డిటెక్టివ్ దళంతో కలిపి వేసిన అతని తలబిరుసుతనం చూడు! ఈ ఘట్టం మన దర్యాప్తుకు ఊతం ఇస్తుంది. అయితే మన మిత్రురాలు, అతడు తెలుసుకునేంత నిర్లక్ష్యంగా ప్రవర్తించినందుకు సమస్యల్లో చిక్కుకోకూడదని కోరుకుంటున్నాను. ఇక ఇప్పుడు వాట్సన్, మనం బ్రేక్‌ఫాస్ట్‌కి ఆర్డర్ చేద్దాం. తర్వాత నేను డాక్టర్స్ కౌన్సిల్ వద్దు వెడతాను, అక్కడ మనకు సాయపడే సమాచారం ఏదైనా లభించవచ్చు.

తన పర్యటనను షెర్లాక్ హోమ్స్ తిరిగి వచ్చేసరికి సమయం సుమారు ఒంటిగంట అయింది. అతని చేతిలో నీలం రంగు కాగితం ఉంది. దానిపై అతను రాసుకున్న నోట్స్, లెక్కలు ఉన్నాయి.

''మరణించిన భార్య రాసిన వీలు నామా చూశాను'', చెప్పాడు అతను. ''దాని అర్థాన్ని నిర్ధారించేందుకు, దానికి సంబంధించిన పెట్టుబడుల ప్రస్తుత ధరలను లెక్కగట్టవలసి వచ్చింది. భార్య మరణించే సమయానికి మొత్తం ఆదాయం 1,100 పౌండ్లు ఉండగా, ప్రస్తుతం వ్యవసాయ ఉత్పత్తుల దరలు పడిపోవడంతో 1075 పౌండ్ల కన్న ఎక్కువ లేదు. ఇద్దరు కుమార్తెలు వివాహం చేసుకుంటే, చెరొక 250

పొండ్ల ఆదాయాన్ని వాటాగా పొందవచ్చు. ఇద్దరు అమ్మాయిలు వివాహం చేసుకుంటే, ఈ అందగాడికి మిగిలేది కొంచెమే. వారిలో ఒక్కరు లేకున్నా అతనికి భారీస్థాయిలోనే నష్టం జరుగుతుంది అనేది స్పష్టం. ఉదయం నేను చేసిన పని వృథా కాలేదు. ఎందుకంటే, అలాంటిదేమీ జరక్కుండా అడ్డుకునే అవకాశాలు అతనికి ఎక్కువ ఉన్నాయని రుజువైంది. ఇంక సమయం వృథా చేయలేం వాట్సన్. ముఖ్యంగా ఈ వ్యవహారంలో మనం ఆసక్తి చూపుతున్నామనే విషయం ఆ వృద్ధుడికి తెలిశాక! కనుక, నువ్వు సిద్ధంగా ఉంటే, మనం కాబ్ పిలిచి, వాటర్‌లూకి వెడదాం. నువ్వు నీ రివాల్వర్‌ను జేబులో పెట్టుకొని వస్తే, నీకు రుణపడి ఉంటాను. ఇనుప కడ్డీని అవలీలగా వంచగల పెద్ద మనిషితో వాదనకు అది చాలు దానితో పాటు, టూత్ బ్రష్ మనకు అవసరం పడే వస్తువుతు.''

అదృష్టవశాత్తు, వాటర్‌లూ చేరుకునేసరికి, లెదర్‌హెడ్ వెళ్ళే రైలు సిద్ధంగా ఉండడంతో ఎక్కి కూచున్నాం. స్టేషన్‌లో దిగి ఒక బగ్గీని మాట్లాడుకొని, అందమైన సర్రే వీథులలో నాలుగైదు మైళ్ళు ప్రయాణించాం. ఆ రోజు ఆకాశంలో పెద్దగా మబ్బులు లేకపోవడంతో కలిసి వచ్చింది. రోడ్డుకు ఇరుపక్కలా ఉన్న చెట్లు, తాజాగా చిగురిస్తున్నాయి. తడిసిన మట్టి వాసనను గాలి మోసుకువస్తోంది. నాకు మాత్రం ఆ ఘట్టం వసంతం ఇచ్చే తియ్యటి హాయికి, మేం బయలుదేరిన దర్యాప్తుకూ మధ్య చిత్రమైన తేడా తెలుస్తోంది. నా సహచరుడు బగ్గీలో ముందు చేతులు కట్టుకుని కూచున్నాడు. కళ్ళ మీదకు టోపీని లాక్కొని, తల ముందుకు వేళ్ళాడేసి, దీర్ఘమైన ఆలోచనలో ఉన్నాడు. హఠాత్తుగా లేచి, నా భుజాన్ని తట్టి, పచ్చిక బయళ్ళకేసి చూపించాడు.

''అక్కడ చూడు!'' అన్నాడు అతను. వాలుగా ఉన్న భూమిలో కలప నాటిన పార్కు కనిపిస్తోంది. ఎత్తుగా ఉన్న చోట గుబురుగా అది కనిపిస్తోంది. కొమ్మల మధ్య నుంచి ఒకపాత భవనం తాలూకు ఎత్తైన కప్పు, బూడిద రంగు కట్టడం కనిపిస్తోంది.

''స్టోక్‌మోరానా?'' అన్నాడు అతను.

''అవును సర్. అది డా॥ గ్రామ్సబీ రాయ్‌లాట్ ఇల్లు'' చెప్పాడు డ్రైవర్.

''అక్కడ ఏదో కట్టడం పని జరుగుతోంది, అక్కడికే మేం వెడుతున్నది,'' అన్నాడు హోమ్స్.

''అదిగో అదే గ్రామం,'' చెప్పాడు డ్రైవర్, ఎడమవైపు కొద్ది దూరంలో కనిపిస్తున్న ఇళ్ళ కప్పులను చూపిస్తూ. ''కానీ మీరు ఆ ఇంటికి వెళ్ళాలంటే, ఆ దారిన వెళ్ళి పొలాలపక్క ఫుట్‌పాత్ గుండా వెడితే దగ్గర అవుతుంది. అదిగో ఆ స్త్రీ నడుస్తోందే, ఆ దారి వెంట.''

''అవునా ఆ మహిళ మిస్‌స్టోనర్ అనుకుంటా,'' అన్నాడు హోమ్స్ కళ్ళ మీద వెలుగు పడకుండా చెయ్యి అడ్డం పెట్టకుని చూస్తూ. ''అవును, నువ్వు సూచించినట్టే చెయ్యడం మంచిది.''

మేం బండి దిగి, అతనికి డబ్బులు చెల్లించిన తరువాత, బగ్గీ లెదర్‌హెడ్‌కు వెళ్ళేందుకు వెనుదిరిగింది.

''నేను దీని గురించి కూడా ఆలోచించాను'' అన్నాడు హోమ్స్ అతను చెప్పిన దారి పడుతూ. ''ఈ వ్యక్తి మనని ఆర్కిటెక్టులగానో లేక నిర్దిష్టమైన పని మీదో వచ్చామని భావించాలి. అది అతను పుకార్లు లేవతీయకుండా అడ్డుకుంటుంది. గుడ్ ఆఫ్టర్ నూన్! మిస్‌స్టోనర్. చూశారా, మేం చెప్పినట్టుగానే వచ్చాం.''

''ఉదయం వచ్చిన మా క్లైంట్ ముఖం ఆనందంతో విచ్చుకుని మమ్మల్ని కలిసేందుకు ముందుకు వచ్చింది. ''నేను మీ కోసం వేచి ఉన్నాను,'' అంది ఆప్యాయంగా మాకు షేక్ హ్యాండ్ ఇస్తూ. ''అంతా అనుకున్నట్టే జరుగుతోంది. డా॥ రాయ్‌లాట్ పట్టణానికి వెళ్ళాడు, అతను సాయంత్రం లోపుగా వచ్చే అవకాశం లేదు.''

''డాక్టర్‌ను పరిచయం చేసుకునే అదృష్టం మాకు దక్కింది,'' చెప్పాడు హోమ్స్. క్లుప్తంగా జరిగిన విషయాన్ని వివరించాడు. వింటున్న మిస్ స్టోనర్ ముఖం ఆసాంతం పాలిపోయింది.

''దేవుడా! అంటే అతను నన్ను వెంటాడి వచ్చాడన్నమాట.'' అని అరిచింది.

''అలాగే కనిపిస్తోంది.''

''అతను జిత్తులమారి. అతని నుంచి నేను ఎప్పుడు సురక్షితం అవుతానో తెలియడం లేదు. తిరిగి వచ్చాక ఏమంటాడో?''

''అతను తనను తాను కాపాడుకోవాలి. ఎందుకంటే, తన దోవలో తనకన్నా జిత్తుల మారులు ఉన్నారని తెలుసుకోవచ్చు. మీరు ఈ రాత్రికి అతని కంట పడకుండా, తాళం వేసుకొని లోపల ఉండండి. ఒకవేళ అతను హింసాత్మకంగా మారితే, మిమ్మల్ని హారోలో ఉన్న మీ పిన్ని దగ్గరకు తీసుకువెడతాం. ఇప్పుడు మనకు ఉన్న సమయాన్ని సద్వినియోగం చేసుకోవాలి. కనుక, మేం పరీక్షించాల్సిన గదుల దగ్గరకు దయచేసి తీసుకువెళ్ళండి.''

''ఆ భవనాన్ని బూడిదరంగు రాళ్ళతో కట్టారు. మధ్య భాగం ఎత్తుగా, రెండు మెలికలు తిరిగిన రెక్కలలా, ఎండ్రకాయ పంజాల మాదిరిగా రెండువైపులా విస్తరించి ఉంది. అందులో ఒక భాగంలో కిటికీలు ధ్వంసం కావడంతో, చెక్కలతో మూసివేశారు. పై కప్పు కూడా కొంత భాగం పోయింది, శిథిల చిత్రంలా. మధ్యభాగంలో కొంత

మరమ్మతులు జరిగాయి. కాని కుడివైపు ఉన్న భాగం ఒక మాదిరి ఆధునికంగా ఉంది. కిటికీలకు తెలరు, చిమ్నీలలోంచి వస్తున్న నీలం రంగు పొగలు అక్కడ ఒక కుటుంబం నివసిస్తోందని చెప్తున్నాయి. చివరి గోడ వద్ద ఒక చిన్న వేదికలా ఉంది. అక్కడ గోడ పగులగొట్టి ఉంది కానీ మేం వెళ్ళినప్పుడు పనివాళ్ళ జాడలేదు. సరిగ్గా కత్తిరంచని లాన్ మీద హోమ్స్ నెమ్మదిగా అటూ, ఇటూ నడుస్తూ కిటికీల బయట భాగాన్ని ఏకాగ్ర దృష్టితో పరీక్షించాడు.

''ఇది ఇంతకు ముందు మీరు నిద్రించిన గది అనుకుంటాను. మీ సోదరి గదికీ, ప్రధాన భవనానికి, డా॥ రాయ్‌లాట్ గదికీ మధ్య ఉన్నది అనుకుంటాను.''

''సరిగ్గా చెప్పారు. కానీ ఇప్పుడు నేను మధ్య గదిలో పడుకుంటున్నాను.''

''మరమ్మతులు జరుగుతున్నాయనుకుంటాను. అది సరే, ఆ చివరి గోడకు మరమ్మతులు చెయ్యాల్సినంత ఆవశ్యకత కనిపించడం లేదు.''

''అంత ఏమీ లేదు. కానీ, నన్ను నా గది నుంచి పక్కకు తప్పించడానికి అది ఒక సాకు మాత్రమే అనుకుంటున్నాను.''

''ఆ! అది చాలా చెప్తోంది. ఈ సన్నటి భాగానికి అవతలవైపు ఈ మూడు గదులకు వాకిళ్ళు ఉన్నాయనుకుంటా. అక్కడ కూడా కిటికీలు ఉన్నాయి కదా?''

''అవును, కానీ చాలా చిన్నవి. ఎవరూ దూరడానికి వీలు లేనంత సన్నటివి.''

''రాత్రి వేళ మీరిద్దరూ లోపల నుంచి తాళం వేసుకుంటారు కనుక, అటునుంచి ఎవరైనా రావడం కష్టమే. ఇప్పుడు దయచేసి మీరు మీ గదిలోకి వెళ్ళి షట్టర్లు మూస్తారా.''

'' మిస్ స్టోనర్ ఆ పని చేసింది. హోమ్స్ తెరలు ఉన్న కిటికీ నుంచి జాగ్రత్తగా పరీక్షించిన తర్వాత షట్టర్‌ను తెరిచేందుకు విశ్వప్రయత్నం చేసి విఫలమయ్యాడు. షట్టర్‌కు అడ్డుగా పెట్టిన కొయ్యని కత్తితో తీయడానికి ఎక్కడా జాగా లేదు. తర్వాత తన దగ్గర ఉన్న భూతద్దంతో అక్కడ మడత బందు కీళ్ళను పరీక్షించాడు కానీ అవి బలమైన ఇనుప కీలలు, వాటిని పటిష్టంగా అమర్చారు.

''షేమ్'' అన్నాడు ఆశ్చర్యపోయినట్టుగా గడ్డాన్నిగోక్కుంటూ. ''నా సిద్ధాంతానికి కొన్ని ఆటంకాలు ఉన్నాయి. ఈ షట్టర్లను మూస్తే, ఎవరూ దీనిలోనంచి ప్రవేశించలేరు. సరే లోపలికి వెడితే దీనిపైన వెలుగు ఏమైనా ప్రసరిస్తుందేమో చూద్దాం''.

పక్కగా ఉన్న చిన్న తలుపు, సున్నం వేసిన కారిడార్‌లోకి, పడక గదులకు వెళ్ళే మార్గంలోకి దారి తీసింది. మూడవ గదిని పరీక్షించేందకు హోమ్స్ తిరస్కరించాడు. కనుక మేం ప్రస్తుతం మిస్‌స్టోనర్ నిద్రిస్తున్న గదిలోకి ప్రవేశించాం. ఆ రెండవ గదిలోనే ఆమె సోదరి మరణించింది. అది చాలా హోమ్లీగా ఉంది. పాతకాలం నాటి పల్లెటూరి

ఇళ్ళలా కిందికి సీలింగ్‌తో, పెద్ద ఫైర్ ప్లేస్‌తో ఉంది. గదికి ఒక మూల చెక్కతో చేసిన బ్రౌన్ డ్రాయర్లు మరొక వైపు సన్నటి మంచం మీద తెల్లటి పరుపు ఉన్నాయి. కిటికీకి ఎడంచేతి వైపు డ్రెస్సింగ్ టేబుల్ ఉంది. అవి కాకుండా రెండు చెక్కతో చేసిన కుర్చీలు మాత్రమే ఆ గదిలో ఉన్నాయి. మధ్యలో విల్టన్ తివాచీ పరిచి ఉంది. చుట్టూ ఉన్న చెక్కలు, గోడకు వేసిన పలకలు బ్రౌన్ రంగులో, చెదలు తిన్న చెక్కతో, అవి ఆ పురాతన భవనం తాలూకు అవశేషాల్లా ఉన్నాయి. హోమ్స్ ఒక కుర్చీ మూలకు లాక్కొని, మౌనంగా కూచున్నాడు. మరోవైపు అతని కళ్ళు చుట్టూ, పైకీ కిందకీ ప్రయాణిస్తూ ఆ గదికి సంబంధించిన ప్రతి వివరాలన్నీ అవగతం చేసుకుంటున్నాయి.

''ఈ బెల్లు ఎవరితో సంభాషించడానికి?'' చివరికి అతను అడిగాడు, మంచం పక్కన వేళ్ళాడదీసిన లావాటి తాడుని చూపిస్తూ. దాని చివర్లు దిండు మీద ఉన్నాయి.

''ఇది హౌజ్ కీపర్ గదిలోకి వెడుతుంది.''

''మిగిలిన వాటికన్నా ఇది కొత్తగా ఉంది?''

''అవును, దాన్ని కేవలం రెండేళ్ళ క్రితమే అమర్చారు.''

''మీ సోదరి దానికోసం అడిగి ఉంటుందనుకుంటున్నాను.''

''లేదు.ఆమె దాని ఉపయోగించగా ఎప్పుడూ వినలేదు. మేం ఎప్పుడూ మాకు కావలసింది మేమే చేసుకునేవారం.''

''నిజమే. గంట లాగేదాన్ని ఇక్కడ పెట్టడం అనవసరం. నేను నేలను కొద్ది నిమిషాలు పరీక్షిస్తాను. అన్యథా భావించకండి''. అతను ఒక చేతిలో భూతద్దంతో నేలపై పడుకొని, ముందుకూ, వెనక్కు వేగంగా పాకుతూ, బండల మధ్య చీలికలను పరీక్షించాడు. తర్వాత గది గోడలకు అమర్చిన పలకలను కూడా అలాగే పరీక్షించాడు. అంతిమంగా, మంచం దగ్గరకు వెళ్ళి దాని కేసే కాసేపు చూసి, తర్వాత గోడను ఎగాదిగా చూశాడు. తర్వాత, ఆ గంట తాడును చేతిలోకి తీసుకొని, ఒక్కసారి లాగాడు.

''ఇదేంటీ, ఇది డమ్మీ,'' అన్నాడు.

''అది మోగడం లేదా?''

''లేదు. దీన్ని వైర్‌కు కూడా అనుసంధానం చేయలేదు. ఇది చాలా ఆసక్తికరంగా ఉంది. కొద్దిగా తెరిచి ఉన్న వెంటిలేటర్ హుక్‌కు తగిలించి ఉంది.''

''ఎంత చిత్రం! నేను ఇంతకు ముందు దాన్ని గమనించలేదు.''

''చాలా విచిత్రం!'' అని గొణిగాడు హోమ్స్ తాడుని లాగుతూ.

''ఈ గదికి సంబంధించి ఒకటి, రెండు అసాధారణ అంశాలు ఉన్నాయి. మరొక గదిలోకి తెలుచుకునేలా వెంటిలేటర్‌ను ఏ మూర్ఖపు బిల్డర్ అమరుస్తాడు? దాన్ని తాజా

గాలి వచ్చేలా బయటకు అమర్చకపోవడం ఏమిటి!''

''అదంతా చాలా ఆధునికం,'' అంది ఆమె.

''ఈ గంట కోసం కట్టిన తాడు విషయం కూడ అంతే,'' వాఖ్యానించాడు హోమ్స్.

''అవును, ఆ సమయంలో చాలా చిన్న చిన్న మార్పులు చేశారు.''

''అవి చాలా ఆసక్తికరమైన లక్షణాలు కలిగి ఉన్నాయి. డమ్మీ తాళ్ళు, ఏమాత్రం గాలి రావడానికి వీలు లేని వెంటిలేటర్లు. మీ అనుమతితో మనం భవనం లోపల కూడా పరిశోధన కొనసాగిద్దాం.''

డా॥ గ్రిమ్స్ రాయ్‌లాట్ గది, అతని సవితి కుమార్తె గది పెద్దగా ఉంది కానీ ఎక్కువ సరంజామా లేదు. ఒక పడక మంచం, పుస్తకాలు నిండిన చెక్కి షెల్ఫ్, మంచం పక్కనే పడక కుర్చీ, గోడకు వేసి ఉన్న చెక్క కుర్చీ, గుండ్రటి బల్ల, ఒక పెద్ద ఇనుప పెట్టె మాత్రమే కంటికి కనిపిస్తున్నాయి. హోమ్స్ చుట్టూ నడిచి, అత్యంత ఆసక్తితో అన్నింటినీ పరిశీలించాడు.

''ఇందులో ఏముంది?'' అడిగాడు, ఇనప్పెట్టెను తడుతూ.

''మా సవితి తండ్రి వ్యాపార పత్రాలు.''

''అయితే, మీరు లోపల చూశారన్నమాట.''

''ఒక్కసారే, కొన్నేళ్ళ కిందట. అది కాగితాలతో నిండి ఉండటం గుర్తుంది.''

''ఉదాహరణకు, అందులో పిల్లి ఏం లేదు కదా?''

''లేదు! అయినా ఎంత చిత్రమైన భావన!''

''ఇదిగో దీన్ని చూడండి!'' అతను దానిపై పాలు పోసి ఉన్న సాసర్‌ను ఎత్తి చూపిస్తూ అన్నాడు.

''లేదు. మేం పిల్లని పెంచడంలేదు. కానీ ఒక చిరుతపులి, చింపాంజీ ఉన్నాయి''

''ఆ అవును. నిజమే! చిరుతపులి కూడా పెద్ద పిల్లే. కానీ దాని ఆకలి తీరడానికి ఒక సాసర్ పాలు చాలవని చెప్పడానికి సాహసిస్తున్నాను. నేను ఒక అంశాన్ని నిర్ధారించుకోవాలి.'' అతను చెక్క కుర్చీ ముందు బైఠాయించి, దాని సీటుని అత్యంత ఏకాగ్రతతో పరీక్షించాడు.

''థాంక్యూ. విషయం పరిష్కారమైనట్టే'', అన్నాడు లేచి తన భూతద్దాన్ని జేబులో వేసుకుంటూ. ''హల్లో! ఇక్కడేదో ఆసక్తికరమైంది ఉంది!''

అతని దృష్టిని ఆకర్షించిన వస్తువు మంచం పక్కన వేళ్లాడదీసి ఉన్న చిన్న కొరడా. కానీ దాన్ని మెలిపెట్టి, ఒక చిన్న ఉచ్చులా తయారుచేసి ఉంది.

''దాన్నుంచి నీకేం అర్థమైంది వాట్సన్?''

''అది మామూలు కొరడా, కానీ దాన్ని ఎందుకు ఉచ్చులా ముడి వేశారో నాకు తెలియదు''.

''అది సాధారణమైన విషయం కాదు కదా?'' కానీ ఇది దుర్మార్గపు ప్రపంచం. తెలివైన మనిషి తన బుర్రను నేరాలకు ఉపయోగిస్తే దానంత అధమం ఇంకేదీ ఉండదు. మిస్ స్టోనర్, నేను చూడాల్సిందంతా చూశాను. మీరు అనుమతిస్తే లాన్ దాకా నడిచి వెడదాం.''

అంత గంభీరంగా లేక అంత తీవ్రంగా కనుబొమ్మలు ముడిచినా ఉండటం నేనెప్పుడూ గమనించలేదు. దర్యాప్తులో మినహా మరెక్కడా అతను ఇంత గాంభీర్యం వహించలేదు. లాన్‌లో అటూ ఇటూ చాలాసేపు నడిచాం. నేను కానీ, మిస్ స్టోనర్ కానీ అతని ఆలోచనలను భగ్నం చేయడానికి ఇష్టపడలేదు. అతనే తనంతట తానుగా ఆలోచనా సముద్రం నుంచి తేరుకున్నాడు.

''మీరు నా సలహాను అన్ని రకాలుగా అనుసరించడం అత్యవసరం మిస్ స్టోనర్,'' అన్నాడు అతను.

''నేను తప్పనిసరిగా మీరు చెప్పింది చేస్తాను.''

''సందేహించడానికి ఎంత మాత్రం వీలులేని వ్యవహారం. మీరు మాట వినడం మీదే మీ జీవితం ఆధారపడి ఉంటుంది.''

''నేను మీకు హామీ ఇస్తున్నాను. నేను మీరు చెప్పినట్టే వింటాను.''

''మొదటగా, నేను నా మిత్రుడు మీ దగిలో ఈ రాత్రి గడిపాం''.

''మిస్ స్టోనర్, నేను నిశ్చేష్టులమై, అతనికేసి చూస్తుండి పోయా''

''అవును, అలాగే జరగాలి. నన్ను వివరించనివ్వండి. ఈ గ్రామంలో హోటల్ లాంటిది అక్కడ అదినా?''

''అవును. అదే 'క్రౌన్'''.

''వేరీ గుడ్! మీ కిటికీలు అక్కడి నుంచి కనిపిస్తాయి?''

''తప్పకుండా.''

''మీ సవితి తండ్రి తిరిగి వచ్చేసరికి, మీరు తలనొప్పి వచ్చిందని, గదిలో నుంచి బయటకు రాకండి. తర్వాత ఆయన గదిలోకి వెళ్ళాక మీరు మీ కిటికీ షట్టర్లు తెరవాలి, దీపాన్ని మాకు సిగ్నల్‌గా పెట్టి, మీరు ఇంతకు ముందున్న గదిలోకి ఏవేవైతే అవసరమో, వాటిని తీసుకుని వెళ్ళండి. మరమ్మతులు జరుగుతున్న ఒక్క రాత్రికి మీరు అక్కడ నిస్సందేహంగా గడపగలరు.''

''అవును, తేలికగా.''

''మిగిలినదంతా మా చేతుల్లో వదిలేయండి. ''

''కానీ, మీరేం చేస్తారు?''

''మేం మీ గదిలో ఈ రాత్రి గడుపుతాం. మిమ్మల్ని ఇబ్బంది పెట్టిన ఆ శబ్దం ఎక్కడి నుంచి వస్తోందో దర్యాప్తు చేస్తాం.''

''మీరు ఇప్పటికే ఒక నిర్ణయానికి వచ్చినట్టు అనిపిస్తోంది మిస్టర్ హోమ్స్'', అంది మిస్ స్టోనర్ తన చేతిని నా సహచరుడి స్లీవ్‌పై వేస్తూ.

''బహుశ, అయి ఉండవచ్చు''.

''అయితే, దయ తలచి, మా సోదరి మృతికి కారణమేమిటో చెప్పండి.''

''నేను మాట్లాడే ముందు, మరింత స్పష్టత కావాలనుకుంటున్నాను.''

''ఆమె హఠాత్తుగా భయపడడంతో మరణించిందన్న నా ఆలోచన సరైనదో కాదో, కనీసం చెప్పండి.''

''లేదు, నేను అలా అనుకోవడం లేదు. అంతకు మించిన కారణమేదో ఉందని నేను భావిస్తున్నాను. ఇక మిస్ స్టోనర్, మేం ఇక్కడ నుంచి వెళ్ళాలి. ఎందుకంటే, డా॥ రాయ్‌లాట్ వచ్చి మమ్మల్ని చూస్తే, మా ప్రయాస వృథా అవుతుంది. గుడ్‌బై, ధైర్యంగా ఉండండి. నేను చెప్పింది చేస్తే, మీకు ముప్పుగా పరిణమించిన ప్రమాదాలను త్వరలోనే దూరం చేస్తానని హామీ ఇస్తున్నాను.''

క్రౌన్‌లో ఒక పడక గదిని, సిట్టింగ్ రూంను అద్దెకు తీసుకోవడం నాకూ, షెర్లాక్ హోమ్స్ కూ కష్టం కాలేదు. అవిపై అంతస్తులో ఉన్నాయి మా కిటికీలో నుంచి, గేటును, స్టోన్ మోరాన్ భవనంలో వారు నివాసముంటున్న భాగాన్నీ చూడగలం. సాయంవేళకు డా॥ గ్రీమ్స్ బీ రాయ్‌లాట్, బండిలో వెళ్ళడం చూశాం. అతని భారీ కాయం పక్కన బండి తోలేవాడు పిపీలికంలా అనిపిస్తున్నాడు. ఇనుప గేట్లను తెరవడానికి ఆ పిల్లవాడు కాస్త ఇబ్బంది పడ్డాడు. దానితో డాక్టర్ గర్జించి, ఆగ్రహంతో అతనిపై పిడికిళ్లు విసరడం కనిపించాయి. బండి వెళ్ళింది, కొద్ది నిమిషాలలో, సిట్టింగ్ రూంలో ఒక దానిలో దీపం వెలిగించడంతో హఠాత్తుగా చెట్ల మధ్య నుంచి వెలుగు కనిపించాయి.

''నీకు తెలుసా వాట్సన్'', అన్నాడు హోమ్స్, చీకట్లు అలుముకుంటుండగా కలిసి కూచొని ఉన్నప్పుడు. ''ఈ రాత్రికి నిన్ను తీసుకు వెళ్ళడానికి నాకు కొన్ని సమస్యలున్నాయి. అక్కడ ప్రమాద సంకేతాలు స్పష్టంగా కనిపిస్తున్నాయి.

''నేను నీకు సహాయపడగలనా?''

''నీ ఉనికి అమూల్యమైంది కావచ్చు.''

''అయితే నేను కూడా వస్తాను.''

''నువ్వు ప్రమాదం గురించి మాట్లాడుతున్నావు. నాకు కనిపించిన దాని కన్నా ఈ గదుల్లో మరింత చూసినటున్నావు.''

''లేదు, కానీ నేను ఎక్కువే సేకరించినట్టు ఉన్నాను. నేను చూసినంతా నువ్వూ చూశావనుకున్నాను.''

''ఆ గంటకు కట్టిన తాడు మినహా చెప్పుకోదగినది ఏమీ నేను చూడలేదు. అయితే దాని ప్రయోజనం ఏమిటో, నేను ఊహించలేకపోతున్నానని ఒప్పుకోక తప్పదు.''

''నువ్వు వెంటిలేటర్ కూడా చూశావు కదా?''

''అవును, కానీ రెండు గదుల మధ్య చిన్న కంత ఉండటం అంత అసాధారణమని నేను అనుకోవడం లేదు. అది ఎంత చిన్నగా ఉందంటే, అందులోంచి ఎలుక కూడా దూరలేదు.''

''మనం స్టోక్‌మోరాన్‌కు వచ్చేముందే ఒక వెంటిలేటర్‌ను కనుగొనాలని నాకు తెలుసు.''

''మైడియర్ హోమ్స్.''

''అవును, ఆమె ఇచ్చిన స్టేట్‌మెంట్‌లో డా॥ రాయ్‌లాట్ గదిలో నుంచి సిగార్ వాసన వచ్చిందని తన సోదరి చెప్పిందని చెప్పింది, గుర్తుందా. ఆ రెండు గదుల మధ్యా సంబంధం ఉందని ఈ విషయం సూచిస్తోంది. అది చాలా చిన్నదే కావచ్చు లేక కరోనర్ విచారణ సమయంలో చేసిన వ్యాఖ్యానం వల్ల కావచ్చు, ఒక వెంటిలేటర్ ఉందనే అభిప్రాయానికి వచ్చాను.''

''కానీ, దానిలో ఎటువంటి హాని ఉంది?''

''కావచ్చు, కానీ తేదీలు కలుస్తున్నాయి. వెంటిలేటర్ ఏర్పాటు చేశారు, తాళ్ళు వేళ్ళాడ తీశారు, అక్కడ మంచం మీద పడుకున్న మహిళ మరణించింది. నీకు ఏమీ తట్టడం లేదా?''

''నేను ఎలాంటి సంబంధం చూడలేకపోతున్నాను.''

''మంచం గురించి నువ్వేదైనా చిత్రమైన విషయాన్ని గమనించావా?''

''లేదు.''

''దాన్ని నేలలో కదలకుండా దించారు. అలాంటి మంచాన్ని నువ్వు ఎక్కడైనా చూశావా?''

''చూశానని చెప్పలేను.''

''ఆ మహిళ తన మంచాన్ని జరిపేందుకు ప్రయత్నించి విఫలమైంది. అది

ఎప్పుడూ వెంటిలేటర్‌కూ, తాడుకీ సమాంతర స్థానంలో ఉంది. ఎందుకంటే అది గంట కొట్టడానికి ఉద్దేశించింది కాదనేది స్పష్టమని చెప్పవచ్చు.''

''హోమ్స్'', అని అరిచాను. ''నువ్వు ఏం చెప్పబోతున్నావో అస్పష్టంగా అర్థమవుతోంది. మనం ఇక్కడికి సూక్ష్మమైన, దారుణమైన నేరాలను అరికట్టడానికి సమయానికి వచ్చాం అంతే''.

''సూక్ష్మమైంది, దారుణమైంది కూడా. ఒక డాక్టర్ తప్పుదోవ పడితే, అతనే మొదటి నేరస్థుడు అవుతాడు. అతనికి ధైర్యం, పరిజ్ఞానం ఉంటుంది. తమ వృత్తిలో ఉత్తమ స్థాయిని సాధించినవారిలో పామర్, ప్రిచార్డ్ ఉంటారు. కానీ ఈ వ్యక్తి మరింత లోతైనవాడు. వాట్సన్, మనం ఇంకా లోతుగా తవ్వాలి. ఈ రాత్రి గడిచేలోపల దారుణాలు జరుగుతాయి, మనం కొద్ది ప్రశాంతంగా పైప్ పీలుద్దాం. కొద్ది గంటలపాటు ఏదైనా సంతోషకరమైన దాని మీదకు దృష్టి మరలుద్దాం.

సుమారు తొమ్మిది గంటల సమయంలో చెట్ల మధ్య నుంచి కనిపిస్తున్న వెలుగు పోయింది. ఆ భవనం దిశగా చీకట్లు అలుముకున్నాయి. రెండు గంటలు భారంగా గడిచాయి. పదకొండు గంటలు అవుతుండగా, హఠాత్తుగా ఒక వెలుగు రేఖ మా ముందు కనిపించింది.

''అదే మన సంకేతం'' అన్నాడు హోమ్స్, లేచి నిలబడుతూ; అది మధ్య కిటికీలోనుంచి వస్తోంది.''

మేం బయటకు వస్తుండగా, యజమానితో తాము తెలిసిన వారింటికి వెళ్ళాల్సి వస్తోందని, బహుశ ఈ రాత్రి అక్కడే గడపవచ్చని వివరించాడు. కొద్ది క్షణాల్లోనే చలిలో చీకట్లో, రోడ్డు ఎక్కాం. చల్లటి గాలి మా ముఖాన్ని తాకుతోంది, మా ముందు మిణుకుమంటున్న పసుపు పచ్చ దీపం, ఆ స్తబ్దతలో మాకు మార్గదర్శిలా ఉంది.

ఇంటి మైదానంలోకి ప్రవేశించడం కష్టం కాలేదు. ఎందుకంటే, అక్కడి తోట గోడలు మరమ్మతులు జరుగుతున్నాయి. లేక అక్కడక్కడ చీలి, పడిపోయి ఉన్నాయి. ఆ చెట్ల మధ్య నుంచి నడుచుకుంటూ లాన్‌లోకి ప్రవేశించి దాన్ని దాటి, కిటికీలో నుంచి ప్రవేశిస్తుండగా, అక్కడ చెట్ల గుబర్లలోనుంచి ఒక వికృత రూపంలో ఉన్న పిల్లవాడు గడ్డిలో పడి చేతులూ, కాళ్ళు తప తప కొట్టి లేచి, మళ్ళీ లాన్‌కు అడ్డంగా పరుగులు తీసి చీకట్లో అదృశ్యమయ్యాడు.

''మైగాడ్!'' అని సన్నగా గొణిగి, ''దాన్ని చూశావా?''

''హోమ్స్ కూడా ఒక్క క్షణం నాలానే స్తంభించాడు. ఆ చిరాకులోనే అతని చెయ్యి నా ముంజేతి చుట్టూ బిగుసుకుంది. తర్వాత అతను చిన్న గొంతుతో నవ్వుతూ, తన నోటిని నా చెవి దగ్గర పట్టాడు.

''ఇది భలే ఇల్లు,' అని గొణిగాడు'' అది చింపాంజీ.''

డాక్టర్ పెంచుతున్న చిత్రమైన పెంపుడు జంతువుల గురించి నేను మర్చిపోయాను. ఒక చిరుత పులి కూడా ఉంది, అది ఏ క్షణాన్నైనా మా భుజాల మీద కనిపించవచ్చు. హోమ్స్‌ను అనుకరించి నా షూస్ వదిలి పెట్టిన తర్వాత నేను బెడ్ రూంలోకి ప్రవేశించాను అని ఒప్పుకోక తప్పదు. నా సహచరుడు శబ్దం రాకుండా షట్టర్లు మూసేశాడు, దీపాన్ని బల్ల మీద పెట్టి, గదిని చుట్టూ పరిశీలించాడు. మేం పగలు చూసినట్టే ఉంది. తర్వాత నా దగ్గరకు వచ్చి, చెయ్యి నా చెవి దగ్గర పెట్టి సన్నగా గొణిగాడు. ఎంత సన్నగా అంటే అతని మాటలు అర్థం చేసుకోవడం కష్టమైంది.

''శబ్దం మన ప్రణాళికలకు ప్రమాదకరం కావచ్చు''.

నేను విన్నట్టుగా తల ఊపాను.

''మనం దీపం లేకుండా కూచోవాలి. నేను వెంటిలేటర్‌లో నుంచి చూస్తాను.''

నేను తల ఊపాను మళ్ళీ.

''నిద్ర పోవద్దు. నీ ప్రాణాలు దాని మీదే ఆధారపడి ఉన్నాయి. మనకు అవసరమైతే వాడటానికి పిస్టల్‌ను సిద్ధం చేసుకో. నేను మంచం పక్కన కూచుంటాను, నువ్వు నీ కుర్చీలో కూర్చో.''

నేను రివాల్వర్ తీసి బల్ల మీద మూలగా పెట్టాను.

హోమ్స్ ఒక సన్నటి పొడవాటి కర్ర తెచ్చాడు. దాన్ని మంచం పక్కన తన పక్కన పెట్టుకున్నాడు. దాని పక్కనే అగ్గిపెట్టె, ఒక క్యాండిల్ పెట్టాడు. తర్వాత దీపం ఆర్పాడు. మేం చీకట్లో మిగిలాం.

నేను ఏ శబ్దం వినలేదు, కనీసం ఊపిరి తీస్తున్న ధ్వని కూడా అయినా నా సహచరుడు నాకు కొద్ది దూరంలో అప్రమత్తంగా, నాలాగే ఉద్రికత్తతో కూర్చుని ఉన్నాడు. షట్టర్లు ఏ వెలుగు రానివ్వడం లేదు, మేం చిమ్మ చీకట్లో వేచి ఉన్నాం. బయట నుంచి అప్పుడప్పుడు రాత్రి పక్షి అరుపు వినిపిస్తోంది. ఒకసారి మాత్రం మా కిటికీ దగ్గర పిల్లి అరుపు లాంటిది వినిపించింది. అది స్వేచ్ఛగా తిరుగుతున్న చిరుత పులి అరుపు అని తెలిసింది. దూరం నుంచి టిక్‌టిక్ మంటున్న చర్చి గడియారం వినిపిస్తోంది. ప్రతి పావు గంటకీ గంట మోగుతోంది. ఆ పావు గంట ఎంతో సుదీర్ఘంగా అనిపించింది! పన్నెండు గంటలు, రెండు, మూడు మేం జరుగుబోయే దాని కోసం నిశ్శబ్దంగా వేచి ఉన్నాం.

హఠాత్తుగా వెంటిలేటర్ వైపు ఒక్క క్షణం కాంతి రేఖ కనిపించి, వెంటనే మాయమైంది. కానీ తర్వాత నూనె వాసన, వేడెక్కిన లోహం వాసన వచ్చాయి. పక్క గదిలో ఎవరో లాంతరు వెలిగించారు. నేను సున్నితంగా ఎవరో కదిలిన శబ్దాన్ని

విన్నాను, తర్వాత అంతా నిశ్శబ్దం. అరగంట పాటు చెవులు రిక్కించి కూచున్నాను. తర్వాత మరొక ధ్వని వినిపించింది. చాలా సున్నితంగా, నెమ్మదిగా, కెటిల్‌లో నుంచి ఆవిరి బయటకు వస్తున్నట్టుగా. దాన్ని విన్న మరుక్షణమే, హోమ్స్ మంచం మీద నుంచి లేచి, అగ్గిపుల్ల వెలిగించి, బలంగా గంట తాడు మీద కొట్టాడు.

''దాన్ని చూశావా వాట్సన్'?' అని అరిచాడు.

''నువ్వు చూశావా?''

కానీ నేనేం చూడలేదు. హోమ్స్ అగ్గిపుల్ల వెలిగించినప్పుడు మాత్రం స్పష్టంగా సన్నగా ఈల శబ్దం వినిపించింది. కానీ అలసిపోయిన నా కళ్ళలో హఠాత్తుగా వెలుతురు పడటంతో, నా మిత్రుడు భయంకరంగా దేన్ని కొట్టాడో చెప్పడం అసాధ్యం అయింది. కానీ అతని ముఖం తెల్లగా పాలిపోయింది. అసహ్యం, భయం అతని ముఖంలో కనిపిస్తున్నాయి.

అతను కొట్టడం మాని, వెంటిలేటర్ కేసి చూస్తున్నాడు. ఇంతలో రాత్రి నిశ్శబ్దాన్ని ఛేదిస్తూ కెవ్వుమనే కేక జలదరించేలా వినిపించింది. అలాంటి కేకను నేనెప్పుడూ వినలేదు. అది ఇంతింతై అన్నట్టు పెరిగింది. నొప్పి, భయం, ఆగ్రహం అన్నీ కలగలిసిన కేక అది. ఆ కేకను దూరంలోని గ్రామంలోనూ, ఆపైన నిద్రిస్తున్న వారిని కూడా నిద్ర లేపింది. మా గుండెలు జలదరించాయి. ఆ అరుపులు ఆగిపోయి నిశ్శబ్దం ఏర్పడేదాకా నేను హోమ్స్‌కేసి, అతను నాకేసే చూస్తూ నిలబడ్డాం.

''దాని అర్థమేంటీ?'' అన్నాను నేను గుటకలు మింగుతూ.

''అంటే, అంతా అయిపోయిందని అర్థం'', జవాబిచ్చాడు హోమ్స్.

''బహుశ అది కూడా మంచికే అయి ఉండవచ్చు. నీ పిస్టల్ తీసుకో, మనం డా॥ రాయ్‌లాట గదిలోకి ప్రవేశిద్దాం.''

గంభీరమైన ముఖంతో దీపం వెలిగించి కారిడార్‌లో నడవడం మొదలు పెట్టాడు. రెండు సార్లు తలుపుకొట్టినా లోపల నుంచి బదులు రాలేదు. దానితో అతను తలుపుకున్న పిడిని తిప్పి లోపలికి ప్రవేశించాడు. అతని వెనుకే నేను చేతిలో పిస్టల్‌తో ప్రవేశించాను.

మా కళ్ళకు కనిపించింది చాలా అసాధారణమైన దృశ్యం. బల్ల మీద మసిబారిన లాంతరు అద్దం సగం తీసి ఉంది. దాని వెలుగు బార్లగా తెరిచిన ఇనప్పెట్టెలో పడుతోంది. దాని పక్కనే టేబుల్, దాని ముందున్న చెక్క కుర్చీలో పొడవైన నైట డ్రెస్ ధరించిన డా॥ గ్రామ్స్ బీ రాయ్‌లాట్ కూర్చుని ఉన్నాడు. అతని కాళ్ళు బార్లా సాచి ఉన్నాయి, పాదాలు ఎర్రటి టర్కిష్ స్లిప్పర్స్‌లో ఉన్నాయి. అతని వడిలో మేం ఆ రోజు పగలు చూసిన చిన్న కొరడా ఉంది.

అతని గడ్డంపైకి ఉంది, ఆ చూపులు సీలింగ్ ఒక మూలను స్థిరంగా చూస్తున్నాయి. అతని నుదుటి చుట్టూ చిత్రమైన పసుపు పచ్చటి బ్యాండ్, దానిపై బ్రౌన్ రంగులో మచ్చలు ఉన్నాయి. అది అతని తల చుట్టు గట్టిగా చుట్టుకొని ఉంది మేం లోపలికి ప్రవేశించినా, అతనూ చడీ చప్పుడూ చేయలేదు.

'బ్యాండ్! మచ్చల బ్యాండ్!' గుసగుసగా అన్నాడు హోమ్స్.

నేను ఒక అడుగు ముందుకు వేశాను. ఒక్క క్షణంలో అతని తలకు చుట్టుకుని ఉన్నది కదలడం ప్రారంభించింది, అతని జుత్తులో నుంచి డైమండ్ ఆకారంలో ఉన్న తలను ఎత్తింది. అది ఒక పాము.

''అది కట్లపాము!'' అరిచాడు హోమ్స్. ''ఇండియాకు చెందిన అత్యంత ప్రమాదకరమైన జీవి. కాటు వేసిన పది సెకెన్లలోనే అతను మరణించాడు. హింస, వాస్తవంలో హింస చేసేవారిని చుట్టుకుంటుంది. తాను ఇతరులకోసం తీసిన గోతిలో అతనే పడ్డాడు. మనం ఈ జీవిని దాని డెన్‌లోకి నెట్టి, మిస్ స్టోనర్‌ను సురక్షితమైన ప్రదేశానికి పంపి, కౌంటీ పోలీసులకు ఏం జరిగిందో చెబుదాం.

అతను మాట్లాడుతూనే, మరణించిన వ్యక్తి ఒళ్ళోంచి చిన్న కొరడా అధాటున తీసుకొని, దాని ఉచ్చుని పాము మెడ చుట్టూ విసిరి, దానిని అతని తలపైనుంచి లాగి, ఆమడ దూరంలో ఉంచి పట్టుకొని, ఇనుప పెట్టెలోకి విసిరేసి, తలుపు మూసివేశాడు. స్టోన్ మోరాన్‌కు చెందిన డా॥ గ్రీమ్స్ బీ రాయ్‌లాట్ మరణానికి సంబంధించిన అసలైన వాస్తవాలివి. ఇప్పటికే సుదీర్ఘంగా సాగిన ఈ కథను, - ఈ విషాద వార్తను భయపడుతున్న ఆ యువతికి ఎలా చెప్పాం, ఆమెకు ఉదయానికల్లా వాళ్ళ పిన్ని సంరక్షణలో ఉంచేందుకు ఎలా పంపాం, అధికారిక విచారణ ఎంత మందకొడిగా సాగింది, క్రూరమైన పెంపుడు జంతువుతో ఆడుతుండగా అతను మరణించాడనే నిర్ధారణకు వైద్యుడు ఎలా వచ్చింది, చెప్పి సాగదీయను. మేం మర్నాడు తిరుగు ప్రయాణం అయినప్పుడు, ఈ కేసులో నేను తెలుసుకోవలసిన అంశాలను షెర్లాక్ హోమ్స్ చెప్పాడు.

''నేను పూర్తిగా ఒక తప్పుడు నిర్ధారణకు వచ్చాను, మైడియర్ వాట్సన్! తగిన డేటా లేకుండా అలా చేయడం ఎంత ప్రమాదమో తెలిసింది. జిప్సీల ఉనికి, 'బ్యాండ్' అన్న మాటను ఉపయోగించడం, బహుశ ఆ అమ్మాయి అగ్గిపుల్ల వెలుగులో చూసిన ఆకారం అయి ఉండవచ్చు, ఇవన్నీ కూడా నన్ను తప్పుదోవలోకి నెట్టాయి. ఆ గదిలో ఉన్న వ్యక్తికి ప్రమాదం తలుపు, కిటికీల ద్వారా సంభవించలేదని స్పష్టమయ్యాక నేను నా అభిప్రాయాన్ని మార్చుకున్నాను. నా దృష్టి నీకు చెప్పినట్టుగానే, వెంటిలేటర్‌పైన, మంచంపై వేళ్ళాడుతున్న తాడుపైన పడింది. అది డమ్మీ అని, మంచం నేలలోకి

కుదించి పెట్టారని తెలిసిన మరుక్షణమే, ఆ తాడును వెంటిలేటర్ కంతలోంచి మంచం మీదకు దేన్నో పంపడానికి ఉపయోగిస్తున్నారని అనిపించింది. వెంటనే అది పామై ఉండవచ్చన్న ఆలోచన వచ్చింది. పైగా డాక్టర్ వద్ద ఇండియా నుంచి తెచ్చిన జంతువులు ఉన్నాయని తెలిశాక, నేను సరైన మార్గంలోనే ఉన్నట్టు అనిపించింది. ఏ రసాయన పరీక్షలోనూ కనుగొనలేని విషాన్ని ప్రయోగించాలన్న ఆలోచన కేవలం అత్యంత తెలివైన, కఠినమైన వ్యక్తికీ, తూర్పుదేశాలలో శిక్షణపొందిన వారికే వస్తుంది. ఆ విషం వేగంగా పనిచేయడం కూడా, ఒక లాభమే. పాము కాటు వేసిన చోట రెండు నల్లటి గాట్లను కేవలం సునిశితంగా పరీక్ష చేసే వైద్యుడు మాత్రమే కనుగొనగలడు. నేను తర్వాత ఈల గురించి ఆలోచించాను. ఉదయం లోపలే అతను ఆ పాముని బాధితురాలి దగ్గర నుంచి వెనక్కి రప్పించాలి. బహుశ మనం చూసిన పాలను ఉపయోగించడం ద్వారా, పిలవగానే అతని వద్దకు తిరిగి వచ్చేలా అతడు దానికి శిక్షణ ఇచ్చాడు. అతనికి సరైన సమయం అనిపించినప్పుడు దాన్ని వెంటిలేటర్ ద్వారా ప్రవేశపెట్టి, అది తాడు మీదుగా పాకి మంచం చేరుకుంటుందని నిర్ధారించుకున్నాడు. అది మంచంపై పడుకొన్న వ్యక్తిని కాటు వేయవచ్చు, వేయకపోనూ వచ్చు. ఆమె ఒక వారం పాటు, ప్రతి రాత్రి తప్పించుకోవచ్చు. కానీ రేపో మాపో ఆమె దాని బారిన పడవలసిందే.

నేను అతని గదిలోకి ప్రవేశించక ముందే ఈ నిర్ధారనకు వచ్చాను. కుర్చీని పరీక్షించిన తర్వాత, దానిపై నిలబడే అలవాటు అతనికి ఉందని అర్థమైంది. వెంటిలేటర్‌ను చేరుకోవాలంటే అతను ఆ పని చేయడం అవసరం. ఇనుప పెట్టె, సాసర్లో పాలు, కొరడాకున్న ఉచ్చు. అన్నీ కూడా సందేహాలు ఏమైనా మిగిలి ఉంటే తొలగించాయి. మిస్ స్టోనర్ విన్న లోహపు చప్పుడు బహుశ ఆమె తండ్రి ఇనుప పెట్టె తలుపును హడావిడిగా వేయడం వల్ల వచ్చింది కావచ్చు. నేను ఒక నిర్ణయానికి వచ్చిన తర్వాత, నేను తీసుకున్న చర్యలు నీకు తెలుసు. ఆ పాము బుస కొట్టడం విన్నాను, నువ్వు కూడా నిస్సందేహంగా వినే ఉంటావు. అది వినగానే వెంటనే అగ్గిపుల్ల వెలిగించి దానిపై దాడి చేశాను.

ఫలితంగా, దాన్ని వెంటిలేటర్ ద్వారా వెనక్కి పంపాను. అంతే కాదు, అది తన యజమానిపై తిరగబడాలన్న ఉద్దేశంలో కూడా. నేను నా కర్రతో వేసిన దెబ్బలు దానిపై పడి, పాముకి ఆగ్రహాన్ని పెంచాయి. దానితో అది తనకు ఎదురైన తొలివ్యక్తి మీద తన ప్రతాపం చూపింది. ఈ రకంగా నేను డా॥ గ్రేమ్స్ బీ రాయ్‌లాట్ మరణానికి పరోక్ష కారకుడిని అన్నది నిస్సందేహం. కానీ, అది నా మనస్సాక్షిని అంతగా బాధిస్తుందా అన్నది చెప్పలేను.''

9. ఇంజినీరు బొటనివేలు కథ

నేను, షెర్లాక్ హోమ్స్ సన్నిహితంగా ఉన్న కాలంలో పరిష్కారం కోసం అతని వద్దకు వచ్చిన అన్ని కేసుల్లో, మిస్టర్ హెదర్లే బొటని వేలు, కల్నల్ వార్‌బర్టన్ పిచ్చిని అతని దృష్టికి తీసుకురావడానికి కారణమయ్యాను. రెండవ కేసు విషయంలో ఆ రంగంలో నిపుణులకు ఆసక్తికరమైనది అయినప్పటికీ మొదటి కేసు మాత్రం మొదటి నుంచీ చిత్రంగా, చాలా నాటకీయమైన వివరాలతో రాయదగ్గది అనిపించింది. అంత చిత్రమైన కేసులో, పరిమితమైన ఆధారాలున్నప్పటికీ, నా మిత్రుడు తన విశ్లేషణాత్మక, హేతుబద్ధమైన పరిశీలనతో మంచి ఫలితాలు సాధించాడు. ఈ కథ న్యూస్ పేపర్లలో అనేకసార్లు వచ్చింది, కానీ ఒక సింగిల్ కాలమ్ వార్తలో దానిని సరిపెట్టడంతో దాని ప్రభావం పెద్దగా కనిపించదు. మన కళ్ళ ముందే ప్రతి అడుగూ ఒక నూతన ఆవిష్కరణకు దారి తీస్తూ, అంతిమంగా సత్యాన్ని ఎదుట నిలబెట్టి ఆ మిస్టరీ క్రమంగా కరిగిపోవడం ఆసక్తికరంగా ఉంటుంది. ఆ సమయంలో పరిస్థితులు నాపై తీవ్రమైన ప్రభావాన్ని చూపాయి. రెండేళ్ళు గడచిపోయినా ఆ ప్రభావం బలహీనపడలేదు.

అది '89వ సంవత్సరం వేసవి. నా పెళ్ళైన చాలా కాలం తర్వాత నేను మీకు చెప్పబోతున్న ఈ ఘటనలు చోటు చేసుకున్నాయి. నేను హోమ్స్‌ను నిరంతరం కలుస్తూనే ఉన్నప్పటికీ, అతడిని బేకర్ వీధిలోనే వదిలేసి ప్రాక్టీసు మొదలు పెట్టిన రోజులు. తన విలాసవంతమైన అలవాట్లను మానుకొని అప్పుడప్పుడు వచ్చి మమ్మల్ని కలుస్తుండమని అతనికి చెప్తుండేవాడిని. నా ప్రాక్టీసు క్రమంగా పెరిగింది. నేను పాడింగ్టన్ స్టేషన్‌కు దగ్గరలోనే ఉండటం వల్ల, కొందరు అధికారులు కూడా నాకు పేషెంట్లు అయ్యారు.

ఒక దీర్ఘకాల రోగికి, అతడిని నిరంతరం వేధించిన బాధాకరమైన రోగాన్ని తగ్గించడంతో అతడు అలుపెరగకుండా నా గొప్పతనాన్ని ప్రచారం చేస్తుండేవాడు. తనకు తెలిసిన, తన మాట వినే ప్రతి రోగినీ నా దగ్గరకు పంపుతుండేవాడు.

ఒకరోజు ఉదయం, బహుశ ఏడుగంటలకన్నా ముందే, ఇద్దరు వ్యక్తులు పాడింగ్టన్

నుంచి వచ్చారని, నా కోసం కన్సల్టింగ్ రూంలో వేచి ఉన్నారని పని మనిషి తలుపుకొట్టి చెప్పింది. నేను హడావిడిగా బట్టలు వేసుకొన్నాను. ఎందుకంటే, ఈ రైల్వే కేసులు ఎప్పుడూ చిన్న సమస్యలు అయి ఉండవని నా అనుభవం చెప్పింది. తయారై హడావిడిగా కిందకి వచ్చాను. నేను దిగగానే, నా పాత మిత్రుడు, గార్డుగా పని చేసే వ్యక్తి గదిలోంచి బయటకు వచ్చి, తన వెనుకే తలుపు వేశాడు.

''నేను అతడిని ఇక్కడకు తీసుకువచ్చాను,'' అన్నాడు రహస్యంగా, తన బొటనివేలును వెనక్కిచూపుతూ, ''అతను బాగానే ఉన్నాడు.''

''అయితే, మరేమిటి?'' అడిగాను. అతని ప్రవర్తన చూస్తుంటే, ఏదో ఒక చిత్రమైన జీవిని నా గదిలో బంధించినట్టుగా ఉంది.

''అతను కొత్త పేషెంటు,'' అన్నాడు మళ్ళీ గుసగుసగా. ''అతనిని స్వయంగా నేనే తీసుకువస్తే అతడు తప్పించుకోలేడని తెచ్చాను. అతను అక్కడ సురక్షితంగా, ఆరోగ్యంగా ఉన్నాడు. ఇక నేను వెళ్ళాలి డాక్టర్, నాకు కూడా నీలాగే డ్యూటీ ఉంది.'' ఆ మాటలు చెప్పి, నేను అతడికి కృతజ్ఞతలు చెప్పే అవకాశం కూడా ఇవ్వకుండా వెళ్ళిపోయాడు.

నేను నా కన్సల్టింగ్ రూంలోకి ప్రవేశించాను. అక్కడ ఒక పెద్ద మనిషి టేబుల్ పక్కన కూర్చుని ఉన్నాడు. అతను ట్వీడ్ సూట్ ధరించి, మెత్తటి బట్టతో చేసిన టోపీ ఉంది. దాన్ని అతను నా పుస్తకాలపై పెట్టాడు. ఒక చేతి చుట్టూ కర్చీఫ్ చుట్టుకున్నాడు. దానికంతా రక్తపు మరకలు అంటుకుని ఉన్నాయి. అతను వయసులో చిన్నవాడు, బహుశ పాతికేళ్ళకన్నా ఎక్కువ ఉండవనుకుంటాను. మగసిరి కలిగిన ముఖం. కానీ పాలిపోయి ఉన్నాడు. ఏదో తీవ్రమైన వేదనను తన శక్తినంతా ఉపయోగించి నియంత్రించుకుంటున్నట్టుగా అనిపించాడు.

''ఇంత ఉదయమే మిమ్మల్ని డిస్టర్బ్ చేసినందుకు సారీ డాక్టర్,'' అన్నాడు. ''కానీ రాత్రి నేను తీవ్రమైన ప్రమాదంలో చిక్కుకున్నాను. నేను ఈ ఉదయమే రైలుకి వచ్చాను. నాకు చికిత్స చేయగల మంచి డాక్టర్ ఎవరని పాడింగ్టన్‌లో విచారించగా, వారు నన్ను ఇక్కడికి తీసుకువచ్చారు. నేను మీ పనిమనిషికి నా కార్డు ఇచ్చాను, కానీ ఆమె దానిని ఇక్కడే బల్ల మీద వదిలేసింది.''

నేను దాన్ని తీసుకుని, చూశాను. ''మిస్టర్ విక్టర్ హెదర్లే, హైడ్రాలిక్ ఇంజినీర్, 16ఎ విక్టోరియా వీధి (3వ అంతస్తు).'' అదే నా ఉదయపు అతిథి పేరు, స్టైలు, చిరునామా. ''మిమ్మల్ని వేచి ఉంచినందుకు క్షమించాలి,'' అన్నాను నేను నా కుర్చీలో కూర్చుంటూ. ''మీరు రాత్రి ప్రయాణం చేసి వచ్చారని అర్థమవుతోంది, అది ఎంత

విసుగు కలిగిస్తుందో నాకు తెలుసు.''

''ఓహ్! కానీ నా రాత్రి ప్రయాణాన్ని విసుగు కలిగించేది అనలేను,'' అని, నవ్వాడు. అతను చాలా హృదయపూర్వకంగా, కుర్చీలో వెనక్కివాలి, పక్కలు ఎగరేస్తూ పెద్దగా నవ్వాడు. ఆ నవ్వుతో నా వైద్యపరమైన సహజాతాలన్నీ నిద్రలేచాయి.

''ఆపండి!'' అని అరిచాను. ''మిమ్మల్ని మీరు నియంత్రించుకోండి!'' అని, అక్కడ ఉన్న జగ్‌లో నీళ్ళు తీసి పోశాను.

కానీ అది నిరుపయోగమే అయింది. ఏదో గొప్ప సంక్షోభంలో నుంచి బయటపడినప్పుడు వచ్చే అతి ఆనందం, ఉద్వేగంలో అతను ఉన్నాడు. ప్రస్తుతం తనను తాను తమాయించుకొన్నాడు కానీ సిగ్గుతో అతని ముఖం ఎర్రబారింది.

''నన్ను నేను ఫూల్‌ను చేసుకుంటున్నాను,'' అన్నాడు గుటకలు మింగుతూ.

''అలా ఏమీ లేదు. ఇది తాగండి!'' అంటూ నీళ్ళలో కొంత బ్రాందీ కలిపి అతనికి వచ్చాను. అతను దాన్ని తాగడంతో రక్తంలేని ముఖంలో రంగురావడం మొదలైంది.

''ఇప్పుడు కొంచెం నయం!,'' అన్నాడు అతను. ''ఇప్పుడు డాక్టర్, దయచేసి మీరు నా బొటనివేలును లేదా అది నా బొటనివేలు ఒకప్పుడు ఉన్న చోటును పరీక్షించండి.''

అతను తన కర్చీఫ్‌ను విప్పి, చెయ్యి ముందుకు సాచాడు. దాన్ని చూడటంతోటే అంత సాహసవంతుడైన నాకు కూడా జలదరింపు వచ్చింది. ఆ చేతికి నాలుగు వేళ్ళు, బొటనివేలు ఉండాల్సిన చోట ఎర్రగా స్పాంజిలాగా ఉంది. దాన్ని ఆసాంతం నరకడమో, మొదటి నుంచి కోసం వేయడమో జరిగింది.

''భగవంతుడా!'' అని అరిచాను. ''ఇది చాలా ఘోరమైన దెబ్బ. రక్తం బాగా పోయి ఉంటుంది.''

''అవును, బాగా పోయింది. అది జరిగినప్పుడు నేను స్పృహ కోల్పోయాను. బహుశ ఆ స్థితిలోనే చాలా సేపు ఉన్నట్టు ఉన్నాను. నేను స్పృహలోకి వచ్చాక కూడా రక్తం కారుతూనే ఉంది. దానితో నేను నా కర్చీఫ్ తీసి గట్టిగా కట్టుకట్టాను.''

''అద్భుతం! అసలు మీరు సర్జన్ కావలసింది.''

'' ఇదిగో చూడండి, అది హైడ్రాలిక్స్‌కి సంబంధించిన ప్రశ్న, ఇది నా పరిధిలోనే జరిగింది.''

నేను ఆ గాయాన్ని పరీక్షిస్తూ, ''ఇది చాలా చాలా బరువైన, పదునైన పరికరం వల్ల జరిగింది,'' అన్నాను.

'' క్లీవర్‌లాంటి వస్తువు,'' అన్నాడు అతను.

''బహుశ, ఇది ప్రమాదమనుకుంటా?''

''ఎంతమాత్రం కాదు.''

''ఏమిటి, హత్యా ప్రయత్నమా!''

''అవును హత్యా ప్రయత్నమే.''

''మీరు నన్ను భయపెడుతున్నారు.''

నేను గాయాన్ని శుభ్రం చేసి, డ్రెస్సింగ్ చేశాను, అంతిమంగా దానికి కాటన్‌తో కట్టుకట్టి, కార్బొలైజ్డ్ బ్యాండేజీలు పెట్టాను. అతను వెనక్కివాలి, కనురెప్ప కూడా వేయకుండా కూచున్నాడు. అయితే అప్పుడప్పుడు పెదిమ కొరుక్కున్నాడు.

''ఎలా ఉంది ఇప్పుడు?'' అడిగాను పని పూర్తి చేసిన తర్వాత.

''దివ్యంగా! మీ బ్రాందీ, మీ బ్యాండేజీ మధ్య నేను ఒక కొత్త మనిషిలా ఫీల్ అవుతున్నాను. చాలా బలహీనంగా ఉంది కానీ నేను చెయ్యవలసింది ఇంకా చాలా ఉంది.''

''బహుశ, ఈ విషయం గురించి నువ్వు మాట్లాడకపోవడం మంచిది. అది నీ నరాలపై ప్రభావం చూపిస్తోంది.''

''ఓహ్ లేదు, ఇప్పుడు కాదు. నేను నా కథ పోలీసులకు చెప్పాలి. కానీ మన మధ్య మాట, ఈ గాయమే లేకుండా నేను చెప్పింది వారు నమ్మితే ఆశ్చర్యపోతాను, ఎందుకంటే నా కథ చాలా అసాధారణమైంది. నేను చెప్పిందాన్ని ఎదుటివారు నమ్మడానికి నా దగ్గర పెద్దగా ఆధారాలు లేవు. ఒకవేళ వారు నన్ను నమ్మినా నా దగ్గర ఉన్న ఆధారాలు చాలా అస్పష్టమైనవి. అందువల్ల నాకు న్యాయం జరుగుతుందా అన్నది ప్రశ్నార్థకమే.''

''ఆ!'' అని అరిచాను నేను. ''ఒకవేళ ఏదైనా సమస్య పరిష్కారాన్ని నువ్వు కోరుకుంటున్నట్టు అయితే, మీరు పోలీసుల దగ్గరకు వెళ్ళే ముందు ఒకసారి నా మిత్రుడు మిస్టర్ షెర్లాక్ హోమ్స్ దగ్గరకు రమ్మని నేను సలహా ఇస్తాను.''

''ఓహ్, అతడి గురించి నేను విన్నాను,'' జవాబిచ్చాడు నా అతిథి ''అతను ఈ వ్యవహారాన్ని చేపడితే నేను చాలా సంతోషిస్తాను. కానీ నేను పోలీసులను కూడా ఉపయోగించాలి. అతడికి నన్ను పరిచయం చేస్తారా?''

''అంతకన్నా ఎక్కువే చేస్తాను. స్వయంగా నేనే మిమ్మల్ని తీసుకువెడతాను.''

''మీకు ఎంతో రుణపడి ఉంటాను.''

''నేను బండిని పిలిపిస్తాను, కలిసి వెడదాం. అతనితో కలిసి బ్రేక్‌ఫాస్ట్ చేసే

సమయానికి వెడతాం. మీకు సమ్మతమేనా అది?''

''అవును, నేను నా కథను చెప్పేవరకూ తేలికపడను.''

''అయితే, మా పనివాళ్ళు బండిని పిలుస్తారు. నేను ఒక్క క్షణంలో మిమ్మల్ని కలుస్తాను.'' నేను పైకి పరుగెత్తుకెళ్ళి, క్లుప్తంగా నా భార్యకు విషయాన్ని వివరించి, ఐదు నిమిషాల్లో బండిలో నా కొత్త పరిచయస్తుడిని తీసుకొని బేకర్ వీధికి బయలుదేరాను.

నేను ఊహించినట్టుగానే షెర్లాక్ హోమ్స్ తన డ్రెసింగ్ గౌనులో తన సిట్టింగ్‌రూంలో విశ్రాంతిగా కూర్చుని, బ్రేక్‌ఫాస్ట్‌ముందు పీల్చే పైప్ పీలుస్తూ, ది టైమ్స్ పత్రికలో కాలమ్ చదువుతున్నాడు. అతను తన సహజమైన ఆప్యాయతతో, ప్రశాంతంగా ఆహ్వానించాడు. మాకు కూడా గుడ్లు, ఇతర అధరవులూ ఆర్డర్ చేసి మాతో కలిసి తినడానికి కూచున్నాడు. తినడం పూర్తి కాగానే, మా కొత్త అతిధిని సోఫాలో కూర్చోపెట్టి, అతని తల వెనుక రెండు దిండ్లు పెట్టి, ఒక గ్లాసులో బ్రాందీ, అందుబాటులో నీళ్ళు పెట్టాడు.

''మీ అనుభవం సాధారణమైనదానిలాగా కనిపించడం లేదు మిస్టర్ హెదర్లే,'' అన్నాడు అతను. ''అక్కడ విశ్రాంతిగా పడుకొని, మీ ఇంట్లో ఉన్నట్టుగానే భావించండి. మీరు చెప్పగలిగింది, చెప్పదలచుకున్నది చెప్పండి, కానీ అలసటగా అనిపిస్తే ఆపేయండి. మీ శక్తిని కాస్త ఉత్ప్రేరకంతో ఉత్తేజితం చేసుకోండి.''

''థాంక్యూ,'' అన్నాడు నా పేషెంట్. '' డాక్టర్ నాకు కట్టుకట్టినప్పటి నుంచీ నేను కొత్త మనిషిలా అనిపిస్తున్నాను, మీ బ్రేక్‌ఫాస్ట్ పూర్తిగా నన్ను నయం చేసింది. మీ విలువైన సమయాన్ని సాధ్యమైనంత తక్కువ తీసుకొనేందుకు, నా అనుభవాల గురించి వెంటనే మొదలుపెడతాను.''

హోమ్స్ తన పెద్ద పడక కుర్చీలో కూర్చున్నాడు. అతని ఆసక్తిని, నిశితమైన పరిశీలనను, అలసటతో కూడిన కవళికలు కప్పేస్తున్నాయి. నేను అతనికి ఎదురుగా కూర్చున్నాను. మేం ఇద్దరం మౌనంగా మా అతిథి చెప్పిన చిత్రమైన కథ తాలూకు వివరాలను విన్నాం.

''నేను లండన్‌లో ఒక లాడ్జింగ్‌లో ఉంటున్న అనాథను, బ్రహ్మచారిని అనే విషయం మీరు తెలుసుకోవాలి,'' అన్నాడు అతను. ''నేను వృత్తిపరంగా హైడ్రాలిక్ ఇంజినీర్‌ను. గ్రీన్‌విచ్‌లో ప్రముఖ సంస్థ అయిన వెన్నర్ అండ్ మాథెసన్‌లో ఏడేళ్ళ పాటు అప్రెంటీసుగా పనిచేసిన అనుభవం నాకుంది. రెండేళ్ళ కిందట, నా కాలపరిమితి పూర్తి కావడంతోనూ, నా తండ్రి మరణం వల్ల నాకు వచ్చిన డబ్బు కారణంగానూ,

నేనే స్వంతగా వ్యాపారాన్ని ప్రారంభించాలనే దృఢ సంకల్పంతో విక్టోరియా వీధిలో ఒక ఆఫీసును తీసుకున్నాను.

స్వంతగా ప్రారంభించినప్పుడు, తొలిసారి స్వతంత్రంగా పనిచేపట్టినప్పుడు బహుశ ప్రతి ఒక్కరూ భయపడతారనుకుంటాను. నాకు మాత్రం అలాగే అనిపించింది. రెండేళ్ళ కాలంలో నాకు మూడు కన్సల్టేషన్లు, ఒక చిన్న పని దొరికాయి. నా వృత్తి నాకు తెచ్చిపెట్టింది అవి మాత్రమే. నా ఆదాయం ఇరవై ఏడు పౌండ్ల నుంచి పదికి పడిపోయింది. ప్రతిరోజూ, ఉదయం తొమ్మిది గంటల నుంచి మధ్యాహ్నం నాలుగు వరకూ నేను నా చిన్న డెన్‌లో కూచుని వేచి ఉండేవాడిని. చివరకు నా గుండెలు జారిపోయి, నేను అసలు ప్రాక్టీసు చేయకుండా ఉండి ఉంటే బాగుండేదని నమ్మడం మొదలుపెట్టాను.

కానీ నేను నిన్న ఆఫీసు వదిలి వెడదామనుకుంటున్న సమయంలో నా క్లర్కు లోపలికి వచ్చి, ఎవరో పెద్ద మనిషి నన్ను ఏదో వ్యాపారం పని మీద కలవడానికి వచ్చాడని, నా కోసం వేచి ఉన్నాడని చెప్పాడు. అతడు తనతో కార్డు కూడా తీసుకువచ్చాడు, దానిపై క్రల్నల్ లైసాండర్ స్టార్క్ అని రాని ఉంది. అతని వెనకాలే కల్నల్ కూడా స్వయంగా వచ్చాడు. అతను మధ్యస్థపు ఎత్తులో ఉన్నప్పటికీ చాలా సన్నగా ఉన్నాడు. నేనెప్పుడూ అంత సన్నటి మనిషిని చూడలేదు. ముఖంలో అంతా అతడి ముక్కు, గడ్డమే కనిపిస్తున్నాయి. అతని బుగ్గలపై చర్మం ఎత్తుగా కనిపిస్తున్నా ఎముకలకు అంటుకుని ఉన్నట్టుగా ఉంది. కానీ అంత చిక్కిపోయి ఉండడం అతని సహజ శరీర తీరు అని, అదేమీ వ్యాధి కాదని తర్వాత అర్థమైంది. ఎందుకంటే, అతని కళ్ళు మెరుస్తున్నాయి, అతని అడుగులు చురుకుగా పడుతున్నాయి, అతను కూడా ఆత్మవిశ్వాసంతో కనిపించాడు. అతని వస్త్రధారణ చాలా సాదాగా ఉన్నప్పటికీ, చాలా నీట్‌గా ఉంది. అతని వయసు ముప్పై కాదుగానీ నలభై సమీపిస్తున్నట్టుగా ఉందని నాకనిపించింది.''

''మిస్టర్ హెదర్లే?'' అన్నాడు అతను కొంత జర్మన్ యాసలో. ''మీ గురించి నాకు ఎవరో చెప్పారు మిస్టర్ హెదర్లే, వృత్తిలో ఎంత ఘటికుడో, రహస్యాన్ని కాపాడే సామర్థ్యంలో కూడా అంతే గొప్పవాడని'', అన్నాడతను.

''ఆ విధంగా ఎవరైనా పొగడితే ఏ యువకుడైనా ఎలా పొంగిపోయి, నిగ్గుపడిపోతాడో నేను కూడా అలాగే ఫీలయ్యాను.'' ''మీకు నా గురించి అంత మంచిగా చెప్పినవారెవరో తెలుసుకోవచ్చా?'' అని అడిగాను.

''బహుశ ఆ విషయం నేనిప్పుడే మీకు చెప్పకపోవడం మంచిదనుకుంటాను.

మీరు అనాథ, బ్రహ్మచారి అని, లండన్‌లో ఒక్కరే ఉంటున్నారని చెప్పిన వ్యక్తి నుంచే ఇది కూడా విన్నాను.''

''అది చాలా నిజం,'' నేను జవాబిచ్చాను. ''కానీ, నన్ను క్షమిస్తే ఇదంతా నా వృత్తిపరమైన అర్హతలకు దానికీ ఏం సంబంధం ఉందో నాకు అర్థం కావడం లేదు. మీరు ఏదో వృత్తిపరమైన విషయంలోనే నాతో మాట్లాడాలనుకున్నారని నాకు తెలిసింది?''

''నిస్సందేహంగా అదే. నేను ఏదైనా ముక్కుసూటిగా చెప్తానని మీకు అర్థమౌతుంది. మీకోసం ఒక వృత్తిపరమైన పని ఉంది, కానీ దానిని రహస్యంగా ఉంచడం అవసరం- అత్యంత రహస్యంగా, మీకు అర్థమైందా? ఆ పని ఒంటరిగా ఉన్న వ్యక్తి చేయగలడు గానీ కుటుంబంతో సహజీవనం చేస్తున్న వ్యక్తి చేయలేడని మేం ఆశించాం.''

'' రహస్యాన్ని దాచి ఉంచుతానని నేను మీకు హామీ ఇస్తే మీరు పూర్తిగా నన్ను నమ్మి, ఆధారపడవచ్చు,'' అన్నాను.

నేను మాట్లాడుతుండగా, అతను నన్ను నిశితంగా పరిశీలించాడు. అంతటి అనుమానాస్పద, ప్రశ్నార్థకమైన చూపులను నేనెప్పుడూ చూడలేదని చెప్పాలి.

''అయితే, మీరు హామీ ఇస్తారన్న మాట,'' అన్నాడు అతను చివరికి.

''అవును, నేను హామీ ఇస్తున్నాను.''

''పని ముందు, జరిగే సమయంలో తర్వాత కూడా పూర్తి మౌనమే కదా? ఈ విషయం గురించి నోటి ద్వారా కానీ రాత ద్వారా కానీ ఎవరికీ చెప్పరు కదా?''

''నేను ఇప్పటికే మీకు హామీ ఇచ్చాను.''

''వెరీ గుడ్.'' అతను హఠాత్తుగా లేచి, మెరుపులా వెళ్ళి గది తలుపు తీసి చూశాడు. బయట అంతా ఖాళీగా ఉంది.

''సరే అయితే,'' అన్నాడు అతను వెనక్కి వస్తూ. ''కొన్ని సార్లు క్లర్కులు వారి యజమానుల విషయాల పట్ల అత్యంత ఆసక్తితో ఉంటారని నాకు తెలుసు. ఇప్పుడు మనం క్షేమంగా మాట్లాడుకోవచ్చు.'' అతను తన కుర్చీని నాకు దగ్గరగా జరుపుకొని కూర్చొని, మళ్ళీ అదే ప్రశ్నార్థకపు, ఆలోచనతో కూడిన చూపుతో చూస్తూ కూర్చున్నాడు.

'' శరీరంలో ఏ మాత్రం మాంసంలేని ఆ వ్యక్తి పట్ల, అతని పూర్వాపరాల పట్ల నాలో ఒక రకమైన తిరస్కార భావం, భయంలాంటిది తలెత్తడం ప్రారంభమైంది. క్లైంటును కోల్పోతానేమోనన్న భయాన్ని కూడా నా అసహనం అధిగమించింది.''

''దయచేసి, మీరు విషయమేమిటో చెప్పండి సర్,'' అన్నాను నేను. ''నా సమయం విలువైంది.'' ఆ వాక్యానికి దేవుడా నన్ను క్షమించు అనుకున్నాను కానీ అది నా పెదిమలను దాటి బయటకు వచ్చేసింది.

''ఒక రాత్రి పనికి యాభై గినీలు ఇస్తాం ఏమంటారు?'' అడిగాడు అతను.

''దివ్యం.''

''నేను ఒక రాత్రి పని అంటున్నాను కానీ అది ఒక గంటలో కూడా కావచ్చు. పని చేయడం మానేసిన ఒక హైడ్రాలిక్ మెషీన్‌కు సంబంధించి మీ అభిప్రాయం కావాలి. అందులో సమస్య ఏమిటో మీరు మాకు చూపిస్తే మేం వెంటనే దానిని సరి చేయించుకుంటాం. అలాంటి పని గురించి మీరే అంటారు?''

''పని చాలా తేలికగా, చెల్లింపు చాలా భారీగా ఉన్నట్టు అనిపిస్తోంది.''

''సరిగ్గా అదే. ఆఖరు రైలు పట్టుకొని మీరు రావాలని మేం అనుకుంటున్నాం.''

''ఎక్కడికి?''

'' బర్క్‌షైర్‌లోని ఏఫోర్డ్‌కు. అది ఆక్స్‌ఫోర్డ్ షైర్ సరిహద్దుల్లో ఉన్న చిన్న ప్రదేశం, రీడింగ్‌కు ఏడు మైళ్ళ దూరంలో ఉంటుంది. పాడింగ్టన్ నుంచి రైలు ఉంది. దాదాపు పదకొండుంబావుకి మిమ్మల్ని అక్కడ దింపుతుంది.''

''వెరీ గుడ్.''

''నేను మిమ్మల్ని కలుసుకోవడానికి బండిలో వస్తాను.''

''అంటే అక్కడి నుంచి ప్రయాణించాలా?''

''అవును. మా చిన్న ప్రాంతం. దేశం ఆవల ఉంది. ఏఫోర్డ్ స్టేషన్ నుంచి ఏడు మైళ్ళు ఉంటుంది.''

''అయితే మనం అక్కడకు అర్థరాత్రి ముందు చేరుకోలేం. తిరుగు రైలు ఉంటుందని అనుకోవడం లేదు. నేను రాత్రంతా అక్కడే ఉండక తప్పని పరిస్థితి ఉంటుందన్న మాట.''

''అవును, మేం మిమ్మల్ని తేలికగా దింపగలం.''

''అది చాలా ఇబ్బందికరం. మరింత సౌకర్యవంతమైన సమయంలో రాకూడదా?''

''మీరు ఆలస్యంగా రావడమే మంచిదని మేం భావించాం. లేదంటే అంత ఫీజు మీలాంటి యువకుడికి, తెలియని వ్యక్తికి ఇవ్వడం కన్నా వృత్తిలో తలపండిన వారికి ఇస్తే మరింత మెరుగ్గా జరుగుతుంది. అయినా, మీరు కాదు అనుకుంటే, ఇందులోంచి ఉపసంహరించుకోవడానికి చాలా సమయం ఉంది.''

''నేను యాభై గినీల గురించి, అవి నాకు ఎంతగా ఉపయోగపడతాయన్న దాని గురించి ఆలోచించాను. లేదు, లేదు, అన్నాను. మీరు కోరినట్టు చేయడానికి నేను సంతోషంగా సర్దుబాటు చేసుకుంటాను. కానీ, నేను ఏం చేయాలని మీరు

కోరుకుంటున్నారో, మరింత స్పష్టంగా అర్థం చేసుకోవాలనుకుంటున్నాను.''

''సరే. విషయాన్ని రహస్యంగా ఉంచాలని మేం తీసుకున్న హామీ వల్ల మీలో ఆసక్తి పెరగడం సహజమే. అంతా మీకు చెప్పకుండా మీ నుంచి హామీ తీసుకోవడం కూడా నాకు ఇష్టం లేదు. మన మాటలు ఎవరూ వినడం లేదని కచ్చితంగా చెప్పగలరు కదా? మనం సురక్షితంగా మాట్లాడుకోవచ్చా?''

''సంపూర్ణంగా.''

''అయితే విషయం వినండి. బంకమట్టి చాలా విలువైందని, అది ఇంగ్లాండ్‌లో ఒకటి రెండు చోట్ల మాత్రమే లభిస్తుందని మీరు తెలుసనుకుంటాను?''

''నేను విన్నాను.''

''కొద్ది కాలం కిందట, నేను రీడింగ్‌కు పది మైళ్ళ పరిధిలో ఒక చిన్న స్థలం- చాలా చిన్న స్థలం- కొన్నాను. నా భూములలో ఒక చోట ఈ మట్టి లభిస్తున్నట్టు అదృష్టవశాత్తు కనుగొన్నాను. పరీక్షించిన తర్వాత, అక్కడ ఉన్న నిల్వలు కొద్దిపాటేనని, అది కుడి, ఎడమ వైపున ఉన్న నా పొరుగువారి భూములలో ఉన్న నిక్షేపాల మధ్య వారధిలాంటిదని తెలుసుకున్నాను. ఈ అమాయక వ్యక్తులకు తమ భూములలో బంగారు గని వంటి విలువైన నిక్షేపాలు ఉన్నాయని తెలియదు. దాని అసలు విలువ వారు తెలుసుకునేలోపే ఆ భూములను కొనాలన్నది సహజంగానే నా కోరిక. కానీ ఆ పని చేసేందుకు దురదృష్టవశాత్తు నా వద్ద అవసరమైన పెట్టుబడి లేదు. నేను కొందరు స్నేహితులకు రహస్యంగా ఈ విషయం చెప్పాను. వారు ఏం సూచించారంటే, మేం రహస్యంగా మా దగ్గర ఉన్న నిక్షేపాలను తవ్వి తీసుకొని, అమ్మితే డబ్బు సంపాదించవచ్చని, దానితో పొరుగువారి పొలాలను కొనవచ్చని. మేం కొంతకాలంగా ఈ పని చేస్తున్నాం. మా పనిలో మాకు సాయపడేందుకు మేం ఒక హైడ్రాలిక్ యంత్రాన్ని ఏర్పాటు చేసుకున్నాం. ఇంతకు ముందు నేను చెప్పినట్టుగానే, ఈ యంత్రం పాడైంది. ఈ విషయంలో మేం సలహా కోరుతున్నాం. మేం మా రహస్యాన్ని ఎంతో అప్రమత్తంగా కాపాడుకుంటున్నాం, మా ఇంటికి హైడ్రాలిక్ ఇంజినీర్లు వస్తున్నారనే విషయం బయటకు పొక్కితే, ఆసక్తి, ప్రశ్నలు పుడతాయి, ఇక విషయం బయటకు వస్తే ఆ భూములు కొనడం, మా ప్రణాళికలను అమలు చేయడానికి తిలోదకాలు ఇవ్వాలి. అందుకే ఈ రాత్రికి మీరు ఏఫోర్డ్ వెడుతున్నట్టుగా నరమానవుడికి కూడా తెలియనివ్వవద్దని హామీ తీసుకున్నాను. ఇప్పుడు అంతా స్పష్టంగా చెప్పినట్టున్నాను?

''నాకు మీరు చెప్పింది అర్థమైంది,'' అన్నాను. ''కానీ నాకు అర్థం కానిదల్లా, ఆ బంకమట్టిని వెలికి తీసేందుకు హైడ్రాలిక్ మెషీన్‌ను ఎలా ఉపయోగిస్తున్నారు, అది

ఏరకంగా ఉపయోగపడుతోందన్నదే, ఎందుకంటే మట్టిని గొయ్యి తీసి అందులోంచి వెలికి తీస్తారని నాకు తెలుసు.''

''ఆ!'' అన్నాడు అతను నిర్లక్ష్యంగా. ''మాకు మా స్వంత ప్రక్రియ ఉంది. మేం ఆ మట్టిని ఇటుకలలా మలచి,వత్తి, అవేమిటో తెలియకుండా బయటకు తీస్తాం. కానీ అది చిన్న వివరం మాత్రమే. ఇప్పుడు నేను మిమ్మల్ని పూర్తి విశ్వాసంలోకి తీసుకున్నాను మిస్టర్ హెదర్లే, మిమ్మల్ని ఎంతగా నమ్ముతున్నానో కూడా చూపాను.'' ఆ మాటలు అంటూనే అతను లేచాడు. ''మిమ్మల్ని పదకొండుంబావుకల్లా ఏఫోర్డ్‌లో చూడాలనుకుంటున్నాను.''

''నేను తప్పనిసరిగా అక్కడ ఉంటాను.''

''ఒక్క మాట కూడా నరమానవుడికి తెలియకూడదు.'' అతను నాకేసి చివరిసారిగా ప్రశ్నార్ధకపు చూపు చూసి, నాకు చల్లటి చేతితో బలంగా కరచాలనం చేసి, హడావిడిగా గదిలో నుంచి వెళ్ళిపోయాడు.

''నేను, చల్లబడి ఆలోచించడం మొదలుపెట్టిన తరువాత, నాకు అప్పచెప్పిన ఈ హఠాత్ పని గురించి చాలా ఆశ్చర్యపోయి ఉంటానని మీరిద్దరూ అనుకోవచ్చు. ఒకవైపు, నేను సాధారణంగా సేవలు అందించేందుకు కోరే ఫీజుకన్నా ఈ మొత్తం పది రెట్లు ఎక్కువగా ఉన్నందుకు, ఇది మరిన్ని సేవలు అందించేందుకు దారితీసే అవకాశమున్నందుకు నాకు సంతోషంగా అనిపించింది. కానీ మరోవైపు, నా వద్దకు వచ్చిన వ్యక్తి ముఖం, తీరు చాలా అసంతృప్తికరమైన ప్రభావాన్ని నాపై చూపాయి. నేను అక్కడికి అర్ధరాత్రి వెళ్ళడానికి అతను ఇచ్చిన ఆ మట్టి తాలూకు వివరణ సరిపోదని, ఆ విషయాన్ని ఎవరికీ చెప్పవద్దంటూ అతను తీవ్రంగా ఆందోళన చెందటం గురించి నేను ఆలోచించలేకపోయాను. ఏమైనా, నేను నా భయాలన్నీ గాలికి వదిలిపెట్టి, మంచి భోజనం చేసి, పాడింగ్టన్‌కు వెళ్ళి, అక్కడ నుంచి బయలుదేరాను. అతని మాటకు కట్టుబడి నా నోరు కట్టేసుకున్నాను.

రీడింగ్ వద్ద నేను బండి మారడమే కాదు స్టేషన్ కూడా మారాల్సి వచ్చింది. ఏమైనా, నేను ఏఫోర్డ్ వెళ్ళే చివరి ట్రైన్‌ను అందుకునేందుకు సమయానికి అక్కడ ఉన్నాను. నేను గుడ్డి వెలుతురులో ఉన్న స్టేషన్‌కు పదకొండు దాటిన తర్వాత చేరుకున్నాను. అక్కడ దిగిన ఒకే ఒక్క ప్యాసింజర్‌ను నేనే. లాంతరుతో నిద్రమత్తుతో తూగుతున్న పోర్టర్ మినహా ప్లాట్‌ఫాం మీద పిట్టపురుగు లేదు. నేను టిక్కెట్ గేటు దాటి బయటకు వచ్చేసరికి, ఉదయం నా వద్దకు వచ్చిన వ్యక్తి, రోడ్డుకు ఆవలివైపు నీడలో నిలబడి కనిపించాడు. ఒక్కమాట కూడా మాట్లాడకుండా అతను నా చెయ్యి

పట్టుకొని బండిలోకి లాగి, తీని ఉన్న బండి తలుపు వేసేశాడు. రెండువైపులా ఉన్న కిటికీలు కూడా మూసేశాడు, చెక్కమీద కొట్టడంతో బండి బయలుదేరింది. గుర్రం ఎంత వేగంగా పరుగులు తీయగలదో అంత వేగంగా మేం వెళ్ళాం.''

''ఒక్కటే గుర్రమా?'' అడిగాడు హోమ్స్ అతడిని అడ్డుకొని.

''అవును, ఒక్కటే.''

''నువ్వు దాని రంగుని గమనించావా?''

''అవును, నేను బండి ఎక్కుతున్నప్పుడు పక్కనే ఉన్న దీపాల వెలుగులో గమనించాను. అది మట్టి రంగులో ఉంది.''

''అలసిపోయి ఉందా, తాజాగా హుషారుగా ఉందా?''

''ఓహ! తాజాగా, హుషారుగా మెరిసిపోతోంది.''

''థాంక్యూ. మిమ్మల్ని అడ్డుకున్నందుకు క్షమించండి. దయచేసి ఆసక్తికరమైన మీ కథనాన్ని కొనసాగించండి.''

''మేం బయలుదేరి కనీసం ఒక గంటపాటు ప్రయాణించాం. అది ఏడుమైళ్ళ ప్రయాణమే అని కల్నల్ లైశాండర్ స్టార్క్ చెప్పినప్పటికీ, మేం వెళ్లిన తీరు, తీసుకున్న సమయం చూస్తే అది కనీసం పన్నెండు మైళ్ళ దూరం ఉంటుంది. ప్రయాణంలో అతను నా పక్కన మౌనంగా కూచున్నాడు. నేను మధ్యలో తల తిప్పి అతడివైపు చూసినప్పుడల్లా అతడు నాకేసే తీవ్రంగా చూడటం కనిపించింది. ఆ ప్రాంతంలో రోడ్లు అంత గొప్పగా లేవు, ఎందుకంటే విపరీతమైన కుదుపులను అనుభవించాం. ఎక్కడ ఉన్నామో తెలుసుకునేందుకు నేను కిటికీలోంచి బయటకు చూసేప్రయత్నం చేశాను కానీ అవి ఫ్రాస్టెడ్ గ్లాసుతో చేసినవి కావడంతో ఏమీ కనిపించలేదు. అప్పుడప్పుడు ఒక వెలుగు రేఖ మినహా... అది కూడా గజిబిజిగా. ప్రయాణంలో విసుగుదలను నివారించేందుకు అప్పుడప్పుడు నేను మాటకలిపే ప్రయత్నం చేసినప్పటికీ, కల్నల్ అవును, కాదు అంటూ ముక్తసరిగా సమాధానాలు ఇవ్వడంతో సంభాషణ సాగలేదు. మొత్తానికి ఆ గతుకుల ప్రయాణం నుంచి కంకర రోడ్డు మీద సాఫీగా ప్రయాణం చేయడం మొదలు పెట్టాం. ఇంతలోనే హఠాత్తుగా బండి ఆగింది. కల్నల్ లైశాండర్ స్టార్క్ బయటకు దూకాడు, నేను కూడా అతడిని అనుసరించాను. మా ముందున్న పోర్టికోలోకి నన్ను ఆయన లాక్కెళ్ళాడు. మేం ఆడుగు ముందుకు వేసేరికి హాల్లో ఉన్నాం. అదేదో బండిలో నుంచి నేరుగా హాల్లోకి దిగినట్టుగా. దానితో ఆ ఇంటి బయిట పరిసరాలను నేను కనీసం ఒక్క రెప్పపాటు కాలం కూడా గమనించలేకపోయాను. ఇంటి గుమ్మం దిగి లోపలికి ప్రవేశించిన మరుక్షణమే ధన్‌మని

వెనకాలే తలుపు మూసుకుంది. బండి వెనక్కి తిరిగి వెళ్ళిపోతున్నట్టుగా దాని బండి చక్రాల ధ్వని లీలగా వినిపించింది.

''ఇంటి లోపల చిమ్మ చీకటి, అగ్గిపెట్టె కోసం కల్నల్ గొణుక్కుంటూ తడుముకోవడం మొదలుపెట్టాడు. ఇంతలోనే అవతల వైపునున్న తలుపు హఠాత్తుగా తెరుచుకొంది. ఒక వెలుగు రేఖ మా దిశగా పడింది. అది నెమ్మదిగా విస్తరించింది. చేతిలో దీపంతో ఒక మహిళ ప్రత్యక్షమైంది. ఆమె ఆ దీపాన్ని తన నెత్తి మీద పెట్టుకున్నట్టుగా ఎత్తి పట్టుకొని, ముఖం ముందుకు పెట్టి మమ్మల్ని పరిశీలించింది. ఆ మాత్రం వెలుతురులోనే ఆమె అందమైందని, ఆమె వేసుకున్న ముదురు రంగు దుస్తులు ఖరీదైనవని గమనించాను. ఆమె పరాయి భాషలో ఏవో నాలుగు ముక్కలు మాట్లాడింది. ఆమె మాట్లాడిన తీరు చూస్తే ఆమె ప్రశ్నించినట్టుగా అనిపించింది, నా సహచరుడు ముక్తసరిగా ఏదో సమాధానం చెప్పడంతో ఆమె ఒక్కసారి ఉలిక్కిపడినట్టుగా అయింది. దానితో ఆమె చేతిలో దీపం దాదాపు పడబోయింది. కల్నల్ స్టార్క్ ఆమె వద్దకు వెళ్ళి, ఆమె చెవిలో ఏదో గుసగుసలాడాడు. తర్వాత ఆమె వచ్చిన గదిలోకే ఆమెను తోసి, చేతిలో దీపంతో తిరిగి నా వద్దకు వచ్చాడు.

''దయచేసి ఈ గదిలో కొద్ది నిమిషాలు వేచి ఉండండి,'' అన్నాడు అతను మరొక తలుపు తెరుస్తూ. అది పెద్దగా ఫర్నిచర్ ఉన్న గదికాదు. మధ్యలో ఒక గుండ్రటి బల్ల ఉంది. దాని మీద అనేక జర్మన్ పుస్తకాలు పడేసి ఉన్నాయి. తలుపు పక్కనే ఉన్న హార్మోనీ మీద కల్నల్ స్టార్క్ దీపాన్ని పెట్టాడు. ''మిమ్మల్ని ఎక్కువ సేపు వేచి ఉంచను,'' అంటూనే అతను చీకటిలోకి మాయమయ్యాడు.

''నేను టేబుల్ మీద ఉన్న పుస్తకాలను గమనించాను. నాకు జర్మన్ భాష అంతగా రాకపోయినా, వాటిలో రెండు పుస్తకాలు సైన్సుకు సంబంధించినవని, మిగిలినవి కవితల పుస్తకాలని అర్థమైంది. తర్వాత ఆ గ్రామ పరిసరాలను గమనిద్దామని, కిటికీ వద్దకు వెళ్ళాను, కానీ దానికి చెక్కతో చేసిన షట్టర్ వేసి ఉంది. తెరవడానికి వీలు లేకుండా భారీ చెక్కలతో అడ్డగడియలు ఉన్నాయి. అది ప్రశాంతంగా, నిశ్శబ్దంగా ఉన్న ఇల్లు. ఎక్కడో సందులో ఒక పెద్ద పాత గడియారం టిక్ టిక్ మంటూ కొట్టుకుంటోంది. అది మినహా మిగిలినదంతా నిశ్శబ్దం. నన్ను ఏదో తెలియని భయం లాంటి భావన చుట్టుకోవడం మొదలు పెట్టింది. ఈ జర్మన్లు ఎవరు? ఇలాంటి చిత్రమైన, సుదూర ప్రాంతంలో ఏం చేస్తున్నారు? అసలు ఈ ప్రదేశం ఎక్కడ ఉంది? నేను ఏఫోర్డ్ నుంచి దాదాపు పది మైళ్ళకు పైగా దూరంలో ఉన్నాను. అది మాత్రమే నాకు తెలుసు. అయితే, అది తూర్పు దిశలోనా, పడమరా, ఉత్తరమా, దక్షిణమా అన్నది తెలియదు. ఆ మాటకు వేస్తే రీడింగ్, మరికొన్ని పెద్ద పట్టణాలు ఆ పరిధిలో ఉండవచ్చు. కనుక ఈ ప్రాంతం

అంత విడిపోయినట్టుగా ఉన్నది కాదు. అక్కడున్న ప్రశాంతత, నిశ్శబ్దాన్ని చూస్తే మేమేదో పల్లెటూళ్ళో ఉన్నామన్నది కచ్చితం. నేను నా ఉత్సాహాన్ని నిలుపుకునేందుకు, నేను ఆర్జించబోయే యాభై గినీల గురించి గుర్తు చేసుకుంటూ, ఏదో రాగాన్ని లోలోన ఆలపిస్తూ గదిలో అటూ ఇటూ పచార్లు చేయడం మొదలు పెట్టాను.

''ఇంతలో హఠాత్తుగా ఆ నిశ్శబ్దాన్ని ఛేదిస్తూ, నేనున్న గది తలుపు నెమ్మదిగా తెరుచుకుంది. ఆ మహిళ గుమ్మంలో నిలబడి ఉంది. ఆమె వెనుక హాల్‌లో చీకటి పరుచుకొని ఉంది. నా గదిలో ఉన్న లాంతరు నుంచి ప్రసరిస్తున్న బంగారు రంగు వెలుగు ఆమె అందమైన, ఆతృతతో కూడిన ముఖంపై పడుతోంది. ఆమె తీవ్రమైన భయంతో ఉన్నట్టుగా నేను గమనించాను. ఆ దృశ్యంతో నా గుండె ఒక్కసారిగా భయంతో వణికింది. నన్ను నిశ్శబ్దంగా ఉండమని చెప్పేందుకు అన్నట్టుగా వణుకుతున్న వేలును నోటి దగ్గర పెట్టుకొని సైగ చేసింది. తర్వాత వచ్చీరాని ఇంగ్లీషులో ఏవో మాటలు గుసగుసలాడింది. ఆమె గుసగుసలాడుతున్నంత సేపూ భయంభయంగా తన వెనుక ఉన్న చీకట్లోకి భయపడిన జంతువులా చూస్తూనే ఉంది.

''నేను వెడతాను,'' అంది ఆమె అతి ప్రయత్నం మీద. సాధ్యమైనంత ప్రశాంతంగా మాట్లాడేందుకు అన్నట్టుగా. ''నేను వెడతాను. నేను ఇక్కడ ఉండకూడదు. ఇక్కడ మీరు చేసేది కూడా ఏమీ లేదు.''

''కానీ మేడమ్,'' అన్నాను నేను. ''నేను ఏ పని కోసం అయితే వచ్చానో అది చేయలేదు. ఆ మెషీన్‌ను చూసేవరకూ నేను వెళ్ళడం సాధ్యం కాదు.''

''ఇలా వేచి చూడడం వృథా,'' అంది ఆమె. ''నువ్వు ఆ తలుపు ద్వారా వెళ్ళవచ్చు, ఎవ్వరూ అడ్డుకోరు.'' నేను నవ్వుతూ తల ఊపడాన్ని చూని, ఆమె తన మోహమాటాన్ని పక్కకు పెట్టి, రెండు చేతులూ నలుపుకుంటూ ఒక అడుగు ముందుకు వేసింది. ''ఓరి భగవంతుడా!'' అంటూ గుసగుసలాడి, ''మరీ ఆలస్యం కాకముందే ఇక్కడ నుంచి వెళ్ళిపోండి!'' అన్నది.

''కానీ నాకు స్వభావ రీత్యా తలపొగరు ఎక్కువ. దారిలో అడ్డంకి ఉందంటే, దాని అంతు చూడడం అలవాటు. నేను నా యాభై గినీల ఫీజు గురించి, అలసటతో కూడిన ప్రయాణం గురించి, ఆ విచిత్రమైన రాత్రి గురించి ఆలోచించాను. ఇదంతా వృథాయేనా? నా పని చేయకుండా, నాకు రావలసిన డబ్బు రాబట్టుకోకుండా ఎందుకు వెళ్ళిపోవాలి? ఆ మహిళ ఒంటరితనంతో బాధపడుతున్నది అయి ఉండచ్చు. ఆమెను చూశాక నాలో భయం ఏర్పడిందని ఒప్పుకోకతప్పదు కానీ, అయినా నేను అక్కడే ఉంటానన్నట్టుగా తల అడ్డంగా ఊపాను. ఆమె మళ్ళీ ఏదో చెప్పడం ప్రారంభిస్తుండగా,

పైన ఏదో తలుపు తెరుచుకున్న శబ్దం, అనేకమంది దిగుతున్నట్టుగా మెట్ల మీద అడుగుల శబ్దం వినిపించాయి. ఆమె ఒక్క క్షణం ఆ శబ్దాన్ని విని, తన చేతులను గాల్లోకి ఎత్తి, ఎంత నిశ్శబ్దంగా వచ్చిందో అంత నిశ్శబ్దంగా తను వచ్చిన మార్గంలో అదృశ్యమైంది.

''కొత్తగా వచ్చిన వారిలో కల్నల్ లైసాండర్ స్టార్క్‌తో పాటుగా, పొట్టిగా, లావుగా ఉన్న వ్యక్తి కూడా ఉన్నాడు. చిన్న గడ్డంతో ఉన్న అతని పేరు మిస్టర్ ఫెర్గుసన్ అని స్టార్క్ పరిచయం చేశారు.

''ఇతను నా సెక్రటరీ, మేనేజర్ కూడా,'' అన్నాడు కల్నల్. ''నేను ఈ గది తలుపు మూని వెళ్ళాననే అభిప్రాయంలో ఉన్నాను. మీరు ఉక్కిరిబిక్కిరి అయినట్టున్నారు.'' అన్నాడు.

'' అందుకు భిన్నంగా, నేను గది తలుపు తెరిచాను ఎందుకంటే, గది మరీ ఇరుకుగా అనిపించింది,'' అన్నాను.

అతను నాకేసి ఆశ్చర్యంగా చూశాడు. ''బహుశ ఇక మనం మన పనిని మొదలుపెట్టాలి అయితే అన్నాడు. ''నేను ఫెర్గుసన్ మెషీన్‌ను చూపేందుకు పైకి తీసుకువెడతాం.''

''అయితే నేను టోపీ పెట్టుకొని వస్తాను.''

''ఓ ! లేదు, లేదు అది ఇంట్లోనే ఉంది.''

''ఏంటీ, ఇంట్లోనే మట్టిని తవ్వుతున్నారా?''

''లేదు, లేదు. ఇది దాన్ని కంప్రెస్‌చేయడానికి. కానీ అదే పట్టించుకోవద్దు! మాకు కావలసిందల్లా, మీరు ఆ మెషీన్‌ను పరీక్షించి, సమస్య ఏమిటో చెప్పడమే మాకు కావలసిందల్లా.''

''మేమంతా కలిసి పైకి వెళ్ళాం. చేతిలో దీపంతో కల్నల్ మొదట, తర్వాత లావుపాటి మేనేజర్, ఆ వెనుక నేను. అది పెద్ద ఇల్లు.. అనేక సందులు, కారిడార్లు, సన్నటి గుండ్రటి మెట్లు, చిన్న తలుపులు, వాటి గుమ్మాలు వాటిని దాటిన తరాల కారణంగా బోలుగా ఉన్నాయి. ఎక్కడా తివాచీలు కానీ, ఫర్నిచర్ ఉన్న దాఖలాలు కానీ లేవు. గోడ నుంచి ప్లాస్టర్ ఊడివస్తుండగా, చెమ్మ పచ్చగా మారి దానిని ఎంతగా నిర్లక్ష్యం చేస్తున్నారో పట్టి చూపిస్తోంది. నేను ఏమీ పట్టించుకోనట్టుగా నటించే ప్రయత్నం చేశాను, కానీ ఆ మహిళ హెచ్చరికలను అప్పుడు పెడచెవిన పెట్టినా, అసలుకే మరువలేదు. నా ఇద్దరు సహచరులను నిశితంగా గమనిస్తూనే ఉన్నాను. ఫెర్గూసన్ బద్ధకపు, మౌనమునిలా కనిపించాడు. కానీ నేను చూసినంతలో అతడు తోటి పౌరుడని అర్థమైంది.

''కల్నల్ లైశాండర్ కిందకు ఉన్న ఒక తలుపు దగ్గర ఆగి, దాని తాళం తీశాడు. అది చిన్న చదరపు గది, అందులోకి ముగ్గురం ఏకకాలంలో వెళ్ళడం కష్టం. ఫెర్గూసన్ బయటే ఉన్నాడు. కల్నల్ నన్ను లోపలికి తీసుకువెళ్ళాడు.''

''ఇప్పుడు మనం హైడ్రాలిక్ ప్రెస్‌లో ఉన్నాం. ఇప్పుడు దీన్ని ఎవరైనా ఆన్ చేస్తే అది చాలా ఇబ్బందికరం. ఈ చిన్నగది సీలింగ్ కిందకు ఉన్న పిస్టన్ తాలూకు చివర, అది ఎన్నో టన్నుల బరువు పడిన జోరుతో కిందకు వస్తుంది. బయట ఉన్న అనేక పాయల నీరు ఈ తీవ్రతను అందుకుంటాయి, తర్వాత దానిని హెచ్చించి, మీకు తెలిసిన పద్ధతిలో ట్రాన్స్‌మిట్ చేస్తాయి. మెషీన్ వెంటనే ప్రారంభం అవుతుంది కానీ, ఎక్కడో ఏదో అడ్డంకి కారణంగా అది దాని ఫోర్సును కోల్పోయింది. మీరు దానిని పరిశీలించి, దాన్ని ఎలా సరి చేయాలో మాకు చూపుతారా?''

''నేను అతని దగ్గర నుంచి దీపాన్ని తీసుకుని, మెషీన్ చాలా వివరంగా పరీక్షించాను. అది నిజానికి చాలా భారీ యంత్రం. అది చాలా ఒత్తిడిని కలుగచేయగలదు. నేను బయటకు వెళ్ళి, దానిని నియంత్రించే దాని మీటను కిందకు నొక్కగానే, ఎక్కడో లీకేజీ ఉన్నట్టు అది చేసిన చప్పుడు కారణంగా అర్థమైంది. పక్కనున్న సిలెండర్లలో నుంచి నీరు కారుతోంది. దానిని మరింత పరిశీలించగా, ఒక డ్రైవింగ్ రాడ్ చుట్టూ ఉన్న ఇండియన్ రబ్బర్ బ్యాండ్ బాగా కుంచించుకుపోయి ఉంది. దానితో అది పని చేయడం లేదు. ఇదే పవర్ పోవడానికి కారణం అయింది. నేను దాన్ని నా సహచరులకు చూపాను. వారు నా మాటలను శ్రద్ధగా విన్నారు, దాన్ని ఎలా సరి చేయాలి అంటూ చాలా ప్రాక్టికల్ ప్రశ్నలు వేశారు. నేను వారికి అంతా అర్థమయ్యేట్టు చెప్పిన తర్వాత మెషీన్ ఉన్న ప్రధాన ఛాంబర్‌కు తిరిగి వచ్చి, నా సంతృప్తి కోసం దాన్ని తిరిగి పరీక్షించాను. మట్టి తవ్వకం అన్నది కథనం మాత్రమే అన్న విషయం స్పష్టంగా తెలుస్తోంది. ఎందుకంటే, అంత శక్తివంతమైన యంత్రాన్ని అలాంటి పనికిమాలిన పని కోసం ఎవరూ ఉపయోగించరు. గోడలు చెక్కవే అయినా, నేల మీద పెద్ద ఇనప టబ్బు ఉంది. నేను దాన్ని పరీక్షించడానికి వచ్చినప్పుడు దానిపై అంతా లోహపు నిక్షేపాలు ఉన్నాయి. నేను వంగి, అది ఏమిటని పరీక్షించేందుకు దాన్ని గీకుతుండగా, జర్మన్ భాషలో లోలోన ఏదో ఆశ్చర్యపోతున్నట్టుగా మాటలు వినిపించాయి. జీవకళ లేని కల్నల్ ముఖం నాకేసి చూడడం కనిపించింది.

''అక్కడ ఏం చేస్తున్నావు?'' అతడు ప్రశ్నించాడు.

అతను నాకు విస్తృతమైన అబద్ధపు కథనం చెప్పి మోసం చేయడం నాకు కోపాన్ని తెప్పించింది. అందుకే, ''నీ మట్టిని పరీక్షిస్తున్నాను,'' అన్నాను. ''ఈ మెషీన్‌ను ఏ

ప్రయోజనం కోసం ఉపయోగిస్తున్నారో నిర్దిష్టంగా చెప్తే అప్పుడు నేను మీకు సరైన సలహా ఇవ్వగలుగుతాను,'' అన్నాను.

నేను ఆ మాటలు అన్న మరుక్షణమే, అంత కఠినంగా మాట్లాడినందుకు పశ్చాత్తాప పడ్డాను. అతని ముఖం కఠినమైంది, అతని కళ్ళలో తీవ్రత హెచ్చింది.

''మంచిది,'' అన్నాడు అతను. ''మెషీన్ గురించి అంతా తెలుసుకుందువుగాని.'' ఆ మాటలు అంటూనే ఒక అడుగు వెనక్కి వేసి, చిన్న తలుపు వేసి, తాళం వేశాడు. నేను దానికేసి పరుగులు తీసి హ్యాండిల్ పట్టుకొని లాగాను కానీ అది రాలేదు, దానిపై ఎంత బలప్రయోగం చేసినా ఉపయోగం లేకపోయింది. ''హలో!'' అని అరిచాను. ''హలో! కల్నల్! నన్ను బయిటకు రానివ్వు!''

ఇంతలో ఆ నిశ్శబ్దంలో వినిపించిన చప్పుడుతో నా గుండె గొంతులోకి వచ్చినట్లైంది. అది లివర్ల శబ్దం, లీకవుతున్న సిలెండర్ చప్పుడు. అతను ఇంజన్‌ను ఆన్ చేశాడు. దీపం నేను ఆ ఇనుప టబ్బును పరీక్షిస్తున్నప్పుడు పెట్టిన చోటే ఉంది. ఆ వెలుతురులో నల్లగా ఉన్న సీలింగ్ నాపైకి నెమ్మది, నెమ్మదిగా దిగుతుండడాన్ని గమనించాను. అది కొద్ది నిమిషాల్లో అత్యంత ఫోర్సుతో నన్ను మాంసపు ముద్దగా మార్చగలదనే విషయం నాకు తెలిసినంత బాగా ఇంకెవరికీ తెలియదు. నేను పెద్దగా కేకలు వేస్తూ, నా గోళ్ళతో తాళాన్ని లాగుతూ తలుపుకు ఆనుకున్నాను. నన్ను బయిటకు రానివ్వమని కల్నల్‌ను వేడుకున్నాను. కానీ లివర్ల శబ్దంలో నా కేకలు కలగలిసిపోయాయి. సీలింగ్ నా నెత్తికి ఒకటి రెండు అడుగుల ఎత్తులో ఉంది. నేను చెయ్యి ఎత్తి దాని సీలింగ్‌ను అందుకోగలిగాను. దాని గరుకు ఉపరితలం స్పర్శ నాకు తెలుస్తోంది. ఇంతలోనే నేను ఉన్న పొజిషన్‌ను బట్టి నా మరణం నాకు సంభవిస్తుందనే విషయం అర్థమైంది. ఒకవేళ బోర్లా పడుకుంటే, ఆ బరువు నా వెన్ను మీద పడుతుంది. అది విరగడాన్ని తలుచుకోగానే ఒళ్ళు జలదరించింది. వెల్లికిలా పడుకోవడం ఉత్తమం, కానీ అలా పడుకొని ఆ నల్లట నీడ నాపై దిగడాన్ని చూసేధైర్యం నాలో ఉందా? అప్పటికే నేను నిటారుగా నిలబడలేకపోతున్నాను. ఇంతలోనే నాకు కనిపించిన దృశ్యం నాలో కాస్త ఆశను చిగురింప చేసింది.

సీలింగ్, నేల ఇనుపవి అయినప్పటికీ, గోడలు చెక్కవి. నేను హడావిడిగా చుట్టూ గమనించినప్పుడు, రెండు బోర్డుల మధ్య నుంచి పసుపచ్చటి వెలుగురేఖ ఒకటి కనిపించింది. అందులో ఉన్న ఒక చిన్న చెక్కను జరిపిన కొద్దీ అది విస్తరిస్తోంది. నన్ను మరణం నుంచి తప్పించే తలుపు అది అనే విషయాన్ని నమ్మలేకపోయాను. సగం స్పృహ కోల్పోతూనే వెంటనే నేను అందులోంచి అవతలికి దూకాను. ఆ ప్యానెల్

నా వెనకాలే మూసుకుపోయింది. కానీ వెంటనే లాంతరు పచ్చడి అవుతున్న శబ్దం, రెండు లోహాలు రాచుకుంటున్న చప్పుడు నేనెంత వెంట్రుకవానిలో చావును తప్పించుకున్నానో తెలియచెప్పింది.

''ఎవరో నా ముంజేతిని పట్టుకొని లాగుతున్న భావన కలగడంతో స్పృహలోకి వచ్చాను. నేను ఒక సన్నటి కారిడార్‌లో పడి ఉన్నాను. ఒక మహిళ నా మీదకు వంగి, ఎడమ చేతితో నా చేతిని, కుడి చేతిలో కాండిల్‌ను పట్టుకొని ఉంది. ఎవరి హెచ్చరికనైతే నేను పెడచెవిన పెట్టానో, ఆ స్నేహితురాలు ఆమె.

''రండి! రండి!'' అంటూ ఆమె ఊపిరితిప్పుకోకుండా అరిచింది. ''వాళ్ళు ఏ క్షణంలో అయినా రావచ్చు. మీరు అక్కడ లేరనే విషయాన్ని వారు గమనిస్తారు. అమూల్యమైన సమయాన్ని వృథా చేయవద్దు, రండి!''

''ఈసారి ఆమె సలహాను నేను తీసిపారేయలేదు. నేను నెమ్మదిగా లేచి నిలబడి, ఆమెతో కలిసి ఆ కారిడార్‌లో పరుగులు తీసి, మెలికలుగా ఉన్న మెట్లు దిగాను. ఒకదాని తర్వాత ఒకటిగా అవి వస్తూనే ఉన్నాయి. మేం వెడల్పుగా ఉన్న ఒక సందులాంటి దోవలోకి ప్రవేశించేసరికి, మా వెనకాలే కేకలు వేస్తూ, పరుగులు తీస్తున్న చప్పుడు వినిపించింది. ఒక అంతస్తు తర్వాత ఒకటిగా. నా గైడ్ హఠాత్తుగా ఆగిపోయింది, ఏమీ తోచనిదానిలాగా. తర్వాత ఆమె ఒక గది తలుపు తెరిచింది. అది సరాసరి బెడ్‌రూంలోకి దారితీసింది. ఆ గది కిటికీలో నుంచి నిండు చంద్రుడు కాంతివంతంగా కనిపిస్తున్నాడు.

''ఇదే నీకున్న అవకాశం,'' అంది ఆమె. ''ఇది ఎత్తుగా ఉంది, కానీ నువ్వు దూకగలవనుకుంటున్నాను.''

ఆమె ఆ మాటలు అంటుండగానే, ఆ పాసేజ్ చివర వెలుతురు కనిపించింది, ఆ వెలుగులో నేను లాంతరు తీసుకుని ముందుకు పరుగులు తీస్తున్న కల్నల్ లైశాండర్ స్టార్క్ విగ్రహం కనిపించింది. ఒక చేతిలో లాంతరు, మరొక చేతిలో కత్తి ఉన్నాయి. నేను బెడ్‌రూంకు అడ్డంగా పరుగుతీసి, కిటికీ తలుపు తెరిచి బయటకు చూశాను. ఆ వెన్నెలలో కింద ఉన్న తోట ఎంతో అందంగా సంపూర్ణంగా కనిపించింది. కానీ అది దాదాపు ముప్పై అడుగుల కింద ఉంది. నేను వెంటనే కిటికీ ఎక్కాను కానీ దూకడానికి సందేహించాను, బహుశ నన్ను కాపాడిన దేవతకు, నా వెంట పడ్డ రౌడీకి మధ్య వాగ్వాదం చోటు చేసుకుని, ఒకవేళ ఆమెపై అతడు దౌర్జన్యానికి దిగితే, ఎట్టి పరిస్థితుల్లో నేను ఆమెను కాపాడాలని నిర్ణయించుకున్నాను. ఆ ఆలోచన మదిలో మెదలగానే, అతడు తలుపు దగ్గర కనిపించాడు, ఆమెను తోసి వేసి ముందుకు వస్తూ. కానీ ఆమె అతడి

చుట్టూ చేతులు వేసి, అతడిని వెనక్కి లాగే ప్రయత్నం చేసింది.

''ఫ్రిట్జ్! ఫ్రిట్జ్!'' అని అరిచింది ఇంగ్లీషులో. ''కిందటిసారి తర్వాత నువ్వు చేసిన వాగ్దానాన్ని గుర్తు చేసుకో. మళ్ళీ అలా జరుగకూడదని నువ్వే అన్నావు. అతను మౌనంగా ఉంటాడు. ఓ, అతను ఎవరికీ చెప్పడు!''

''నువ్వు పిచ్చిదానివి ఎలైన్'' అని అరిచాడు అతను, ఆమె నుంచి విడివడడానికి ప్రయత్నం చేస్తూ. ''నువ్వు మమ్మల్ని నాశనం చేస్తావు. అతను చాలా చూశాడు. నన్ను వెళ్ళనివ్వు!'' అతడు ఆమెను ఒక పక్కకు తోసి, కిటికీ వైపు పరుగులు తీస్తూ, చేతిలో ఆయుధాన్ని నాపైకి విసిరాడు. దానితో నేను దూకక తప్ప లేదు. కానీ అతను కత్తి విసిరేసరికి, నా చేతి వేళ్ళు ఆ కిటికీ చువ్వలను పట్టుకొని ఉన్నాయి. నాకు ఏదో తెలియని నొప్పి కలగడం గుర్తుంది, నా పట్టు వీడింది. నేను కింద ఉన్న తోటలో పడ్డాను.

నేను భయపడ్డానే తప్ప అలా పడడం వల్ల దెబ్బలు తగలలేదు. అందుకే నేను లేచి, సాధ్యమైనంత వేగంగా పరుగులు తీసి చెట్ల గుబుర్ల వెనక్కి వెళ్ళాను. ఎందుకంటే, ప్రమాదం నుంచి పూర్తిగా తప్పించుకోలేదని నాకు తెలుసు. కానీ హఠాత్తుగా, నాకు తలతిరుగుడు, తెలియని అనారోగ్య భావన కలిగాయి. విపరీతమైన నొప్పితో విలవిలలాడుతున్న నేను నా చేతికేసి చూసుకున్నాను. అప్పుడే తొలిసారిగా నా బొటనివేలు తెగిపోయిన విషయాన్ని, రక్తం ధారగా కారుతున్న విషయాన్ని గమనించాను. దాని చుట్టూ కర్చీఫ్ కట్టుకునే ప్రయత్నం చేశాను. కానీ నా తలలో రొదలాగా అనిపించింది, మరుక్షణమే గులాబీ పొదల మధ్య పడి స్పృహ కోల్పోయాను.

అలా ఎంతేసేపు స్పృహ లేకుండా గడిపానో చెప్పలేను. బహుశ, చాలా సేపే అయి ఉంటుంది. ఎందుకంటే, నాకు స్పృహ వచ్చేసరికి, చంద్రుడు మాయమై, పొద్దు పొడుస్తోంది. నా బట్టలన్నీ మంచుతో తడిసిపోయాయి, నా కోటు స్లీవ్ గాయం నుంచి కారిన రక్తంతో తడిసి పోయింది. ఆ దృశ్యం నాకు గత రాత్రి తాలూకు సాహసపు వివరాలను గుర్తు చేసింది, దానితో నేనింకా వారి నుంచి సురక్షితం కాదనే భావనతో వెంటనే నేను లేచి నిలబడ్డాను. కానీ నేను లేచి నిలబడి చుట్టూ చూసేరికి అక్కడ ఇల్లు కానీ, తోట కానీ కనిపించలేదు. నేను హైవేకు దగ్గరలో ఒక గుట్ట మీద పడి ఉన్నాను, కింద ఒక పొడగాటి భవనం ఉంది. దాని దగ్గరకు వెళ్ళే సరికి, గత రాత్రి నేను దిగిన స్టేషన్ అదే అని అర్థమైంది. నా చేతికి ఆ గాయమే లేకపోయి ఉంటే, గత రాత్రి జరిగినదంతా ఒక పీడకలగా భావించవచ్చు.

నిశ్చేష్టుడనైన ఆ స్థితిలోనే నేను స్టేషన్‌కు వెళ్ళి, ఉదయపు రైలు గురించి అడిగాను.

అరగంటలోపల రీడింగ్‌కు వెళ్ళే రైలు ఉందని చెప్పారు. నేను వచ్చినప్పుడు చూసిన పోర్టరే ఇంకా డ్యూటీలో ఉన్నాడు. అతడి దగ్గరకు వెళ్ళి ఎప్పుడైనా కల్నల్ లేసాండర్ స్టార్క్ గురించి విన్నావా అని అడిగాను. ఆ పేరు అతనికి ఎంత మాత్రం పరిచితం కానిది. గత రాత్రి ఒక బండి నా కోసం వేచి ఉండడం చూశాడా? లేదు, అతను చూడలేదు. సమీపంలో ఏదైనా పోలీస్‌స్టేషన్ ఉందా? మూడు మైళ్ళ వరకూ లేదు.

''నేను ఉన్న స్థితిలో అంత దూరం వెళ్ళడం సాధ్యం కానిపని. దానితో నేను పట్టణానికి వెళ్ళేవరకూ వేచి ఉండి నా కథను పోలీసులకు చెప్పాలని నిర్ణయించుకున్నాను. నేను చేరేసరికి ఆరు దాటింది, అందువల్ల ముందు నా గాయానికి కట్టు కట్టించుకోవడానికి వెళ్ళాను. దయగల డాక్టర్ నన్నిక్కడకు తెచ్చాడు. ఈ కేసును మీ చేతుల్లో పెడుతున్నాను, మీరిచ్చిన సలహా ప్రకారం నడుచుకుంటాను.''

అసాధారణమైన అతడి కథను విన్న తర్వాత మేమిద్దరం కాసేపు మౌనంగా కూచున్నాం. తర్వాత షెర్లాక్ హోమ్స్ లేచి తాను ఎక్కువగా చూసే పుస్తకాలు పెట్టే స్థలంలోంచి కొన్ని కటింగ్స్ తీశాడు.

''నీకు ఆసక్తి కలిగించే ప్రకటన చూడు,'' అన్నాడు. ''ఇది అన్ని పేపర్లలోనూ ఒక ఏడాది కింద వచ్చింది. విను- కనిపించుట లేదు - మిస్టర్ జెరిమయ్యా హేలింగ్, వయసు 26, హైడ్రాలిక్ ఇంజినీర్. తన విడిది నుంచి రాత్రి పదగంటల సమయంలో బయలుదేరాడు. అప్పటి నుంచి కనిపించుట లేదు. ఫలానా ఫలానా దుస్తులు ధరించాడు. హా! అయితే అది గతంలో కల్నల్ మెషీన్‌ని బాగుచేయించుకోవడానికి పిలిపించినప్పుడు అయి ఉంటుంది.''

''ఓరి భగవంతుడా!'' అని అరిచాడు నా పేషెంట్. ''ఆ అమ్మాయి అన్న మాటలకు అర్థం ఇప్పుడు తెలిసింది.''

''నిస్సందేహంగా. కల్నల్ చాలా ఆతృతతో ఉన్న కఠినమైన మనిషి అన్నమాట. తన ఆటలో అడ్డు ఏదీ రాకూడదనే పట్టుదలతో ఉన్నాడు... స్వాధీనం చేసుకున్న ఓడలో ఏ ఒక్కరూ బతుకకూడదని భావించే సముద్రపు దొంగలాగా. సరే ఇప్పుడు ప్రతి నిమిషమూ విలువైనదే. అలా అని నువ్వు కూడా భావిస్తుంటే, మనం ఏఫోర్డ్‌కు బయలుదేరడానికి ముందుగా వెంటనే స్కాట్‌లాండ్ యార్డ్‌కు వెడదాం.''

ఒక మూడుగంటల తర్వాత మేమంతా రైల్లో కలిసి రీడింగ్ నుంచి బెర్క్‌షైర్ గ్రామానికి ప్రయాణిస్తున్నాం. షెర్లాక్ హోమ్స్, హైడ్రాలిక్ ఇంజినీర్, స్కాట్‌లాండ్ యార్డ్ ఇన్‌స్పెక్టర్ బ్రాడ్‌స్ట్రీట్ ఒక సాధారణ దుస్తులు ధరించిన పోలీసు, నేను. బ్రాడ్‌స్ట్రీట్ ఒక దేశమ్యాప్‌ను సీటు మీద పరిచి, సరైన స్థలాన్ని తెలుసుకొనేందుకు ఏఫోర్డ్ నుంచి

చుట్టూ ఉన్న ప్రదేశాలకు గుర్తులు పెడుతున్నాడు.

''ఇదిగో తెలినింది,'' అన్నాడు. ''గ్రామం నుంచి పదిమైళ్ళ దూరంలో గీసిన సర్కిల్‌ను చూడండి. ఆ గుర్తుకు సమీపంలోనే మనకు కావలసిన ప్రదేశం ఉండి ఉంటుంది. మీరు పది మైళ్ళు అని చెప్పారు, అంతే కదా సర్?''

''అవును అక్కడి నుంచి గంట ప్రయాణం.''

''మీరు స్పృహ కోల్పోయి ఉన్నప్పుడే అంత దూరం తెచ్చారంటారా?''

''బహుశ అదే జరిగి ఉంటుంది. నాకు అంతబాగా గుర్తులేదు, నన్ను ఎత్తి ఇంకో చోటుకి తీసుకువచ్చినట్టు.''

''నాకు అర్థం కానిది ఏమిటింటే,'' అన్నాను నేను. ''నువ్వు తోటలో స్పృహ కోల్పోయి పడి ఉన్నప్పుడు ఎందుకు వదిలివేశారన్నదే. బహుశ ఆ మహిళ నచ్చచెప్పడంతో ఆ విలన్లు మెత్తబడి ఉంటారు.''

''అది సాధ్యమని అనుకోవడం లేదు. అంతటి నీచమైన ముఖాన్ని నేను జీవితంలో చూడలేదు.''

''ఓ! మనం దాన్ని పరిష్కరిద్దాం,'' అన్నాడు బ్రాడ్‌స్ట్రీట్.

''సరే, నేను కూడా సర్కిల్ గీని గుర్తు పెట్టాను. కానీ మనం వెతుకుతుకున్న వ్యక్తి ఏ జాగాలో ఉన్నాడో తెలిస్తే బాగుండనుకుంటున్నాను.''

''బహుశ నేను వేలి పెట్టి చూపగలనుకుంటాను,'' అన్నాడు హోమ్స్ ప్రశాంతంగా.

''నిజమా! ఇప్పుడా!'' అన్నాడు ఇన్‌స్పెక్టర్ ఉద్వేగంగా.

''అప్పుడే ఒక నిర్ణయానికి వచ్చేసావా? సరే రా, ఎవరితో నువ్వు ఏకీభవిస్తావో. నేను దక్షిణ దిశ అనుకుంటున్నాను, ఎందుకంటే అటే ఎక్కువ నిర్మానుష్యంగా ఉంటుంది.''

''నేను తూర్పు అంటాను,'' అన్నాడు నా పేషెంటు.

''నేను పడమరనుకుంటున్నాను,'' అన్నాడు సాధారణ దుస్తులలో ఉన్న వ్యక్తి. ''అటువైపు చాలా ప్రశాంతమైన చిన్న గ్రామాలు ఉన్నాయి.''

''నేను ఉత్తరం అనుకుంటున్నాను,'' అన్నాను నేను. ''ఎందుకంటే అక్కడ కొండలు లేవు. పైగా మన స్నేహితుడు బండి ఎత్తు మీదకు వెడుతున్నట్టుగా అనిపించలేదన్నాడు.''

''చెప్పు,'' అన్నాడు ఇన్‌స్పెక్టర్ పకపక నవ్వుతూ... ''చాలా భిన్నమైన అభిప్రాయాలు వినిపిస్తున్నాయి. నాలుగు దిక్కులూ మేం పంచుకున్నాం. నువ్వు ఎవరికి

ఓటు వేస్తావు?''

''మీరందరూ తప్పే.''

''కానీ అందరం తప్పు కాలేం.''

''ఓహ్! కావచ్చు కూడా. నా వాదన ఏంటంటే,'' అంటూ సర్కిల్ మధ్యలో వేలు పెట్టి, ''ఇక్కడ మనం వాళ్ళను పట్టుకోగలం,'' అన్నాడు.

''కానీ పన్నెండు మైళ్ళ ప్రయాణం,'' అన్నాడు హెదర్లే గుటక మింగుతూ.

''ఆరు మైళ్ళు బయిటకి, ఆరు వెనక్కి. అంతకన్నా ఏమీ లేదు. నువ్వే చెప్పావు, బండి ఎక్కినప్పుడు గుర్రం తాజాగా, మిలమిలలాడుతోందని. కానీ, పన్నెండు మైళ్ళ భారీ రోడ్ల మీద ప్రయాణించాక, అది అలా ఎలా ఉండగలదు?''

''నిజమే, నీ వాదన సహేతుకమే,'' అన్నాడు బ్రాడ్‌స్ట్రీట్ ఆలోచిస్తూ. ''ఈ గ్యాంగ్ ప్రవర్తన గమనిస్తే.. సందేహం లేదు...''

''అస్సలు అక్కర్లేదు,'' అన్నాడు హోమ్స్. ''వాళ్ళు దొంగ నాణేలు భారీ స్థాయిలో ముద్రిస్తున్నారు. వెండి స్థానంలో వస్తున్న లోహపు మిశ్రమాన్ని తయారు చేసేందుకు ఆ యంత్రాన్ని ఉపయోగిస్తున్నారు.''

''గత కొంతకాలంగా ఒక తెలివైన గ్యాంగ్ ఈ పనిలో నిమగ్నమై ఉన్నది,'' అన్నాడు ఇన్‌స్పెక్టర్. ''వారు అర క్రౌన్లలో వేలలో ముద్రిస్తున్నారు. మేం వారిని రీడింగ్ వరకూ ట్రేస్ చేయగలిగాం, కానీ అంతకన్నా ముందుకు వెళ్ళలేకపోయాం. ఎందుకంటే, వారు బాగా ఆరితేరిన నేరగాళ్ళలా తమ ఆచూకీని తెలియనివ్వలేదు. కానీ, ఇప్పుడు ఈ లక్కీ చాన్స్ దొరికింది, ఇక మనం వారిని పట్టుకున్నట్టే అనిపిస్తోంది.''

కానీ ఇన్‌స్పెక్టర్ పొరబడ్డాడు, ఎందుకంటే, ఆ నేరగాళ్ళకు పోలీసుల బారిన పడే సమయం ఇంకా ఆసన్నం కాలేదు. మేం ఏఫోర్డ్ స్టేషన్ చేరుకునేసరికి పక్కనే ఉన్న చెట్ల మధ్య నుంచి దట్టమైన పొగ పైకి లేస్తూ, అక్కడ ఉన్న ప్రాంతాన్ని పెద్ద పక్షి ఈకలా కప్పేస్తూ కనిపించింది.

''ఏంటి ఏదైనా ఇంట్లో అగ్ని ప్రమాదమా?'' రైలు కదలగానే అడిగాడు బ్రాడ్‌స్ట్రీట్.

''అవును, సర్,'' అన్నాడు స్టేషన్ మాస్టర్.

''ప్రమాదం ఎప్పుడు జరిగింది?''

''రాత్రి జరిగినట్టు విన్నాను సర్, కానీ తర్వాత ఇంకా తీవ్రమై, మొత్తం ఇల్లంతా అగ్నికి ఆహుతవుతోంది.''

''ఎవరిల్లు అది?''

''డాక్టర్ బెకర్‌ది.''

'' చెప్పండి, డాక్టర్ బేకర్ జర్మన్ వాడా? చాలా సన్నగా, పొడవైన ముక్కు ఉంటుందా?'' మధ్యలో చొరబడి అడిగాడు ఇంజినీర్.

స్టేషన్ మాస్టర్ హాయిగా నవ్వాడు. ''లేదు సర్, డాక్టర్ బేకర్ ఇంగ్లీషవాడు, అతనంత భారీ మనిషి మరొకరు ఈ చుట్టుపక్కల లేరు. కానీ అతనితో పాటు మరొక పెద్ద మనిషి ఉంటున్నాడు, పేషెంట్ అనుకుంటాను, అతడు విదేశీయుడు, అతనికి తిండి కాస్త ఎక్కువగానే అవసరం.''

స్టేషన్ మాస్టర్ మాటలు పూర్తి చేసేలోపే మేం అగ్నిప్రమాదం జరిగిన దిశగా దూసుకువెళ్ళడం మొదలుపెట్టాం.రోడ్డు కొంచెం చిన్న గుట్టపైకి దారి తీసింది, ఎదురుగా తెల్లగా సున్నం వేసిన భవనం కనిపించింది. ప్రతి చిన్న కిటికీలో నుంచి కూడా మంటలు ఎగిసిపడుతున్నాయి. దాని ముందున్న తోటలో మూడు ఫైర్ ఇంజన్లు మంటలను అదుపు చేసేందుకు కష్టపడుతున్నాయి.

''అదే.. అదే..'' అరిచాడు హెదర్లే అత్యంత ఉద్వేగంగా. ''ఇదిగో కంకర రోడ్డు, అక్కడ గులాబీ పొదలు.. అక్కడే నేను పడిపోయింది. ఆ రెండవ కిటికీలో నుంచే నేను కిందకి దూకింది.''

''సరే, ఎలాగెతైనేం వారిపై నువ్వు పగ తీర్చుకున్నావు. నువ్వు తప్పించుకున్న గదిలోని లాంతరే ఈ అగ్నిప్రమాదానికి కారణం. అది నలిగిపోయి పక్కనే ఉన్న చెక్కగోడలకు మంటలు అంటుకున్నాయి. నిన్ను వెంటాడే హడావిడిలో వారు దాన్ని గుర్తించలేదన్నది నిస్సందేహం. ఇప్పుడు ఇక్కడ ఉన్న గుంపులో రాత్రి తాలూకు నీ స్నేహితులు కనిపిస్తారేమో కళ్ళు విప్పార్చుకొని మరీ వెతుకు. కానీ వారు ఈ పాటికే వందమైళ్ళ దూరంలో ఉంటారని నేను నమ్ముతున్నాను,'' అన్నాడు హోమ్స్.

హోమ్స్ వెలిబుచ్చిన భయాలు, అనుమానాలే నిజమయ్యాయి. ఎందుకంటే, ఆ రోజు నుండి ఆ అందమైన మహిళ గురించి కానీ, నీచపు జర్మన్ వాడి గురించి కానీ లేక స్తబ్దుగా ఉన్న ఇంగ్లీష వాడి గురించి కానీ కబురే లేదు. ఆ రోజు తెల్లవారుఝామున, ఒక బండిలో కొందరు వ్యక్తు భారీ డబ్బాలు తీసుకొని వేగంగా రీడింగ్ వైపు వెళ్ళడాన్ని ఒక రైతు చూశాడు. అంతవరకే వారి ఆచూకీ లభ్యమైంది, ఆ తర్వాత వారు ఏమయ్యారనేది హోమ్స్ పదునైన బుర్ర కూడా కనుక్కోలేకపోయింది.

ఆ ఇంట్లో కనిపించిన విచిత్రమైన ఏర్పాట్లతో అగ్నిమాపక బృందం కూడా నిశ్చేష్టులయ్యారు. దానితో పాటుగా, అప్పుడే తెగగొట్టిన మనిషి బొటనివేలు రెండవ అంతస్తులోని ఒక కిటికీ మొదట్లో కనిపించడంతో వారి నోట మాట రాలేదు.

సూర్యాస్తమయ సమయానికి వారి ప్రయత్నాలు సఫలమయ్యాయి. మంటలను ఆర్పగలిగారు. కానీ ఇంతలోనే ఇంటి కప్పు కూలి ఆ ప్రదేశమంతా శిథిలమైపోయింది. కొన్ని వంకరపోయిన సిలెండర్లు, ఇనుప పైపులు మినహా ఆ యంత్రం తాలూకా ఆనవాళ్ళు కూడా మిగలలేదు. ఔట్‌హౌజ్‌లో మాత్రం భారీ స్థాయిలో నికిల్, టిన్ తాలూకు నిక్షేపాలు కనిపించాయి కానీ నాణేలు ఏవీ లభించలేదు. ఆ రైతు చూసినట్టుగా చెప్పి, భారీ డబ్బాలలో ఉన్నవి అవేయేమో.

మా హైడ్రాలిక్ ఇంజనీర్‌ను తోటలో నుంచి అతనికి స్పృహ వచ్చినప్పుడు ఉన్న ప్రదేశానికి ఎలా తరలించారనే విషయం అక్కడ ఆనవాళ్ళు చెప్పకపోతే ఎప్పటికీ మిస్టరీగానే మిగిలిపోయి ఉండేది. అక్కడి ఆనవాళ్ళు మాకు విషయాన్ని చెప్పాయి- అతడిని అక్కడి నుంచి ఇద్దరు వ్యక్తులు తరలించారు, అందులో ఒకరివి చాలా చిన్న పాదాలు కాగా, మరొకరివి భారీ పాదాలు. మొత్తానికి, అతడిని మోసుకువచ్చింది, అంత నేర ప్రవృత్తిలేని మౌనముని ఇంగ్లీష వ్యక్తి. ఆ మహిళకు సాయం పట్టి స్పృహ కోల్పోయిన వ్యక్తిని ప్రమాదం నుంచి తప్పించారు.

''వెల్,'' అన్నాడు ఇంజనీర్ బాధగా, మేం లండన్ వెళ్ళే రైలులో కూర్చున్నప్పుడు, ''ఇది గొప్ప పని నాకు! నా బొటనివేలును కోల్పోయాను, యాభై గినీల ఫీజును కోల్పోయాను, నాకు లభించింది ఏమిటి?''

''అనుభవం,'' అన్నాడు హోమ్స్ పకపక నవ్వుతూ. ''అది పరోక్షంగా నీకు విలువైనదే. నువ్వు జీవించి ఉన్నంత కాలం నీది అద్భుతమైన కంపెనీ అనే కీర్తిని గడించేందుకు నువ్వు దానిని అమల్లో పెట్టాలంతే.''

10. కులీన బ్రహ్మచారి

లార్డ్ సెయింట్ సైమన్ వివాహం, అది చిత్రంగా మధ్యలోనే ఆగిపోవడం అన్నవి ఆ పెళ్ళి కొడుకు తిరిగే ధనిక వర్గాలలో ఆసక్తిని రగల్చడం మానేసి చాలా కాలమైంది. తాజా కుంభకోణాలు వాటిని కప్పేసాయి. ముఖ్యంగా వాటి తాలూకు మసాలా వివరాలు, నాలుగేళ్ళ డ్రామా తాలూకు వదంతులను కూడా తక్కువ చేశాయి. ఈ వ్యవహారం తాలూకు పూర్తి వివరాలు జనానికి చెప్పకపోయినా, దీనిని పరిష్కరించడంలో నా మిత్రుడు షెర్లాక్ హోమ్స్ పాత్ర చెప్పుకోదగినంతగా ఉండడంతో, ఈ అసాధారణ కథనం చెప్పేడప్పుడు అతడిని ప్రస్తావించకపోతే అది అసంపూర్ణంగా మిగులుతుంది. అవి నా పెళ్ళికి కొద్ది వారాలకు ముందు. నేను బేకర్ వీధిలో షెర్లాక్ హోమ్స్‌తో కలిసి ఉంటున్న రోజులు. అతను మధ్యాహ్నం అలా బయటకు వెళ్ళి తిరిగి వచ్చేసరికి టేబుల్ మీద ఒక లేఖ వేచి చూస్తోంది. నేను ఆ రోజంతా ఇంట్లోనే ఉన్నాను, ఎందుకంటే వాతావరణం శీతాకాలపు చల్లని గాలులతో, హోరున వానగా మారింది. నేను ఆఫ్ఘన్‌లో పనిచేస్తున్నప్పుడు తగిలిన బుల్లెట్ తాలూకు గాయం, విపరీతంగా సలుపుతోంది. నేను నా శరీరాన్ని ఒక పడకకుర్చీలో చేరవేసి, మరొక కుర్చీలో కాళ్ళు పెట్టుకొని, చుట్టూ వార్తా పత్రికలు పరచుకొని చివరి పేపరులో చివరి లైను వరకూ చదివి, దానిని పక్కన పడేసి వెనక్కి వాలి పడుకొని బల్ల మీద ఉన్న కవర్‌పై మోనోగ్రామ్ చూస్తూ, నా మిత్రుడికి ఏ రాజవంశానికి చెందిన వ్యక్తి ఆ లేఖ రాసి వుంటాడా అని ఆలోచిస్తూ కూచున్నాను.

''ఇదిగో ఏదో చాలా ఫ్యాషన్‌గా ఉన్న లేఖ,'' అన్నాను అతను ప్రవేశించగానే. ''నీకు ఉదయం వచ్చిన లేఖలు నాకు గుర్తుంటే ఒక చేపలు పట్టేవాడి నుంచి, సరుకుల ఓడలో పని చేసేవాడి నుంచి వచ్చాయి.''

''అవును, నా లేఖలు కొంచెం వెరైటీగా ఆసక్తికరంగానే ఉంటాయి,'' అతను చిరునవ్వుతో జవాబిచ్చాడు, ''పైగా అవి ఎంత చిన్నవారి నుంచి వస్తే అంత ఆసక్తికరంగా ఉంటాయి. ఇదేదో ఒక పార్టీకి ఆహ్వానంలా ఉంది. అక్కడకు వెళ్ళి బోర్ కొట్టించుకోవడమో లేక అబద్ధాలు ఆడడమో చేయాలి.''

అతను సీల్ విప్పి, అందులో వివరాలు చదివాడు.

''అమ్మయ్య, ఇదేదో కొంచెం ఆసక్తి కలిగించేదానిలాగా ఉంది.''

''అయితే, ఆహ్వానం కాదన్న మాట?''

''కాదు, ఇది స్పష్టమైన వృత్తిపరమైనదే!''

''ఇంగ్లాండ్‌లో అత్యున్నత వ్యక్తులది.''

''అయితే, మైడియర్ ఫెల్లో, నిన్ను అభినందించాల్సిందే.''

'' కేసుకు సంబంధించిన వివరాలు మినహా నా క్లైంటు హోదా నాకు అంత ఆసక్తి కలిగించదు, నాపై ప్రభావం చూపదు వాట్సన్, ఆ మేరకు నేను హామీ ఇవ్వగలను. కానీ ఈ కొత్త దర్యాప్తులో అది కూడా అవసరం లేదేమో అనిపిస్తోంది. ఈ మధ్య నువ్వు పేపర్లను శ్రద్ధగా, ఆసక్తిగా చదువుతున్నట్టున్నావు కదా?''

''అలాగే ఉంది,'' అన్నాను విచారంగా మూల పడి ఉన్న కట్టను చూపిస్తూ. ''ఇంక చేయడానికి నాకేమీ లేదు మరి.''

''అయితే, బహుశ నువ్వు నాకు వివరాలు చెప్పగలవేమో. నేను నేర వార్తలు, తత్సంబంధిత వార్తలు తప్ప మరేమీ చదవను. తత్సంబంధిత వార్తలు ఉపయోగకరంగానే ఉంటాయి. కానీ, నువ్వు ఇటీవల కాలపు వార్తలను నిశితంగా చదివి ఉంటే, లార్డ్ సైమన్, అతని పెళ్ళి గురించిన వార్తలు చదివి వుంటావు కదా?''

''ఓ! అవును, అత్యంత ఆసక్తిగా.''

'' మంచిది. ప్రస్తుతం నా చేతిలో ఉన్న లేఖ లార్డ్ సైమన్ నుంచి వచ్చింది. నేను దాన్ని నీకు చదివి వినిపిస్తాను, నువ్వు ఆ పేపర్లు తిరగేసి, ఈ వ్యవహారానికి సంబంధించిన వివరాలు చెప్పాలి. లేఖ సారాంశం విను:

'' మైడియర్ మిస్టర్ షెర్లాక్ హోమ్స్,- మీ వివేకం, వివేచనల మీద నేను పూర్తిగా ఆధారపడవచ్చని లార్డ్ బాక్‌వాటర్ చెప్పారు.నా వివాహానికి సంబంధించి జరిగిన బాధాకరమైన ఘటనల నేపథ్యంలో మిమ్మల్ని సంప్రదించేందుకు, నేరుగా కలవాలని నేను నిర్ణయించుకున్నాను. ఈ విషయంపై ఇప్పటికే స్కాట్‌లాండ్ యార్డ్‌కు చెందిన మిస్టర్ లెస్ట్రాడే దర్యాప్తు చేపట్టారు. మీ సహకారం తీసుకునే విషయంలో తనకు ఎటువంటి అభ్యంతరాలు లేవని హామీ ఇచ్చారు. నిజానికి అది ఎంతో తోడ్పాటుగా ఉంటుందని కూడా అన్నారు. నేను మధ్యాహ్నం నాలుగు గంటలకు కలుస్తాను. మీకు ఆ సమయంలో ఏదైనా పని ఉంటే దానిని కాస్త వాయిదా వేసుకోండి. ఎందుకంటే, ఇది అత్యంత ముఖ్యమైన వ్యవహారం. మీ విధేయుడు,

''రాబర్ట్ సెయింట్ సైమన్.''

'' దీనిపై గ్రాస్‌వెనార్ మాన్షన్స్ ముద్ర, తేదీ ఉన్నాయి. దీన్ని క్విల్ పెన్‌తో రాశారు. ఆ రాజవంశీయుడి కుడి చేతి చిటికెని వేలుకి దురదృష్టవశాత్తు ఇంక్ అంటుకుంది,'' అన్నాడు హోమ్స్ దాన్ని మడుస్తూ.

''అతను నాలుగు గంటలు అన్నాడు. ఇప్పుడు మూడైంది. ఇంకో గంటలో ఇక్కడ ఉంటాడన్న మాట.''

''అంటే నాకు కొంచెం సమయం ఉంది. నీ సహాయం విషయంపై స్పష్టతను ఏర్పరచుకోవచ్చు. ఆ పేపర్లను తీసి ఘటనల తాలూకు వివరాలను వరుసగా పెట్టు, ఈ లోగా మన క్లైంట్ ఎవరో వివరాలు తెలుసుకుంటాను.'' అతను ఎర్ర అట్ట ఉన్న బైండు పుస్తకాన్ని అక్కడ పైన అరలో పెట్టి ఉన్న పుస్తకాల వరుసలోంచి తీశాడు. ''ఇది ఇక్కడ ఉన్నాడు,'' అన్నాడు కూచుని పుస్తకాన్ని తన మోకాలిపై పూర్తిగా తెరిచి పెడుతూ. రాబర్ట్ వాల్సింఘామ్ డి వేరె సెయింట్ సైమన్, డ్యూక్ ఆఫ్ బాల్మొరాల్ రెండవ కుమారుడు''- ''1846లో జన్మించాడు. అతని వయసు నలభై ఒక్క సంవత్సరాలు, వివాహం చేసుకోవడానికి తగినది. గతంలో పాలించిన కాలనీలకు అండర్ సెక్రటరీగా పని చేశాడు. అతని తండ్రి, డ్యూక్ ఒకప్పుడు విదేశాంగ వ్యవహారాల కార్యదర్శిగా పనిచేశాడు. వారు ప్లాంటాగెనెట్ వంశీయులు, ట్యూడర్‌కు దూరపు బంధువులు. హా! ఇందులో పనికివచ్చేవి పెద్దగా లేవు. మరిన్ని పనికి వచ్చే వివరాల కోసం నేను నీ మీద ఆధారపడవలసిందే వాట్సన్.''

''నాకు కావలసిన దానికోసం నేను పెద్దగా కష్టపడక్కరలేకపోయింది,'' అన్నాను నేను. ''ఎందుకంటే వివరాలు ఇటీవలి కాలంవి, వ్యవహారం అంతా నాకు చాలా అసాధారణంగా అనిపించింది. నువ్వు అప్పటికే ఏదో దర్యాప్తులో కూరుకునిపోయి ఉండడంతో నీకు ఆ వివరాలు చెప్పడానికి భయపడ్డాను. ఎందుకంటే, నువ్వు ఒక విచారణలో ఉన్నప్పుడు వేరే వివరాలు వినడానికి ఇష్టపడవు కదా.''

''ఓ, నీ ఉద్దేశం గ్రోస్వెనార్ స్క్వేర్ ఫర్నిచర్ వాన్‌కు సంబంధించిన చిన్న సమస్యా. అది పరిష్కారమైపోయింది- మొదటి నుంచి అది అవుతుందని తెలుసనుకో. సరే దయచేసి, వార్తాపత్రికలలో వచ్చిన వివరాలు చెప్పు.''

'' మార్నింగ్ పోస్ట్ లోపర్సనల్ కాలమ్‌లో తొలి వివరాలు ఉన్నాయి. దాని తేదీ, కనిపిస్తోంది కదా కొన్ని వారాల కిందటిది. ''ఒక పెళ్ళి నిశ్చయమైంది,'' అన్నది శీర్షిక, బయట వినిపిస్తున్న వదంతులు నిజమే అయితే డ్యూక్ ఆఫ్ బాల్మొరాల్ రెండవ కుమారుడు లార్డ్ రాబర్ట్ సెయింట్ సైమన్‌కు, యుఎస్‌లోని కాలిఫోర్నియా రాష్ట్రంలోని శాన్‌ఫ్రాన్సిస్కోకు చెందిన అలోసియస్‌డోరాన్ ఏకైక కుమార్తె మిస్‌హేటీ డోరాన్‌కు వివాహం

జరుగబోతోంది. అంతే.''

''చాలా క్లుప్తంగా, సూటిగా ఉంది,'' అన్నాడు హోమ్స్ తన సన్నటి, పొడవైన కాళ్ళను మంటవైపు చాస్తూ.

''అదే వారంలో సొసైటీ పేపర్లలో మరింత వివరంగా ఇంకో వార్త వచ్చింది. ఆ... ఇదిగో.. వివాహ మార్కెట్‌లో త్వరలోనే రక్షణ కోరే అవకాశం ఉంది, ఎందుకంటే, ప్రస్తుతం ఉన్న స్వేచ్ఛా వాణిజ్య సూత్రం ప్రభావం మన దేశీయ ఉత్పత్తులపై పడుతుంది. గ్రేట్ బ్రిటన్‌కు చెందిన రాచరిక కుటుంబాలన్నీ అట్లాంటిక్ ఆవల ఉన్న మన సోదరుల చేతుల్లోకి వెడుతున్నాయి. ఈ ఆకర్షణీయమైన చొరబాటుదారుల చేతిలో కిందటి వారం మరొక కీలకమైన బహుమానం చిక్కింది. గత ఇరవై ఏళ్ళుగా మన్మథ బాణాలను తట్టుకొని నిలిచిన లార్డ్ సెయింట్ సైమన్, ఇప్పుడు కాలిఫోర్నియాకు చెందిన మిలియనీర్ అందమైన కుమార్తె మిస్‌హాటీ డోరాన్‌తో జరుగబోయే తన వివాహపు వివరాలను ప్రకటించాడు. వెస్టర్బీ కుటుంబ ఉత్సవాలలో పాల్గొని అందరి దృష్టినీ తన అందమైన ముఖం, శరీర సౌష్టవంతో ఆకర్షించిన మిస్‌హాటీ, చాలా చిన్న పిల్ల. కట్నం ఆరు అంకెల్లో ఉంటుందని, భవిష్యత్తులో ఇంకా సంపద అందివచ్చే అవకాశం ఉందని తెలుస్తోంది. గత కొన్ని ఏళ్ళలో డ్యూక్ ఆఫ్ బాల్మోరాల్ తన చిత్రాలను అమ్ముకోక తప్పని పరిస్థితి రావడం, లార్డ్ సెయింట్ సైమన్‌కు బిర్చ్‌మూర్‌లో చిన్న ఎస్టేట్ మినహా స్వంత ఆస్తులు ఏమీ లేకపోవడం అన్నవి బహిరంగ రహస్యాలు. కాలిఫోర్నియాకు చెందిన ఆ ధనవంతురాలు, రిపబ్లికన్ మహిళ నుంచి బ్రిటిష్ రాజవంశీకురాలిగా పరివర్తన చెంది లాభపడడమే కాదు ఆ లాభం రెండువైపులా ఉంటుందన్నది సత్యం.''

''ఇంకేమైనా ఉందా?'' అన్నాడు హోమ్స్ ఆవలిస్తూ.

'' ఆ మహిళ అదృశ్యం కావడం.''

''అయితే, ఆమె ఎప్పుడు మాయం అయింది?''

''పెళ్ళి రోజు బ్రేక్‌ఫాస్ట్‌లో''

''అవునా! ఇది ఊహించినదానికన్నా ఆసక్తికరంగా ఉందే, నిజానికి చాలా నాటకీయంగా ఉంది.''

''అవును, నాకు కూడా ఇది మామూలుగా జరిగే విషయంలాగా అనిపించలేదు.''

''వాళ్ళు సాధారణంగా తంతు జరుగబోయే ముందు లేదా హనీమూన్ సమయంలో మాయమవుతుంటారు. కానీ ఇంత త్వరగా మాయమైనవారెవరి విషయమూ నాకు గుర్తులేదు. దయచేసి నన్ను వివరాలు చూడనివ్వు.''

''అవి అసంపూర్తిగా ఉన్నాయని చెప్తున్నా.''

''బహుశ, వాటిని మనం అంత అసంపూర్ణంగా చూడం.''

''నిన్నటి ఉదయం పేపర్‌లో ఒక వ్యాసంలో కొన్ని వివరాలు ఉన్నాయి. అది నీకు చదివి వినిపిస్తా... ఫ్యాషనబుల్ వెడ్డింగ్‌లో అసాధారణ ఘటన అన్నది దాని శీర్షిక''

''తన వివాహానికి సంబంధించి చోటు చేసుకున్న బాధాకరమైన, చిత్రమైన ఘటనలతో లార్డ్ రాబర్ట్ సెయింట్ సైమన్ కుటుంబం తీవ్ర దిగ్భ్రమకు లోనైంది. నిన్న పేపర్లలో వివాహం గురించి ప్రకటించిన తర్వాత ఘటన ఉదయం జరిగింది. అయితే, షికార్లు చేస్తున్న చిత్రమైన పుకార్లను ఎట్టకేలకు ఖరారు చేయగలిగాం. ఈ విషయాన్ని దాచేందుకు, మరుగున పరిచేందుకు స్నేహితులు ఎంత ప్రయత్నించినప్పటికీ, ప్రజల దృష్టి దానిపై కేంద్రీకృతమై ఉంది. అది నలుగురు కలిసిన చోట ఒక సాధారణ విషయాంసం అయింది. ఈ నేపథ్యంలో దానిని దాచే ప్రయత్నం వృథా అనే చెప్పాలి.

సెయింట్ జార్జి హానోవర్ స్క్వేర్‌లో జరిగిన ఈ తంతు చాలా గుట్టుగా సాగింది. పెళ్ళి కుమార్తె తండ్రి మిస్టర్ అలోసియన్‌డోరాన్, బాల్మొరాల్ డచెస్ లార్డ్ బాక్‌వాటర్, లార్డ్ యూస్టేవ్ లేడీ క్లారా సెయింట్ సైమన్ (పెళ్ళి కొడుకు తమ్ముడు, చెల్లెలు), లేడీ ఆలీసియా విట్టింగ్టన్ మినహా మరెవరూ అందులో పాల్గొనలేదు. వీరంతా తంతు తదనంతరం లాంకెస్టర్ గేట్‌లో మిస్టర్ అలోసియన్‌డోరాన్ ఇంటికి బ్రేక్‌ఫాస్ట్ వెళ్ళారు. ఒక మహిళ కారణంగా చిన్న గొడవ జరిగినట్టు తెలుస్తోంది. ఆమె పేరు ఇంకా తెలియరాలేదు. పార్టీ తర్వాత ఇంట్లోకి తోసుకువెళ్ళి లార్డ్ సెయింట్ సైమన్ తన భర్త అని ఆరోపణలు చేసినట్టు తెలుస్తోంది. అక్కడ బాధాకరమైన, సుదీర్ఘమైన సన్నివేశం తరువాత ఆమెను ఒక బట్లర్, మరొక భటుడు కలిసి బయటకు పంపినట్టు తెలుస్తోంది. ఈ బాధాకరమైన ఘటన జరిగే ముందే ఇంట్లోకి ప్రవేశించిన వధువు, మిగిలిన వారితో కలిసి బ్రేక్‌ఫాస్ట్‌కు కలిసి కూర్చుని ఉంది, ఈలోగా తనకేదో ఇబ్బందిగా అనిపిస్తోందని గదిలో విశ్రాంతి తీసుకోవడానికి వెళ్ళింది. ఆమె సుదీర్ఘకాలం తిరిగి రాకపోవడంతో పలువురు ప్రశ్నించడం మొదలుపెట్టడంతో, తండ్రి ఆమెను తీసుకువచ్చేందుకు గదికి వెళ్ళాడు, కానీ అక్కడి పనిమనిషి ఆమె కొద్ది సేపే గదిలో ఉందని, కోటు, బానెట్ తీసుకొని సందులోంచి వెళ్ళిందని చెప్పింది.

ఆమె అదే వస్త్రధారణతో బయటకు వెళ్ళడం చూసినట్టు ఒక భటుడు ప్రకటించాడు, అయితే ఆమె ఇతరులతో కలిసి ఉంటుందనే నమ్మకంతో ఆమె తన యజమానురాలే అనే విషయాన్ని ఖరారు చేయలేదు. తన కుమార్తె మాయమైందనే

విషయాన్ని కచ్చితంగా తెలుసుకున్న తర్వాత మిస్టర్ అలోనియన్‌డోరాన్, పెళ్ళి కొడుకుతో కలిసి పోలీసులకు సమాచారాన్ని అందించారు. పోలీసులు వేగవంతంగా దర్యాప్తు జరుపుతున్నారు. బహుశ ఈ అసాధారణ సమస్యను వారు త్వరలోనే పరిష్కరించవచ్చు. నిన్న అర్ధరాత్రి వరకూ మాయమైన మహిళ ఆచూకీ తెలియరాలేదు. ఏదో మోసం జరిగిందనే వదంతులు వ్యాపించి ఉన్నాయి. అసూయతోనో, మరేదో కారణంతో అనవసరమైన గొడవకు పాల్పడిన మహిళ పాత్ర, ఈ పెళ్ళికూతురు మాయం కావడంలో ఉండి ఉంటుందనే వార్తలు వినిపిస్తున్నాయి.''

''అంతేనా?''

''ఉదయం పేపర్లలో మరొక వార్త ఉంది. అది కాస్త వివరణాత్మకంగా ఉంది.''

''ఏమిటది?''

''గొడవకు కారణమైన మహిళ మిస్‌ఫ్లోరా మిల్లర్‌ను వాస్తవానికి అరెస్టు చేశారు. ఆమె ఇంతకు ముందు అలెగ్రోలో నాట్యకత్తె, ఆమెకు పెళ్ళి కొడుకు చాలా ఏళ్ళ నుంచి పరిచయం. ఇంతకు మించి వివరాలు ఏమీ లేవు. ఇప్పుడు కేసు మొత్తం నీ చేతుల్లో ఉంది - ఇప్పటి వరకూ అది పత్రికల చేతుల్లో ఉంది.''

''ఇది అత్యంత ఆసక్తికరమైన కేసులా ఉంది. దీన్ని ఏ ప్రపంచం కోసమూ నేను వదులుకోను. కానీ, ఎవరో బెల్ కొడుతున్నారు వాట్సన్, గంట నాలుగు దాటి కొద్ది నిమిషాలు అయితే, అది నిస్సందేహంగా మన కులీనక్లైంటే అయి ఉంటాడు. ఎక్కడికైనా వెళ్ళాలని కలలో కూడా అనుకోవద్దు వాట్సన్, ఎందుకంటే నాకు ఒక సాక్షి కావాలి, నేను ఏదీ మరచిపోకుండా ఉండేందుకు.''

''లార్డ్ రాబర్ట్ సెయింట్ సైమన్,'' తలుపు తెరుస్తూ పనివాడు చెప్పాడు. చిరునవ్వు, నాగరికతతో కూడిన ముఖం, నిటారైన ముక్కు, పాలిపోయి ఉన్న ఒక పెద్ద మనిషి లోపలికి ప్రవేశించాడు. కానీ అతని నోరే కొంత భిన్నంగా ఉంది. కానీ అతని చిరునవ్వుతో కూడిన ముఖం అధికారం, పెత్తనం చెలాయించే వాడిలా లేదు. అతను చకచకా వచ్చాడు, కానీ ఆ వయసుకి అతను కొంచెం ఎక్కువగానే మోకాళ్ళు వంచి నడుస్తున్నట్టు అనిపించింది. అతను టోపీ తీసేసరికి పక్కలన బాగానే ఉన్నా నడినెత్తిన మాత్రం పల్చబడింది. అతని వస్త్రధారణ కొంచెం అతిగా ఉన్నట్టుగా అనిపించింది- హై కాలర్, నల్ల గౌను కోటు, తెల్ల వెయిస్ట్ కోటు, పసుపు పచ్చ గ్లోవ్స్, పేటెంట్ లెదర్ బూట్లు వేసుకొని ఉన్నాడు. అతను నిదానంగా గదిలోకి వచ్చి, తలను నెమ్మదిగా ఎడమవైపు నుంచి కుడికి తిప్పి, చేతిలో బంగారు ఫ్రేము ఉన్న కళ్ళజోడును ఊపుతూ నిలబడ్డాడు.

''గుడ్ డే, లార్డ్ సెయింట్ సైమన్,'' అన్నాడు హోమ్స్ లేచి నిలబడి అభివాదం చేస్తూ. ''దయచేసి ఆ కుర్చీలో కూర్చోండి. ఇతను నా మిత్రుడు, సహచరుడు డాక్టర్ వాట్సన్. కొంచెం మంటకు దగ్గరకు కుర్చీని లాక్కోండి, మనం విషయం మాట్లాడుకుందాం.''

''ఇది నాకు చాలా బాధాకరమైన విషయం మిస్టర్ హోమ్స్, దాన్ని మీరు ఊహించగలరు. నేను తీవ్రంగా అవమానపడ్డాను. మీరు ఇప్పటికే ఇలాంటి సున్నితమైన కేసులు అనేకం పరిష్కరించి ఉంటారు సర్, అయితే బహుశ అవి మాలాంటి వారివి అయి ఉండకపోవచ్చు.''

''లేదు, నేను దిగుతున్నాను.''

''క్షమించాలి, ఏమన్నారు?''

''ఇలాంటి కేసులో నా చివరి క్లైంటు ఒక రాజు.''

''ఓ, నిజమా! నాకు తెలియదు. ఇంతకీ ఏ రాజు?''

''స్కాండినేవియా రాజు.''

''ఏమైంది, అతను కూడా భార్యను కోల్పోయాడా?''

''మీరు అర్థం చేసుకోవాలి, మీ విషయాలను ఎంత రహస్యంగా ఉంచుతానని హామీ ఇస్తానో, వాళ్ళవి కూడా అంతే రహస్యంగా ఉంచుతానని,'' అన్నాడు కొంచెం ఘాటుగా.

''అంతేకదా! నిజమే! చాలా నిజం! నన్ను క్షమించాలి. ఇక నా కేసు విషయానికి వస్తే మీరు ఒక అభిప్రాయానికి రావడానికి మీరు ఏ సమాచారం అడిగితే అది ఇవ్వడానికి నేను సిద్ధంగా ఉన్నాను.''

''థాంక్యూ. ఇప్పటికే పేపర్లలో ముద్రితమైన సమాచారాన్నంతా తెలుసుకున్నాను, అంతకన్నా ఎక్కువ కాదు. అదంతా నిజమే అనుకోవచ్చా- ఉదాహరణకు, పెళ్ళి కూతురు అదృశ్యం కావడం గురించి వచ్చిన ఈ వ్యాసం.''

లార్డ్ సెయింట్ సైమన్ దానిని పైపైన చదివాడు. ''అవును, అది నిజమే, అందులో ముద్రించినంతవరకూ.''

''కానీ దానికి అదనంగా ఇంకా చాలా సమాచారం అవసరమవుతుంది, ఎవరైనా ఒక అభిప్రాయానికి రావడానికి. మిమ్మల్ని నేరుగా ప్రశ్నించడం ద్వారానే వాస్తవాలు తెలుసుకోవాలనుకుంటున్నాను.''

''దయచేసి అదే చేయండి.''

''మీరు మిస్‌హేటీ డోరాన్‌ను మొదటిసారి ఎప్పుడు కలుసుకున్నారు?''

''ఒక ఏడాది కింద శాన్‌ఫ్రాన్సిస్కోలో.''

''అప్పుడు మీరు అమెరికాలో పర్యటిస్తున్నారా?''

''అవును.''

''అప్పుడే ఎంగేజ్‌మెంట్ చేసుకున్నారా?''

''లేదు.''

''కానీ మీరు స్నేహంగా ఉన్నారా?''

''నేను ఆమె సమాజం పట్ల ఆకర్షితుడినయ్యాను, అలా ఆకర్షితుడినయ్యానని ఆమెకు కూడా తెలుసు.''

''ఆమె తండ్రి బాగా ధనవంతుడా?''

''పసిఫిక్ భూభాగంలో అతడే అత్యంత ధనవంతుడని విన్నాను.''

''అతను డబ్బు ఎలా సంపాదించాడు?''

''మైనింగ్‌లో. అతనికి కొద్ది ఏళ్ళ కిందట ఏమీలేదు. తర్వాత బంగారం కనుగొన్నాడు. అందులో పెట్టుబడి పెట్టి, ఇంతింతై అన్నట్టుగా ఎదిగాడు.''

'' ఆ యువతి- నీ భార్య ప్రవర్తపై నీ అభిప్రాయం ఏమిటి?''

'' ఆ కులీనుడు కళ్ళ జోడును కాస్త వేగంగా తిప్పుతూ, నిప్పులోకి చూస్తూ కూచున్నాడు గంభీరంగా. తర్వాత, ''చూడండి, మిస్టర్ హోమ్స్,'' అన్నాడు. '' తన తండ్రి ధనవంతుడు కాకముందు నా భార్య ఇరవై ఏళ్ళది. ఆ సమయంలో ఆమె మైనింగ్ క్యాంప్‌లో స్వేచ్ఛగా తిరిగేది, అడవులు, కొండల్లో విహరించేది, దానితో ఆమెకు విద్య ఉపాధ్యాయుడి నుంచి కన్నా ప్రకృతి నుంచే అందింది. ఆమె మనం ఇంగ్లాండ్‌లో అనుకునే టామ్‌బాయ్ వంటిది. చాలా బలమైన స్వభావం, స్వేచ్ఛా జీవి, ఏ సంప్రదాయాలను ఖాతరు చేయనిది. ఆమె చాలా ఉత్సాహవంతమైంది, అగ్నిపర్వతం లాంటిది అని చెప్పబోతున్నాను. ఆమె చాలా వేగంగా మనసు మార్చుకోగలదు, ఎటువంటి భయం లేకుండా తను అనుకున్నది చేయగలదు. మరోవైపు, ఆమె అంతరాంతరాళాల్లో కులీన మహిళ అని భావించకపోతే, ఆమెను వివాహం చేసుకోవాలని అనుకునే వాడిని కాదు (కాస్త హుందాగా దగ్గాడు), అన్నాడు. వీరోచితంగా ఆత్మత్యాగం చేయగల సామర్థ్యం ఉన్న మనిషి అని, అగౌరవనీయమైనది ఏదీ ఆమెకు నచ్చదని విశ్వసిస్తాను.''

''ఆమె ఫోటో మీ దగ్గర ఉందా?''

''ఇదిగో నాతో తెచ్చాను.'' అతను లాకెట్‌ను విప్పి, ఒక అందమైన మహిళ ముఖాన్ని చూపాడు. అది ఫోటో కాదు కానీ దంతంతో చేసిన చిన్న మీనియేచర్, దానిని గీసిన చిత్రకారుడు ఆమె నల్లని జుత్తు, నల్లటి పెద్ద కళ్ళను, అందమైన పెదవులు చక్కగా గీసి దానికి జీవం పోశాడు. హోమ్స్ గంభీరంగా దానికేసి కాసేపు చూశాడు. తర్వాత లాకెట్‌ను మూసేసి, దాన్ని లార్డ్ సెయింట్ సైమన్‌కు తిరిగి ఇచ్చేశాడు.

''అయితే, ఆ యువతి లండన్‌కు వచ్చింది, అప్పుడు మీ పరిచయాన్ని మీరు పునరుద్ధరించుకున్నారా?''

''అవును, ఆమె తండ్రి ఆమెను గత సంవత్సరం లండన్‌కు తీసుకువచ్చాడు. నేను ఆమెను చాలాసార్లు కలుసుకున్నాను, తర్వాత ఎంగేజ్‌మెంట్ జరిగింది, ఇప్పుడు ఆమెను వివాహం చేసుకున్నాను.''

''ఆమె చాలా కట్నమే తెచ్చి ఉంటుందనుకుంటున్నాను.''

''మంచి కట్నమే. మా కుటుంబంలో సాధారణమైనదానికన్నా ఎక్కువ కాదు.''

''అది మీకే ఉంటుందనుకుంటున్నాను, ఎందుకంటే వివాహం జరిగిపోయింది కదా?''

''నేను నిజంగా కూడా దాని గురించి పెద్దగా తెలుసుకోలేదు.''

''తెలుసుకోకపోవడం సహజమే. పెళ్ళికి ముందు రోజు మీరు మిస్‌డోరాన్‌ను కలిశారా?''

''అవును.''

'' ఆమె ఉత్సాహంగానే ఉందా?''

''చాలా. మా భవిష్యత్ జీవితం గురించి మాట్లాడుతూనే ఉంది.''

''నిజమే. ఇది చాలా ఆసక్తికరంగా ఉంది. ఇక పెళ్ళి రోజు ఉదయం?''

''ఆమె సాధ్యమైనంత ఉత్సాహంగా ఉంది - తంతు పూర్తి అయ్యేవరకు కనీసం.''

''ఆ తర్వాత ఆమెలో ఏదైనా మార్పు గమనించారా?''

''వెల్! నిజం చెప్పాలంటే, మొదటిసారి ఆమెలో ఆగ్రహాన్ని చూశాను. ఆ విషయం చెప్పడానికి చాలా స్వల్పమైంది, అల్పమైంది. కేసు మీద ఎలాంటి ప్రభావం అది చూపదని అనుకుంటున్నాను.''

''దయచేసి ఆ వివరాలు చెప్పండి, ఏం జరిగిందో.''

''ఓ! అది చాలా పిల్లతనపు చేష్టలు. మేం వేదిక వైపు వెడుతున్నట్టు చేతిలో పూలగుత్తిని పడేసింది. అప్పుడు ఆమె మొదటి బెంచి ముందు నుంచి వెడుతోంది,

ఆ పూలగుత్తి లోపలికి పడిపోయింది. ఒక్క క్షణం ఆలస్యమైంది, కానీ అక్కడ కూచుని ఉన్న పెద్ద మనిషి దానిని తీసి ఆమె చేతికి అందించాడు, అదేమీ అంతగా పాడుకాలేదు. నేను, ఆ విషయం గురించి ఆమెతో మాట్లాడినప్పుడు, చాలా అసంబద్ధంగా, చటాలున సమాధానం ఇచ్చింది, మేం బండిలో మా యింటికి వెడుతున్నప్పుడు కూడా చిన్న విషయానికే చిరాకుపడిపోయింది.''

''అవును. చర్చిలో బెంచి మీద ఒక పెద్ద మనిషి ఉన్నాడంటున్నారు. అంటే, ఇతరులు కూడా అక్కడ ఉన్నారన్న మాట?''

''ఓ! అవును, చర్చి తీసి ఉన్నప్పుడు వారిని బయటకు పంపడం అసాధ్యం కదా?''

''ఈ పెద్ద మనిషి, నీ భార్య తాలుకు స్నేహితుడు కాదు కదా?''

''లేదు, లేదు, ఆ పెద్ద మనిషిని నేను మర్యాదకోసం కలిశాను. అతను చాలా సాధారణమైన వ్యక్తి. అతడున్న విషయాన్ని కూడా నేను గమనించలేదు. కానీ, మనం విషయానికి దూరంగా వెడుతున్నామనిపిస్తోంది.''

'' అయితే, లేడీ సెయింట్ సైమన్‌కు పెళ్ళి నుంచి వెళ్ళే ముందున్న ఆనందపు మూడ్‌లో తిరిగి రాలేదన్న మాట. ఆమె తన తండ్రి ఇంట్లోకి ప్రవేశించిన తర్వాత ఏం చేసింది?''

''ఆమె తన పనిమనిషితో మాట్లాడడం చూశాను.''

''ఆమె పేరు ఆలిస్, ఆమె అమెరికన్, డోరాన్‌తో పాటుగా కాలిఫోర్నియా నుంచి వచ్చింది.''

''విశ్వసనీయమైన పనిమనిషా?''

''అంతే. యజమానురాలు ఆమెకు చాలానే స్వేచ్ఛని ఇచ్చిందనుకుంటాను. కానీ, అమెరికాలో ఇలాంటి విషయాలను వారు వేరుగా చూస్తారు.''

''ఆమె ఈ ఆలిస్‌తో ఎంత సేపు మాట్లాడింది?''

''ఓ! కొద్ది నిమిషాల పాటు. నేను వేరే ఏదో ఆలోచిస్తున్నాను.''

''వాళ్ళేమనుకున్నారో మీకు వినిపించలేదా?''

''లేడీ సెయింట్ సైమన్ ఏదో మాట తప్పారన్నట్టుగా ఏదో అంటోంది, వారికి అలాంటి యాసను ఉపయోగించడం అలవాటే. ఆమె ఏమన్నదో నాకు అర్థం కాలేదు.''

''కొన్నిసార్లు అమెరికన్ యాస చాలా భావపూరితంగా ఉంటుంది. తన పనిమనిషితో మాట్లాడడం పూర్తి అయిన తర్వాత మీ భార్య ఏం చేసింది?''

''బ్రేక్‌ఫాస్ట్ ఏర్పాటు చేసిన గదిలోకి వెళ్ళింది.''

''మీతో కలిసేనా?''

''లేదు, వంటరిగా. అలాంటి చిన్న విషయాల్లో ఆమె చాలా స్వతంత్రంగా ఉంటుంది.మేం పది నిమిషాలు కూర్చున్న తర్వాత హఠాత్తుగా లేచి, ఏదో క్షమాపణ చెప్తున్నట్టుగా గొణిగి చటాలున తన గదిలోకి వెళ్ళిపోయింది. తర్వాత ఎప్పటికీ తిరిగి రాలేదు.''

''అంతేకదా. తర్వాత ఆమె ప్రస్తుతం కస్టడీలో ఉన్న ఫ్లోరా మిల్లర్‌తో కలిసి హైడ్ పార్క్‌లో నడుస్తూ కనిపించింది. ఉదయం మిస్టర్ డోరాన్ ఇంట్లో అప్పటికే గొడవ చేసిన మహిళ ఆమే కదా.''

''ఆ! అవును. ఈ యువతి గురించి కొన్ని వివరాలు కావాలి. ఆమెతో మీకు గల సంబంధ బాంధవ్యాల గురించి కూడా.''

లార్డ్ సెయింట్ సైమన్ భుజాలు, కనుబొమ్మలు ఎగురవేశాడు. ''మేం కొద్ది సంవత్సరాలుగా స్నేహంగా ఉన్నాం - మీరు దాన్ని భౌతికంగా సన్నిహితంగా ఉన్నామనుకోవచ్చు. ఆమె అల్లెగ్రోలో ఉండేది. నేను ఆమెను అమర్యాదగా, ఉదారంగా లేకుండా లేను. కనుక నాకు వ్యతిరేకంగా ఫిర్యాదు చేసేందుకు ఆమెకు సహేతుకమైన కారణం లేదు. కానీ మహిళలు ఎలా ఉంటారో మీకు తెలుసు మిస్టర్ హోమ్స్. ఫ్లోరా చాలా మంచిది, కానీ చాలా తలపొగరు, నాతో బాగా అనుబంధం పెంచుకుంది. నేను వివాహం చేసుకుంటున్నానని తెలిసిన తర్వాత నాకు చాలా భయంకరమైన ఉత్తరాలు రాసింది. నిజం చెప్పాలంటే, చర్చిలో ఎలాంటి తలకాయ నొప్పి లేకుండా ఉండేందుకే నేను చాలా సాదాసీదాగా వివాహం చేసుకున్నాను. మేం తిరిగి వచ్చిన వెంటనే ఆమె మిస్టర్ డోరాన్ ఇంటికి వచ్చింది. లోపలికి తోసుకువచ్చే ప్రయత్నం చేస్తూ, చాలా నీచమైన భాషలో మాట్లాడుతూ, నా భార్యవైపు తోసుకువెళ్ళే ప్రయత్నం చేసింది. నిజానికి ఆమెను బెదిరించింది కూడా. నేను అలాంటిదేదో జరుగుతుందని ముందే ఊహించి, పనివాళ్ళకు ఆమెను బయిటకు పంపమని ఆదేశించాను. గొడవ చేయడం వల్ల ఉపయోగం ఏమీ లేదని గమనించిన తర్వాత ఆమె చల్లబడింది.''

''మీ భార్య ఇదంతా విన్నదా?''

''లేదు. దేవుడి దయవల్ల అలాంటిది జరగలేదు.''

''తర్వాత ఆమె ఇదే మహిళతో కలిసి నడుస్తూ కనిపించిందా?''

''అవును, స్కాట్‌లాండ్ యార్డ్‌కు చెందిన మిస్టర్ లెస్ట్రాడే దానినే తీవ్రంగా పరిగణించాడు. ఫ్లోరానే నా భార్యను బయిటకు తీసుకువెళ్ళి, ఏదో భయంకరమైన

ఉచ్చు ఆమె చుట్టూ బిగించిందని భావిస్తున్నారు.''

''అది సాధ్యమే.''

''మీరు కూడా అలాగే అనుకుంటున్నారా?''

''అలా జరిగి ఉండవచ్చని నేను అనడం లేదు. కానీ ఇలా జరగవచ్చని మీరు అనుకోవడం లేదా.''

''ఫ్లోరా దోమను కూడా చంపలేదు అనుకుంటాను.''

''కానీ అసూయ, మనిషి ప్రవర్తనను అసాధారణంగా మార్చి వేస్తుంది. జరిగిన దాని గురించి మీ సిద్ధాంతమేమిటో దయచేసి చెప్తారా?''

''నిజానికి నేను మీరు ఏదైనా చెప్తారని వచ్చాను. నేను ప్రతిపాదించడానికి కాదు. మీకు అన్ని వాస్తవాలు చెప్పాను. మీరు నన్ను అడిగారు కనుక, ఈ మొత్తం వ్యవహారాన్ని, ఫ్లోరా కావాలనే అంత తీవ్రంగా బహిరంగం చేయడం, నా భార్యలో కొంత అసహనాన్ని రగిల్చి ఉంటుందనుకుంటున్నాను.''

''క్లుప్తంగా చెప్పాలంటే ఆమె మనస్థిమితం కోల్పోయిందా?''

''వెల్, నిజమే. ఆమె వెనుతిరగగానే, నేను నా గురించి చెప్పను. కానీ చాలామంది నా నుంచి ఆశించి విఫలమైన విషయాల గురించి కూడా చెప్పాలి- నేను దాన్ని ఇంకో రకంగా వివరించలేను.''

''నిజమే, తప్పనిసరిగా అదే సాధ్యమైన పరికల్పన,'' అన్నాడు హోమ్స్ చిరునవ్వుతూ. ''ఇప్పుడు, లార్డ్ సెయింట్ సైమన్, నాకు కావలసిన సమాచారం అంతా నా దగ్గర ఉందనుకుంటున్నాను. మీరు కిటికీలోంచి బయటకు చూసేందుకు, అసలు బ్రేక్‌ఫాస్ట్ టేబుల్ దగ్గర కూర్చున్నారా?''

''అక్కడ కూర్చుంటే, రోడ్డుకు అవతలి వైపుకు చూడవచ్చు, పార్కును కూడా.''

''అవును. ఇక మిమ్మల్ని ఇక్కడే ఇంకా ఉంచాల్సిన అవసరం లేదు. నేను అవసరమైనప్పుడు మీతో మాట్లాడతాను.''

''ఈ సమస్యను పరిష్కరించి పుణ్యం కట్టుకోండి,'' అన్నాడు నా క్లైంట్ లేస్తూ.

''నేను పరిష్కరించాను.''

''అవునా? ఏమిటది?''

''అయితే, నా భార్య ఎక్కడ ఉంది?''

''నేను ఆ వివరాన్ని చాలా త్వరగానే ఇస్తాను.''

లార్డ్ సెయింట్ సైమన్ తన తలను అడ్డంగా ఊపాడు. ''మీకన్నా, నాకన్నా తెలివైన

వారు అవసరమేమో అనిపిస్తోంది,'' అంటూ లేచి అతను పాత సంప్రదాయాలకు అనుగుణంగా ఠీవిగా అభివాదం చేసి వెళ్ళిపోయాడు.

''తన తెలివితేటలతో సమానం చేసి నన్ను ఒక స్థాయిలో ఉంచి గౌరవించినందుకు లార్డ్ సెయింట్ సైమన్‌కు కృతజ్ఞతలు చెప్పాలి,'' అన్నాడు హోమ్స్ పకపక నవ్వుతూ. ''ఈ ప్రశ్నోత్తరాల తర్వాత ఒక విస్కీ, సోడా, సిగార్ తీసుకొని తీరాల్సిందే. మన క్లైంటు గదిలోకి ప్రవేశించకముందే, కేసు గురించి నేను ఒక నిర్ణయానికి వచ్చేశాను.''

''మైడియర్ హోమ్స్!''

''ఇలాంటి కేసులు అనేకం గురించి వివరాలు నా దగ్గర ఉన్నాయి, కానీ నేను ఇంతకు ముందు అన్నట్టుగా తొందరపడలేం. నా పరిశీలన అంతా కూడా నిర్ధారించుకోవడానికే. ప్రాసంగిక సాక్ష్యం అప్పుడప్పుడు చాలా అనుకూలంగా ఉన్నట్టు అనిపిస్తుంది. థోరూ ఇచ్చిన ఉదాహరణలో చెప్పాలంటే పాలల్లో మంచి నీటిచేపను చూసినప్పుడున్నంతగా.''

''కానీ నువ్వు విన్నదంతా నేను కూడా విన్నాను.''

''నాకు తోడ్పడిన ముందు కేసుల గురించిన పరిజ్ఞానం నీకు లేదు. కొన్నేళ్ళ కిందట అబర్డీన్‌లో ఇలాంటి కేసే జరిగింది. ఆ తర్వాత సంవత్సరం ఫ్రాంకో-ప్రష్యన్ యుద్ధం జరిగిన ఏడాది తర్వాత మ్యూనిచ్‌లో కూడా ఇలాంటి ఉదంతమే చోటు చేసుకుంది. ఇది అలాంటి కేసుల్లానే ఉంది - కానీ హల్లో, చూడు లెస్ట్రాడే వచ్చాడు. గుడ్ ఆఫ్టర్‌నూన్ లెస్ట్రాడే! ఆ పక్కన ఉన్న అరలో ఒక ఎక్స్‌ట్రా గ్లాసు ఉంది, పక్కనే పెట్టెలో సిగార్లు ఉన్నాయి.''

అధికారిక డిటెక్టివ్ పీ-జాకెట్, క్రావెట్ వేసుకొని ఉన్నాడు. దానితో అతని రూపం నావికుడిని తలపింపచేస్తోంది. చేతిలో ఒక నల్ల కాన్వాస్‌బ్యాగ్ తీసుకువచ్చాడు. క్లుప్తంగా అభివాదం పూర్తి చేసి కూర్చుని, అతనికి ఆఫర్ చేసిన సిగార్‌ను ముట్టించాడు.

''ఏమిటి సంగతులు?'' అడిగాడు హోమ్స్ కళ్ళలో మెరుపుతో. ''నువ్వేదో అసంతృప్తిగా కనిపిస్తున్నావు.''

''అవును అసంతృప్తిగానే ఉన్నాను. అది భగ్గుమంటున్న సెయింట్ సైమన్ పెళ్ళి కేసు విషయం. ఈ వ్యవహారంలో తలా తోకా ఏమీ అర్థం కావడంలేదు.''

''అవునా! నాకు ఆశ్చర్యం కలిగిస్తున్నావు.''

''నువ్వు ఎప్పుడైనా ఇలాంటి గందరగోళపు వ్యవహారం గురించి విన్నావా? ప్రతి క్లూ వేళ్ళ సందుల్లోంచి జారిపోతున్నట్టు ఉంది. నేను ఈ రోజంతా నేను ఆ పని మీదే ఉన్నాను.''

''అది నిన్ను నిరుత్సాహంలో ముంచినట్టుంది,'' అన్నాడు హోమ్స్, తన చేతిని అతని పీ జాకెట్ మీద వేస్తూ.

''అవును నేను సెర్పెంటైన్ చెరువు పరిసరాలన్నీ వెతికి వచ్చాను.''

''రామ, రామ! ఎందుకు?''

'' లేడీ సెయింట్ సైమన్ దేహం కోసం అన్వేషణ,''

షెర్లాక్ హోమ్స్ తన కుర్చీలో వెనక్కివాలి పకపకమంటూ హాయిగా నవ్వాడు.

''ట్రఫాల్గర్ స్క్వేర్ ఫౌంటెన్ బేసిన్ దగ్గర చూశావా?'' అని అడిగాడు.

''ఎందుకు? నీ ఉద్దేశం ఏమిటి?''

''ఎందుకంటే, ఈ మహిళను కనుగొనే అవకాశం అక్కడ ఉంది.''

లెస్ట్రాడే నా సహచరుడికేసి కోపంగా ఒక చూపు చూశాడు. ''నీకు విషయమంతా తెలిసినట్టే ఉంది కదా?'' అని గర్జించాడు.

''నేను వాస్తవాల గురించి మాత్రమే విన్నాను. కానీ ఎప్పుడో ఒక నిర్ణయానికి వచ్చాను.''

''అవునా! అయితే ఈ సెర్పెంటైన్ పాత్ర ఇందులో ఏమీ లేదంటావా?''

''ఎంత మాత్రం లేదని అనుకుంటున్నాను.''

''అయితే, ఇది అందులో ఎందుకు దొరికిందో దయచేసి వివరించి చెప్తావా?'' ఆ మాటలంటూనే తన సంచీ తెరిచి, అందులో నుంచి తడిసిన సిల్కు వెడ్డింగ్ డ్రెస్‌ను, తెల్లటి శాటిన్ షూస్‌ను, పెళ్ళి కూతురు వేసుకునే ముసుగు, పూల గుచ్ఛం బయటపడేశాడు. ''ఇదిగో'' అంటూ పెళ్ళి ఉంగరాన్ని తీసి ఆ చిన్న మూట పైన పెట్టాడు.

''నువ్వు పరిష్కరించడానికి ఇదిగో ఈ సమస్య చాలనుకుంటాను, మాస్టర్ హోమ్స్.''

''ఓ! అవును,'' అన్నాడు నా స్నేహితుడు, గాలిలోకి నీలం రంగు రింగులను వదులుతూ. ''నువ్వు వాటిని సర్పెంటీన్‌లో నుంచి వెలికి తీశావా?''

''లేదు, అవి అంచుల్లో తేలుతూ, తోటమాలికి కనిపించాయి. వాటిని ఆమె దుస్తులుగా గుర్తించారు. ఒకవేళ దుస్తులు ఉంటే శరీరం కూడా ఎంతో దూరంలో ఉండి ఉండదని అనుకున్నాను.''

''అదే అద్భుతమైన తర్కంతో, ప్రతి ఒక్కరి మృతదేహం వాళ్ళ వార్డ్‌రోబ్ పక్కనే పడి ఉండాలి. వీటన్నింటి ద్వారా నువ్వు ఏ అభిప్రాయానికి వచ్చావో చెప్తావా?''

''ఈ మొత్తం అదృశ్యం కావడంలో ఎక్కడో ఫ్లోరా మిల్లర్ జోక్యం ఉన్నట్టు ఆధారం దొరికినట్టు అనిపించింది.''

''అది నీకు చాలా కష్టమవుతుందని అనుకుంటాను.''

''నువ్వు ఇప్పుడు?'' అంటూ కచ్చగా అరిచాడు లెస్ట్రాడే. ''నువ్వు నీ ఊహల విషయంలో వాస్తవికంగా లేవనిపిస్తోంది హోమ్స్. ఈ కొద్ది నిమిషాల్లోనే నువ్వు అనేక తప్పులు చేశావు. ఈ డ్రెస్సు, మిస్‌ఫ్లోరా మిల్లర్‌ను ఇరికించదా?''

''ఎలా?''

''ఈ డ్రెస్సులో ఒక జేబు ఉంది. ఆ జేబులో ఒక కార్డు కేసు ఉంది. ఆ కార్డు కేసులో ఒక చీటీ ఉంది. ఇదిగో ఆ చీటీ ఇదే.'' ఆ మాటలు అంటూ ఆ చీటీని తన ఎదురుగా ఉన్న టేబుల్ మీదకి విసిరేశాడు. ''విను చదువుతాను. ''అంతా సిద్ధమైన తర్వాత నన్ను కలు. వెంటనే రా. ఎఫ్. హెచ్ ఎమ్.'' ఇప్పటివరకూ నా థియరీ అంతా లేడీ సెయింట్ సైమన్‌ను ఫ్లోరా మిల్లర్ మాయం చేసిందనే, ఆమె, తన తోటి కుట్రదారులతో కలిసి ఈ పనికి పాల్పడింది. ఇదిగో, ఆమె పేరు పొడి అక్షరాలతో సంతకం చేసిన నోట్, తప్పకుండా దాన్ని తలుపువద్ద ఆమె చేతిలో రహస్యంగా పెట్టి, తన దగ్గరకు వచ్చేలా ఆకర్షించింది.''

'' వెరీ గుడ్, లెస్ట్రాడే,'' అన్నాడు హోమ్స్ పకపక నవ్వుతూ. '' నువ్వు చాలా బాగా పరిశోధించావు. ఏదీ నన్ను చూడనివ్వు.'' అతను ఆ కాగితాన్ని నిర్లక్ష్యంగా తీసుకున్నాడు, కానీ అతని దృష్టి ఏకాగ్రమై, సంతృప్తికరంగా నిట్టూర్చాడు.

''నిజమే ఇది చాలా ముఖ్యం,'' అన్నాడు అతను.

''హా! అవునా మొత్తానికి అలా అనిపించిందా?''

''అవును, అలాగే అనిపించింది. నిన్ను మనస్ఫూర్తిగా అభినందిస్తున్నాను.''

లెస్ట్రాడే విజయం సాధించిన వాడిలా లేచి నిలబడి, దాన్ని చూసేందుకు తల కిందకు వంచాడు.

''ఏమిటీ,'' అన్నాడు కీచుగా, ''నువ్వు తప్పుగా చూస్తున్నావు దాన్ని.''

''అందుకు భిన్నంగా, ఇదీ సరైన వైపు.''

''సరైనా వైపా? నీకేమైనా పిచ్చా. ఇదిగో పెన్సిల్‌తో రాసిన నోట్.''

''ఇది చూడటానికి ఏదో హోటల్ బిల్లులాగా ఉంది, ఇది నాకు చాలా తీవ్రమైన ఆసక్తిని కలిగిస్తోంది.''

''అందులో ఏమీ లేదు. నేను ఇంతకు ముందు దాన్ని చూశాను,'' అన్నాడు

లెస్ట్రాడే. "అక్టోబర్ 4, గదులు 8 సెంట్లు, బ్రేక్‌ఫాస్ట్ 2 సెంట్లు, కాక్‌టైల్ 1 సెంటు, లంచ్ 2 సెంట్లు, ఒక గ్లాసు షెర్రీ 8 డెమ్ములు, అందులో నాకేమీ కనిపించడం లేదు."

"కనిపించదు కూడా. కానీ అదే సమయంలో ఇది చాలా ముఖ్యం. నోట్ కూడా ముఖ్యమే లేదా అందులోని పొడి సంతకం, కనుక నేను నిన్ను మళ్ళీ అభినందిస్తున్నాను."

"ఇప్పటికే చాలా సమయం వృథా చేశాను," అన్నాడు లెస్ట్రాడే లేచి నిలబడుతూ. "నేను కష్టపడి పనిచేయడాన్ని విశ్వసిస్తాను అంతే కానీ ఫైర్ ముందు కూర్చుని సిద్ధాంతీకరించడం కాదు. గుడ్ డే, మిస్టర్ హోమ్స్, ఇద్దరిలో ఎవరం విషయాన్ని ముందు తెలుసుకుంటామో చూద్దాం." అతను ఆ బట్టలన్నీ మళ్ళీ తీసి సంచీలో దోపి, తలుపు దగ్గరకు వెళ్ళాడు.

"నీకు ఒక్క హింట్ ఇస్తున్నాను, లెస్ట్రాడే," అన్నాడు హోమ్స్ తన ప్రత్యర్థి మాయం కాకముందే. "ఈ వ్యవహారానికి నిజమైన పరిష్కారాన్ని చెప్తాను. లేడీ సెయింట్ సైమన్ ఒక కథ. ఆ పేరుతో ఇప్పుడు కానీ, ఎప్పుడూ కానీ ఎవరూ లేరు."

లెస్ట్రాడే నా మిత్రుడికేసి విచారం చూశాడు. తర్వాత నా కేసి తిరిగి, తన నుదుటి మీద మూడుసార్లు కొట్టుకొని, తల అడ్డంగా ఊపి, హడావిడిగా బయటకు వెళ్ళిపోయాడు.

అతను తన వెనక తలుపు వేసీ వేయగానే, హోమ్స్ లేచి తన ఓవర్‌కోట్ వేసుకున్నాడు. "అతను చెప్పిన ఔట్ డోర్ పనిలో ఏదో పస ఉంది," అన్నాడు. "కనుక కాసేపు నిన్ను నీ పేపర్లకే వదిలేసి నేను బయటికి వెడతాను వాట్సన్," అన్నాడు.

షెర్లాక్ హోమ్స్ నన్ను వదిలి బయటకు వెళ్ళేటప్పటికి ఐదు దాటింది, కానీ నేను వంటరిగా ఉండటానికి సమయం దొరకలేదు, ఎందుకంటే బేకరీ నుంచి ఒక వ్యక్తి పెద్ద డబ్బా ఒకటి తీసుకువచ్చాడు. దీన్ని అతను తనకు సహాయకుడిగా తెచ్చుకున్న యువకుడి సహాయంతో విప్పాడు, నేను ఆశ్చర్యంగా చూస్తుండగానే అద్భుతమైన రాత్రి భోజనం ఏర్పాట్లు మా సాదాసీదా గదిలో జరుగుతున్నాయి. మంచి నాటు కోడి, కైమా, ఇతరత్రా కూరలు, ఊరగాయలతోపాటుగా ఉన్నాయి. వాటన్నింటినీ పరిచి, మా అతిథులు ఇద్దరూ అరేబియన్ నైట్స్ కథలోని జినీలాగా మాయమయ్యారు. దానికి ఎవరు డబ్బు చెల్లించారు, అసలు ఎవరు ఆర్డర్ చేశారు, చిరునామా ఎవరు చెప్పారు వంటి వివరాలు ఏవీ చెప్పకుండా.

తొమ్మిది అవుతుండగా, షెర్లాక్ హోమ్స్ గబగబా గదిలోకి వచ్చాడు. అతని ముఖం గంభీరంగా ఉంది, కానీ కళ్ళల్లో ఏదో మెరుపు, అతడి నిర్ణయాలతో అతడు

నిరాశచెందలేదని చెప్పింది.

''అయితే వారు భోజనం ఏర్పాట్లు చేశారన్నమాట,'' అన్నాడు చేతులు రెండూ రాచుకుంటూ.

''ఇంకా ఎవరైనా వస్తారని చూస్తున్నావా? ఎందుకంటే, ఐదుగురికి సరిపోయే భోజనం ఏర్పాటు చేశారు.''

''అవును, ఎవరైనా వస్తే బాగుండని నేను కూడా అనుకుంటున్నాను,'' అన్నాడు అతను. ''లార్డ్ సెయింట్ సైమన్ ఇంకా రానందుకు నాకు ఆశ్చర్యంగా ఉంది. హా! నాకు మెట్ల మీద ఎవరో పైకి వస్తున్నట్టుగా చప్పుడు వినిపిస్తోంది.''

నిజమే ఆ వచ్చిన వ్యక్తి ఉదయం వచ్చిన మా అతిథే. అయితే, అతను ఇప్పుడు తన చేతిలోని కళ్ళజోడును మరింత వేగంగా గిరగిర తప్పుతూ, చాలా వ్యాకులత పడుతున్న ముఖంతో కనిపించాడు.

''అయితే నా వార్తాహరుడు వచ్చాడన్న మాట?'' అన్నాడు హోమ్స్.

''అవును, కానీ ఆ వివరాలు నన్ను ఊహించలేనంతగా గాభరా పెట్టాయి. మీరు చెప్పిన విషయాలన్నీ ఖరారు చేసుకున్నవేనా?''

''సాధ్యమైనంతవరకూ.''

లార్డ్ సెయింట్ సైమన్ కుర్చీలో కూలబడి, చేతితో నుదురు రాచుకోవడం మొదలుపెట్టాడు.

'' తన కుటుంబాన్ని ఇంతటి అవమానానికి గురిచేశారంటే, డ్యూక్ ఏమంటాడో?'' అన్నాడు గొణుగుతున్నట్టుగా.

''ఇది చాలా సాధారణమైన ప్రమాదం. ఇక్కడేదో అవమానం జరిగిందని నేను అనుకోవడం లేదు.''

''ఇందులో ఎవరినీ తప్పు పట్టాల్సిన పనిలేదు. ఆ మహిళ అంతకన్నా మరో రకంగా ప్రవర్తించలేదు, కానీ అలా హఠాత్తుగా చేయడం నిస్సందేహంగా తప్పే. తల్లి లేకపోవడంతో ఇలాంటి సంక్షభంలో ఆమెకు సలహా చెప్పేవారు ఎవరూ లేకపోయారు.''

''ఇది అవమానమే సర్, బహిరంగ అవమానం,'' అన్నాడు లార్డ్ సెయింట్ సైమన్, బల్ల మీద వేళ్ళతో తాళం వేస్తూ.

''మీరు అలాంటి పరిస్థితుల్లో చిక్కుకున్న ఆ అమ్మాయిని చూసి అయినా క్షమించాలి.''

''నేను ఎంత మాత్రం క్షమించలేను. నేను చాలా కోపంగా ఉన్నాను, నన్ను చాలా

నిగ్గుపడేలా ఉపయోగించుకున్నారు.''

''బెల్లు కొట్టిన శబ్దం వినిపిస్తోంది,'' అన్నాడు హోమ్స్. ''ఎవరో దిగుతున్నట్టుగా ఉంది. ఈ విషయంలో మీరు క్షమించలేకపోతే లార్డ్ సెయింట్ సైమన్, నేను ఒక అడ్వకేట్‌ను తీసుకువచ్చా, అతను మరింత విజయవంతం కావచ్చు.''

అతను తలుపు తెరవగానే, ఒక పెద్ద మనిషి, ఒక యువతి లోపలికి వచ్చారు.

''లార్డ్ సెయింట్ సైమన్, మిస్టర్ అండ్ మిసెస్ ఫ్రాన్సిస్‌హే మౌల్టన్‌ను పరిచయం చేయనివ్వండి. ఆ యువతిని మీరు ఇప్పటికే కలిశారనుకుంటాను,'' అన్నాడు హోమ్స్.

వారిని చూడడంతోటే నా క్లైంటు లేచి చాలా నిటారుగా నిలబడ్డాడు, ఫ్రాక్ కోటు జేబులో పెట్టుకున్న చేతికేసి చూస్తూ, తన గౌరవానికి భంగం కలిగిన వాడిలా నిలబడ్డాడు. ఆ యువతి గబుక్కున ముందుకు వచ్చి, చెయ్యి సాచింది కానీ అతను కళ్ళు ఎత్తేందుకు తిరస్కరించాడు. అది అతని సంకల్పం కానీ ఆమె వేడికోలు చూపులు నిలవనిచ్చేట్టుగా లేవు.

''నువ్వు కోపంగా ఉన్నావు రాబర్ట్, అలా ఉండటానికి నీకు అన్ని అర్హతలూ ఉన్నాయి,'' అంది ఆమె.

''దయచేసి నాకు ఎలాంటి క్షమాపణలు చెప్పవద్దు,'' అన్నాడు లార్డ్ సెయింట్ సైమన్ చేదుగా.

''అవును, నేను నిన్ను చాలా తప్పుగా చూశాను, నేను వెళ్ళబోయే ముందు నీతో మాట్లాడి ఉండవలసింది. కానీ మళ్ళీ ఇక్కడ ఫ్రాంక్‌ను చూసినప్పటి నుంచీ నేను స్థిమితంగా లేను. నేనేం చేస్తున్నానో, ఏం మాట్లాడుతున్నానో నాకే అర్థం కాలేదు. నేను అక్కడ ఆ వేదిక మీదే మూర్ఛపోవడమో, కింద పడకపోవడమో ఎలా జరిగిందా అని ఆశ్చర్యపోతున్నాను,'' అంది ఆమె.

''ఈ విషయాన్ని మీరు వివరించేందుకు నన్ను, నా స్నేహితుడిని బయటకు వెళ్ళమంటారా మిసెస్ మౌల్టన్,''

''నా అభిప్రాయం అడిగితే, ఈ వ్యవహారం ఇప్పటికే చాలా రహస్యంగా సాగింది. కనుక నా వైపు నుంచి మొత్తం యూరప్, అమెరికా ఈ విషయాన్నంతా వినాలని కోరుకుంటాను,'' అన్నాడు ఆ పెద్ద మనిషి. అతను పెద్ద స్ఫూరద్రూపి ఏమీ కాదు, కానీ పదునైన ముఖంతో చాలా అప్రమత్తంగా ఉన్నాడు.

''అయితే, మా కథను వెంటనే మొదలుపెడతాను,'' అంది ఆ యువతి. ''నేను, ఫ్రాంక్‌ను రాకీన్‌దగ్గర మెక్వైర్ క్యాంప్‌లో తొలిసారి కలుసుకున్నాను. నా తండ్రి ఏదో వ్యవహారం మీద అక్కడికి వచ్చాడు. మా ఇద్దరికీ ఎంగేజ్‌మెంట్ కూడా అయింది.

తర్వాత నా తండ్రికి బంగారం దొరికింది, ధనవంతుడయ్యాడు. కానీ ఫ్రాంక్‌కు మాత్రం ఏమీ లభించలేదు. నా తండ్రి ధనవంతుడు అవుతున్న కొద్దీ ఫ్రాంక్ పేదవాడు అవుతున్నాడు, దానితో నా తండ్రి మా ఎంగేజ్‌మెంట్‌ను రద్దు చేసి నన్ను ఫ్రిస్కో తీసుకొని వెళ్ళాడు. ఫ్రాంక్ అలా వదిలేసేరకం కాదు, అతను మమ్మల్ని అక్కడికి అనుసరించాడు. మా నాన్నకు ఏమీ తెలియకుండా నన్ను కలుస్తుండేవాడు. అతనికి తెలిస్తే కోపగిస్తాడని, మేమిద్దరమే నిర్ణయించుకున్నాం. తాను కూడా నా తండ్రి అంత సంపాదించేవరకూ నా చేతిని కోరనని చెప్పాడు. నేను కూడా అతని కోసం వేచి ఉంటానని వాగ్దానం చేశాను, అతను నన్ను వదిలివెళ్ళిన సమయంలో మరెవరినీ వివాహం చేసుకోనని ప్రతిజ్ఞ చేశాను. ''అయితే మనం వెంటనే ఎందుకు పెళ్ళి చేసుకోకూడదు,'' అని అడిగాడు అతను, అలా చేసుకుంటే మనం కచ్చితంగా ఉండగలం, నేను తిరిగి వచ్చేవరకూ నేను నీ భర్తనని ఎవరికీ చెప్పను.మేం ఆ విషయం గురించి కడూాఆ మాట్లాడుకున్నాం, అతను చాలా మంచి ఏర్పాట్లు చేశాడు. మేం వెళ్ళేసరికి ప్రీస్టు వేచి ఉన్నాడు, దానితో వెంటనే మేం ,చేసుకున్నాం. తర్వాత ఫ్రాంక్ తన అదృష్టాన్ని వెతుక్కుంటూ వెళ్ళాడు, నేను నా తండ్రి దగ్గరకు వెళ్ళాను.''

''నేను తర్వాత ఫ్రాంక్ గురించి విన్నది, అతడు మాంటానాలో ఉన్నాడని, తర్వాత ఆరిజోనాకు తర్వాత న్యూమెక్సికోకూ వెళ్ళినట్టు విన్నాను. తర్వాత ఒక మైనింగ్ శిబిరాన్ని స్థానిక అపాచే ఇండియన్లు దాడి చేసి ధ్వంసం చేశారని, అక్కడున్న వారందరినీ హతమార్చారని ఒక కథనం వార్తాపత్రికలలో వచ్చింది. మరణించిన వారి జాబితాలో ఫ్రాంక్ పేరు కూడా ఉంది. నేను వెంటనే మూర్ఛపోయాను, తర్వాత కొన్ని నెలల పాటు జబ్బున పడ్డాను. నేను జబ్బున పడ్డానని భావించిన మా నాన్న ఫ్రిస్కోలో ఉన్న సగం మంది డాక్టర్లకు నన్ను చూపించాడు. దాదాపు ఒక ఏడాది, ఆ పైన కాలంలో ఫ్రాంక్ గురించి ఒక్క వార్త కూడా రాలేదు, దానితో అతను మరణించి ఉంటాడనే అనుమానం నాలో బలపడింది. ఆ సమయంలోనే లార్డ్ సెయింట్ సైమన్ ఫ్రిస్కోకు వచ్చారు, మేం లండన్‌కు వచ్చాం, పెళ్ళి నిశ్చయమైంది. మా నాన్న ఎంతో సంతోషించాడు. కానీ నేను ఫ్రాంక్‌కు నా మనసులో ఇచ్చిన స్థానాన్ని ప్రపంచంలోని ఏ వ్యక్తీ ఆక్రమించలేడని ఆ సమయంలో భావించాను.

'' కానీ, ఒకవేళ నేను సెయింట్ సైమన్‌ను వివాహం చేసుకొని ఉంటే, నా విధిని నేను నిర్వహించి ఉండేదాన్ని. మన ప్రేమను ఆదేశించి పొందలేం. నేను అతనితో వేదిక మీదకు వెళ్ళేటప్పుడు ఒక మంచి భార్యగా ఉండాలనే అనుకున్నాను. కానీ దాని రెయిలింగ్ దగ్గరకు వెళ్ళినప్పుడు వెనక్కి తిరిగి చూసేసరికి మొదటి బెంచిలో కూర్చుని ఫ్రాంక్ నాకేసి చూస్తుండడాన్ని గమనించాను. నేను మొదట అది దయ్యమనే

అనుకున్నాను. నేను మళ్ళీ తిరిగి చూసినప్పుడు అతను అక్కడే కదలకుండా ప్రశ్నార్థకంగా చూస్తూ కనిపించాడు. అక్కడ తనను చూడడం నాకు సంతోషంగా ఉందా, బాధగా ఉందా అని ప్రశ్నిస్తున్నట్టు అనిపించింది. నేను వెంటనే స్పృహ తప్పక పోవడం ఆశ్చర్యమే. కానీ నా చుట్టూ గిర్రున తిరుగుతున్న భావన, ప్రీస్టు మాటలు చెవిలో జోరీగ రొదలా అనిపిస్తున్నాయి. ఏం చెయ్యాలో నాకు తెలియలేదు. ఆ తంతును అప్పటికప్పుడు ఆపించి, చర్చిలో ఒక సీన్ సృష్టించాలా? నేను మళ్ళీ అతనికేసి చూశాను. నేనేం ఆలోచిస్తున్నానో అతనికి తెలిసినట్టుగా ఉంది, అందుకే నోటి మీద వేలు పెట్టి, ప్రశాంతంగా ఉండమని అతను సూచించాడు. తర్వాత అతను ఒక చిన్న కాగితం ముక్కమీద ఏదో రాయడం కనిపించింది. అతను ఏదో నోట్ రాస్తున్నాడని అనిపించింది. నేను బయిటకు వెడుతున్నప్పుడు కావాలనే అతను కూర్చున్న బెంచీ దగ్గర పూలగుత్తి పడేశాను. అతను దానిని తిరిగి ఇస్తున్నప్పుడు ఆ చీటీని కూడా నా చేతిలో పెట్టాడు. అందులో ఒకే ఒక్క లైను ఉంది.. తాను చెప్పినప్పుడు వచ్చి తనను కలవమని. నా మొదటి విధి అతని పట్లే అన్న భావన నాలో బలంగా కలిగింది. అందుకే అతను ఏం చెప్తే అలాగే చేయాలని దృఢంగా నిశ్చయించుకున్నాను.

నేను తిరిగి వచ్చినప్పుడు, కాలిఫోర్నియాలో అతనితో పరిచయం ఉన్న, నాతో స్నేహంగా ఉండే నా చెలికత్తెతో విషయం చెప్పాను. ఏమీ మాట్లాడకుండా, నా సామన్లు కొన్ని సర్ది సిద్ధం చేయమని ఆదేశించాను. నేను లార్డ్ సెయింట్ సైమన్‌తో మాట్లాడి ఉండవలసిందని నాకు తెలుసు, కానీ అతని తల్లి ముందు, ఆ గొప్పవారి ముందు అది చాలా కష్టమైన పని. అందుకే ముందు పారిపోయి, తర్వాత వివరణ ఇవ్వాలని నిర్ణయించుకున్నాను. ఫ్రాంక్‌ను కిటికీలో నుంచి రోడ్డుకు అవతలవైపు నిలబడి ఉండడం చూసే పది నిమిషాల ముందు వరకూ నేను టేబుల్ వద్ద లేను. అతను నాకు చెయ్యి ఊపి, పార్కులోకి నడవడం మొదలు పెట్టాడు. నేను కూడా లేచి, నా వస్తువులు సర్దుకొని, నిశ్శబ్దంగా అతని వెనుకే వెళ్ళిపోయాను. ఎవరో ఒక స్త్రీ వచ్చి లార్డ్ సెయింట్ సైమన్ గురించి ఏదేదో మాట్లాడడం మొదలు పెట్టింది - పెళ్ళికి ముందు అతనికి కూడా ఏదో చిన్న రహస్యం ఉందని నేను విన్న మాటలు నిజమే అనిపించింది. కానీ నేను ఆమెను వదిలించుకుని ముందుకు వెళ్ళి ఫ్రాంక్‌ను దాటిపోయాను. మేమిద్దరం కలిసి బండి ఎక్కి, గార్డన్ స్క్వేర్‌లో అతను తీసుకున్న గదికి వెళ్ళాం. అన్ని ఏళ్ళ ఎదురుచూపుల తర్వాత అదే నా నిజమైన వివాహం. ఫ్రాంక్ అపాచే ఇండియన్ల చేతిలో బందీగా ఉండి, తప్పించుకొని ఫ్రిస్కో వచ్చాడు. అతను మరణించాడని నమ్మి నేను ఇంగ్లాండ్ వచ్చానని అతనికి తెలిసి, నన్ను అనుసరించి ఇక్కడకు వచ్చాడు. నా రెండవ వివాహం రోజు ఉదయం నాకు కనిపించాడు.

''నేను పెళ్ళి విషయం పేపర్లో చదివాను,'' అని వివరించాడు ఆ అమెరికన్. ''అందులో ఇద్దరి పేర్లతో పాటు చర్చి పేరు కూడా ఇచ్చారు కానీ ఆమె ఎక్కడ ఉంటోందో ఇవ్వలేదు.''

''తర్వాత మేం ఏం చేయాలా అని మాట్లాడుకున్నాం. ఫ్రాంక్ అంతా తేటతెల్లం చేద్దామన్నాడు కానీ నేనే సిగ్గుపడ్డాను. అంతకన్నా నేను సజీవంగానే ఉన్నానని నా తండ్రికి తెలిసేందుకు, ఆయనకు నాలుగు ముక్కలు రాసి, అదృశ్యమైపోయి, జీవితంలో వారెవరినీ చూడకపోవడం మంచిదనిపించింది. అక్కడ బ్రేక్‌ఫాస్ట్‌టేబుల్ ముందు కూర్చుని ఆ పెద్దమనుషులంతా నేను వస్తానంటూ ఎదురుచూడడం చాలా బాధగా అనిపించింది. ఫ్రాంక్ నా పెళ్ళి దుస్తులను తీసుకుని ఉండచుట్టి, అవి కనిపించకుండా ఉండేందుకు ఎవరూ చూడలేని చోట పారేశాడు. మేం రేపు పారిస్ వెళ్ళవలని ఉంది, కానీ ఈ రోజు సాయంత్రం ఈ పెద్ద మనిషి మిస్టర్ హోమ్స్ మా దగ్గరకు వచ్చారు. ఆయన మమ్మల్ని ఎలా కనుక్కున్నాడో నేను ఊహించలేకపోతున్నాను కానీ నేను చేసింది తప్పని, ఫ్రాంక్ ఆలోచనే సరైందని మెత్తగా నచ్చచెప్పారు. మేం అలాగే రహస్యంగా ఉంటే అది తప్పవుతుందన్నారు. తర్వాత లార్డ్ సెయింట్ సైమన్‌తో వంటరిగా మాట్లాడే అవకాశం కల్పిస్తానని చెప్పడంతో, మేం వెంటనే బయలుదేరి ఆయన గదికి వచ్చాం. ఇప్పుడు రాబర్ట్, నువ్వు అంతా విన్నావు. నిన్ను బాధపెట్టినందుకు నేను విచారిస్తున్నాను. నువ్వు నా గురించి చెడ్డగా అనుకోవని ఆశిస్తున్నాను.''

లార్డ్ సెయింట్ సైమన్ తన మొండి వైఖరిని కొంచెమైనా సడలించలేదు, కానీ ఈ సుదీర్ఘమైన వివరణను కనుబొమ్మలు ముడుచుకుని, పెదవులను బిగపట్టి విన్నాడు.

''క్షమించండి సర్, నా స్వంత వ్యవహారాలు ఇలా బహిరంగంగా చర్చించడం నా సంప్రదాయం కాదు.''

''అయితే నన్ను క్షమించవా? నేను వెళ్ళే ముందు చెయ్యి కూడా కలపవా?''

''తప్పకుండా, అది నీకు సంతోషాన్నిస్తుందంటే.'' అతను చెయ్యి సాచి ఆమె చేతిని అందుకున్నాడు.

''మీరు మాతో భోజనం చేస్తారని ఆశించాను,'' అన్నాడు హోమ్స్.

''మీరు చాలా ఎక్కువ అడుగుతున్నారు,'' అన్నాడు సైమన్.

''నేను ఈ కొత్త పరిణామాలను జీర్ణం చేసుకోగలనేమో కానీ దానిని వేడుక చేసుకోలేను. మీరు అనుమతిస్తే మీ అందరికీ గుడ్‌నైట్ చెప్పాలనుకుంటున్నాను.'' అతను మా అందరికీ కలిపి వంగి అభివాదం చేసి, గదిలో నుంచి బయటకు వెళ్ళిపోయాడు.

''మీరైనా మా ఆతిథ్యాన్ని స్వీకరిస్తారని ఆశిస్తున్నాను,'' అన్నాడు షెర్లాక్ హోమ్స్. ''ఒక అమెరికన్‌ను కలవడం నాకు ఎప్పుడూ సంతోషమే. ఎందుకంటే గతంలో ఒక రాజు చేసిన తప్పు, ఒక మంత్రి చేసిన పొరపాటు ఏదో ఒక రోజు మన పిల్లలను, నక్షత్రాలూ, యూనియన్ జాక్ జెండా గల దేశస్తులను ప్రపంచ పౌరులను కాకుండా నిలువరించలేదని విశ్వసిస్తున్నాను''

''కేసు చాలా ఆసక్తికరంగా ఉంది,'' అన్నాడు హోమ్స్, మా అతిథులు వెళ్ళిపోయిన తర్వాత. ''ఎందుకంటే, మొదట వివరించలేనంతగా కనిపించినప్పటికీ, అది చాలా సులువైన వివరణను ఇచ్చింది. ఇంతకన్నా వివరించలేనిది ఏమీ ఉండదు. ఆ యువతి వివరించిన ఘటనల పరంపరకన్నా సహజమైంది ఏదీ ఉండదు. అలాగే స్కాట్‌లాండ్ యార్డ్‌కు చెందిన మిస్టర్ లెస్ట్రాడే వచ్చిన నిర్ణయం కన్నా చిత్రమైందీ ఉండదు.''

''అయితే నువ్వు పొరబడలేదన్న మాట?''

''మొదటి నుంచీ రెండు వాస్తవాలు నాకు స్పష్టంగా కనిపించాయి. ఆ యువతి పెళ్ళి చేసుకోవడానికి సుముఖమే, కానీ ఇంటికి వచ్చిన కొద్ది క్షణాలకే ఆమె పశ్చాత్తాప పడడం ప్రారంభించింది. అంటే ఆమె మనసు మార్చుకునేంతగా ఆ రోజు ఉదయం ఏదో జరిగిందన్న మాట. అది ఏమై ఉంటుంది? ఆమె బయిటకు వెళ్ళినప్పుడు ఎవరితోనూ మాట్లాడే అవకాశం లేదు, ఎందుకంటే ఆమె పెళ్ళి కొడుకుతోనే ఉంది. అంటే, ఆమె ఎవరినైనా చూసిందా? చూసి ఉంటే, అది అమెరికాకు చెందిన వారై ఉండాలి. ఎందుకంటే, ఆమె ఈ దేశంలో చాలా తక్కువ సమయం గడిపింది కనుక తన పై అంత ప్రభావాన్ని చూపేంతగా, తన మనసుని పూర్తిగా మార్చుకుని, నిర్ణయాలు తారుమారు చేసుకునేంతటి గాఢ పరిచయాలు చేసుకునే ఆస్కారం లేదు. చూశావా, మనం ఇది కాదు, ఇది కాదు అని అనుకుంటూ, ఆమె ఎవరో అమెరికన్‌ను చూసి ఉంటుందనే భావనకు ఎలా వచ్చామో. ఇక, అయితే ఈ అమెరికన్ ఎవరై ఉంటారు, ఆమెపై అంత ప్రభావాన్ని ఎలా కలిగి ఉన్నాడు? అతను ప్రేమికుడై ఉండాలి లేదా భర్త అయి ఉండాలి. ఆమె యవ్వనమంతా చిత్రమైన పరిస్థితుల్లో, కఠినంగా సాగింది. నేను సెయింట్ సైమన్ చెప్పిన విషయాన్ని విన్న ముందు వచ్చిన అభిప్రాయం ఇది. అతను, మొదటి బెంచీలో కూర్చున్న వ్యక్తిని చూసిన తర్వాత పెళ్ళి కూతురి ప్రవర్తన మారిందని మనకు చెప్పడం, ఆమె నోట్‌ను తీసుకునేందుకు తన పూలగుత్తిని అక్కడ పడేయడం, మైనర్ల పరిభాషలో మొదటగా ఒక వ్యక్తి సొంతమైన దాన్ని అతనే తిరిగి పొందడం అనే అర్థంతో వాడిన జంపింగ్ అనే పదంతో, మొత్తం విషయం

తేటతెల్లమైపోయింది. ఆమె ఎవరో పురుషడితో వెళ్ళిపోయింది, అతను ఆమె ప్రేమికుడెన్నా అయి ఉండాలి, లేదా మొదటి భర్త అయినా కావాలి. అవకాశం భర్తకే ఉన్నాయి.''

''అసలు వాళ్ళని నువ్వెలా కనుక్కోగలిగావు?''

''అది కష్టమయ్యేదే. కానీ మన స్నేహితుడు లెస్ట్రాడే, తనే తెలుసుకోలేని విలువైన సమాచారాన్ని చేతిలో పెట్టుకొని ఉన్నాడు. అందులో ఉన్న పొడి అక్షరాలు చాలా ముఖ్యమైనవి, అంతకన్నా విలువైనది ఏమిటంటే అతను లండన్‌లోని అత్యంత ఖరీదైన హోటల్లో వారపు బిల్లును ఒక్కసారిగా చెల్లించడం.''

''అది ఖరీదైన హోటలనే నిర్ణయానికి ఎలా వచ్చావు?''

''ధరలను బట్టి. ఒక్క పడక కోసం ఎనిమిది షిల్లింగులు, ఒక గ్లాసు షెరీ కోసం ఎనిమిది పెన్స్ అనేది లండన్‌లోనే అత్యంత ఖరీదైన హోటలే. అంతటి ధరలు వసూలు చేసే హోటళ్ళు లండన్‌లో ఎక్కువ లేవు. నేను నార్తంబర్‌లాండ్ ఎవెన్యూకు నేను వెళ్ళినప్పుడు, అక్కడ రిజిస్టర్‌ను తనిఖీ చేస్తుండగా, ఫ్రాన్సిస్‌హేచ్‌మౌల్టన్ అనే అమెరికన్ పెద్ద మనిషి అంతకు ముందు రోజే గది ఖాళీ చేసి వెళ్ళాడని తెలిసింది. అతని పేరుకు ఎదురుగా ఉన్న ఎంట్రీలు చూస్తే నేను బిల్లులో చూసిన వస్తువులే ఉన్నాయి. అతని లేఖలు 286, గార్డన్ స్క్వేర్‌కు పంపాల్సిందిగా రాశాడు. దానితో నేను అక్కడికి వెళ్ళి, ఇంట్లో ఈ అందమైన యువజంటను కలుసుకున్నాను. పెద్దవాడిగా వారికి సలహా ఇచ్చేందుకు సాహసించి, వారు తమ విషయాన్ని అటు జనానికి, ముఖ్యంగా లార్డ్ సెయింట్ సైమన్‌కు మరింత స్పష్టం చేయడం అందరికీ మంచిదని నచ్చచెప్పాను. అతడిని ఇక్కడ కలుసుకునేందుకు ఆహ్వానించాను, లార్డ్ సైమన్ కూడా ఇక్కడికి వచ్చేలా చేశాను.''

''కానీ, మంచి ఫలితాలు ఏమీ లేకుండానే,'' అన్నాను నేను. ''అతని ప్రవర్తన అంత మర్యాదపూర్వకంగా లేద.''

''ఆ! వాట్సన్,'' అన్నాడు హోమ్స్ చిరునవ్వుతో. ''అటువంటి పరిస్థితుల్లో నువ్వు కూడా అంత మర్యాదగా ఉండవు, అంత కష్టపడి వ్యవహారాన్ని పెళ్ళి దాకా తీసుకొని వచ్చిన తర్వాత, నువ్వు అటు భార్యను, డబ్బును కోల్పోతే ఎలా ఉంటుంది? మనం లార్డ్ సెయింట్ సైమన్‌ను కాస్త దయతో అంచనా వేయడం మంచిది. మనం అలాంటి పరిస్థితుల్లో చిక్కుకోనందుకు దేవుడికి కృతజ్ఞతలు చెప్పుకోవాలి. నీ కుర్చీ లాక్కొని, ఆ వయోలిన్ చేతికి ఇవ్వు, ఎందుకంటే మన ముందున్న సమస్య ఈ శీతాకాలపు రాత్రిని గడపడం ఎలాగన్నదే.''

11. రత్న ఖచిత కిరీటం

ఒకరోజు ఉదయం కిటికీ దగ్గర నిలబడ్డ నేను, వీధికేసి తొంగి చూస్తూ, ''హోమ్స్, ఎవరో పిచ్చివాడు వస్తున్నాడు. బంధువులు అతడిని బయిటకి వంటరిగా వదలడం బాధాకరం,'' అన్నాను.

నా మిత్రుడు బద్ధకంగా కుర్చీలోంచి లేచి, చేతులు డ్రెస్సింగ్ గౌన్‌లో పెట్టుకొని, నా భుజం మీద నుంచి తొంగి చూశాడు. అది ఫిబ్రవరి నెల, శీతాకాలపు సూర్యకాంతిలో కిటికీ అంచుల్లో దట్టంగా పేరుకున్న మంచు మిలమిల మెరుస్తోంది. కింద బేకర్ వీధిలో ట్రాఫిక్ కారణంగా రోడ్డు మధ్యలో మంచు మట్టి రంగులోకి మారినప్పటికీ, రోడ్డుకు ఇరువైపులా ఉన్న ఫుట్‌పాత్ అంచుల మీద తెల్లగా పేరుకుపోయే ఉంది. బూడిదరంగు ఫుట్‌పాత్‌ను శుభ్రం చేసినప్పటికీ, ఇంకా ప్రమాదకరంగా జారుతోంది. అందుకే, మామూలు రోజుల్లో కన్నా అతి తక్కువ మంది దానిపై నడుస్తున్నారు. నిజానికి, మెట్రోపాలిటన్ స్టేషన్ దిశ నుంచి, అతిగా ప్రవర్తిస్తూ, నా దృష్టిని ఆకర్షించిన పెద్ద మనిషి మినహా మరెవరూ లేరు.

అతని వయసు యాభై ఉంటుంది. పొడుగ్గా, హుందాగా ఉన్నాడు. బలమైన కనుముక్కు తీరుతో చాలా అధికారాన్ని చెలాయించడం తెలిసిన వ్యక్తిలా ఉన్నాడు. అతని వస్త్రధారణ సాధారణంగా కనిపించినా, ఖరీదైనదే. నల్ల ఫ్రాకు కోటు, మెరుస్తున్న టోపీ, బ్రౌను రంగులో ఉన్న చెప్పులు, బూడద రంగులో ఉన్న మంచి ప్యాంటు ధరించాడు. కానీ, అతని దుస్తులు, లక్షణాలకు భిన్నంగా అతని ప్రవర్తన ఉంది. మధ్య మధ్యలో గెంతుతూ, వేగంగా పరుగెడుతున్నాడు. కాళ్ళకు పని చెప్పడం అలవాటు లేక అలసిపోయిన వాడిలా ఉన్నాడు. అతని ముఖం అసాధారణమైన కవళికలతో ఉంది.

''అతనికి ఏమై ఉంటుంది?'' అడిగాను నేను. ''అతను ఇంటి నెంబర్లు వెతుకుతున్నాడు.''

''అతను ఇక్కడికే వస్తున్నాడనుకుంటాను,'' అన్నాడు హోమ్స్, తన రెండు అరచేతులను రాచుకుంటూ.

''ఇక్కడికా?''

''అవును. అతను నన్ను కన్సల్ట్ చేయడానికి వస్తున్నాడనుకుంటాను. ఆ లక్షణాలను నేను గుర్తించాను. హా! నేను చెప్పలేదా?''

అతను మాట్లాడుతుండగానే, ఆ వ్యక్తి ఒగరుస్తూ మా తలుపు దగ్గరకు పరుగున వచ్చి, ఇల్లంతా మారుమోగిపోయేలా బెల్లు కొట్టడం మొదలు పెట్టాడు.

కొద్ది క్షణాల తర్వాత, అతను మా గదిలో ఉన్నాడు. ఇంకా ఆయాసపడుతూ, ఒగరుస్తున్నాడు. అతని చూపుల్లోని బాధ, నిస్సహాయత.. మా ముఖాల మీద చిరునవ్వును జాలిగా, సానుభూతిగా మార్చాయి. కొద్ది క్షణాల పాటు అతను మాట్లాడలేకపోయాడు. శరీరం ఊగిపోతోంది, వివేకాన్ని కోల్పోయిన వాడిలా జుత్తు పీక్కుంటున్నాడు. ఇంతలోనే, హఠాత్తుగా లేచి నిలబడి, గోడకేసి బలంగా తల బాదుకోవడం మొదలు పెట్టడంతో, ఇద్దరం పరుగున వెళ్ళి అతన్ని మళ్ళీ గది మధ్యలోకి లాక్కొని వచ్చాం. షెర్లాక్ హోమ్స్ అతడిని పడక కుర్చీలోకి తోశాడు. తర్వాత అతని పక్కనే కూర్చొని చేతి మీద చెయ్యి వేసి, మృదువైన స్వరంతో మెల్లగా మాటలు మొదలుపెట్టాడు. అది అతనికి ఎంతో బాగా తెలిసిన విద్య.

''నువ్వు నా దగ్గరకు నీ కథ చెప్పడానికి వచ్చావు, అవునా?'' అన్నాడు హోమ్స్. ''నీ హడావిడితో బాగా అలసిపోయావు. దయచేసి కాస్త స్థిమితపడండి, అప్పుడు మీరు చెప్పే ఏ చిన్న సమస్యనైనా నేను వినడానికి సిద్ధంగా ఉంటాను.''

ఆ వ్యక్తి ఒక నిమిషం, ఆపైన సమయం బలంగా గాలిపీలిస్తూ, ఉద్వేగాలను అదుపు చేసుకుంటూ కూర్చున్నాడు. తర్వాత కర్చీఫ్‌తో నుదుటిని తుడుచుకుని, పెదాలను బిగించి, తర్వాత మాకేసి తిరిగాడు.

''నాకు పిచ్చి అని మీరు అనుకుంటున్నారనుకోవడంలో సందేహం లేదు కదా?'' అన్నాడు అతను.

''మీరు ఏదో తీవ్రమైన సమస్యలో చిక్కుకున్నట్టు కనిపిస్తున్నారు,'' స్పందించాడు హోమ్స్.

''దేవుడికి తెలుసు, నేను చిక్కుకున్నాను.. నా వివేకాన్ని కోల్పోయేందుకు సరిపోయేంత సమస్య.. ఎంతో హఠాత్తుగా, ఎంతో తీవ్రమైనది. ఇంతవరకూ నా కేరెక్టర్ మీద ఎలాంటి మచ్చలేదు, కానీ దీనితో మచ్చపడి ఉండేది. ప్రైవేటు వ్యవహారాలు పురుషులకు సహజమే, కానీ రెండిటినీ భయంకరమైన రూపంలో ఎదుర్కొనవలసి రావడంతో, అది నన్ను ఆసాంతం కుదిపివేసింది. అంతేకాదు, ఇదేదో నేను ఒక్కడినే కాదు, దేశంలోని అత్యంత కులీనుడు కూడా దీని బారిన పడబోతున్నాడు. ఈ

భయంకరమైన వ్యవహారానికి ఏదో ముగింపును ఇస్తే తప్ప అవి ఆగవు.''

''దయచేసి, మిమ్మల్ని మీరు సంభాళించుకోండి సర్,'' అన్నాడు హోమ్స్. ''అసలు మీరు ఎవరో, మీకు వచ్చిన సమస్య ఏమిటో కాస్త వివరంగా చెప్పండి.''

''నా పేరు'' అన్నాడు మా అతిథి. ''అది మీకు బాగా సుపరిచితమైందే అయి ఉంటుంది. నేను త్రెడ్‌నీడిల్ వీధిలోని హోల్డర్ అండ్ స్టీవెన్‌సన్ బ్యాంకింగ్ సంస్థకు చెందిన అలెగ్జాండర్ హోల్డర్‌ను.''

''మీ పేరు మాకు బాగా సుపరిచితమే. లండన్ నగరంలోని రెండవ అతిపెద్ద ప్రైవేట్ బ్యాంకింగ్ సంస్థలో సీనియర్ భాగస్వామి మీరు. లండన్‌లోని అత్యంత గౌరవనీయమైన పౌరుడికి ఇటువంటి పరిస్థితి రావడానికి దారి తీసిన పరిణామాలు ఏమిటి?'' మేం కుతూహలంగా అతను చెప్పేది వినడం కోసం వేచి ఉన్నాం. అతను ఆ కథ చెప్పేందుకు ఉపక్రమించేందుకు తనను తాను కూడగట్టుకున్నాడు.

''సమయం విలువైనది అని నేను భావిస్తాను, అందుకే పోలీసు ఇన్‌స్పెక్టర్ మీ సహకారం కోరడం మంచిదని చెప్పీచెప్పగానే పరుగున వచ్చాను. నేను బేకర్ వీధికి అండర్‌గ్రౌండ్‌లో వచ్చాను, అక్కడి నుంచి పరుగెత్తుతూ వచ్చాను, ఎందుకంటే ఈ సమయంలో మంచు మీద బళ్ళు చాలా నిదానంగా వెడతాయి. అందుకే నేను ఊపిరి పీల్చలేనట్టు అయ్యాను. పైగా నేను వ్యాయామం చేసేవ్యక్తిని కూడా కాదు. ఇప్పుడు కాస్త నయంగా అనిపిస్తోంది. నేను సాధ్యమైనంత క్లుప్తంగా, స్పష్టంగా వాస్తవాలను మీ ముందుంచే ప్రయత్నం చేస్తాను.''

''విజయవంతమైన బ్యాంకింగ్ మా నిధుల కోసం ఎక్కువమంది డిపాజిటర్ల నుంచి మంచి పెట్టుబడులను సేకరించినప్పుడే జరుగుతుందని మీకు తెలుసు. కట్టుదిట్టమైన సెక్యూరిటీ ఇచ్చినప్పుడే రుణాలను ఇవ్వడం మా పని. మేం ఈ దిశలో గత కొన్ని ఏళ్ళలో చాలా చేశాం. నగరంలోని అనేక కులీన కుటుంబాలకు వారి చిత్రాలు, లైబ్రరీలు లేక మరేదైనా సెక్యూరిటీగా పెట్టుకొని భారీ మొత్తాలు రుణాలు ఇచ్చాం.

నిన్న ఉదయం నేను బ్యాంక్‌లో నా ఆఫీసు గదిలో కూర్చుని ఉన్నాను. క్లర్కుల్లో ఒకరు ఒక కార్డు తీసుకుని నా వద్దకు వచ్చారు. ఆ పేరు చూడగానే నేను ఉలిక్కిపడ్డాను, ఎందుకంటే ఆ పేరు- బహుశ నీకు కూడా ఆ పేరు ఎవరిదో చెప్పనక్కరలేదు. ఎందుకంటే అది ఈ ప్రపంచమంతా సుపరిచితమైంది. ఇంగ్లాండ్‌లో అత్యంత గౌరవనీయమైన, కులీనమైన పేరు అది. నేను ఆ పేరు చూడగానే తీవ్రమైన ఉద్వేగానికి లోనయ్యాను. అతను లోపలికి ప్రవేశించినప్పుడు అదే చెప్పే ప్రయత్నం చేశాను కానీ అతడు వెంటనే విషయానికి వచ్చాడు. ఏదో చెయ్యరాని పనిని త్వరగా ముగించాలన్నట్టుగా ఉంది

అతని ధోరణి.

''మిస్టర్ హోల్డర్'' అన్నాడు అతను. ''మీకు రుణాలు ఇవ్వడం అలవాటని నేను విన్నాను.''

''అవును సర్, సెక్యూరిటీ ఉంటే సంస్థ ఇస్తుంది,'' అని జవాబిచ్చాను.

''అది ఇప్పుడు నాకు అత్యవసరం,'' అన్నాడు అతను. ''నాకు ఒక్కసారిగా యాభైవేల పౌండ్లు కావాలి. నేను నా స్నేహితుల నుంచి ఈ స్వల్ప మొత్తం కన్నా పది రెట్లు ఎక్కువే అడగగలను, కానీ ఇది నేనే వ్యాపార వ్యవహారంలాగే తీసుకోదలచుకున్నాను. నాలాంటి వ్యక్తికి అలాంటి ఆబ్లిగేషన్లు పెట్టడం తెలివైన పనికాదు.''

''మీకు ఈ మొత్తం ఎంత కాలానికి కావాలి?'' అని అడిగాడు.

''వచ్చే సోమవారం నాకు భారీ మొత్తంలో రావాల్సి ఉంది. మీరు ఇచ్చిన రుణాన్ని అప్పుడు తప్పనిసరిగా చెల్లిస్తాను. మీరు ఎంత వడ్డీ వేస్తే అంతతో కలిపి. కానీ మీరు ఆ మొత్తాన్ని వెంటనే ఇవ్వాలి. అది నాకు అత్యవసరం.''

''ఇంక ఎటువంటి మాటలు లేకుండా నా సొంత డబ్బులోంచి మీకు రుణంగా ఇవ్వడానికి సంతోషించేవాడిని, అది అంత ఎక్కువ మొత్తం కాకపోతే,'' అన్నాను నేను. ''మరోవైపు, నేను ఆ పని సంస్థ తరుపున చేస్తే నా భాగస్వామికి అన్యాయం చేసిన వాడిని అవుతాను. కనుక, మీరు ఎవరైనా వ్యాపారపరమైన ప్రతి జాగ్రత్తనూ తీసుకోవలసిందే.''

''సరే నేను కూడా దాన్నే సమర్థిస్తాను,'' అన్నాడు అతను, తన పక్కనే కుర్చీలో పెట్టిన నల్లటి మొరాకో కేస్‌ను తీస్తూ. ''మీరు రత్నఖచిత కిరీటాన్ని గురించి వినే వుంటారు కదా?''

''రాచరిక సంపదలో అత్యంత విలువైనది, అమూల్యమైనది,'' అన్నాను నేను.

''సరిగ్గా అదే.'' అతను కేసును తెరిచాడు, మెత్తటి, ఎర్రటి వెల్వెట్ బట్టలో అతను అప్పుడే ప్రస్తావించిన అద్భుతమైన ఆ రత్న ఖచిత ఆభరణం ఉంది. ''ఇందులో 39 అతిపెద్ద రత్నాలు ఉన్నాయి,'' అన్నాడు అతను. ''వీటి ధరను బంగారంలా వెలకట్టడం కష్టం. ఒక్క రత్నం విలువ అతి తక్కువగా విలువకడితే, ఇప్పుడు నేను అడిగిన మొత్తమంత ఉంటుంది. దీన్ని మీ దగ్గర సెక్యూరిటీగా పెట్టేందుకు నేను సిద్ధంగా ఉన్నాను.''

''నేను ఆ విలువైన కేసును నా చేతుల్లోకి తీసుకొని, నా గొప్ప క్లైంట్‌కేసి అయోమయంగా చూశాను.

"దీని విలువను అనుమానిస్తున్నారా?" అడిగాడు అతను.

"ఎంత మాత్రం లేదు. కాకపోతే నేను సందేహిస్తున్నది ఏమిటంటే--"

"నేను దాన్ని మీ దగ్గర వదిలేందుకు నాకు అధికారం ఉందా అనే కదా. మీరు ఆ విషయంలో నింపాదిగా ఉండవచ్చు. నేను నాలుగు రోజుల్లో దాన్ని తిరిగి తీసుకుంటాననే విషయంలో ఎటువంటి అనుమానం లేకపోతే ఇలా చేయాలని కలలో కూడా అనుకోను. విషయం అంత సుస్పష్టం. ఈ సెక్యూరిటీ సరిపోతుందా?"

"ఎక్కువ."

"మీ గురించి విన్నదాని ఆధారంగా మీపై ఉన్న విశ్వాసంతో చాలా బలమైన ఆధారాన్ని మీకు ఇస్తున్నానని అర్థం చేసుకోండి మిస్టర్ హోల్డర్. ఈవిషయంలో ఎటువంటి ప్రచారం జరుగకుండా జాగ్రత్తలు తీసుకుంటారని నేను విశ్వసిస్తున్నాను. అన్నింటికన్నా మించి ఈ కిరీటాన్ని సాధ్యమైనంత భద్రంగా ఉంచండి. ఎందుకంటే దానికేదైనా హాని జరిగితే అది పెద్ద ఎత్తున గొడవగా మారుతుంది. అలాగే దానికి ఎలాంటి దెబ్బ తగిలినా, అది పూర్తిగా నష్టమే. ఎందుకంటే, ఇలాంటి రత్నాలతో సరితూగగలవి ప్రపంచంలోనే లేవు. కనుక వాటి స్థానంలో వేరేవాటిని పొదగడం అత్యంత అసాధ్యం. మీ మీద విశ్వాసంతో దాన్ని మీ దగ్గర వదులుతున్నాను, సోమవారం ఉదయమే దానికోసం స్వయంగా నేనే వస్తాను."

" నా క్లైంట్ వెళ్ళేందుకు ఆతృత పడడం చూసి, నేను ఇంకేం మాట్లాడలేదు. కానీ మా కాషియర్‌ను పిలిచి, 50 వేల పౌండ్ల క్యాష్ ఇమ్మని చెప్పాను. అతను వెళ్ళిపోయిన తర్వాత ఒంటరిగా ఉన్న నాకు టేబుల్ మీద ఎదురుగా ఆ విలువైన డబ్బా కనిపించింది. నేను నాపై పెట్టిన అత్యంత బరువైన బాధ్యతను గురించి మినహా వేరే ఆలోచించలేకపోయాను. ఏదైనా జరగరానిది జరిగితే, అది జాతి సంపద అయినందున అతిపెద్ద దుమారం చెలరేగుతుందన్నది నిస్సందేహం. అప్పటికే దానిని కాపాడే బాధ్యతను నా నెత్తి మీద వేసుకున్నందుకు పశ్చాత్తాప పడుతున్నాను. కానీ అప్పటికే ఆలశ్యమైంది. నేను దాన్ని జాగ్రత్తగా ప్రైవేటు ఇనుపపెట్టెలో పెట్టి, తిరిగి పనిలోకి దూకాను.

"సాయంత్రం అయ్యేసరికి, అంత విలువైన వస్తువు వదిలేసి బయటకు వెళ్ళడం నిర్లక్ష్యమే అవుతుందని భావించాను. ఇంతకు ముందు కూడా బ్యాంకర్ల సేఫ్‌లను దోచుకున్న సందర్భాలు ఉన్నాయి. నాకు కూడా అదే జరిగితే నా పరిస్థితి ఏమిటి? కనుక ఆ కేస్‌ను నాతోనే తీసుకుని వెళ్ళి, తీసుకురావాలని నిర్ణయించుకున్నాను. తద్వారా అది ఎప్పటికీ నాకు కనుమరుగు కాకుండా ఉంటుందని భావించాను. ఈ ఉద్దేశంతో

బండిని పిలిచి, స్ట్రీథామ్‌లోని మా ఇంటికి ఆ ఆభరణాన్ని తీసుకువెళ్ళాను. నేను ఇంటికి చేరిన తర్వాత దాన్ని పైకి తీసుకువెళ్ళి, దాన్ని నా డ్రెస్సింగ్ రూంలో బీరువాలో పెట్టి తాళం వేసేవరకూ కనీసం ఊపిరి కూడా సరిగ్గా పీల్చలేకపోయాను.

ఇక ఇంటి విషయానికి వస్తే మిస్టర్ హోమ్స్, నా పరిస్థితిని మీరు సరిగ్గా అర్థం చేసుకోగలరని ఆశిస్తున్నాను. మా ఇంటి పనివాళ్ళు బయిటే ఉంటారు కనుక ఈ వ్యవహారం నుంచి వారిని తప్పించవచ్చు. నాకు ముగ్గురు ఆడ పనిమనుషులు ఉన్నారు. కానీ వారు ఎన్నో ఏళ్ళ నుంచి నా దగ్గరే పని చేస్తున్నారు కనుక వారిని అనుమానించలేం. కాగా, లూసీపార్ అనే పని మనిషి కొద్ది నెలల కిందటే నా దగ్గర పనిలో చేరింది. కానీ ఆమె మంచి గుణగుణాలు కలిగిన వ్యక్తి, ఆ మేరకు నాకు సంతృప్తి ఉంది. ఆ అమ్మాయి చాలా అందమైంది, మా ఇంటికి వచ్చి కూచునే వారు చాలా మంది దృష్టిని ఆకర్షించింది. ఆమెలో వెతికితే అదొక్కటే లోపమని చెప్పాలి. కానీ ఆమె ఏ రకంగా చూసినా మంచి పిల్ల అని మా విశ్వాసం.

ఇదీ పనివాళ్ళ విషయం. ఇక నా కుటుంబ విషయానికి వస్తే నా కుటుంబమే చాలా చిన్నది. దానిని వర్ణించడానికి ఎక్కువ సమయం పట్టదు. నాకు భార్యలేదు, ఒక్కడే కుమారుడు, ఆర్థర్. అతను నన్ను నిరాశపరిచాడు. చాలా బాధాకరంగా నిరాశపరిచాడు. అందుకు కారణం నేనే అనడంలో సందేహం లేదు. నేనే వాడిని పాడు చేశానని జనం అంటుంటారు. బహుశ నేనే చేసి ఉంటాను. నా భార్య మరణించిన తర్వాత నా ప్రేమను పంచడానికి మిగిలింది వాడు ఒక్కడే. వాడి ముఖంలో ఒక్క క్షణం కూడా చిరునవ్వు మాయం కావడాన్ని నేను తట్టుకోలేను. వాడు అడిగింది ఎప్పుడూ నేను కాదనలేదు. నేను కాస్త కఠినంగా ఉండి ఉంటే అది ఇద్దరికీ మంచిని చేసి ఉండేదేమో, కానీ నేను వాడిని సంతోషపెట్టి బాగా పెంచేందుకే అలా చేశాను.

వాడు నా వ్యాపారం చేపట్టాలన్నది సహజంగానే నా ఆశ, ఉద్దేశం. కానీ వాడు వ్యాపారం చేసేరకం కాదు. వాడు చెడిపోయాడు, నిజం చెప్పాలంటే, పెద్ద మొత్తాల విషయంలో వాడిని నేను నమ్మలేను. వాడు చిన్న వయసులోనే ఒక రాచవంశీకులకు చెందిన క్లబ్బులో సభ్యుడు అయ్యాడు. వాడు జనాలను ఆకర్షించే తన సహజ గుణంతో బాగా డబ్బున్న, ఖరీదైన అలవాట్లు గల సభ్యులకు సన్నిహితుడయ్యాడు. పేకాట ఆడి, పెద్ద మొత్తంలో డబ్బులు కోల్పోయి, తనకు డబ్బు ఇవ్వాలని నాతో గొడవ పెట్టుకునేవాడు. ఆ స్నేహ బృందానికి దూరం కావాలని చాలాసార్లే ప్రయత్నించాడు కానీ ప్రతి సారీ వాడి స్నేహితుడు సర్ జార్జి బర్న్‌వెల్ వాడిని మళ్ళీ అందులోకి లాగేవాడు.

సర్ జార్జి బర్న్‌వెల్‌లాంటి వ్యక్తి ప్రభావం మా వాడిపై ఉండటం నాకు ఆశ్చర్యం

ఏమీలేదు. ఎందుకంటే, అతడిని తరచుగా మా ఇంటికి తీసుకువచ్చేవాడు నా కుమారుడు. అతని మాటతీరు చూసి నేనే ఆకర్షితుడిని కాకుండా ఉండలేకపోయాను. అతను ఆర్థర్‌కన్నా పెద్దవాడు. ప్రపంచజ్ఞానం చేతివేళ్ళ మీద కలిగినవాడు. అన్ని ప్రదేశాలు తిరిగినవాడు. అన్నీ చూసిన వాడు. మంచి మాటకారి. వ్యక్తిగతంగా అందమైనవాడు. కానీ నేను అతని ఆకర్షణను వేరు చేసి, అతని గురించి నింపాదిగా ఆలోచించినప్పుడు, అతని నిరాశాపూర్వకమైన మాటలు, అతని చూపులు గమనిస్తే అతడు నమ్మదగిన వ్యక్తిలా అనిపించేవాడు కాదు. నేను అదే అనుకుంటాను, మా మేరీ కూడా అదే అనుకుంటుంది. ఎందుకంటే, ఒక స్త్రీ, పురుషడి వ్యక్తిత్వాన్ని త్వరగా అంచనా వేయగలదు.

ఇంక మిగిలిందల్లా మేరీ ఒక్కతే. ఆమె నా సోదరుడి కుమార్తె. ఐదేళ్ళ కిందట నా సోదరుడు మరణించి, ఆమెను ఈ ప్రపంచంలో వంటరిదాన్ని చేసినప్పుడు ఆమెను దత్తత తీసుకొని సొంత కూతురిలా పెంచుకుంటున్నాను. మా ఇంటి వెలుగు రేఖ ఆమె, అందమైంది, మంచిది, ఇంటిని అద్భుతంగా నిర్వహించగల సమర్థురాలు. అయినా ఒక స్త్రీ అంత సుకుమారంగా, మర్యాదగా ఉంటుంది. ఆమె లేకపోతే మా పరిస్థితి ఏమిటో నాకే తెలియదు. ఒకే ఒక్క విషయంలో ఆమె నాకు వ్యతిరేకంగా వెళ్ళింది. రెండుసార్లు నా కుమారుడు తనను వివాహం చేసుకోమని కోరాడు. ఎందుకంటే, ఆమెను మా వాడు ప్రేమించాడు. కానీ ప్రతిసారీ ఆమె తిరస్కరించింది. కానీ ఎవరైనా వాడిని సన్మార్గంలోకి నడిపించగలరంటే, అది ఆమె ఒక్కతే అని నేను నమ్ముతాను. ఆ పెళ్ళి వాడి జీవితాన్ని మొత్తంగా మార్చేసి ఉండేది. కానీ, ఇప్పుడు చాలా ఆలస్యమైంది- శాశ్వతంగా జాప్యం జరిగిపోయింది!

మిస్టర్ హోమ్స్ ఇప్పుడు నా ఇంట్లో ఉండేవారి గురించి చెప్పాను, మిగిలిన కథ కొనసాగిస్తాను.

ఆ రాత్రి డిన్నర్ తర్వాత మేం కాఫీ తాగుతుండగా, నేను ఆర్థర్‌కు, మేరీకి నా అనుభవాన్ని గురించి, మా ఇంట్లో ఉన్న విలువైన ఆభరణం గురించి చెప్పాను, నా క్లైంటు పేరు మాత్రం చెప్పకుండా. కాఫీ తెచ్చిన లూసీపార్ కచ్చితంగా అప్పటికే గదిలోంచి వెళ్ళిపోయి ఉండాలి, కానీ నా తలుపు వేశారని చెప్పలేను. మేరీ, ఆర్థర్ చాలా ఆసక్తి కనపరచారు, ఆ కిరీటాన్ని చూడాలనే తహతహ కనపరిచారు. కానీ నేను మాత్రం దాన్ని ఉన్న చోటు నుంచి తీయాలనుకోలేదు.

‘‘ఎక్కడ పెట్టావు దాన్ని?’’ అడిగాడు ఆర్థర్.

‘‘నా స్వంత బీరువాలో.’’

'' ఈ రాత్రి మన ఇంట్లో దొంగలు పడిదోచుకోకూడదని భగవంతుడిని ప్రార్థిస్తున్నాను.''

''దానికి భద్రంగా తాళం వేసి ఉంచాను.''

''ఏ పాత తాళంతో అయినా బీరువాను తెరవవచ్చు. నేను చిన్నప్పుడే దాన్ని బాక్సరూం తాళంతో తెరిచాను.''

''అతనికి అలా పిచ్చి మాటలు మాట్లాడడం అలవాటే. అందుకే వాడి మాటలను నేను పట్టించుకోలేదు. అతను నన్ను నా గదిలోకి అనుసరించాడు. కానీ, గంభీరమైన ముఖంతో ఉన్నాడు ఆ రాత్రి.''

'' ఇక్కడ చూడండి నాన్నా,'' అన్నాడు అతను కిందకి చూస్తూ. ''నాకు రెండు వందల పౌండ్లు ఇస్తావా?''

''లేదు, నేను ఇవ్వలేను!'' నేను కఠినంగా జవాబిచ్చాను. '' డబ్బు విషయంలో నీతో ఇప్పటికే చాలా ఉదారంగా ఉన్నాను.''

''నువ్వు చాలా దయగా ఉన్నావు,'' అన్నాడు అతను. ''కానీ నాకు ఈ డబ్బు కావాలి లేదంటే ఆ క్లబ్బులో నా ముఖాన్ని చూపించలేను.''

''పైగా అది మంచిది కూడా!'' అంటూ అరిచాను.

''అవును, కానీ నన్ను అలా అగౌరవనీయంగా వదలలేవు,'' అన్నాడు అతను. ''నేను ఆ అప్రతిష్ఠను తట్టుకోలేను. నేను ఏదో ఒకరకంగా ఆ డబ్బును సంపాదించాలి. నువ్వు నాకు ఇవ్వకపోతే, నేను ఇంకెవరినైనా అడుగుతాను.''

''నాకు చాలా కోపంగా ఉంది. ఎందుకంటే ఆ నెలలో అతను డబ్బు అడగడం అది మూడవసారి. నా దగ్గర నుంచి చిల్లిగవ్వను కూడా ఆశించవద్దు,'' అని అరిచాను. దానితో అతను మరో మాట లేకుండా వంగి అభివాదం చేసి గదిలోంచి వెళ్ళిపోయాడు.

''అతను వెళ్ళిపోగానే నేను నా బీరువా తెరిచి, నా నిధి జాగ్రత్తగానే ఉండటం చూసి మళ్ళీ బీరువాకు తాళం వేశాను. తర్వాత నేను అంతా భద్రంగా ఉందా లేదా అని చెక్ చూశాను- సాధారణంగా ఆ పనిని నేను మేరీకి అప్పగించాను. ఎందుకంటే, ఆ రాత్రి నేను చేయాలనుకున్నాను. నేను మెట్లు దిగి వచ్చేసరికి, హాల్లో పక్కకు ఉన్న కిటికీ దగ్గర మేరీ నిలబడి ఉండటాన్ని చూశాను, నేను దగ్గరకు వెళ్ళేసరికి ఆమె దానిని గబుక్కున మూసేసింది.''

'' చెప్పండి డాడ్,'' అంది ఆమె. కొద్దిగా డిస్టర్బ్ అయినట్టు కనిపించింది, ''లూసీ ఈ రాత్రి బయిటకు వెళ్ళేందుకు శలవు ఇచ్చారా?'' అని ప్రశ్నించింది.

''ఎంత మాత్రం లేదు.''

"ఆమె ఇప్పుడే వెనుక తలుపులో నుంచి లోపలికి వచ్చింది. ఆమె పక్కగేటులో నుంచి ఎవరినో కలిసేందుకు వెళ్ళిందనేందుకు నిస్సందేహం. కానీ అది మంచిది కాదు, అలాంటివి మొగ్గలోనే తుంచేయాలి."

"రేపు ఉదయం నువ్వు మాట్లాడు, లేదా నన్ను మాట్లాడమంటే నేను మాట్లాడతాను. అన్ని తలుపులూ వేసి ఉన్నాయి కదా?"

"అన్నీ వేసే ఉన్నాయి, డాడ్."

"సరే మరైతే గుడ్‌నైట్" అంటూ ఆమెను ముద్దుపెట్టుకొని, నేను బెడ్‌రూంలోకి వెళ్ళి కాసేపట్లోనే నిద్రలోకి జారుకున్నాను.

"కేసు మీద ప్రభావం చూపించవచ్చని నాకు అనిపించిన అన్ని విషయాలూ చెప్పేందుకే ప్రయత్నం చేస్తున్నాను మిస్టర్ హోమ్స్. నేను స్పష్టంగా చెప్పడం లేదని భావించినప్పుడు, మీరు నన్ను ఆపి ప్రశ్నించవచ్చు."

"అక్కర్లేదు, మీరు చాలా సరళంగా చెప్తున్నారు."

"ఇప్పుడు నేను ఆ పని చేయాల్సిన అవసరం ఉన్న కథనంలోని భాగంలోకి వస్తున్నాను. నేను అంత గాఢంగా నిద్రపోయే వ్యక్తిని కాను, పైగా నాలో ఉన్న ఆందోళన నిస్సందేహంగా నాకు కలత నిద్రను మిగిల్చింది. తెల్లవారుఝామున సుమారు రెండు గంటల సమయంలో ఇంట్లో శబ్దం కావడంతో నాకు మెలకువ వచ్చింది. నేను పూర్తిగా లేచేసరికి అది ఆగిపోయినా, ఎక్కడో కర్టెన్‌ను జాగ్రత్తగా వేస్తున్నారన్న భావన కలిగింది. నేను చెవులు రిక్కించి విన్నాను, హఠాత్తుగా పక్క గదిలో మెత్తగా అడుగుల చప్పుడు వినిపించి భయపడ్డాను. నేను భయంతో వచ్చిన గుండె దడతో లేచి, నా డ్రెస్సింగ్ రూంకు మూలగా ఉన్న కిటికీలో నుంచి తొంగి చేశాను.

"ఆర్థర్!" అని అరిచాను. దుర్మార్గుడా! దొంగ వెధవా! ఆ కిరీటాన్ని ముట్టుకునేందుకు ఎంత ధైర్యంరా?"

దీపం నేను వదిలేసినట్టే సగం మాత్రమే వెలుగుతోంది, చొక్కా, ప్యాంటు మాత్రమే ధరించి ఉన్న నా కొడుకు, దీపం పక్కనే కిరీటాన్ని చేతిలో పట్టుకొని ఉన్నాడు. దాన్ని తన శక్తినంతా ప్రయోగించి వంచే ప్రయత్నం చేస్తున్నట్టు అనిపించింది. నా అరుపుతో ఆ పాడు ముఖం తెల్లగా పాలిపోయింది. నేను దాన్ని లాక్కొని పరీక్షించాను. మూలగా మూడు రత్నాలు ఉన్న బంగారం ముక్క మాయం అయింది."

నేను ఆగ్రహంతో "దరిద్రుడా! దాన్ని ధ్వంసం చేశావు! నువ్వు నన్ను శాశ్వతంగా అగౌరవపరిచావు! దొంగిలించిన ఆ రత్నాలు ఏవి?"

"దొంగలించానా!"

''అవునురా! దొంగ వెధవా!'' అతని భుజాలను పట్టుకొని కుదిపేస్తూ నేను గర్జించాను.

''ఇందులో ఏవీ పోలేదు. ఏవీ పోవు కూడా,'' అన్నాడు.

''కొన్ని కనిపించడం లేదు. అవి ఎక్కడున్నాయో నీకు తెలుసు. నిన్ను దొంగనాలా లేక అబద్ధాలకోరువని అనాలా? నువ్వు మరొక ముక్కను విరగ్గొట్టడానికి ప్రయత్నించడం నేను చూడలేదనుకుంటున్నావా?''

''ఇప్పటికే నన్ను బాగా తిట్టావు,'' అన్నాడు అతను. ''ఇంక నేను ఎంత మాత్రం భరించలేను. ఈ వ్యవహారంలో ఇంకొక్క ముక్కన్నా నేను సహించలేను..అవమానాన్ని సహించను. నేను ఉదయమే ఇల్లు వదిలి వెళ్ళిపోతాను. నేను స్వంతగా బతుకుతాను.''

''దాన్ని పోలీసులకు వదిలేయి!'' అని అరిచాను నేను ఆవేశంతో, ఆగ్రహంతో ఊగిపోతూ. ''నేను ఈ వ్యవహారాన్ని పూర్తిగా తవ్వి తెలుసుకున్నాను.''

''నువ్వు నా దగ్గర నుంచి ఏమీ తెలుసుకోలేవు,'' అన్నాడు నా కొడుకు కూడా ఆవేశంగా. వాడిలో అంత ఉద్వేగం ఉందని కూడా నేను ఊహించలేదు. ''ఒకవేళ నువ్వు పోలీసులను పిలవదలచుకుంటే, వాళ్లేం తెలుసుకుంటారో తెలుసుకోనివ్వు.''

''ఈ రభసకు ఇంట్లోవారంతా నిద్రలేచారు. కోపంలో అంత పెద్దగా అరిచాను నేను. నా గదిలోకి పరుగున వచ్చిన మొదటి వ్యక్తి మేరీ. ఆ కిరీటాన్ని, ఆర్థర్ ముఖాన్ని చూడగానే, ఆమెకు కథంతా అర్థమై, పెద్దగా అరిచి నేలమీద స్పృహ తప్పి పడిపోయింది. నేను పని మనిషిని పోలీసుల దగ్గరకు పంపి, దర్యాప్తును వారి చేతుల్లో పెట్టాను. ఇన్‌స్పెక్టర్, కానిస్టేబులూ ఇంట్లోకి వచ్చేసరికి, పాలిపోయిన ముఖంతో చేతులు కట్టుకొని నిలబడి ఉన్న ఆర్థర్, నాకేని చూని ఆ దొంగతనాన్ని తన మోపబోతున్నానా అని ప్రశ్నించాడు. ఆ కిరీటం జాతీయ సంపద కావడంతో అది ఇకపై ప్రైవేటు వ్యవహారం కాదు. చట్టం తన పని తాను చేసుకుపోనివ్వాలని నిర్ణయించుకున్నాను.''

''కనీసం వెంటనే నన్ను అరెస్టు కానివ్వకు. నేను ఒక్క ఐదు నిమిషాలపాటు ఇంట్లోంచి బయటకు వెళ్ళి వస్తే నీకూ, నాకూ కూడా మంచిది,'' అన్నాడు వాడు.

''ఎందుకు పారిపోదామనా లేక దొంగలించింది ఎక్కడైనా దాచి పెట్టే అవకాశం దొరుకుతుందనా?'' అన్నాను నేను. నేను ఎంత భయంకరమైన పరిస్థితిలో చిక్కుకుని ఉన్నానో నాకర్థమైంది. నా ప్రతిష్ఠే కాదు, నాకన్నా గొప్పవాడి ప్రతిష్ఠ దెబ్బతినే అవకాశం ఉందనేది గుర్తుకువచ్చింది. పైగా మావాడు ఈ వ్యవహారాన్ని దేశాన్ని పట్టి కుదిపే స్కాండల్‌గా మారుస్తానంటూ బెదిరించాడు. ఆ మూడు రత్నాలతో ఏం చేశాడో చెప్తే దాన్ని నివారించవచ్చు.

" నువ్వు దాన్ని అనుభవించాల్సిందే. నువ్వు ఆ పని చేస్తూ పట్టుబడ్డావు, ఇంక తప్పుని ఒప్పుకోకపోతే అది మరింత హీనం అవుతుంది. ఆ రత్నాలు ఎక్కడున్నాయో నువ్వుగనుక మాకు చెప్తే నిన్ను క్షమించి, అంతా మర్చిపోతాను," అన్నాను.

"నీ క్షమాగుణాన్ని అడిగేవారి కోసం దాచుకో," అని హుంకరిస్తూ పక్కకు తిరిగాడు. వాడు నా మాటలకు చాలా బాధపడ్డాడని, ఇక వాడికి నచ్చచెప్పడం కష్టమని అర్థమైంది. కానీ, దానికో మార్గం ఉంది. అందుకే ఇన్‌స్పెక్టర్‌ని పిలిచి వెంటనే వాడిని అప్పగించాను. వెంటనే వారు వాడిని, వాడి గదినే కాదు, ఇల్లంతా అంగుళం అంగుళం ఎక్కడైనా ఆ రత్నాలను దాచి ఉంచాడేమోనని సోదా చేశారు. కానీ, వాటి ఆచూకీ ఎక్కడా దొరకలేదు, మా వెధవ మేం ఎంత నచ్చచెప్పినా, బెదిరించినా నోరు విప్పలేదు. ఈ రోజు ఉదయం మా వాడిని జైలుకి తీసుకువెళ్ళారు. నేను అక్కడ ఫార్మాలిటీలను పూర్తి చేసి, ఇక్కడకు పరుగెత్తుకు వచ్చాను. ఈ వ్యవహారాన్ని పరిష్కరించమని వేడుకునేందుకు వచ్చాను. ప్రస్తుతం ఈ విషయంలో తామేమీ చేయలేమనీ, చెప్పలేమనీ పోలీసులు స్పష్టం చేశారు. మీరు అవసరమైతే ఎంత దూరమైనా వెళ్ళవచ్చు. నేను ఇప్పటికే వెయ్యి పౌండ్ల బహుమానాన్ని ప్రకటించాను. భగవంతుడా, నేనేం చెయ్యాలి! నేను నా ప్రతిష్ఠను, రత్నాలను, కొడుకునీ ఒక్క రాత్రిలో కోల్పోయాను. ఏం చేయాలిప్పుడు నేను!"

అతను రెండు చేతులతో తల పట్టుకొని ముందుకూ, వెనక్కీ ఊగుతూ, మాటలకందని బాధను అనుభవిస్తున్న చిన్న పిల్లవాడిలా గిలగిలలాడాడు.

షెర్లాక్ హోమ్స్ కనుబొమ్మలు ముడివేసి, మంటకేసేకళ్ళార్పకుండా చూస్తూ కొద్ది నిమిషాలు మౌనంగా ఉన్నాడు.

"మీకు మిత్ర బృందం ఎక్కువా?" అని అడిగాడు.

"ఎవ్వరూ లేరు! ఒక్క నా భాగస్వామి, అతని కుటుంబం, అప్పుడప్పుడు ఆర్థర్ స్నేహితులు మినహా. ఈ మధ్యకాలంలో సర్ జార్జి బర్న్‌వెల్ చాలా సార్లు వచ్చాడు. నాకు గుర్తుండి మరెవ్వరూ లేరు."

"మీరు డబ్బున్న వారిని, పరపతి ఉన్నవారినీ, రాచ కుటుంబ సభ్యులనీ కలుస్తుంటారా?"

"ఆర్థర్ కలుస్తాడు. నేను, మేరీ ఇంట్లోనే ఉంటాం. మేమిద్దరం అసలు ఇలాంటివేవీ పట్టించుకోం."

"యవ్వనంలో ఉన్న యువతికి అది చాలా అసాధారణమైన విషయం."

"ఆ అమ్మాయి చాలా నెమ్మదస్తురాలు. ఆమె అంత చిన్నది కూడా ఏం కాదు.

ఆమె వయసు ఇరవై నాలుగు ఉంటుంది.''

''మీరు చెప్పేదాన్ని బట్టి చూస్తే ఈ వ్యవహారం ఆమెకు కూడా షాక్‌ను కలిగించి ఉంటుంది.''

''దారుణం! ఆమె నాకన్నా ఎక్కువగా ప్రభావితమైంది.''

''మీ కుమారుడి తప్పు గురించి మీకు కానీ, ఆమెకు కానీ సందేహాలు ఏమైనా ఉన్నాయా?''

''ఎలా ఉంటాయి? వాడి చేతుల్లో కిరీటం ఉండటాన్ని కళ్ళారా చూశాక?''

''ఆ ఆధారం ఒక్కటే సరిపోదనుకుంటాను. మిగిలిన కిరీటం కూడా దెబ్బతిన్నదా?''

''అవును, అది వంకరపోయింది.''

''అయితే, దాన్ని సరి చేస్తున్నాడని అనుకోవచ్చు కదా?''

''దేవుడు మిమ్మల్ని ఆశీర్వదించు గాక! మీరు వాడికీ, నాకూ కూడా చెయ్యగలిగినంత చేస్తున్నారు. కానీ అది చాలా క్లిష్టమైన పని. అసలు వాడు అక్కడేం చేస్తున్నాడు. వాడు అమాయకుడు అయితే, ఆ మాట ఎందుకు చెప్పలేదు?''

''సరిగ్గా అదే. ఒకవేళ అతను తప్పు చేస్తే అతను అబద్ధం ఏదో ఒకటి ఎందుకు చెప్పలేదు? అతని మౌనాన్ని రెండు విధాలుగా అర్థం చేసుకోవచ్చు. ఈ కేసుకి సంబంధించి అనేక అసాధారణ కోణాలు ఉన్నాయి. మిమ్మల్ని నిద్ర లేపిన చప్పుడు ఏమై ఉంటుందని పోలీసులు అనుకుంటున్నారు?''

''అది ఆర్థర్ తన బెడ్‌రూం తలుపు వేస్తుండగా అయిన శబ్దమై ఉంటుందనుకుంటున్నారు?''

''భలే కథ! తప్పు చేయాలనుకున్న మనిషి మొత్తం ఇంట్లో వారందరినీ నిద్ర లేపేట్టుగా ధనామని వేస్తాడా? సరే మరి రత్నాలు మాయం కావడం గురించి ఏమన్నారు?''

''వాటిని కనుగొనే ప్రయత్నంలో ఫర్నిచర్‌నంతా పగులకొట్టి సోదా చేస్తున్నారు.''

''వారు ఇంటి బయట వెతికే ఆలోచన చేశారా?''

''అవును వారు అసాధారణ శక్తితో చేశారు. తోట మొత్తాన్నీ చాలా జాగ్రత్తగా అణువణువూ వెతికి చూశారు.''

''ఈ వ్యవహారం మొత్తం మీరు, పోలీసులూ ముందు అనుకున్న దానికన్నా లోతైన దానిలా మీకు అనిపించడం లేదా డియర్ సర్!'' అన్నాడు హోమ్స్. ''మొదట అది

చాలా సరళమైన కేసులా మీకనిపించిందా, కానీ నాకు మాత్రం అత్యంత క్లిష్టమైనదానిలా అనిపిస్తోంది. మీ సిద్ధాంతాన్ని ఒకసారి పరిగణిద్దాం- మీ అబ్బాయి పక్క మీద నుంచి లేచి, ఎంతో రిస్కు తీసుకొని కిందకు వచ్చి, మీ డ్రెస్సింగ్ రూంలోకి ప్రవేశించి, మీ బీరువా తెరిచి, కిరీటాన్ని తీసి, అందులో నుంచి చిన్న భాగాన్ని విరగ్గొట్టి, మరొక చోటికి వెళ్ళి, 39లో మూడు రత్నాలను ఎవరూ కనుక్కోలేనంత నైపుణ్యంతో దాచి, మిగిలిన 36 తీసుకుని గదికి వచ్చేసరికి అతను పట్టుబడే ప్రమాదాన్ని ఎదుర్కొన్నాడు అంతే కదా? ఈ సిద్ధాంతం నిలిచేదేనని మీరనుకుంటున్నారా?''

''మరింకేముంది?'' అరిచాడు బ్యాంకర్, నిస్పృహతో. ''వాడి ఉద్దేశాలు నిజాయితీతో కూడినవి అయితే, వాటిని ఎందుకు వాడు వివరించడం లేదు?''

''అది తెలుసుకోవడం మన పని,'' జవాబిచ్చాడు హోమ్స్. మీరు సరే అంటే మిస్టర్ హోల్డర్, మనమంతా కలిసి స్ట్రీథమ్‌కు వెళ్ళి, వివరాలను మరింత లోతుగా పరిశీలించేందుకు ఒక గంట కేటాయిద్దాం.''

తన ఈ ప్రయాణంలో నన్ను కూడా కలవమని నా స్నేహితుడు నన్ను ఒత్తిడి చేశాడు. నేను కూడా అంతే కుతూహలంతో ఉన్నాను. ఎందుకంటే, విన్న కథనంతో నేను ఆ తండ్రితో ఏకీభవిస్తూ, ఆసక్తి, సానుభూతితో తీవ్రంగా కదిలిపోయానని ఒప్పుకోక తప్పదు. కానీ నాకు హోమ్స్ అంచనా మీద విశ్వాసం ఉంది. హోల్డర్ ఇచ్చిన వివరణతో అతను అసంతృప్తి చెందడానికి కారణాలు ఉంటాయని భావించాను. దక్షిణంగా ఉన్న సబర్బ్‌కు వెళ్ళే దోవలో అతను నోరు విప్పలేదు. ముఖం కిందకు వాల్చి, కళ్ళ మీదకు వచ్చేలా టోపీని లాక్కొని, తీవ్రమైన ఆలోచనలో మునిగిపోయాడు. మా క్లైంటు తాజాగా కలిగిన ఆశాభావంతో వచ్చిన ఉత్సాహంతో, తన వ్యాపార వ్యవహారాల గురించి నాతో వృధా చర్చకు దిగాడు. కాసేపు రైల్లో ప్రయాణించి, కొద్ది దూరం నడిచాక మేం ఫెయిర్ బ్యాంక్‌కు వచ్చాం. ఆ ఫైనాన్సియర్ ఒక మాదిరి ఇల్లు అది.

తెల్లరాళ్ళతో చదరంగా నిర్మించిన పెద్ద ఇల్లు ఫెయిర్ బ్యాంక్. రోడ్డుకి కొద్ది లోపలిగా ఉంది. ద్వారానికి ఉన్న రెండు పెద్ద ఇనుపగేట్ల వరకూ, మంచు పడిన గడ్డిలో ఏదో డబుల్ కారేజీ వెళ్ళిన చిహ్నాలు ఉన్నాయి. కుడివైపున చిన్న దోవ ఉంది, అది వంటింటి తలుపుకు, ప్రధాన ద్వారానికి నీట్ ఉన్న కాలిబాటకు దారితీసింది. ఆ బాట కూడా రెండుగా చీలిపోయింది. ఎడమవైపున ఉన్న వీధి గుర్రపుశాలకు దారి తీసింది. కానీ అది పూర్తిగా ఇంటి పరిధిలో లేదు, అది ఎక్కువ ఉపయోగించకపోయినా, బహిరంగ రహదారికి సమీపంలో ఉంది. హోమ్స్ మమ్మల్ని తలుపువద్దే వదిలి, వ్యాపారి

నడిచే కాలిబాటన వెళ్ళి తోటలోంచి చుట్టు తిరిగి గుర్రపుశాల ఉన్న వీధిలోకి వచ్చాడు. అతను చాలా సమయం తీసుకోవడంతో, నేను, మిస్టర్ హోల్డర్ డైనింగ్ రూంలోకి వెళ్ళి, అతను తిరిగి రావడం కోసం ఫైర్ పక్కన కూర్చొని ఎదురుచూశాం. మేం అక్కడ మౌనంగా కూర్చుని ఎదురుచూస్తుండగా, తలుపు తెరుచుకొని, ఒక యువతి ప్రవేశించింది. ఆ అమ్మాయి ఒక మాదిరి పొడుగ్గా, సన్నగా, నల్లటి జుత్తు, కళ్ళతో ఉంది. ఆమె తెల్లటి శరీర ఛాయ కారణంగా ఆ నలుపు మరింత నల్లగా కనిపిస్తోంది. నా జీవితంలో ఏ స్త్రీ ముఖాన్నీ కూడా అంత పాలిపోయి, నిర్జీవంగా ఉండటాన్ని నేను చూడలేదు. ఆమె పెదిమలు కూడా రక్తం లేకుండా పాలిపోయినట్టు ఉన్నాయి, కళ్ళు ఏడ్చి ఏడ్చి ఉబ్బి ఉన్నాయి. ఆమె నెమ్మదిగా లోపలికి ప్రవేశించినప్పుడు, బ్యాంకర్ ఉదయం పడ్డ బాధ కన్నా ఎక్కువగా బాధపడ్డట్టుగా కనిపించింది. అది ఆమెలో మరింత కొట్టొచ్చినట్టుగా ఎందుకు కనిపిస్తోందంటే ఆమె బలమైన వ్యక్తిత్వం, చాలా స్వీయ నియంత్రణ కలిగిన వ్యక్తిలా కనిపించడం వల్లనే. అక్కడ నా ఉనికిని పట్టించుకోకుండా, ఆమె నేరుగా తన అంకుల్ దగ్గరకు వెళ్ళి, అతని తలపై ప్రేమగా చెయ్యి వేసింది.

''ఆర్థర్‌ను వదిలిపెట్టాలని నువ్వుఆదేశించి ఉంటావు, అవునా డాడ్?'' అని అడిగింది.

''లేదు లేదమ్మా, ఈ వ్యవహారాన్ని లోతుగా పరిశీలించాలి''

''కానీ, అతను అమాయకుడని నాకు తెలుసు. స్త్రీ సహజాతాల గురించి నీకు తెలుసు. నువ్వు అంత కఠినంగా ప్రవర్తించవ్చని తర్వాత బాధపడతావు.''

''వాడు అమాయకుడు అయితే, ఎందుకు మౌనంగా ఉన్నాడు?''

''బహుశ నవ్వు తనని అనుమానించావని కోపం వచ్చిందేమో?''

''కిరీటం వాడి చేతిలో పట్టుకొని ఉండగా చూసినప్పుడు అనుమానించకుండా ఎలా ఉంటాను?''

''కానీ, దాన్ని చూసేందుకు చేతిలోకి తీసుకొని ఉండవచ్చు. నేను చెప్తున్నాను కదా అతను అమాయకుడని. ఈ విషయాన్ని వదిలేయ్, ఇంకే మాట్లాడకు. మన ఆర్థర్ జైల్లో ఉండడం అనే విషయాన్ని ఆలోచించడమే భయంకరంగా ఉంది!''

''ఆ రత్నాలు దొరికే వరకూ నేను దాన్ని వదిలిపెట్టే ప్రసక్తే లేదు మేరీ! ఆర్థర్ మీద నీకున్న ప్రేమ, నాకు కలుగబోయే దుష్పరిణామాలను కూడా కప్పేస్తోంది. ఈ విషయాన్ని దాచేసేబదులు, వ్యవహారాన్ని మరింత లోతుగా దర్యాప్తు చేయమని పెద్ద మనుషులను లండన్ నుంచి పట్టుకువచ్చాను.''

''ఈ పెద్ద మనిషినా?'' అంది, నాకేసి తిరిగి చూస్తూ.

''కాదు, అతని స్నేహితుడిని. తనను వంటరిగా వదిలేయమని అడిగాడతను. ఇప్పుడు ఆ గుర్రపుశాల వీధిలో ఉన్నాడు అతను.''

''గుర్రపుశాల వీధా?'' ఆమె తన నల్లటి కనుబొమ్మలను పైకి లేపింది.

''అక్కడేం దొరుకుతుందని ఆశిస్తున్నాడు. ఆ, ఇతనే అనుకుంటాను. ఈ నేరంలో ఆర్థర్ భాగస్వామి కాడని, అమాయకుడనే నిజాన్ని రుజువు చేయగలరని, చేస్తారని విశ్వసిస్తున్నాను సర్!''

''నేను మీ అభిప్రాయంతో ఏకీభవిస్తాను. దాన్ని రుజువు చేయాలని మీలాగే ఆశిస్తున్నాను,'' జవాబిచ్చాడు హోమ్స్, తన షూస్‌కు అంటిన మంచును వదిలించుకునేందుకు మ్యాట్ వద్దకు వెడుతూ. ''నేను మిస్ మేరీ హోల్డర్‌తో మాట్లాడుతున్నాననుకుంటాను. నేను మిమ్మల్ని ఒకటి రెండు ప్రశ్నలు వేయవచ్చా?''

''దయచేసి అడగండి సర్! బహుశ ఈ భయంకరమైన వ్యవహారాన్ని పరిష్కరించేందుకు అవి ఉపయోగపడవచ్చేమో.''

''గత రాత్రి మీకు ఏమీ శబ్దాలు వినిపించలేదా?''

''లేదు, మా అంకుల్ పెద్దగా మాట్లాడడం తప్ప. అది విన్నాను. విని కిందకు దిగి వచ్చాను.''

''ఆ రాత్రి మీరే కదా తలుపులు, కిటికీలు మూసింది? కిటికీలన్నీ సరిగ్గా వేశారా?''

''అవును.''

''అవి ఈ ఉదయం మూసేఉన్నాయా?''

''అవును.''

''మీ దగ్గర ఉన్న పనిమనిషికి ప్రేమికుడు ఉన్నాడా? గత రాత్రి అతడిని చూడటానికి ఆమె వెళ్ళిందని మీరు మీ అంకుల్‌కు చెప్పారనుకుంటాను?''

''అవును, ఆ అమ్మాయే డ్రాయింగ్ రూంలో వేచి ఉండి, కిరీటం గురించి అంకుల్ మాట్లాడిన మాటలు విని ఉంటుంది.''

''ఐనీ ఆ విషయాన్ని ఆమె తన ప్రేమికుడికి చెప్పడానికి బయిటకు వెళ్ళిందని, వాళ్ళిద్దరే ఈ దోపిడీకి ప్రణాళిక వేసి ఉంటారని మీరు అనుకుంటున్నారా?''

''ఇలాంటి అస్పష్టమైన సిద్ధాంతాల వల్ల ఉపయోగమేమిటి,'' అని అరిచాడు బ్యాంకర్ అసహనంగా. ''ఆర్థర్ చేతిలో కిరీటంతో ఉండగా నేను చూశానని చెప్పాక?''

''కొంచెం ఆగండి మిస్టర్ హోల్డర్. మనం ఆ విషయానికే రావాలి. ఇక ఆ అమ్మాయి విషయం మిస్ హోల్డర్, ఆమె వంటింటి తలుపులో నుంచే వచ్చి

ఉంటుందనుకుంటాను?''

''అవును, ఆ రాత్రి తలుపులన్నీ వేసి ఉన్నాయో లేదో చూడటానికి వెళ్ళినప్పుడు ఆమె లోపలికి రావడం చూశాను. ఆ గుడ్డి వెలుగులో ఆ వ్యక్తిని కూడా చూశాను.''

''అతను మీకు తెలుసా?''

''ఓ, అతను ఈ ప్రాంతంలో కూరగాయలు అమ్మేవాడు. అతని పేరు ఫ్రాన్సిస్ ప్రాస్పర్.''

''అంటే అతను తలుపుకు ఎడమవైపు ఉన్నాడన్న మాట, అంటే తలుపు దగ్గరకు రావడానికి ఉన్న దోవకు దూరంగా?'' అన్నాడు హోమ్స్.

''అవును, అంతే.''

''అతనికి చెక్క కాలు ఉందా?''

ఆ యువతి పెద్ద కళ్ళల్లోకి భయంలాంటిది ప్రవేశించింది. ''ఏమిటి, మీరు మాంత్రికుడిలా ఉన్నారే,'' అంది ఆమె. ''మీకు ఎలా తెలుసు?'' ఆమె చిరునవ్వు నవ్వింది, కానీ హోమ్స్ ముఖంలో జవాబుగా చిరునవ్వు కనిపించలేదు.''

''ఇక నేను పైకి వెళ్ళడానికి సంతోషిస్తాను,'' అన్నాడు అతను. ''మళ్ళీ ఇంటి బయిటకు కూడా వెళ్ళాలనుకుంటానేమో. నేను పైకి వెళ్ళే ముందు కింద కిటికీని ఒకసారి సరిగ్గా పరిశీలిస్తాను.''

అతను గబగబా ఒకదాని తర్వాత ఒకదాన్ని గమనిస్తూ నడిచి, హాల్లో నుంచి గుర్రపు శాల కనిపించే పెద్ద కిటికీ వద్ద ఆగాడు. దాన్ని తెరిచాడు, తన శక్తివంతమైన లెన్స్‌తో దాన్ని జాగ్రత్తగా పరిశీలించడం మొదలుపెట్టాడు.

చివరకు, ''ఇక పైకి వెడదాం,'' అన్నాడు.

ఆ బ్యాంకర్ డ్రెస్సింగ్ రూం, బూడిద రంగు కార్పెట్ పరిచి, ఒక పెద్ద బీరువా, ఒక పొడవైన అద్దం వంటి మామూలు వస్తువులతో సాధారణంగా ఉంది. హోమ్స్ మొదట బీరువా వద్దకు వెళ్ళి, తాళం కేసి పరీక్షగా చూశాడు.

''దాన్ని తీసేందుకు ఏ తాళం ఉపయోగించారు?'' అడిగాడు.

'' లంబర్ రూంలో కప్‌బోర్డ్‌కు ఉపయోగించే తాళమేనని స్వయంగా నా కుమారుడు చెప్పాడు కదా.''

''అది ఇక్కడ ఉందా?''

''అది డ్రెస్సింగ్ టేబుల్‌పై ఉంది కదా.''

షెర్లాక్ హోమ్స్ దాన్ని తీసుకొని, బీరువా తెరిచాడు.

''ఇది ఏ మాత్రం శబ్దం చేయని తాళం,'' అన్నాడు అతను. ''అది నిన్ను నిద్రలేపకపోవడం ఆశ్చర్యమేం లేదు. ఈ కేసులో బహుశ కిరీటం ఉంటుందేమో. దాన్ని కూడా మనం పరిశీలించాలి.'' అతను కేసు తెరిచి, ఆ కిరీటాన్ని బయిటకు తీసి టేబుల్ మీద పెట్టాడు. అది కంసాలివాడి నైపుణ్యానికి అద్భుతమైన చిహ్నం, అంత అద్భుతమైన రత్నాలను నేను ఎప్పుడూ చూడలేదు. ఒక వైపు మూలకు కిరీటం వంచి ఉంది, మూడు రత్నాలను తీసేసిన చోట.

''ఇప్పుడు, మిస్టర్ హోల్డర్,'' అన్నాడు హోమ్స్. ''దురదృష్టవశాత్తు రత్నాలు కోల్పోయిన చివరకు, సరిపోయే చివర ఇది. దీన్ని విరగొట్టమని మిమ్మల్ని ప్రార్థిస్తున్నాను.''

బ్యాంకర్ భయంతో ముడుచుకుపోయాడు. ''నేను కలలో కూడా ఆ పని చేయడాన్ని ఊహించలేను,'' అన్నాడు అతను.

''అయితే నేను చేస్తాను,''హఠాత్తుగా హోమ్స్ దానిపై బలప్రయోగం చేశాడు. కానీ ఫలితం ఏం లేకపోయింది. ''ఇది చాలాదనుకుంటాను,'' అన్నాడు అతను. ''నా వేళ్ళు బలమైనవి అయినప్పటికీ, దాన్ని విరగ్గొట్టడానికి నా సమయం అంతా వినియోగించాలి. సాధారణమైన వ్యక్తి ఎవరూ చేయలేరు. నేను దాన్ని విరగ్గొడితే, ఏం జరుగుతుందనకుంటారు, మిస్టర్ హోల్డర్? ఏదైనా పిస్టల్ షాట్‌లాంటిది ఉండాలి. ఇదంతా మీ పక్కకు కొన్ని గజాల దూరంలో జరిగింది, కానీ మీరేమీ వినలేదంటారా?''

''ఏం అనుకోవాలో నాకు అర్థం కావడం లేదు. అదంతా నాకేం తెలియదు.''

''బహుశ మనం లోతుకు వెళ్ళినకొద్దీ వెలుగు ప్రసరిస్తుందేమో. ఏమంటారు, మిస్‌హోల్డర్?''

''నేను కూడా మా అంకుల్‌కు గురైన అయోమయానికే, దిగ్భ్రాంతికే గురౌతున్నానని చెప్పాలి.''

''మీ కుమారుడిని మీరు చూసినప్పుడు చెప్పులు కానీ షూస్‌కానీ ధరించి లేడు కదా?''

''అతను పాంటు చొక్కా మినహా మరేమీ వేసుకోలేదు.''

''థాంక్యూ. ఈ విచారణలో అసాధారణమైన అదృష్టం వరించింది. ఈ వ్యవహారాన్ని పరిష్కరించకపోతే, అది పూర్తిగా మన తప్పే అవుతుంది. మీరు అనుమతిస్తే మిస్టర్ హోల్డర్, నా పరిశోధనలను ఇప్పుడు బయిట కొనసాగిస్తాను.''

అతను వంటరిగానే బయటికి వెళ్ళాడు. అనవసరమైన పాద ముద్రలు పడితే, తన పని కష్టమవుతుందని అన్నాడు. ఒక గంట, ఆ పైన అతను తన పని చేసుకొని,

బూట్ల నిండా దట్టంగా పేరుకున్న మంచు, గంభీరమైన ముఖ కవళికలతో తిరిగి వచ్చాడు.

''నేను చూడాల్సిందంతా చూశాననుకుంటాను మిస్టర్ హోల్డర్, నేను నా గదికి తిరిగి వెళ్ళిన తర్వాతే మీకు చేయాల్సింది చేయగలను,'' అన్నాడు.

''కానీ రత్నాలు, మిస్టర్ హోమ్స్. ఎక్కడున్నాయి అవి?''

''నేను చెప్పలేను.''

బ్యాంకర్ తన చేతులను నులుముకున్నాడు. ''నేను వాటిని ఎప్పటికీ చూడలేను అన్నమాట,'' అని అరిచాడు. '' సరే, నా కొడుకు? వాడి మీద ఏమైనా ఆశలు పెట్టుకోవచ్చా?''

''నా అభిప్రాయంలో ఎటువంటి మార్పూ లేదు.''

''మరి గత రాత్రి నా ఇంట్లో జరిగిన ఈ చీకటి వ్యవహారం ఏమిటి?''

''మీరు రేపు ఉదయం తొమ్మిది, పది గంటల మధ్య బేకర్ వీధిలోని నా గదికి రాగలిగితే, నేను స్పష్టంగా విషయాన్ని చెప్పగలను. నేను రత్నాలను కనుగొంటే మీరు నా కోసం బ్లాంక్ చెక్ ఇస్తున్నారని తెలుసు.''

''వాటి కోసం నేను కావాలంటే ఆస్తినంతా రాసివ్వగలను.''

''వెరీ గుడ్. నేను ఈ వ్యవహారాన్ని ఈ లోపుగా పరిశీలిస్తాను. గుడ్‌బై నేను సాయంత్రం లోపు ఇక్కడకు తిరిగి రావాల్సిన అవసరం ఉండదని భావిస్తున్నాను.''

ఈ కేసు విషయంలో నా సహచరుడు మనసులో ఒక నిర్ణయానికి వచ్చాడన్నది స్పష్టం. అయితే అతడు ఎటువంటి నిర్ణయానికి వచ్చాడన్నది మాత్రం నాకు ఊహకు అందలేదు. మేం ఇంటికి తిరిగివెడుతుండగా, ఆ విషయం చెప్పేందుకు ప్రయత్నించాను కానీ అతను మాట మార్చి వేరే విషయం మాట్లాడుతుండడంతో, నేను నిరాశతో ఆ విషయాన్ని వదిలేశాను. మేం మా గదికి తిరిగి వచ్చేసరికి, మూడు కూడా కాలేదు. అతను తన గదిలోకి హడావిడిగా వెళ్ళి, ఒక మామూలు వీధి రౌడీ వేషంతో తిరిగి వచ్చాడు. కాలర్ పైకి పట్టుకొని, మెరిసేకోటు వేసుకొని, పాత బూట్లు వేసుకొని ఆ వర్గానికి చెందిన వాడిలా ఉన్నాడు.

''ఇది చాలనుకుంటాను,'' అన్నాడు, ఫైర్‌ప్లేస్‌పైన ఉన్న అద్దంలో చూసుకుంటూ. ''నువ్వు కూడా నాతో వేస్తేబాగుండనుకుంటాను వాట్సన్, కానీ అది చాలదనుకుంటాను. ఈ విషయం వెంట పడాల్సిందే లేదా గుడ్డిగా వెడుతున్నానో తెలియదు కానీ త్వరలోనే తెలుసుకుంటాను. నేను కొద్ది గంటల్లో తిరిగి వస్తాను.'' పక్కన అరలో ఉన్న బీఫ్‌లో నుంచి ఒక ముక్క కోసుకుని, రెండు బ్రెడ్ పీసుల మధ్య పెట్టుకొని, దాన్ని తన జేబులో

వేసుకొని, సాహసానికి బయలుదేరాడు.

అతను తిరిగి వచ్చేసరికి, నేను అప్పుడే టీ తాగడం పూర్తి చేశాను. చాలా మంచి ఉత్తేజంతో ఉన్నాడు, ఒక చేతిలో ఎలాస్టిక్ ఉన్న బూటును పట్టుకొని ఉన్నాడు. దాన్ని ఒక మూలకు విసిరేసి, తను కూడా ఒక కప్పులో టీ పోసుకున్నాడు.

''నేను అలా వెడుతూ చూశానంతే,'' అన్నాడు. ''ఇప్పుడు వెడుతున్నాను.''

''ఎక్కడికి?''

''ఓ వెస్ట్ ఎండ్‌కు. అవతలి వైపుకు. నేను తిరిగి వచ్చేసరికి చాలా సమయం పట్టవచ్చు. నేను రావడం ఆలశ్యమైతే నా కోసం ఎదురు చూడవద్దు.''

''దర్యాప్తు ఎలా సాగుతోంది?''

''ఓ ఏదో అలా అలా. అలా అని ఫిర్యాదు చేయాల్సింది ఏమీ లేదు. నేను ఇక్కడ నుంచి మళ్ళీ స్ట్రీథమ్‌కు వెళ్ళాను కానీ ఆ ఇంటికి వెళ్ళలేదు. ఇది చాలా చిన్న సమస్య, కోటి రూపాయిలు ఎవరైనా ఇస్తామన్నా దీన్ని పరిష్కరించకుండా అటు వెళ్ళను. సరే, ఇక్కడ గప్పాలు కొడుతూ కూచోవడం సరికాదు, ఈ వీధి వస్త్రధారణను వదిలి గౌరవనీయమైన నా వస్త్రధారణకు తిరిగి రావాలి.''

అతను చెప్తున్న మాటలకన్నా బలమైన అంశాలేవో అతని సంతృప్తికి కారణమని అర్థమైంది. అతని కళ్ళు మెరుస్తున్నాయి, అతని బుగ్గల మీద మెరుపు, రంగు వచ్చాయి. అతను గబగబా పైకి వెళ్ళాడు, కొద్ది నిమిషాల తర్వాత గట్టిగా తలుపు వేసిన శబ్దం వినిపించింది. అతను తన వేట కోసం మరొకసారి బయలుదేరాడని అర్థమైంది.

నేను అర్ధరాత్రి వరకూ వేచి ఉన్నాను, కానీ అతను తిరిగి వస్తున్న జాడలేదు. అలా అనేక రాత్రులూ, పగళ్ళే మాయమై, అతనికి ఏదో ఆధారం దొరికినప్పుడు ప్రత్యక్షం కావడం అసాధారణమైన విషయం కాదు. అందుకే, ఆ ఆలశ్యం నాకు ఆశ్చర్యాన్ని కలిగించలేదు. అతను ఎన్ని గంటలకు వచ్చాడో నాకు తెలియదు. కానీ నేను బ్రేక్‌ఫాస్ట్ కోసం కిందకి వచ్చినప్పుడు, ఒక చేతిలో కాఫీ కప్పు, మరొక చేతిలో పేపర్‌తో, తాజాగా, సాధ్యమైనంత ట్రిమ్‌గా కనిపించాడు.

''నేను నువ్వు లేకుండా ప్రారంభించినందుకు క్షమించాలి వాట్సన్,'' అన్నాడు అతను. ''కానీ నీకు తెలుసు కదా, మన క్లైంటుకు తొందరగా అపాయింట్‌మెంట్ ఇచ్చామని.''

''ఇప్పుడు తొమ్మిది దాటింది, అంతే కదా,'' జవాబిచ్చాను నేను. '' బెల్లు కొట్టిన చప్పుడు వినిపించింది. అతడే అయితే ఆశ్చర్యపోను.''

వచ్చింది మా స్నేహితుడు, ఫైనాన్సియరే. అతనిలో వచ్చిన మార్పు చూని

దిగ్భ్రాంతికి గురయ్యాను. ఎందుకంటే అతని ముఖం వాడిపోయి, జుత్తు మరికాస్త తెల్లబడి ఉంది. అతను ఎంతో అలసిపోయినట్టుగా ఉన్నాడు. అది ముందు రోజు ఉదయం కనిపించిన ఉద్వేగం కన్నా బాధాకరంగా ఉంది. నేను అతని కోసం తోసిన కుర్చీలో కూలబడ్డాడు.

''ఇంత ఘోరమైన శిక్షకు గురవడానికి నేనేం పాపం చేశానో తెలియడం లేదు. రెండు రోజుల కిందట నేను ప్రపంచం గురించి ఎలాంటి బాదరా బందీ లేకుండా చాలా సంతోషంగా ఉన్న సంపన్న వ్యక్తిని. ఇప్పుడు అప్రతిష్ఠపాలైన ఒంటరి ముసలివాడిని. ఒకదాని తర్వాత ఒకటిగా నాకు కష్టాలు వస్తున్నాయి. మేరీ కూడా నన్ను వదిలేసి వెళ్ళింది.''

''మిమ్మల్ని వదిలిపోయిందా?''

''అవును, ఆమె రాత్రి అసలు పడుకున్నట్టే లేదు, ఆమె గది ఖాళీగా ఉంది, హాల్లో టేబుల్ మీద నా కోసం నోట్‌ను వదిలేసింది. మా వాడిని పెళ్ళి చేసుకుని ఉంటే ఈ కష్టాలేవీ వచ్చి ఉండేవి కావని, కోపంతో కాదు గానీ బాధతో రాత్రి ఆమెతో అన్నాను. నేను బహుశ అనాలోచితంగా ఆ మాట అన్నానేమో. ఆమె తన నోట్‌లో ఈ విషయాన్ని ప్రస్తావించింది, ''మైడియర్ యర్రెన్‌అంకుల్- మీకు ఇంత దురదృష్టం కలగడానికి నేనే కారణమనుకుంటున్నాను, నేను మరొక రకంగా ప్రవర్తించి ఉంటే ఇదంతా జరిగి ఉండేది కాదేమో. ఈ ఆలోచనతో నేను ఇంట్లో ఎప్పటికీ ఆనందంగా ఉండలేను, కనుక నేను శాశ్వతంగా ఇంటిని వదిలి వెడుతున్నాను. నా గురించి, నా భవిష్యత్తు గురించి బాధపడవద్దు. రానిపెట్టి ఉన్నది జరుగుతుంది.. అన్నింటికీ మించి నా కోసం వెతకవద్దు, అది వృథా శ్రమే అవుతుంది. జీవించినా, మరణించినా నిన్ను ప్రేమించే మేరీ.'' ''ఈ నోట్‌కు అర్థమేంటి మిస్టర్ హోమ్స్? ఆత్మహత్య చేసుకుంటుందనే అర్థమేమైనా దీనిలో ధ్వనిస్తోందా?''

''లేదు, లేదు, అలాంటిదేమీ లేదు. బహుశ ఇదే సాధ్యమైన మంచి పరిష్కారం. మీరు మీ సమస్యల పరిష్కారం చివరికి వచ్చారు.''

''హా! అవునంటారా! మీరు ఏదో విన్నారు మిస్టర్ హోమ్స్, మీరు ఏదో తెలుసుకున్నారు! ఆ రత్నాలు ఎక్కడ ఉన్నాయి?''

''ఒక్క రత్నానికి వెయ్యి పౌండ్లు ఎక్కువని మీరు భావిస్తున్నారు కదా?''

''నేనైతే వాటికి పది ఇస్తాను.''

''అది అనవసరం. మూడువేలతో వ్యవహారాన్ని ముగించవచ్చు. పైగా మీరు చిన్న బహుమానాన్ని కూడా ప్రకటించినట్టున్నారు. మీ చెక్‌బుక్ మీ దగ్గరే ఉందా?

ఇదిగోండి పెన్. నాలుగువేలకి చెక్కు రాయండి.''

దిగ్భ్రాంతి చెందిన ముఖంతో బ్యాంకర్ ఆ మొత్తాన్నీ చెక్కు మీద రాశాడు. హోమ్స్ తన డెస్క్ దగ్గరకు నడిచి వెళ్ళి, త్రికోణాకారంలో, రత్నాలు పొదిగి ఉన్న బంగారం ముక్కను తీసి టేబుల్ మీద పడేశాడు.

మా క్లైంటు ఆనందంతో ఒక్క అరుపు అరిచి దాన్ని పట్టుకున్నాడు.

''మీకు దొరికింది!'' అతను గుటకలు మింగాడు, ''నేను బతికి పోయాను! నేను బతికిపోయాను!''

అతని దు:ఖం అంత గాఢంగానే అతని ఆనందం కూడా ఉంది, ఆ రత్నాలను తన గుండెలకు హత్తుకున్నాడు.

''మీరు ఇంకొకటి రుణపడి ఉన్నారు, మిస్టర్ హోల్డర్,'' అన్నాడు షెర్లాక్ హోమ్స్ కాస్త కఠినంగానే.

''రుణపడి ఉన్నానా!'' అతను పెన్ను పట్టుకున్నాడు, ''ఎంత మొత్తమో చెప్పండి, నేను చెల్లిస్తాను.''

''ఆ రుణం నాకు కాదు. మీరు ఆ మంచి పిల్లవాడికి క్షమాపణ చెప్పాలి. ఈ వ్యవహారంలో అతను ఎంత గౌరవంగా ప్రవర్తించాడంటే, నాకే ఒక కొడుకు ఉంటే అతను కూడా అలా ప్రవర్తించాలనుకుంటాను.''

''అయితే వాటిని తీసుకున్నది ఆర్థర్ కాదా?''

''నేను నిన్నే చెప్పాను, మళ్ళీ అదే చెప్తున్నాను, అతను కాదు.''

''మీరు అంత కచ్చితంగా చెప్పగలరా! అయితే వెంటనే వాడి దగ్గరకు వెళ్ళాలి, నిజం తెలిసిందని చెప్పేందుకు.''

''అతనికి ఎప్పుడో తెలుసు. నేను అతనిని కలిసినప్పుడే అంతా స్పష్టం చేశాను. అతను అసలు కథ నాకు చెప్పకపోతుండడంతో, నేనే అతనికి చెప్పాను. దానితో నేను చెప్తున్నది నిజమని అతడు అంగీకరించాడు. నాకు ఇంకా స్పష్టం కాని కొన్ని వివరాలను చెప్పాడు. ఈ రోజు ఉదయం మీ వార్త, అతను పెదిమలు విప్పేలా చేస్తుందేమో.''

''అయితే దయచేసి, ఆ అసాధారణ మిస్టరీ ఏమిటో చెప్పండి.''

''నేను ఆ పని చేస్తాను. నేను దానికి ఎలా చేరుకున్నానో దశల వారీగా చెప్తాను. కానీ మీకు వినడానికి, నేను చెప్పడానికి కష్టమైన విషయాన్ని మొదట చెప్పనివ్వండి. సర్ జార్జి బర్న్‌వెల్‌కు, మేరీకి మధ్య ఒక అవగాహన ఉంది. వాళ్ళిద్దరూ కలిసే పారిపోయారు.''

''నా మేరీనా? అసాధ్యం!''

''వాస్తవానికి, అది సాధ్యం కన్నా సాధ్యం. అదే జరిగింది. ఆ వ్యక్తిని మీ కుటుంబ సర్కిల్‌లోకి అనుమతించినప్పుడు మీకు కానీ, మీ కుమారుడికి కానీ అతని నిజమైన నైజం తెలియదు. ఇంగ్లాండ్‌లోనే అత్యంత ప్రమాదకరమైన వ్యక్తులలో అతను ఒకడు. శిథిలమైన జూదగాడు, విలన్, మనసు కానీ విచక్షణ కానీ లేని వాడు. మీ అమ్మాయికి అటువంటి వ్యక్తుల గురించి ఏమీ తెలియదు. ఆమెకన్నా ముందు వందమందికి వాగ్దానం చేసినట్టే ఆమెకు కూడా వాగ్దానం చేసినప్పుడు, తాను మాత్రమే అతని మనసుని తాకగలిగానని ఆమె సంబరపడింది. అతను ఆమెకు ఏం చెప్పాడన్నది భగవంతుడికే తెలియాలి. కానీ ఆమె మాత్రం అతని చేతిలో పరికరమై, ప్రతి సాయంత్రం అతడిని కలిసే అలవాటు చేసుకుంది.''

''నేను దీన్ని నమ్మలేను, నమ్మను కూడా!'' అరిచాడు బ్యాంకర్ ఖిన్నమైన ముఖంతో.

''అయితే ఆ రాత్రి మీ ఇంట్లో ఏం జరిగిందో నేను చెప్తాను వినండి. మీరు మీ గదిలోకి వెళ్ళారనుకున్న తర్వాత, మీ మేరీ కిందకు వెళ్ళి, గుర్రపుశాల కనిపించే కిటికీలో నుంచి తన ప్రేమికుడితో మాట్లాడింది. అతని పాద ముద్రలు కిటికీ వరకూ మంచులో కనిపించాయి. అతను అక్కడ చాలా సేపు నిలబడ్డాడు. ఆమె అతనికి కిరీటం గురించి చెప్పింది. ఆ వార్త వినగానే అతని మనసులో పాత వాసనలు పురివిప్పి, దురాశపుట్టింది. దురుద్దేశంతోనే ఆమె తన మాట వినేలా నచ్చచెప్పాడు. ఆమెకు మీ పట్ల ప్రేమ ఉందనడంలో సందేహం లేదు. కానీ ప్రేమికుడి మైకంలో ఇతర ప్రేమలను విస్మరించే స్త్రీలు ఉంటారు - ఆమె ఆ కోవకు చెందింద్దై ఉండవచ్చు. ఆమె అతను చెప్తున్నది పూర్తిగా వినకముందే మీరు కిందకి దిగి రావడం చూని గబగబా కిటికీ వేసి, పనిమనిషి తన ప్రేమికుడితో బయిట తిరిగిరావడం గురించి చెప్పింది. అది వాస్తవం కూడా.

మీ అబ్బాయి మీతో మాట్లాడిన తర్వాత నేరుగా పడుకోవడానికి వెళ్ళాడు. క్లబ్బులోని అప్పుల భయంతో అతనికి సరిగ్గా నిద్రపట్టలేదు. అర్ధరాత్రి తన గది ముందు నుంచి ఎవరో మెత్తగా నడిచి వెడుతున్న అడుగుల చప్పుడు అతనికి వినిపించింది. దానితో అతను బయిటకు వచ్చి చూశాడు. పిల్లిలా మేరీ నడిచి వెళ్ళడం గమనించి ఆశ్చర్యపోయాడు. ఆ దిగ్భ్రమలోనే అతను బట్టలు వేసుకున్నాడు. దీపం వెలిగించకుండా చీకట్లోనే పొంచి ఉండి ఏం జరుగుతుందో అని వేచి ఉన్నాడు. ఆమె అప్పుడే గదిలో నుంచి బయిటకు వచ్చింది. ఆమె చేతిలో కిరీటం కనిపించింది. ఆమె మెట్లు దిగి కిందకు వెడుతుండడంతో, అతను జాగ్రత్తగా పరుగెత్తి కింద హాల్లో ఏం

జరుగుతుందో చూద్దామని తలుపు దగ్గర కర్టెన్ చాటున నక్కాడు. ఆమె జాగ్రత్తగా కిటికీ తెరిచి, చీకట్లో ఎవరికో దాన్ని అందించి, తలుపు మూని మళ్ళీ తన గదిలోకి ఆ కర్టెన్ ముందు నుంచే వెళ్ళింది. ఆమె అక్కడే ఉంటే మీ అబ్బాయి తాను ఎంతగానో ప్రేమించిన మనిషి చేసిన పనిని బయిట పెట్టకుండా ఏ చర్యా తీసుకోలేడు. కానీ, ఆమె వెళ్ళగానే, ఆమె చేసిన పని మీకు ఎంత హాని, నష్టాన్ని కలిగించేదో, దాన్ని సరిదిద్దడం ఎంత అవసరమో గుర్తించాడు. అందుకే అదే స్థితిలో, చెప్పులు కూడా వేసుకోకుండా వెంటనే కిందకు పరుగులు తీని, కిటికీ తెరిచి ఆ మంచులోకి దూకి, సందులోకి వెళ్ళి, వెన్నెల వెలుగులో అతడిని చూశాడు. సర్ జార్జి బర్న్‌వెల్ పారిపోయే ప్రయత్నం చేశాడు, కానీ ఆర్థర్ అతడిని పట్టుకున్నాడు. వారిద్దరి మధ్య పెనుగులాట జరిగింది. కిరీటాన్ని ఒకవైపు అతను, మరొకవైపు బర్న్‌వెల్ పట్టుకున్నారు. ఈ పెనుగులాటలో మీ అబ్బాయి సర్ జార్జిని ఒక దెబ్బ వేశాడు. ఇంతలో హఠాత్తుగా ఏదో విరిగినట్టైంది, కిరీటం మీ వాడి చేతిలోకి వచ్చింది. చేతిలో కిరీటాన్ని చూసిన వెంటనే మీ వాడు వెనక్కి పరుగెత్తుకొని ఇంట్లోకి వచ్చి, కిటికీ మూసేసి దాన్ని సరి చేస్తుండగా, మీరు సీన్‌లో ప్రత్యక్షమయ్యారు''.

''అది సాధ్యమేనా?'' ఆశ్చర్యంతో తలమునకలౌతూ అన్నాడు బ్యాంకర్.

''మీరు కృతజ్ఞతలు చెప్పి, ప్రేమగా మాట్లాడాల్సిన సమయంలో, ఆవేశంలో అతన్ని తిట్టిన తిట్టు తిట్టకుండా తిట్టారు. ఏ మాత్రం అతని క్షమకు అర్హం కాని వ్యక్తిని వంచించి అసలు విషయం అతను మీకు వివరించలేకపోయాడు. అతను మరింత సాహసోపేతమైన దృక్పథం తీసుకొని, ఆమె రహస్యాన్ని దాచి ఉంచాడు.''

''అందుకేనా ఆమె కిరీటాన్ని చూసిన వెంటనే అరిచి, మూర్ఛ పోయింది,'' అని అరిచాడు మిస్టర్ హోల్డర్. ''భగవంతుడా! నేను ఎంత గుడ్డి వెధవలా ప్రవర్తించాను. ఒక్క ఐదు నిమిషాలు బయిటకు వెళ్ళనివ్వమని అడిగింది అందుకే అన్నమాట! ఆ విరిగిన ముక్క, పెనుగులాట జరిగిన స్థలంలో ఉందేమో చూడాలనుకున్నాడన్న మాట. నేనెంత క్రూరంగా అతడిని తప్పుడంచనా వేశాను.''

''నేను ఇంటికి వచ్చినప్పుడు, మంచులో ఏవైనా ఆధారాలు దొరుకుతాయేమోనన్న ఉద్దేశంతోనే, అవి సహాయపడతాయనే భావనతో ఇంటిచుట్టూ తిరిగి జాగ్రత్తగా పరీక్షించాను. అంతకు ముందు రోజు సాయంత్రం నుంచి మంచు పడలేదని నాకు తెలుసు. అంతేకాదు, ఆ ముద్రలను పరిరక్షించడానికి అన్నట్టుగా మంచు ఘనీభవించింది. నేను వ్యాపారులు వెళ్ళే మార్గం నుంచి వెడుతుండగా, గుర్తుపట్టలేని విధంగా తొక్కిసలాట జరిగిన ఆనవాళ్ళను కనుగొన్నాను. దాని ఆవల,

అంటే వంటింటి తలుపుకు దూరంగా, ఒక మహిళ నిలబడి, పురుషుడితో మాట్లాడింది. అక్కడ ఉన్న చిహ్నాలను బట్టి అతనికి ఒక కాలు చెక్కకాలని గుర్తించాను. అవి కూడా చెదిరిపోయే ఉన్నాయని చెప్పాలి, ఎందుకంటే ఆ స్త్రీ తలుపు దగ్గరకు హడావిడిగా పరుగెత్తుకువెళ్ళింది. లోతుగా పడ్డ కాలి బొటనివేళ్ళ గుర్తులు కనిపించాయి. ఆ చెక్క కాలు అతను కాసేపు అక్కడే నిలబడి తిరిగి వెళ్ళిపోయాడు. అవి చూసి మొద, మీరు అప్పటికే చెప్పిన ఆ పనిమనిషి, ఆమె ప్రేమికుడే ఈ పని చేసి ఉంటారనుకున్నాను. పైగా అక్కడున్న గుర్తులు అదే భావాన్ని కలిగించాయి. నేను తోటలో తిరుగుతుండగా, అంతా ఎవరెవరివో పాద ముద్రలు కనిపించాయి. బహుశ అవి పోలీసులవై ఉంటాయని అనుకున్నాను. కానీ నేను గుర్రపుశాల వీధిలోకి నా ఎదుట ఒక సంక్లిష్టమైన కథ రచించి ఉంది.

అక్కడ బూట్లు వేసుకున్న వ్యక్తివి, కాళ్ళకు చెప్పులే లేని వ్యక్తి పాదముద్రలు రెండు వరుసలలో కనిపించాయి. రెండవ వ్యక్తి మీరు చెప్పినట్టుగా మీ అబ్బాయివి అయి ఉంటాయనే అభిప్రాయానికి వచ్చాను. మొదటి పాద ముద్రలు రావడం, పోవడం, కాని రెండోవి వేగంగా పరుగెత్తుకు వచ్చాయి. పైగా అవి బూటు ముద్రల వెనుక ఉండడంతో అతడిని వెంబడించి ఉంటాడని అనుకున్నాను. నేను వాటిని అనుసరించి వెళ్ళాను, అవి హాల్లో ఉన్న కిటికీ దగ్గరకు దారి తీశాయి. అక్కడ వేచి ఉండడంతో బూట్ల మీద అంతా మంచు పడింది. తర్వాత ఆ వీధిలో దాదాపు వంద గజాల వరకూ నడిచి వెళ్ళాను. అక్కడ బూట్లు వెనుతిరగడాన్ని, మంచు చెదిరిపోయి, అక్కడేదో పెనుగులాట జరిగిన గుర్తులు కనిపించాయి. అంతేకాదు, అక్కడ పడ్డ రక్తపు చుక్కలు నా ఆలోచన సరైనదేనని పట్టి చూపాయి. తర్వాత ఆ బూట్ల అడుగులు వీధి చివరకు పరుగులు తీయడం కనిపించింది. గాయపడింది అతనివే అని చిన్న రక్తపు చుక్కలు స్పష్టం చేశాయి. అతను వీధి చివర ఉన్న హైవే దగ్గరకు తిరిగి వచ్చేసరికి, పేవ్‌మెంట్ మీద గుర్తులు లేవు. ఆ ఆధారాలు అక్కడితో ముగినిపోయాయి.

ఇంట్లోకి వచ్చిన తర్వాత నేను నా భూతద్దంతో హాల్లో ఉన్న కిటికీని పరీక్షించడం మీకు గుర్తు ఉండే ఉంటుంది. ఎవరో అందులో నుంచి బయిటకు వెళ్ళినట్టుగా అర్థమైంది. నేను ఎవరివో పాద ముద్రలు లోపలకు రావడాన్ని గుర్తించాను. అప్పుడే జరిగింది ఏమిటో గుర్తించడం మొదలుపెట్టాను. ఒక వ్యక్తి కిటికీ బయిట వేచి ఉన్నాడు, ఎవరో అతనికి రత్నాలు తెచ్చి ఇచ్చాడు, ఈ చర్యను మీ కుమారుడు గమనించాడు, అతను దొంగ వెంటపడ్డాడు, అతనితో పెనుగులాడాడు, కిరీటాన్ని ఇద్దరూ బలంగా లాగారు, వారిద్దరి బలం వల్ల గాయాలు అయ్యాయి, ఒక్కరే అయితే అలా జరిగేది కాదు. అతను ఆ బహుమానంతో తిరిగి వచ్చాడు, కానీ కొంత ముక్క అతని ప్రత్యర్థి

చేతిలో మిగిలిపోయింది. ఇంతవరకూ నేను స్పష్టంగా ఉన్నాననుకుంటాను. ఇప్పుడు ప్రశ్న ఏమిటంటే, ఆ వ్యక్తి ఎవరు, అతని కిరీటాన్ని తెచ్చి ఇచ్చింది ఎవరు అన్నది.''

'' నా ఉద్దేశం ప్రకారం అసాధ్యమని మనం అనుకుని వదిలేసినదే మిగిలితే, అదే సత్యం అవుతుంది. ఇప్పుడు, దాన్ని కిందకి తీసుకువచ్చింది మీరు కాదని నాకు తెలుసు, కనుక మిగిలింది మేరీ లేదా పనిమనుషలు. కానీ ఒకవేళ అది పనిమనుషల పనే అయితే మీ అబ్బాయి, ఎందుకు నింద మోస్తాడు? సాధ్యమైన కారణం ఏమీ లేదు. అతను మేరీని ప్రేమించాడు, ఆమె రహస్యాన్ని దాచి ఉంచడానికి అద్భుతమైన వివరణ ఉంది - ఎందుకంటే, ఆ రహస్యం అంత గౌరవనీయమైంది కాదు. మీరు ఆమెను కిటికీ దగ్గర చూడడం, మళ్ళీ కిరీటాన్ని చూసిన తర్వాత ఆమె మూర్ఛపోవడంతో నా ఊహ కచ్చితమైందేననే అభిప్రాయానికి వచ్చాను.

ఇంతకీ ఆమె భాగస్వామి ఎవరై ఉంటారు? సహజంగా ప్రేమికుడే, లేదంటే మీ పట్ల ఉండాల్సిన కృతజ్ఞత, ప్రేమను ఎలా అధిగమించగలదు? మీరు ఎక్కువగా బయిటకు వెళ్ళరని, మీ స్నేహ బృందం చాలా చిన్నదని నాకు తెలుసు. కానీ వారిలో సర్ జార్జ్ బర్న్‌వెల్ ఉన్నాడు. ఆడవాళ్ళ విషయంలో అతనికి మంచి పనిలేదని నేను ఇంతకు ముందే విని ఉన్నాను. ఆ బూట్లు వేసుకున్నది అతనే అయి ఉండాలి, అలాగే పోయిన రత్నాలు కూడా అతని వద్దే ఉన్నాయని. ఆర్థర్ తనను గుర్తించినా, తాను సురక్షితమేనని అతను భావించాడు. ఎందుకంటే, ఆ అబ్బాయి తన కుటుంబాన్ని అప్రతిష్ఠపాలు చేసేఒక్క మాటను కూడా మాట్లాడడని అతని ధీమా.

తర్వాత, నేను తీసుకున్న చర్యలు మీకు తెలుసు. నేను సర్ జార్జి ఇంటికి ఒక వీధి రౌడీలా వేషం వేసుకొని వెళ్ళి, అతని బండితోలే వాడితో స్నేహం సంపాదించగలిగాను. అతని నుంచే గత రాత్రి తన యజమాని తలకు దెబ్బ తగిలించుకున్నాడని తెలుసుకున్నాను. మొత్తానికి ఆరు షిల్లింగులు ఇచ్చి, అతని బూట్లు కొనగలిగాను. వాటితో నేను స్ట్రీథమ్‌కు ప్రయాణమై వచ్చి, అవి అక్కడ బాటమీద ఉన్న ముద్రల తాలూకువేనని నిర్ధారించుకున్నాను.''

''నేను మాసిన బట్టలు వేసుకున్న ఒకడిని నిన్న సాయంత్రం వీధిలో చూశాను,'' అన్నాడు మిస్టర్ హోల్డర్.

''సరిగ్గా, అది నేనే. అసలు వ్యక్తి ఎవరో పట్టుకున్నాక, ఇంటికి తిరిగి వచ్చి, బట్టలు మార్చుకున్నాను. ఎందుకంటే, తర్వాత నేను పోషించాల్సింది చాలా సున్నితమైన పాత్ర, ఎలాంటి స్కాండల్ లేకుండా ఉండాలంటే నేను ప్రాసిక్యూషన్‌ను ఆపేయాలి. ఈ విషయంలో మన చేతులు కట్టేసి ఉన్నాయని ఏ విలన్‌కు అయినా తెలుస్తుంది. నేను అతని వద్దకు వెళ్ళి కలిసాను. మొదట అతను ఖండించాడు. కానీ జరిగిన ప్రతి

వివరాన్ని నేను విడమరచి చెప్పాక, తడబడి, గోడ మీద నుంచి స్వీయరక్షణ కోసం తుపాకీ తీశాడు. ఆ వ్యక్తి గురించి నాకు తెలుసు, అందుకే అతను దాన్ని ఉపయోగించే లోపలే అతని తలకు పిస్టల్ పెట్టాను. దానితో అతను దిగివచ్చాడు. అతని వద్ద ఉన్న రత్నాలలో ఒక్కొక్క దాని వెయ్యి పౌండ్లు చొప్పున వెలకట్టి ఇస్తామని చెప్పాను. ఆ మాటలతో బాధతో కూడిన చిహ్నాలు అతని ముఖంలో కనిపించాయి. ''నేను ఆ మూడింటినీ ఆరు వందల చొప్పున అమ్మేశాను!'' వెంటనే అతనికి ఎటువంటి విచారణ, శిక్షలు ఉండవని హామీ ఇచ్చి, వాటిని అమ్మిన వ్యక్తి చిరునామా సంపాదించాను. వెంటనే అక్కడకు వెళ్ళి, ఒక్కొక్క రత్నానికీ వెయ్యి పౌండ్లు వెలకట్టి వెనక్కి తెచ్చాను. నేను తర్వాత వెళ్ళి మీ వాడిని కలిసి, అంతా బాగానే ఉందని చెప్పి, అంతగా కష్టపడ్డ తర్వాత దాదాపు అర్ధరాత్రి రెండు గంటలకు నిద్రపోయాను.''

''ఇంగ్లాండ్‌ను గొప్ప స్కాండల్ నుంచి కాపాడిన రోజిది,'' అన్నాడు బ్యాంకర్ లేచి నిలబడుతూ. ''మీకు ఎలా కృతజ్ఞతలు చెప్పాలో నాకు అర్థం కావడం లేదు. మీరు చేసిన దానికి నేను రుణపడి ఉంటాను. మీ నైపుణ్యం నేను విన్నదాన్ని మించి ఉంది. నేను ఇప్పుడు నా కొడుకు దగ్గరకు వెళ్ళి, నేను చేసిన తప్పుకు క్షమాపణలు చెప్పాలి. కానీ మేరీ గురించి మీరు చెప్పినదానితో నా గుండె ద్రవించిపోతోంది. ఆమె ఇప్పుడు ఎక్కడ ఉందో మీ నైపుణ్యం కూడా చెప్పలేకపోతోంది.''

''సర్ జార్జ్ బర్న్‌వెల్ ఎక్కడ ఉన్నాడో, ఆమె కూడా అక్కడే ఉందని కచ్చితంగా చెప్పవచ్చు. ఆమె పాపాలు ఏమైనా, త్వరలోనే అందుకు తగ్గ శిక్షను అనుభవిస్తుందని కచ్చితంగా చెప్పగలను,'' జవాబిచ్చాడు హోమ్స్.

12. కాపర్ బీచెస్

'కళను కళకోసం ప్రేమించే వ్యక్తికి, ప్రాముఖ్యత లేని, సాధారణంగా కనిపించే దాని నుంచే ఆనందం లభిస్తుంది. ఈ విషయాన్ని నువ్వు మన కేసులకు సంబంధించిన రికార్డుల నుంచి అర్థం చేసుకొని ఉంటావని గమనించడం నాకెంతో ఆనందాన్ని కలిగిస్తుంది వాట్సన్. ఎందుకంటే నువ్వు సంచలనాత్మక కేసులకు ప్రాముఖ్యత ఇవ్వకుండా, చాలా చిన్న కారణాలుగా కనిపించే ఘటనలైనా నా తర్కానికి, ఆలోచనకు పదను పెట్టినందుకు వాటిని నేను ప్రత్యేకంగా భావిస్తాను,'' అన్నాడు షెర్లాక్ హోమ్స్.

''అయినా, కానీ నేను సంచలనాత్మక కేసులను రికార్డు చేయనంటూ నువ్వుఅన్న మాటలను నేను వ్యతిరేకించాల్సి వస్తుంది,'' అన్నాను నేను చిరునవ్వుతో.

''నువ్వ బహుశ పొరబడి ఉంటావు,'' అన్నాడు అతను, పట్టకారతో కణకణ మండుతున్న బొగ్గును నిప్పులోంచి తీసి, తన పొడుగాటి చెర్రీవుడ్ పైప్‌ను వెలిగించుకుంటూ. సాధారణంగా అతను వివాదాస్పద మూడ్‌లో ఉన్నప్పుడు క్లే పైప్‌కు బదులుగా దీన్ని వాడుతుంటాడు. '' నువ్వు కార్య కారణాలకు మాత్రమే పరిమితం కాకుండా, నీ ప్రతి స్టేట్‌మెంట్‌లోనూ రంగు, జీవం పోని పొరపాటు చేసి ఉంటావు. ఎందుకంటే, అందులో చెప్పుకోదగినవి అవే.''

''కానీ ఈ విషయంలో నేను పూర్తిగా న్యాయం చేశాననిపిస్తోంది,'' నేను ముభావంగా సమాధానం చెప్పాను. నా స్నేహితుడి అసాధారణ స్వభావంలో అతడి అహమే నాకు పూర్తిగా నచ్చనిది.

''లేదు, ఇది స్వార్థం కాదు,'' అన్నాడు అతను జవాబిస్తూ.

''నా కళకు పూర్తి న్యాయం జరిగిందని నేను భావిస్తున్నాను, ఎందుకంటే అది వ్యక్తిగత విషయం కాకపోవడం - నా పరిధికి ఆవల కావడం వల్లే. నేరం చేయడం సహజం. తర్కం చాలా అరుదు. అందువల్లనే నేరం కన్నా తర్కంపైనే ఎక్కువ దృష్టిపెట్టాలి. ఉపన్యాసాలుగా ఉండాల్సిన వాటిని కథనాలుగా దిగజార్చావు.''

అది వసంత రుతువు తొలినాళ్లు. ఆ ఉదయం చల్లగా ఉంది. మేమిద్దరం బేకర్

వీధిలోని పాత గదిలో మంటకు ముందు బ్రేక్‌ఫ్రాస్ట్‌టేబుల్ మీద ఎదురెదురుగా కూర్చొని ఉన్నాం. రాతి కట్టడాల ఇళ్ళ మధ్య మంచు పేరుకుపోయింది, ఎదురెదురుగా ఉన్న కిటికీలను దట్టమైన మంచు కప్పడంతో ఏమీ కనిపించడం లేదు. మా లాంతరు వెలుగుతోంది.. టేబుల్‌పై వేసిన తెల్లటి బట్టమీద, దానిపై పెట్టి ఉన్న పింగాణి, లోహ పాత్రల మీద పడి మెరుస్తోంది. టేబుల్‌ను ఇంకా శుభ్రం చేయలేదు. ఆ ఉదయమంతా షెర్లాక్ హోమ్స్ మౌనంగా ఉన్నాడు. అన్ని పేపర్లలోనూ ప్రకటనల కాలమ్‌ను తరచి తరచి చివరి పేపర్ వరకూ చూసి, తన శోధన నిరుపయోగమైందని భావించినట్టు వదిలేశాడు. నా రచనా లోపాల మీద ఉపన్యాసం ఇచ్చేందుకు అతనేం మంచి మూడ్‌లో లేడు.

''అదే సమయంలో,'' అన్నాడు ఒక్క క్షణం ఆగి, ఆ సమయంలో అతను తన పొడవాటి పైప్‌ను పీలుస్తూ, మంటలోకి చూస్తూ కూర్చుకున్నాడు. ''నీపై సంచలనాత్మకం చేస్తున్నావంటూ ఆరోపణలు చేయడం తప్పే. నీకు ఆసక్తి కలిగించిన కేసుల్లో చట్టపరంగా అవి నేరాలే కావు. నేను బొహేమియా రాజుకు సాయపడేందుకు ప్రయత్నించినది, మిస్‌మేరీ సదర్లాండ్ అసాధారణ అనుభవం, వంకర పెదిమవాడికి సంబంధించిన సమస్య, కులీన బ్రహ్మచారి ఘటన అన్నీ కూడా చట్టపరిధిలోకి రానివి. కానీ నువ్వు సంచలనాలను నిరోధిస్తూ, స్వల్ప విషయాలను పట్టుకున్నావేమో.''

''ముగింపు అలా ఉండి ఉండవచ్చు,'' నేను జవాబిచ్చాను. ''కానీ నేను పట్టుకున్న పద్ధతులు కొత్తవి, ఆసక్తి కలిగించేవి.''

''ప్చ్! మైడియర్ ఫెల్లో, జనానికే నేతగాడిని అతని మాటని బట్టి, వాద్యకారుడిని ఎడమచేతి బొటనివేలుని బట్టీ చెప్పలేని వారు, విశ్లేషణ, తర్కాన్ని ఏం అర్థం చేసుకోగలరు! ఒకవేళ నువ్వు అల్పంగా రానీనా, నిన్ను ఏమీ అనలేను. ఎందుకంటే, గొప్ప కేసుల రోజులు అయిపోయాయి. వ్యక్తి లేక నేరగాడు తన సహజత్వాన్ని కోల్పోయాను. ఇక నా కొద్ది ప్రాక్టీసూ పోయిన పెన్సిళ్ళు వెతికే, బోర్డింగ్ స్కూళ్ళ నుంచి వచ్చే యువతులకు సలహాలు ఇచ్చే సంస్థగా మారింది. మొత్తానికే నేను పాతాళానికి జారిపోయినట్టున్నాను. ఈ ఉదయం నాకందిన ఈ నోట్‌లో నేను సున్నాకు జారినట్టు తెలియచేస్తోంది చదువు!'' నలిగిపోయిన ఒక ఉత్తరాన్ని నా పైకి విసిరేశాడు.

అంతకు ముందు రోజు మాంటెగ్ ప్లేస్‌నుంచి రాశారు - అది ఈ విధంగా ఉంది. ''డియర్ మిస్టర్ హోమ్స్ - నాకు గవర్నెస్‌గా వచ్చిన ఉద్యోగాన్ని ఆమోదించాలా, వద్దా అనే విషయాన్ని మీతో సంప్రదించాలని ఆందోళన పడుతున్నాను. నేను రేపు పదిన్నర గంటలకు కలుస్తాను, మీకు అసౌకర్యం లేకపోతే..

మీ విధేయురాలు

''మొలెట్ హంటర్''

''ఈ యువతి నీకు తెలుసా,'' నేను అడిగాను.

''నాకు తెలియదు.''

''ఇప్పుడు పదిన్నర అయింది.''

''అవును, ఆ బెల్లు కొడుతున్నది నిస్సందేహంగా ఆమే.''

''ఇది నువ్వు అనుకుంటున్న దానికన్నా ఆసక్తికరం కావచ్చు. ఆ నీలం రత్నం వ్యవహారం గుర్తుందా? అది మొదట చాలా అల్పంగా అనిపించినా, తర్వాత తీవ్రమైన దర్యాప్తుగా మారింది. ఈ కేసు కూడా అలాంటిదేనేమో.''

''అదే ఆశిద్దాం! కానీ నీ సందేహాలు త్వరలోనే తీర్తాయి, ఎందుకంటే నేను పొరబడకపోతే వచ్చేది ఆ వ్యక్తే.''

అతను మాట్లాడుతుండగానే తలుపు తెరుచుకుని, ఒక యువతి లోపలికి ప్రవేశించింది. ఆమె సాధారణ దుస్తులు వేసుకున్నా, నీట్‌గా, ప్రకాశవంతమైన, చురుకైన ముఖంతో ప్రపంచంలో సాధించుకురాగల దానిలా ఉంది.

''మిమ్మల్ని ఇబ్బంది పెడుతున్నందుకు నన్ను క్షమిస్తారనుకుంటాను,'' అంది ఆమె, తనకు అభివాదం చేయడానికి లేచిన అతనితో. ''కానీ నాకు చిత్రమైన అనుభవం అయింది. నేను సలహా తీసుకునేందుకు నాకు తల్లిదండ్రులు కానీ బంధువులు కానీ లేరు. అందుకే నేనేం చేయాలో మీరు సలహా ఇస్తారేమోనని వచ్చాను.''

''దయచేసి కూర్చోండి, మిస్‌హంటర్. మీకు సేవ చేసేందుకు నేను చేయగలిగింది చేస్తాను.''

తన కొత్త క్లైంటు మాట తీరుతో హోమ్స్ బాగానే సంతృప్తి పడ్డట్టు కనిపించాడు. అతను తన పరిశోధనా దృష్టితో ఆమెను నఖశిఖపర్యంతం పరిశీలించి, తర్వాత కళ్ళు దించుకుని, వేళ్ళ చివర్లను కలిపి పెట్టుకొని, ఆమె కథ వినడానికి సిద్ధపడ్డాడు.

''నేను గత ఐదేళ్ళుగా గవర్నెస్ పని చేస్తున్నాను,'' అంది ఆమె. ''కల్నల్ స్పెన్సర్ మన్రో కుటుంబానికి పని చేస్తున్నాను. కానీ రెండు నెలల కిందట నోవా స్కోషియా లోని హాలిఫాక్స్‌లో ఆయనకు ఉద్యోగం వచ్చింది. అతను తన పిల్లలను తనతో తీసుకొని అమెరికా వెళ్ళాడు. దానితో నేను నిరుద్యోగినయ్యాను. నేను ప్రకటన ఇచ్చి, వచ్చిన ప్రకటనలకు స్పందించాను. కానీ ఫలితం లేకపోయింది. నేను పొదుపు చేసిన కొద్ది మొత్తం కరిగిపోనారంభించింది. ఏం చేయాలో అర్థం కాని పరిస్థితి ఏర్పడింది.

''వెస్ట్‌ఎండ్‌లో వెస్ట్‌హాజ్ అనే పేరుతో గవర్నెస్‌లకు ఉద్యోగావకాశాలు కల్పించే

ఒక ప్రముఖ ఏజెన్సీ ఉంది. నేను అక్కడకు వారానికి ఒకసారి వెళ్ళి, నాకు తగిన ఉద్యోగం ఏమైనా ఉందా అని కనుక్కుంటుండేదానిని. వెస్ట్‌వేన్ అనేది ఆ వ్యాపారాన్ని ప్రారంభించిన వ్యక్తి పేరు అయినప్పటికీ, దాన్ని మిన్‌స్టాపర్ నిర్వహిస్తారు. ఆమె తన చిన్న ఆఫీసులో కూర్చుంటుంది. ఉద్యోగం కోసం వచ్చిన వారంతా పక్క గదిలో వేచి ఉంటారు. ఒకరి తర్వాత ఒకరిని ఆమె దగ్గరకు పంపుతారు. ఆమె అప్పుడు వారి అర్హతలకు తగిన ఉద్యోగం ఏమైనా ఉందా అని లెడ్జర్లను పరిశీలిస్తుంది.

నేను గతవారం కలవడానికి వెళ్ళినప్పుడు యథావిధిగా నన్ను ఆఫీసులోకి పంపారు. కానీ అక్కడ మిన్‌స్టాపర్ వంటరిగా లేదు. చాలా లావాటి మనిషి చిరునవ్వు ముఖంతో ఆమె మోచేతి వద్ద కూర్చుని ఉన్నాడు. అతని గడ్డం ముడతలు పడి, మడతలుగా అతని గొంతును తాకుతోంది. ముక్కు మీద కళ్ళద్దాలతో వచ్చిన ఆడావారి కేసి మర్యాదగా చూస్తూ కూచుని ఉన్నాడు. నన్ను చూడగానే ఒక్కసారిగా లేచి నిలబడి, మిన్‌స్టాపర్ వైపు తిరిగి,

''ఆమె చాలు,'' అన్నాడు; ''అంతకన్నా ఎక్కువ అడగను. అద్భుతం! అద్భుతం!'' అతను చాలా ఉత్సాహంగా, చాలా మామూలుగా రెండు చేతులనూ రుద్దుకున్నాడు. చాలా సౌకర్యవంతంగా, సహజంగా ఉండడంతో అతడికేసి చూస్తూ మాట్లాడడం ఇబ్బంది కాలేదు.

''మీరు ఉద్యోగం కోసం వెతుకుతున్నారా, మిస్?'' అని అడిగాడు.

''అవును సర్.''

''గవర్నెస్‌గానా?''

''అవును సర్.''

''మీరు ఎంత జీతం కోరుతున్నారు?''

''నేను కల్నల్ స్పెన్సర్ మన్రో దగ్గర పని చేసినప్పుడు, నెలకు నాలుగు పౌండ్లు ఇచ్చేవారు.''

''ఓ, ప్చ్! ప్చ్! దోపిడీ, నిలువు దోపిడీ!'' అని అరిచాడు, తన లావాటి చేతుల్ని గాల్లోకి లేపి ఉద్వేగంతో ఊగిపోతున్నవాడిలాగా. ''ఇంత ఆకర్షణీయమైన అర్హతలు కలిగిన మనిషికి అంత తక్కువ మొత్తం ఎలా ఇవ్వాలనిపించింది?''

''మీరు ఊహించినదానికన్నా, నా అర్హతలు తక్కువే సర్,'' అన్నాను నేను. ''కొద్ది ఫ్రెంచ్ కొద్ది జర్మన్, సంగీతం, కొద్దిగా డ్రాయింగ్ -''

''టార్!'' అని అరిచాడు. ''ఇదంతా ఒక కోణమే. విషయమేమిటంటే నీకు గౌరవనీయమైన మహిళకుండే లక్షణాలు లేవా అన్నది ఒకవేళ లేకపోతే, భవిష్యత్తులో

ఏదో ఒకరోజు దేశ చరిత్రలో గణనీయ పాత్ర పోషించే అవకాశమున్న పిల్లవాడిని పెంచే అర్హత లేదు. కానీ నీకు ఆ లక్షణాలుంటే, కనీసం మూడంకెల జీతం ఏ పెద్ద మనిషీ ఎందుకు ఇవ్వలేదు? నా దగ్గర జీతం మేడమ్, ఏడాదికి వంద పౌండ్లతో ప్రారంభం అవుతుంది.''

''నాలాంటి అనాధకు, ఆ ఆఫర్ అనూహ్యమైంది. నా ముఖంలోని దిగ్భ్రమను చూసిన ఆ పెద్ద మనిషి, తన పాకెట్ బుక్‌ను తెరిచి, ఒక నోటును బయటకు తీశారు -

నా దగ్గర పని చేసేయువతులకు ప్రయాణం ఖర్చు, దుస్తుల కొనుగోలు వంటి ఖర్చుల నిమిత్తం ముందుగానే సగం జీతాన్ని అడ్వాన్స్‌గా ఇవ్వడం నా సంప్రదాయం,'' అన్నాడు చాలా హాయిగా నవ్వుతూ - అతని తెల్లటి ముఖంలో గీతల మధ్య కళ్ళు మెరుపుల్లా మెరిశాయి.

అంత ఆలోచనాపరుడిని, మంచి వాడిని ఎన్నడూ తెలుసుకోలేదనిపించింది. నేను అప్పటికే షాపువాడికి అప్పుపడి ఉండడంతో, ఆ అడ్వాన్స్ చాలా సౌకర్యవంతంగా అనిపించింది. కానీ నేను హామీ ఇచ్చే ముందు వివరాలు ఎక్కువ తెలుసుకుంటే బాగుండేమో అనిపించింది. ఎందుకంటే, అదంతా చాలా అసహజంగా కనిపించింది.''

''మీరు ఎక్కడ ఉంటారో తెలుసుకోవచ్చా సర్?'' అడిగాను నేను.

''హాంప్‌షైర్ చాలా అందమైన ప్రాంతం. విన్‌చెస్టర్‌కు ఐదు మైళ్ళ దూరంలోని కాపర్‌బీచెస్‌లో. అది చాలా అందమైన గ్రామం అమ్మాయీ, అతి ప్రియమైన పాత ఇల్లు కూడా.''

''నా విధులు సర్? అవేమిటో తెలిస్తే సంతోషిస్తాను.''

''ఒక పిల్లవాడు - ఆరేళ్ళ తుంటరి పిల్లవాడు. వాడు చెప్పుతో బొద్దింకలను చంపుతుంటే చూడాలి! ఫట్! ఫట్! ఫట్! నువ్వు కళ్ళార్పేలోపే మూడు చస్తాయి. అతను కుర్చీలో వెనక్కివాలి, కళ్ళుమూసుకుపోయేలా నవ్వాడు.

ఆ పిల్లవాడి సరదాలు విన్నాక అతని స్వభావం ఆశ్చర్యంగా అనిపించింది, కానీ ఆ తండ్రి నవ్వు చూసి బహుశ అది జోకై ఉంటుంది అనుకున్నాను.

''అంటే ఆ ఒక్క పిల్లవాడి బాగోగులు చూసుకోవడం మాత్రమే నా విధా?'' అడిగాను నేను.

''కాదు, కాదు, అదొక్కటే కాదు అమ్మాయీ,'' అతను గట్టిగా అన్నాడు. ''నా భార్య ఇచ్చే చిన్నచిన్న ఆదేశాలను కూడా శిరసావహించాలి. నీకు ఆ విషయం ఊహకు అందే ఉంటుందనుకుంటాను. సరైన స్త్రీ ఎవరైనా వాటికి సరే అంటుంది. అది ఏమైనా సమస్య అంటావా?''

''లేదు,'' అన్నాను నేను అతని మాటలకు కొంత ఆశ్చర్యపడుతూనే.

''ఇక్కడ కూర్చో, అక్కడ కూర్చో అని చెప్పడాన్ని నువ్వు తప్పుగా భావించవు కదా?''

''ఓ, లేదు.''

''మా దగ్గరకు వచ్చే ముందు జుత్తు పొట్టిగా కత్తిరించుకోమంటే?''

''నా చెవులను నేనే నమ్మలేకపోయాను. మీకు చూస్తే తెలుస్తుంది మిస్టర్ హోమ్స్, నా జుత్తు పొట్టిగా, ముదురు బ్రౌన్ రంగులో ఉంటుంది. అది చాలా కళాత్మకమైందని అంటుంటారు. ఇలాంటి పాత ఫ్యాషన్ కోసం నేను దాన్ని త్యాగం చేయడాన్ని కల్లో కూడా ఊహించలేను.''

''అది అసాధ్యమనుకుంటాను సర్,'' అన్నాను నేను. అతను ఎంతో ఆతురత నిండిన చిన్న కళ్ళతో నాకేసే చూస్తున్నాడు. నేను ఈ మాటలు అనగానే అతని ముఖంలో రంగు మారింది.

''అది చాలా ముఖ్యమనుకుంటాను,'' అన్నాడు అతను. ''అది నా భార్య చిన్న కోరిక. ఆడవాళ్ళ కోరికలను మేడమ్ వాటిని పరిగణించాలి. అయితే మీరు జుత్తు కత్తిరించుకోనంటారా?''

''లేదు సర్, నేను ఆ పని చేయలేను,'' అన్నాను కాస్త గట్టిగానే.

''ఆ, సరే. అయితే వ్యవహారం ఇక్కడితో ముగినిపోతుంది. మిగిలిన అన్ని విషయాల్లో నువ్వు సరిగ్గా సరిపోతావు. కానీ ఇది చేయలేకపోతే మిస్‌స్టాపర్ నేను మరికొంత మంది యువతులను పరీక్షించాలి.''

''అప్పటివరకూ మేనేజరెస్‌ఈ వ్యవహారంలో కలుగ చేసుకోకుండా, ఒక్క మాట మాట్లాడకుండా తన కాగితాలతో బిజీగా ఉంది. కానీ నేను ఆ మాటలన్న తర్వాత ఆమె తలెత్తి ఎంత చిరాకుగా నాకేసి చూసిందంటే, నా తిరస్కరణ వల్ల ఆమెకు చాలా పెద్ద మొత్తం కమిషన్ పోయినట్టు అనిపించింది.

''నీ పేరు రికార్డులలో ఉంచాలనే నువ్వు కోరుకుంటున్నావా?'' అడిగింది ఆమె.

''మీరు ఉంచాలనుకుంటే, మిస్‌స్టాపర్''

''నువ్వు ఈ రకంగా మంచి ఆఫర్లను కాలదన్నుకుంటే, ఉంచడం అనవసరమనుకుంటాను,'' అంది ఆమె కాస్త కటువుగా. ''ఇలాంటి ఇంకో ఆఫర్‌ను నీ కోసం వెతికే శ్రమ మేం తీసుకోవాలని నువ్వు ఆశించవద్దు. గుడ్ డే మిస్‌హంటర్.'' ఆ మాటలు అంటూనే టేబుల్ మీద పెట్టిన గంటను మోగించింది. నన్ను ఆఫీస్‌బాయ్ బయటకు తీసుకువచ్చాడు.

"నేను నా గదికి తిరిగి వచ్చాక మిస్టర్ హోమ్స్, బల్ల మీద రెండు మూడు బిల్లులను, దాదాపు ఖాళీ అవుతున్న అల్మారాలను చూసిన తర్వాత, నేను బుద్ధిలేని పనిచేశానా అని నన్ను నేను ప్రశ్నించుకోవడం మొదలుపెట్టాను. ఒకవేళ ఈ వ్యక్తులకు చిత్రమైన అభిరుచులు ఉండటం, వాటిని ఎదుటివారు వాటికి తలవంచాలనుకోవడం అసాధారణమైన విషయమే అయినా, కానీ వారి అసాధారణతకు తప్పకుండా మూల్యం చెల్లిస్తారు అనుకున్నాను. ఇంగ్లాండ్‌లో చాలా తక్కువమంది గవర్నెస్‌లకు ఏడాదికి వంద పౌండ్లు వస్తున్నాయి. అంతేకాకుండా, నా జుత్తు వల్ల నాకు ఉపయోగం ఏమిటి? చాలామంది జుత్తు పొట్టిగా కత్తిరించుకోవడం ద్వారా తమ రూపాన్ని మరుగుపరచుకున్నారు. వారిలో నేనూ ఒకదాన్ని అవుతాను. మరురోజు, నేను తప్పు చేశానేమో అని ఆలోచించడం మొదలుపెట్టాను, ఆ మరురోజుకి కచ్చితమైన అభిప్రాయానికి వచ్చేశాను. నేను అహాన్ని అధిగమించాను, ఎంతగా అంటే తిరిగి ఏజెన్సీకి వెళ్ళి, ఇంకా ఆ వేకెన్సీ ఉందా అని కనుక్కోవాలనే నిర్ణయానికి వచ్చాను. అప్పుడే ఆ పెద్ద మనిషి నుంచి ఒక లేఖ అందింది. అది నా దగ్గరే ఉంది, మీకు చదివి వినిపిస్తాను:

ది కాపర్ బీచెస్ విన్‌చెస్టర్ దగ్గర.

డియర్ మిస్టర్ హంటర్- మిస్‌స్టాపర్ మీ చిరునామా నాకు ఇచ్చారు. మీరు మీ నిర్ణయాన్ని పునఃపరిగణించుకున్నారా అని అడిగేందుకు రాస్తున్నాను. మీరు ఇక్కడకు రావాలని నా భార్య భావిస్తోంది. ఎందుకంటే, నేను మీ గురించి ఆమెకు చెప్పినదాన్ని బట్టి ఆమె మీ పట్ల ఒక అభిప్రాయాన్ని ఏర్పరచుకుంది. నాలుగు నెలలకు ముప్పై పౌండ్లు లేక ఏడాది 120 పౌండ్లు ఇచ్చేందుకు మేం సిద్ధంగా ఉన్నాం. మేం మీకు ఏమైనా అసౌకర్యాన్ని కలిగిస్తే అందుకు మూల్యంగా. కానీ మా షరతులు ఏవీ అంతగా ఇబ్బంది పెట్టేవి కావు. నా భార్యకు ఎలక్ట్రిక్ బ్లూలో ఒక షేడ్ అంటే చాలా ఇష్టం, అలాంటి డ్రెస్ నువ్వు ఇంట్లో ఉన్నప్పుడు అదే రంగు డ్రెస్ ధరించాలని కోరుకుంటోంది. అయితే, మీరు వాటిని కొనుగోలు చేయక్కర్లేదు, ఎందుకంటే, మా అమ్మాయి ఆలిస్ (ఫిలడెల్ఫియాలో ఉంది ప్రస్తుతం)ది ఉంది, అది నీకు బానే సరిపోతుందనుకుంటున్నాను. ఇక ఇక్కడ కూర్చోవాలా, అక్కడ కూర్చోవాలా లేక మీకు ఇబ్బంది కలిగించేలాగా ప్రవర్తించమని అడగం. ఇక మీ జుత్తు విషయానికి వస్తే అది నిజంగా బాధాకరమే, మన స్వల్ప ఇంటర్వ్యూలో మీ జుత్తు గురించి నేను చెప్పిన విషయానికే కట్టుబడి ఉంటాను. మీ నష్టానికి పెరిగిన జీతం కొంత నష్టపరిహారంగా ఉంటుంది. ఇక పిల్లవాడికి సంబంధించిన మీ విధులు చాలా స్వల్పమైనవే. కనుక వచ్చేందుకు ప్రయత్నించండి. నేను మిమ్మల్ని విన్‌చెస్టర్ వద్ద బండితో కలుస్తాను.

మీరు ఏ రైలుకు వస్తున్నారో తెలియచేయండి.

మీ విధేయుడు,

''జెఫ్రో రుకానిల్''

''నేను ఇప్పుడే అందుకున్న ఉత్తరం ఇదీ మిస్టర్ హోమ్స్. నేను దాన్ని ఆమోదించాలని కూడా నిర్ణయించుకున్నాను. కానీ, చివరి అడుగు వేసేముందు, ఈ వ్యవహారం మొత్తాన్నీ మీ ముందుంచాలనుకున్నాను.''

''ఒకవేళ మీరు నిర్ణయం తీసుకుని ఉంటే మిస్‌హంటర్, ఇక సమస్య ఏమీ లేదు,'' అన్నాడు హోమ్స్ నవ్వుతూ.

''తిరస్కరించమని మీరు సలహా ఇవ్వరా అయితే?''

''నా దగ్గర ఎలాంటి సమాచారం లేదు కనుక నేను చెప్పలేను. బహుశ నువ్వు ఏదో ఒక అభిప్రాయానికి వచ్చావు కదా?''

''ఏదో ఒక పరిష్కారం ఉండే ఉంటుంది. మిస్టర్ రుకానిల్ చూడటానికి చాలా మంచి స్వభావం కలిగిన వాడిలా ఉన్నాడు. అతని భార్యకి బహుశ పిచ్చి ఉంటుంది. ఆ విషయం బయటకు పొక్కితే ఆమెను పిచ్చాసుపత్రికి తీసుకువెడతారేమోనన్న భయంతో దాన్ని రహస్యంగా ఉంచాలనుకోవచ్చు. అందుకే ఆమె కోరికలన్నింటినీ మన్నిస్తున్నాడేమో.''

''అది ఒక కోణం- నిజానికి విషయాలన్నింటినీ బట్టి చూస్తే అదే అయి ఉండవచ్చు. కానీ ఒక యువతికి అది మంచి ఇల్లులా అనిపించడం లేదు.''

''కానీ డబ్బు, మిస్టర్ హోమ్స్, డబ్బు !''

''అవును, నిజమే, జీతం బాగుంది- చాలా బాగుంది. అదే నాకు ఇబ్బంది కలిగిస్తోంది. నీకు 40 పౌండ్లు ఇస్తే సరిపోయినప్పుడు, ఏడాదికి వంద పౌండ్లు ఎందుకు ఇవ్వాలి? దీని వెనుక ఏదో మతలబు ఉంది.''

''ఈ విషయాలు మీకు ముందే చెప్పి ఉంచితే, తర్వాత అవసరమైనప్పుడు మీ సహాయం కోరవచ్చనుకున్నాను. మీరు నా వెనకాల ఉంటే నాకు వెయ్యేనుగుల బలం ఉన్నట్టుంటుంది.''

''సరే, నువ్వు ఆ భరోసాతోనే వెళ్ళవచ్చు. కొన్ని నెలల తర్వాత నీ చిన్న సమస్య చాలా ఆసక్తికరంగా మారుతుందనుకుంటున్నాను. ఈ విషయంలో ఏదో కొత్తదనం ఉంది. నువ్వు ఏదైనా సందేహంలో ఉన్నా లేక ప్రమాదంలో ఉన్నా-''

''ప్రమాదమా? ఏం ప్రమాదం వస్తుందనుకుంటున్నారు?''

హోమ్స్ గంభీరంగా తల పంకించాడు. ''మనం దాన్ని అభివర్ణించగలిగితే, అది ప్రమాదమే కాదు,'' అన్నాడు. ''కానీ ఏ సమయంలోనైనా, అది రాత్రైనా, పగలైనా, ఒక్క టెలిగ్రాం ఇచ్చి సాయం కోరవచ్చు.''

''అది చాలు.'' ఆమె ఆందోళనగా కుర్చీలోంచి లేచి ముఖం తుడుచుకుంది. ''నేను తేలికపడ్డ మనసుతో హాంప్‌షైర్ వెడతాను. నేను వెంటనే మిస్టర్ రుకాసిల్‌కు జాబు రాస్తాను. ఈ రాత్రికి నా జుత్తును త్యాగం చేసి, రేపే విన్‌చెస్టర్ బయలుదేరుతాను.'' హోమ్స్‌కు కృతజ్ఞతలు చెప్పి, ఇద్దరికీ గుడ్‌నైట్ చెప్పి ఆమె వెళ్ళిపోయింది.

ఆమె హడావిడిగా మెట్లు దిగుతున్న శబ్దం విన్న నేను, ''తన గురించి తాను చూసుకోగల సామర్థ్యం ఉన్న యువతిలా కనిపిస్తోంది,'' అన్నాను.

''ఆమె ఆ పని చేయక తప్పదు,'' అన్నాడు హోమ్స్ గంభీరంగా. ''నా ఊహ తప్పుకాకపోతే, కొద్ది రోజుల్లోనే ఆమె నుంచి కబురందుతుందని అనుకుంటున్నాను.''

నా స్నేహితుడి జోస్యం ఫలించడానికి ఎక్కువ కాలం పట్టలేదు. ఒక పక్షం రోజులు గడిచాయి. ఆ సమయంలో కూడా అప్పుడప్పుడు ఆమె గురించి ఆలోచనలు వచ్చేవి. ఈ ఒంరి యువతి ఎటువంటి చిత్రమైన అనుభవాలను ఎదుర్కొంటోందో అనుకునేవాడిని. అసాధారణమైన జీతం, చిత్రమైన షరతులు - అవి కుట్ర కావచ్చు, లేదా సరదా కావచ్చు; అసలు ఆ వ్యక్తి ఉదారుడా, విలనా? ఇది తేల్చడం నా ఊహకు అందని విషయమే. ఇక, హోమ్స్ ఒక్కొక్కసారి అరగంటపాటు కనుబొమ్మలు ముడుచుకొని, దీర్ఘాలోచనలో మునిగి ఉండగా, నేను ఈ విషయాన్ని ప్రస్తావిస్తే చెయ్యి గాల్లోకి విసిరి, ''సమాచారం! సమాచారం! సమాచారం!'' అని వెంటనే అసహనంగా కసిరేవాడు. ''గాల్లోంచి ఏదీ సృష్టించలేను నేను.'' అయినా కూడా, తనకు ఒక చెల్లెలుంటే ఈ పరిస్థితిని ఆమోదించి ఉండకుండా ఉండాలి అనేవాడు.

మేం ఆ తర్వాత అందుకున్న టెలిగ్రాం ఒక రాత్రి చాలా ఆలస్యంగా వచ్చింది. సాధారణంగా హోమ్స్ చేసేఅర్థరాత్రి పరిశోధనలకు నిద్రపడుతుండగా వచ్చింది. అలాంటి సమయంలో టెస్ట్ ట్యూబ్‌లతో మాట్లాడుతూ, నేను ఉదయం బ్రేక్‌ఫాస్ట్‌కోసం కిందకి దిగి వచ్చే సమయంలో కూడా అదే స్థితిలో కనిపిస్తాడు. అతను పచ్చటి కవరు తెరిచాడు, తర్వాత అందులోని సందేశాన్ని చూసి, దాన్ని నాకేసి విసిరేశాడు.

''బ్రాడ్‌షాలో ఏ రైళ్ళు ఉన్నాయో చూడు,'' అన్నాడు తిరిగి తన రసాయన అధ్యయనంపై దృష్టి కేంద్రీకరించాడు.

అందులోని సమాచారం క్లుప్తంగా, తక్షణ చర్యను కోరుతూ ఉంది.

''రేపు మధ్యాహ్నానికల్లా విన్‌చెస్టర్‌లోని బ్లాక్‌స్వాన్ హోటల్లో ఉండండి. తప్పక

రండి! నాకు పిచ్చెక్కిపోతోంది.''

''హంటర్''

అంతే అందులోని సమాచారం.

''నువ్వుకూడా నాతో వస్తావా?'' అడిగాడు హోమ్స్ నాకేసి చూస్తూ.

''రావాలనే ఉంది.''

''అయితే, ఆ విషయమేదో చూడు.''

''తొమ్మిదిన్నరకు ఒక రైలు ఉంది,'' అన్నాను నేను, బ్రాడ్‌షా చూసి. ''అది విన్‌చెస్టర్‌కు 11.30కు వెడతుంది.''

''అది చాలు మనకి. అయితే, అనిటోన్ల విశ్లేషణను నేను బహుశ వాయిదా వేయాల్సి వస్తుంది. ఎందుకంటే ఉదయం కాస్త చురుగ్గా ఉండాల్సిన అవసరం ఉంది.''

మర్నాడు ఉదయం పదకొండు గంటలకి మేం పాత ఇంగ్లీష రాజధాని మార్గమధ్యంలో ఉన్నాం. హోమ్స్, ఉదయం పేపర్లలో మునిగిపోయాడు. కానీ, మేం హాంప్‌షైర్ సరిహద్దులు దాటాక, వాటిని పక్కన పడేసి పరిసరాలను ఆస్వాదించడం మొదలు పెట్టాడు. అది వసంతరుతువులో చక్కటి రోజు. లేత నీలం రంగు ఆకాశంలో అక్కడక్కడ మంచు ముక్కల్లా తెల్లటి మబ్బులు పడమర నుంచి తూర్పు వైపుకి నెమ్మదిగా కదిలి వెడుతున్నాయి. సూర్యుడు ప్రకాశవంతంగా ఉన్నాడు. అయినా కూడా వాతావరణం ఉద్వేగంగా, వ్యక్తి శక్తికి పరీక్షపెడుతున్నట్టుగా ఉంది. ఆ పల్లె సీమలన్నీ కూడా, ముఖ్యంగా ఆల్టర్‌షాట్ చుట్టూ ఉన్న కనుమల మధ్య ఎర్రటి, బూడిద రంగు ఇంటి కప్పులు కనిపిస్తున్నాయి. అప్పుడే మొలుస్తున్న పంట పొలాలు లేత ఆకుపచ్చ రంగులో రెపరెపలాడుతున్నాయి.

''అవి ఎంత అందంగా, తాజాగా ఉన్నాయో కదూ?'' నేను బేకర్ వీధి మంచు ముసుగు నుంచి బయిటపడ్డ వ్యక్తిలా ఉత్సాహంగా అరిచాను.

కానీ హోమ్స్ గంభీరంగా తలపంకించాడు.

''నీకు తెలుసా వాట్సన్, ప్రతి విషయాన్నీ నా ప్రత్యేక పరిశోధనా అంశానికీ ముడిపెట్టి చూసేమనసు ఉండటం, వ్యక్తికి శాపమే కదా. నేను వాటికేసి చూస్తాను, కానీ వాటిని చూసినప్పుడల్లా నాకు అవి ఎంత మారుమూల ఉన్నాయి, అక్కడ నిర్భీతిగా ఎలాంటి నేరాలను చేయవచ్చో కదా అనే ఆలోచన వస్తుంది,'' అన్నాడు.

''భగవంతుడా! ఈ పచ్చటి పొలాలను, నేరాలతో ఎవరు ముడిపెడతారు?'' అన్నాను నేను గట్టిగా.

''అవి నాలో ఏదో భయాన్ని నింపుతాయి. అందంగా, ఆనందంగా కనిపించే

గ్రామీణ ప్రాంతంలో కనిపించేన్ని నేరాలు, లండన్‌లో అత్యంత ప్రమాదకరం, నీచం అని భావించే వీధులలో కూడా జరగవని నా అనుభవం ద్వారా తెలుసుకున్న విషయం, విశ్వాసం, వాట్సన్,'' అన్నాడు.

''నువ్వు నన్ను భయపెడుతున్నావు!''

''కానీ దానికి కారణం సుస్పష్టం. చట్టం చేయలేని పనిని పట్టణంలో ప్రజాభిప్రాయం చేయగలదు. ఏ వీధిలోనైనా ఒక చిన్న పిల్లవాడిపై హింసకు పాల్పడితే, అతను పెట్టే కేకలను, ఒక తాగుబోతువాడు తాగిన మత్తులో కిందకి పడితే చూసిన పొరుగువారు సానుభూతి చూపకుండా ఉండరు. న్యాయం కూడా అక్కడ ఎంత అందుబాటులో ఉంటుందంటే, ఒక్క ముక్క ఫిర్యాదు చేస్తే చట్టం రంగంలోకి దిగుతుంది. శిక్షకీ, నేరానికీ మధ్య ఒక్క అడుగే ఉంటుంది. కానీ, అక్కడక్కడా వినిరేసినట్టు ఉన్న ఆ ఒంటరి ఇళ్ళను చూడు. ప్రతీదీ సొంత పంటపొలాల మధ్య ఉంది. ఇందులో ఉండేవారందరూ చట్టం తెలియని అజ్ఞానులే. ఇలాంటి చోట్ల మాటున జరిగే క్రూర కృత్యాలు, జిత్తులమారితనం సంవత్సరాల తరబడి జరిగిపోవడం గురించి ఒక్కసారి ఆలోచించు. మనను సాయం కోరిన యువతి, విన్‌చెస్టర్‌లో ఉండటానికి వెడుతుంటే, నేను ఆమె గురించి అసలు భయపడేవాడిని కాదు. కానీ, ఐదు మైళ్ళ దూరంలో ఉన్న గ్రామమే ప్రమాదకరం. అయినా, వ్యక్తిగతంగా ఆమెకు వచ్చిన ముప్పు ఏమీ లేదన్న సుస్పష్టం.''

''లేదు, ఆమె మనను కలవడానికి విన్‌చెస్టర్ వస్తోందంటే, ఆమె తప్పించుకోగలిగే అవకాశం ఉన్నట్టే.''

''అంతేకదా, ఆమె స్వేచ్ఛ ఆమెకు ఉంది.''

''అయితే, విషయం ఏమై ఉంటుంది? నువ్వేమైనా వివరణ ఇవ్వగలవా?''

''నేను ఏడు వేర్వేరు వివరణలను అందులోంచి రాబట్టాను - మనకు తెలిసిన వాస్తవాలన్నీ అందులో ఇమిడి ఉంటాయి. కానీ మన కోసం నిస్సందేహంగా వేచి ఉన్న తాజా సమాచారమే, ఇందులో ఏది సరైనదో నిర్ధారించగలదు. సరే, అదిగో చర్చి టవర్, త్వరలోనే మిస్‌హంటర్ ఏం చెప్పదలచుకున్నదో తెలుసుకుంటాం.''

హైవే మీద ఉన్న ప్రముఖ హోటళ్ళలో ''బ్లాక్‌స్వాన్'' ఒకటి. స్టేషన్‌కు పెద్ద దూరంలో లేని అక్కడ మా కోసం ఆ యువతి వేచి చూస్తూ కనిపించింది. ఆమె అక్కడ ఒక సిట్టింగ్ రూంను అద్దెకు తీసుకుంది. లంచ్ టేబుల్ మీద సిద్ధంగా ఉంది.

''మీరు వచ్చినందుకు చాలా సంతోషంగా ఉంది,'' ఆమె నిజాయితీగా. ''మీరు ఇద్దరూ వచ్చినందుకు కృతజ్ఞతలు; కానీ నాకు ఏం చేయాలో తెలియడం లేదు. మీరు

ఇచ్చే సలహా నాకు అమూల్యం.''

''దయచేసి మీకు ఏం జరిగిందో చెప్పండి.''

''చెప్తాను, కానీ నేను త్వరగా వెళ్ళాలి. ఎందుకంటే, నేను మూడు గంటలకల్లా తిరిగి వస్తానని మిస్టర్ రుకానిల్‌కు హామీ ఇచ్చాను. ఈ రోజు ఉదయం పట్టణానికి రావడానికి శలవు తీసుకున్నాను. అయితే, ఎందుకు వస్తున్నానో అతనికి తెలియదు.''

''త్వరలోనే విషయాన్ని సరిదిద్దుదాం,'' అన్నాడు హోమ్స్ తన పొడుగాటి, సన్నటి కాళ్ళను మంటవైపు చాచి, వినడానికి సిద్ధపడుతూ.

''మొదటగా చెప్పాల్సిన విషయం ఏమిటంటే, మొత్తానికి నేను మిస్టర్ అండ్ మిసెస్ రుకానిల్‌ను కలుసుకున్నాను. వారు అమర్యాదగా లేరు. ఆ విషయం చెప్పకపోవడం తప్పే అవుతుంది. కానీ నేను వారిని అర్థం చేసుకోలేకపోతున్నాను. నా మనసు ఆ విషయమై వ్యాకులంగా ఉంది.''

''ఏం అర్థం చేసుకోలేకపోతున్నావు?''

''వారి ప్రవర్తనకు కారణాన్ని. కానీ, జరిగింది జరిగినట్టుగా చెప్తాను. నేను ఇక్కడకు బయలుదేరి వచ్చినప్పుడు మిస్టర్ రుకానిల్ నన్ను ఇక్కడ కలిసి, బండిలో కాపర్ బీచెస్‌కు తీసుకొని వెళ్ళాడు. అతను చెప్పినట్టుగానే అది చాలా అందమైన ప్రదేశం. కానీ అది అందమైనదే అయినా, చదరంగా కట్టిన ఆ ఇంటికి సున్నం వేసినా వానలు, మంచు కారణంగా అదంతా కూడా మచ్చలతో డాగులతో నిండి ఉంది. దానికి మూడువైపులా అడవిలా ఉండగా, నాలుగో వైపు పొలాలు సౌతాంప్టన్ హైవే వరకూ ఉన్నాయి. ముందు ద్వారం నుంచి అది దాదాపు వంద గజాలు ఉంటుంది. ముందు ఉన్న ఈ ప్రాంతమే ఆ ఇంటికి చెందింది, మిగిలిన మూడు వైపులా ఉన్న ప్రాంతమంతా లార్డ్ సౌతర్టన్‌వి. ఆ ఇంటి ముందే ఉన్న కొన్ని కాపర్ బీచ్‌చెట్ల కారణంగా ఆ ప్రదేశానికి ఆ పేరు వచ్చింది.

ఎప్పటిలాగే స్నేహపూర్వకంగా ఉన్న నా యజమాని నన్ను బండిలో తీసుకుని వచ్చి, సాయంత్రం తన భార్యకు, పిల్లవాడికీ పరిచయం చేశాడు. బేకర్ వీధిలోని మీ గదిలో కూర్చుని ఊహించినదానిలో వాస్తవం లేదు, మిస్టర్ హోమ్స్. మిసెస్ రుకానిల్ పిచ్చిది కాదు. ఆమె చాలా నిశ్శబ్దంగా, పాలిపోయిన ముఖంతో ఉండే యువతి. భర్తకన్నా చాలా చిన్నది. మహా అయితే ముప్పై ఏళ్ళు ఉంటాయేమో. కానీ, నా ఉద్దేశం ప్రకారం అతనికి నలభై ఐదేళ్ళు ఉంటాయి. వారిద్దరి సంభాషణలు విన్న తర్వాత వారికి పెళ్ళై ఏడేళ్ళైందని అర్థమైంది. అతని ముందు భార్య మరణించింది. ఆమె ద్వారా పుట్టిన కుమార్తె ఫిలడెల్ఫియాలో ఉండేందుకు వెళ్ళింది. ఆమె తమను అలా

వదిలిపెట్టి వెళ్ళడానికి గల కారణం సవితి తల్లి పట్ల గల అనవసరమైన ఏహ్యతేనని ఒంటరిగా ఉన్నప్పుడు మిస్టర్ రుకానిల్ చెప్పారు. ఆ అమ్మాయి వయసు ఇరవై కన్నా తక్కువ ఉండదు కనుక, తండ్రి యువ భార్యతో ఆమె పరిస్థితి ఇబ్బందికరంగా ఉండి ఉండవచ్చు.''

''మిసెస్ రుకానిల్ భౌతికంగానే కాదు మానసికంగా కూడా పాలిపోయినదానిలా నాకు అనిపించింది. ఆమెను చూస్తే అనుకూలంగానూ అనిపించలేదు, ప్రతికూలంగానూ అనిపించలేదు. నా ఉద్దేశంలో ఆమెకు అస్తిత్వమే లేనిది. ఆమె తన భర్త పట్ల, కొడుకు పట్ల ఎంతో తీవ్రమైన ప్రేమతో ఉండేది. ఆమె చిన్న బూడిద రంగులో ఉన్న కళ్ళు ఎప్పుడూ వారిద్దరినీ వెంటాడుతున్నట్టుగా, వారికి కావలిసన వాటిని తెలుసుకుంటూ, సాధ్యమైతే ముందే వారికి కావలనిందేమిటో తనే చెప్దామన్నట్టుగా వారిని మార్చి మార్చి చూస్తుండేవి. అతను తన శైలిలో ఆమెతో కూడా అంతే సరదాగా ఉండేవి. మొత్తం మీద వారిద్దరూ మంచి జంటలాగే అనిపించారు. కానీ ఆమెకు ఏదో చెప్పుకోలేని ఉన్నట్టుగా కనిపించేది. ఆమె ఎప్పుడూ విచారమైన ముఖంతో, దీర్ఘాలోచనలో మునిగిపోయి కనిపించేది. ఒకటి రెండుసార్లు ఆమెను కళ్ళనీళ్ళతో చూసి ఆశ్చర్యపోయాను. ఆమె కొడుకు పరిస్థితి ఏమిటని దిగులుపడుతోందేమోనని అనుకున్నాను. ఆ పిల్లవాడు వయసుకన్నా చిన్నగా ఉంటాడు. ఒక చెయ్యి రెండవదానికన్నా చాలా పొడవుగా ఉంటుంది. అతని జీవితం కూడా అయితే ఉత్తేజం లేదా ఉదాసీనతల మధ్య గడిచిపోతోంది. తనకన్నా బలహీనమైన ప్రాణికి బాధ కలిగించడమే అతనికి తెలిసిన సరదా. ఎలుకలను, చిన్న పక్షులను, పురుగులను పట్టుకోవడంలో అత్యంత నైపుణ్యాన్ని ప్రదర్శిస్తాడు. కానీ వాడి గురించి ఇప్పుడు మాట్లాడను మిస్టర్ హోమ్స్, పైగా నా కథతో వాడికేం సంబంధం లేదు కూడా.''

''నీకు ఈ వివరాలన్నీ సహేతుకంగా అనిపించినా, అనిపించకపోయినా అవి ఇచ్చినందుకు సంతోషంగా ఉంది,'' అన్నాడు హోమ్స్.

''ముఖ్యమైనదేదీ నేను మర్చిపోను. ఆ ఇంట్లో నాకు నచ్చనిది ఏమిటంటే, పనివాళ్ళ ప్రవర్తన, వారు కనిపించే తీరు. అక్కడ ఇద్దరే ఉన్నారు - భార్య, భర్త. అతని పేరు టాలర్, చాలా మొరటు మనిషి, చెదిరిపోయిన జుత్తు, మీసాలతో, నిరంతరం సారా వాసనతో ఉంటాడు. నేను రెండుసార్లు వారిని కలిసాను, రెండుసార్లూ అతను బాగా తాగి ఉన్నాడు, అయినా కూడా మిస్టర్ రుకానిల్ దాన్ని పట్టించుకున్నట్టు అనిపించలేదు. అతని భార్య చాలా పొడవైన, బలమైన కానీ ముఖం ఎప్పుడూ మాడ్చుకునే ఉంటుంది. ఆమె కూడా మిసెస్‌రుకానిల్‌లాగా మౌనంగా, స్నేహపూర్వకత లేనిదానిలా ఉంటుంది. అస్సలు సరదాగా ఉండని జంట, కానీ అదృష్టవశాత్తు నేను

ఎక్కువ సమయం నర్సరీలోనూ, నా గదిలోనూ గడుపుతుంటాను. అవి రెండూ కూడా ఆ భవనంలో ఒక మూలకు పక్కపక్కనే ఉంటాయి.

నేను కాపర్ బీచెస్‌కు వచ్చిన తర్వాత రెండు రోజులు నా జీవితం ప్రశాంతంగా ఉంది; మూడవ రోజు, బ్రేక్‌ఫాస్ట్‌తర్వాత మిసెస్ రుకాసిల్ కిందకు వచ్చి, భర్త చెవిలో ఏదో రహస్యంగా చెప్పింది.

''ఓ సరే,'' అన్నాడు అతను నాకేసి తిరుగుతూ. ''మీరు మాకు నచ్చినట్టుగా, మా ఇష్టం మేరకు జుత్తు కత్తిరించుకున్నందుకు రుణపడి ఉన్నాం మిస్‌హంటర్. అలా కత్తిరించుకున్నా మీరు మీరులానే ఉన్నారు తప్ప మార్పురాలేదని హామీ ఇవ్వగలను. ఇప్పుడు ఎలక్ట్రిక్ బ్లూ రంగులోని గౌను మిమ్మల్ని ఏమైనా మారుస్తుందేమో చూద్దాం. మీ గదిలో మంచం మీద పెట్టి ఉంది అది. మీరు దాన్ని వేసుకుని వస్తే మేమిద్దరం చాలా సంతోషిస్తాం.''

''నా కోసం ఎదురు చూస్తున్న డ్రెస్ ఒకరకమైన నీలం రంగు షేడ్‌లో ఉంది. మెటీరియల్ చాలా మంచిది, ఒకరకమైన గోధుమతో కలిసి ఉంది, కానీ దాన్ని ఇంతకు ముందు ఎవరో వేసుకున్న చిహ్నాలు కనిపించాయి. అది నాకు సరిగ్గా, నా కోసమే కుట్టినట్టుగా సరిపోయింది. అది వేసుకున్న నన్ను చూసి మిస్టర్ అండ్ మిసెస్ రుకాసిల్ చాలా సంతోషపడ్డారు. కానీ అదంతా కాస్త అతిగా అనిపించింది నాకు. వాళ్ళు నా కోసం డ్రాయింగ్ రూంలో ఎదురు చూస్తూ కూర్చున్నారు. అది చాలా పెద్దగది. మొత్తం ఇంటి ముందంతా ఆ గదే ఆక్రమించే ఉంటుంది. గదికి మూడు పెద్ద కిటికీలు నేలవరకూ ఉన్నవి ఉన్నాయి. మధ్య కిటికీ దగ్గర ఒక కుర్చీ వేసి ఉంది, దానిలో కూచుంటే కిటికీ వెనక్కి ఉంటుందన్న మాట. అందులో నన్ను కూచోమని చెప్పారు. మిస్టర్ రుకాసిల్ లేచి ఆ గదిలో అటూ ఇటూ పచార్లు చేస్తూ నేను ఎప్పుడూ విననంత చిత్రమైన కథలు చెప్పడం మొదలు పెట్టాడు. అవి ఎంత నవ్వు తెప్పించేలా ఉన్నాయంటే, నేను అలసిపోయేలాగా నవ్వాను. ఏ మాత్రం సరదాలేని మిసెస్‌రుకాసిల్, అంతగా నవ్వలేదు, తన ఒళ్ళో చేతులు పెట్టుకుని కూర్చుంది. ఆ సమయంలో కూడా ఆమె ముఖంలో విచారకరమైన, ఆందోళనకరమైన కవళ్లిలు ఉన్నాయి. ఒక గంట ఆ పైన తర్వాత, ఇక ఇంటి పనులు చేసుకోవలసిన సమయం అయిందని మిస్టర్ రుకాసిల్ హఠాత్తుగా ప్రకటించాడు. నేను నా దుస్తులు మార్చుకోవచ్చని, నర్సరీలో ఉన్న ఎడ్వర్డ్ దగ్గరకు వెళ్ళవచ్చని చెప్పాడు.

''రెండు రోజుల తర్వాత అదే పరిస్థితుల మధ్య మళ్ళీ అదే ఘట్టం చోటు చేసుకుంది. మళ్ళీ నేను దుస్తులు మార్చుకొని, నేను కిటికీ దగ్గర కూర్చొని, నా యజమాని

ఎంతో నైపుణ్యంతో చెప్పే హాస్య కథలు విని కడుపుబ్బ నవ్వాను. అప్పుడు అతను ఒక పసుపు పచ్చ అట్ట ఉన్న నవలను ఇచ్చి, నా నీడ పేజీపై పడకుండా నా కుర్చీని పక్కకు జరిపి, అది చదివి వినిపించమని బతిమాలాడు. నేను ఆ పుస్తకం మధ్యలో నుంచి మొదలుపెట్టి ఒక పది నిమిషాలు చదివాను, ఇంతలోనే ఒక వాక్యం పూర్తి చేస్తుండగా, నన్ను లేచి దుస్తులు మార్చుకోమని చెప్పాడు.

''ఈ అసాధారణమైన ఘట్టం ఏమై ఉంటుందా అనే కుతూహలం నాలో ఎంతగా నెలకొందో మీరు ఊహించగలరు మిస్టర్ హోమ్స్. నా ముఖం కిటికీ వైపు లేకుండా ఉండేలా వారు చాలా జాగ్రత్త పడుతున్నారనే విషయాన్ని గమనించాను. దానితో నా వెనుక ఏముందో చూడాలనే ఆసక్తి నాలో నెలకొంది. మొదట అది చాలా కష్టంగా అనిపించినా, ఒక పద్ధతిని నేను కనిపెట్టాను. నేను ముఖం చూసుకునే చిన్న అద్దం పగిలిపోయింది. దాన్ని చూని నాకు ఒక మంచి ఆలోచన వచ్చింది. నేను ఒక చిన్న అద్దాన్ని నా కర్చీఫ్‌లో పెట్టుకున్నాను. మళ్ళీ ఆ ఘట్టం చోటు చేసుకున్నప్పుడు, నవ్వుతున్నప్పుడు అద్దం చుట్టి ఉన్న కర్చీఫ్‌ను నా ఎదురుగా పెట్టుకున్నాను. జాగ్రత్తగా నా వెనుక ఏముందో చూసేలా సరిచూసుకున్నాను. కానీ నేను చాలా నిరాశపడ్డానని చెప్పాలి. ఎందుకంటే, అక్కడ ఏమీలేదు.

'' కనీసం, అది నా మొదటి అభిప్రాయం. రెండవసారి చూసినప్పుడు, చిన్న గడ్డం, బూడిద రంగు సూట్ వేసుకుని, ఇటువైపే చూస్తూ సౌతాంప్టన్ రోడ్డు మీద నిలబడ్డ వ్యక్తి కనిపించాడు. సాధారణంగా అక్కడ జనం ఉంటారు. కానీ అతను మా పొలానికి సరిహద్దుగా వేసిన కంచెను ఆనుకుని, ఆసక్తిగా చూస్తున్నాడు. నేను నా హాండ్ కర్చీఫ్‌ను దించి, మిసెస్‌రుకాసిల్‌కేసి చూశాను. ఆమె నన్ను పరీక్షిస్తున్నట్టుగా నిశితంగా నాకేసేచూస్తోంది. ఆమె ఏమీ అనలేదు కానీ నా చేతిలో అద్దం ఉందని, నా వెనుకేముందో నేను చూశానని గ్రహించిందనిపించింది. ఆమె ఒక్క ఉదుటన లేచింది.

''జెఫ్రో, ఎవరో ఒక పోకిరి వెధవ రోడ్డు మీద నిలబడి మిస్ హంటర్‌కేసి చూస్తున్నాడు చూడు,'' అన్నది.

''మీ స్నేహితుడెవరూ కాదు కదా మిస్‌హంటర్?'' అడిగాడు అతను.

''లేదు, ఈ ప్రాంతంలో నాకెవరూ తెలియదు,'' అన్నాను.

''అవునా! ఎంత ధైర్యం! వెనక్కి తిరిగి వెళ్లిపొమ్మని సైగ చెయ్యి.''

''కానీ, అసలు పట్టించుకోకుండా ఉంటేనే మంచిదేమో?''

''లేదు, లేదు. అలా అయితే ఎప్పుడూ ఇక్కడిక్కడే తిరుగుతుంటాడు. కనుక, దయచేసి వెనక్కి తిరిగి, అతన్ని వెళ్ళిపొమ్మని సైగ చెయ్యి.''

'' నాకు చెప్పినట్టుగానే చేశాను. అదే సమయంలో మిసెస్‌రుకాసిల్ కిటికీ తెర లాగేసింది. అది జరిగి వారమైంది. అప్పటి నుంచి నేను కిటికీ దగ్గరా కూర్చోలేదు, నీలం రంగు డ్రెస్సూ వేసుకోలేదు, రోడ్డు మీద ఆ వ్యక్తీ కనిపించలేదు.''

''దయచేసి కొనసాగించు, నువ్వుచెప్పేది చాలా ఆసక్తికరంగా ఉన్నట్టనిపిస్తోంది,'' అన్నాడు హోమ్స్.

''నేనే చెప్పే వివిధ ఘటనల మధ్య ఏ మాత్రం పొంతన లేనట్టుగా, అసంబద్ధంగా మీకనిపిస్తుందేమోనని నా భయం. నేను కాపర్ బీచెస్‌కు వెళ్ళిన మొదటి రోజునే, వంటింటి తలుపు దగ్గరగా ఉన్న ఒక చిన్న ఔట్‌హౌజ్ వద్దకు మిస్టర్ రుకాసిల్ నన్ను తీసుకువెళ్ళాడు. మేం దాని దగ్గరకు వెళ్ళేసరికి, ఎవరో చెన్లైలాగిన శబ్దం, ఒక పెద్ద జంతువు లోపల తిరుగుతున్న చప్పుడు వినిపించాయి.

''లోపలికి చూడు! అన్నాడు మిస్టర్ రుకాసిల్ రెండు చెక్కల మధ్య సందుని చూపిస్తూ. అందంగా లేదూ?''

''నేను లోపలికి చూశాను, రెండు మెరుస్తున్న కళ్ళను ఆ చీకట్లో గమనించాను. ఏదో జీవి ముడుచుకుని పడుకున్నట్టు అనిపించింది.''

''భయపడకు,'' అన్నాడు నా యజమాని ఒక్కసారిగా నేను ఆ దృశ్యాన్ని చూసి ఉలిక్కిపడడంతో నవ్వుతూ. ''అదే కార్లో, నా పెంపుడు కుక్క. దానిని నాదని అంటానే కానీ, మా టాలర్ మాత్రమే దానితో ఏమైనా చేయగలడు. ప్రతి రాత్రీ దాన్ని టాలర్ బయిట వదులుతాడు, ఎవరైనా గోడదూకి వచ్చి దాని కోరల బారిన పడితే, వాడిని దేవుడు మాత్రమే కాపాడగలడు. రాత్రి వేళల్లో ఎప్పుడూ కూడా ఏ సాకుతోనూ ఈ గడప తొక్కకు నీకు ప్రాణాల మీద ఆశ ఉంటే.''

''ఆ హెచ్చరిక తీసి పారేయాల్సింది ఏమీ కాదు. ఎందుకంటే, రెండు రాత్రిళ్ళ తర్వాత నేను అర్థరాత్రి రెండు గంటలకు బెడ్‌రూంలో నుంచి చూస్తుండగా జరిగింది ఆ సంఘటన. అది అందమైన వెన్నెల రాత్రి, ఇంటి ముందు లాన్ మీద వెన్నెల పరచుకుని పట్టపగల్లా మెరిసిపోతోంది. నేను ఆ ప్రశాంతమైన వాతావరణాన్ని ఆస్వాదిస్తూ ఆలోచనల్లో మునిగిపోయి ఉన్నాను. ఇంతలోనే కాపర్ బీచ్‌చెట్ల నీడలో ఏదో కదులుతున్నట్టు అనిపించింది. అది వెన్నెల వెలుగులోకి వచ్చాక, ఏమిటో చూశాను. అది ఒక భారీ కుక్క, దూడంత పెద్దగా ఉంది, ముదురు మట్టి రంగులో మిలమిల మెరుస్తూ, బలమైన ఎముకలు, దవళ్ళ నోరు తెరుచుకుని భయంకరంగా కనిపిస్తోంది. అంతటి భయంకరమైన జీవిని చూసిన తర్వాత ఏ దొంగకైనా గుండెలు ఎలా జలదరిస్తాయో, నాకూ అలానే జరిగింది.

''ఇప్పుడు మీకు చెప్పవలసిన చిత్రమైన అనుభవం ఒకటి ఉంది. మీకు తెలుసు కదా నేను లండన్‌లో జుత్తు కత్తిరించుకున్నానని, ఆ కత్తిరించిన జుత్తును నేను పెట్టె అడుగున దాచుకున్నాను. ఒకరోజు సాయంత్రం, పిల్లవాడు నిద్రపోయిన తర్వాత, నేను నా గదిలో ఫర్నిచర్‌ను శుభ్రం చేస్తూ, నా వస్తువులను సర్దుతూ ఉన్నాను. నా గదిలో పాత అరల పెట్టె ఒకటి ఉంది. అందులో పై రెండు అరలూ ఖాళీగా ఉన్నాయి, తాళం వేయకుండా ఉన్నాయి. కింద వాటికి తాళం వేసి ఉన్నాయి. నేను పై రెండు అరల్లో బట్టలు సర్దాను. నాకు సర్దాల్సినవి ఇంకా ఉండటం, మూడవ దానికి తాళం వేసి ఉండటం చూసి చిరాకు వేసింది. దాన్ని మామూలుగా వేసి ఉంటారని తట్టి, నా దగ్గర ఉన్న తాళాల గుత్తిలోని తాళంతో దాన్ని తెరిచే ప్రయత్నం చేశాను. మొదటి తాళమే సరిగ్గా సరిపోయింది. నేను ఆ డ్రాయర్‌ను తెరిచాను అందులో ఒకే ఒక్క వస్తువు ఉంది. అదేమిటో మీరు ఊహించలేరని మాత్రం చెప్పగలను. అది కత్తిరించిన నా జుత్తు.''

''నేను దాన్ని తీసి పరీక్షించాను. అది జుత్తు రంగులోనే, అంతే వత్తుగా ఉంది. కానీ అది ఎంత అసాధ్యమన్న విషయం నాకు స్ఫురించింది. నా జుత్తును డ్రాయర్‌లో ఎలా పెట్టి తాళం వేస్తారు? వణుకుతున్న చేతులతో నా పెట్టె తెరిచాను, నా సామాన్లన్నీ తీసి, అడుగు నుంచి నా జుత్తు తీశాను. నేను ఆ రెండు పాయలనూ ఒకదాని పక్కన ఒకటి పెట్టాను. రెండూ ఒక్కలాగే ఉన్నాయంటే నమ్మండి. అది అసాధారణమైన విషయం కాదా? దానితో దిగ్భ్రమకు గురైన నాకు అది ఏమిటో అర్థం కాలేదు. నేను ఆ అపరిచితమైన జుత్తును మళ్ళీ అదే అరలో పెట్టేశాను. కానీ ఆ విషయాన్ని రుకాసిల్ దగ్గర ప్రస్తావించలేదు. ఎందుకంటే, వారు తాళం వేసిన అరను నేను చెప్పకుండా తెరిచి తప్పు చేశానని భావించాను.

''నాకు సహజంగా పరిశీలనాసక్తి ఉంది, మీరు అన్నట్టుగానే మిస్టర్ హోమ్స్. దానితో త్వరలోనే ఆ ఇంటి ప్లాన్ మొత్తాన్నీ బుర్రలోకి ఎక్కించుకున్నాను. ఒక భాగంలో అసలు ఎవరూ లేనట్టే అనిపించింది. టాలర్ ఉండే క్వార్టర్ వైపుగా ఉన్న తలుపు, ఆ సూట్‌లోకి దారి తీస్తుంది. కానీ అది సహజంగానే తాళం వేసి ఉంది. ఒకరోజు నేను మెట్లు ఎక్కాను. అప్పుడే మిస్టర్ రుకాసిల్ ఆ తలుపులోంచి బయటకు వస్తుండగా కలుసుకున్నాను. అతని చేతిలో తాళాలు ఉన్నాయి. అతని చెంపలు ఎర్రగా ఉన్నాయి. కనుబొమ్మలు కోపంతో ముడిపడి, ఉద్వేగంతో ఉన్నట్టుగా కణతుల వద్ద నరాలు ఉబ్బి ఉన్నాయి. అతను తలుపు తాళం వేసి, మాటా పలుకూ లేకుండా హడావిడిగా నన్ను దాటుకుని వెళ్ళిపోయాడు.

ఇది నా కుతూహలాన్ని మరింత పెంచింది. అందుకే, నా అంతగా నేను అక్కడ

మైదానంలో వాకింగ్‌కు వెళ్ళాను. ఆ భాగంలో ఉన్న ఇంటి కిటికీలు కనిపించే వైపుకు వెళ్ళాను. అక్కడ ఒక వరుసలో నాలుగు కిటికీలు ఉన్నాయి. అందులో మూడు మట్టి కొట్టుకుపోయి ఉన్నాయి. నాలుగవది షట్టర్ పైకి తెరిచి ఉంది. అవన్నీ కూడా అలా వదిలేసిన వాటిలా ఉన్నాయి. నేను వాటిని అప్పుడప్పుడు చూస్తూ తిరుగుతుండగా, మిస్టర్ రుకానిల్ ఎప్పటిలా సరదాగా, ఉత్సాహంగా కనిపిస్తూ నా దగ్గరకు వచ్చాడు.

''నేను నీతో ఒక్క ముక్క కూడా మాట్లాడకుండా వెళ్ళిపోయినందుకు ఏమీ అనుకోకు అమ్మాయీ, నేనేదో పనిలో మునిగి ఉన్నాను.''

''నేనేం బాధపడలేదని చెప్పాను. ''అక్కడ చాలా గదులు ఖాళీగా పడి ఉన్నట్టున్నాయి, అందులో ఒక దాని కిటికీ కూడా తెరిచి ఉంది,'' అన్నాను.

''ఫోటోగ్రఫీ నా హాబీల్లో ఒకటి,'' అన్నాడు అతను. ''నేను అక్కడ డార్క్ రూం ఏర్పాటు చేసుకున్నాను. కానీ, ఎంత పరిశీలనాశక్తి గలదానివమ్మాయ్.. దాన్ని ఎవరు నమ్ముతారు? ఎవరు నమ్ముతారు? అన్నాడు హాస్యంగా మాట్లాడుతున్నట్టుగా. కానీ అతను నా వైపు చూసిన చూపుల్లో హాస్యం లేదు. నేను అతని అనుమానాన్ని, చిరాకునూ గమనించానే తప్ప హాస్యాన్ని కాదు.

''మిస్టర్ హోమ్స్ నేను తెలుసుకోకూడదనిది ఆ గదులలో ఏదో ఉందని అర్థం చేసుకున్నాను. ఆ క్షణం నుంచీ అక్కడకు ఎప్పుడెప్పుడు వెళ్దామా అనే ఆతృత మొదలైంది నాలో. అది కేవలం కుతూహలం మాత్రమే కాదు, అదేదో నా విధి కూడా అన్న భావన - ఆ ప్రదేశంలోకి వెడితే మంచి జరుగుతుందన్న భావన. అందరు మహిళలకూ ఉండే సహజాతాల గురించి మాట్లాడుతుంటారు, బహుశ అదే నాకు ఆ భావనను కలిగించిందేమో. ఏమైనా, అది ఉంది; నేను ఆ నిషేధిత ద్వారం దాటి వెళ్ళే అవకాశం కోసం ఎదురు చూస్తున్నాను.''

''నిన్నే నాకు ఆ అవకాశం కలిగింది. మిస్టర్ రుకానిల్స్ కాకుండా, టాలర్ దంపతులు కూడా ఆ గదిలోకి వెడుతుంటారని మీకు చెప్పాలి. ఒకసారి అతను నల్లటి సంచి తీసుకుని లోపలికి వెళ్ళడాన్ని చూశాను. ఈ మధ్య అతను చాలా ఎక్కువగా తాగుతున్నాడు. నిన్న సాయంత్రం అతను బాగా తాగి ఉన్నాడు. నేను మెట్లెక్కి పైకి వెళ్ళేసరికి తలుపుకు తాళం చెవులు వేళ్ళాడుతున్నాయి. అతనే నిస్సందేహంగా అక్కడ వదిలేసి ఉంటాడు. రుకానిల్ దంపతులు కింద ఉన్నారు, పిల్లవాడు వాళ్ళతోనే ఉన్నాడు. అప్పుడు నాకు ఈ అద్భుతమైన అవకాశం వచ్చింది. నేను తాళం తీసి తలుపు తెరిచి లోపలికి వెళ్ళాను.''

''నా ఎదురుగా చిన్న సందులాగా ఉంది. కార్పెట్ లేకుండా అపరిశుభ్రంగా ఉంది

అక్కడ. అది కుడి వైపుకు మలుపు తిరిగింది. ఆ మలుపు దాటాక వరుసగా మూడు తలుపులు ఉన్నాయి. రెండు గదులూ ఖాళీగా దుమ్మూ, ధూళితో ఉన్నాయి. అందులో ఒకదానిలో రెండు కిటికీలు, మరొక దానిలో ఒక కిటికీ ఉన్నాయి. ఎంత దుమ్ముగా ఉన్నాయంటే, సాయం వెలుగు కూడా చాలా డిమ్‌గా ఉంది. మధ్య తలుపు మూసి ఉంది, తలుపుకి అడ్డంగా ఇనుపకడ్డీ పెట్టి ఉంది. దానికి చివరి తాళం వేసి ఉంది. ఈ మూసి ఉన్న గది కిటికీకి షట్టర్ ఉంది. అయినా ఆ గది పూర్తిగా చీకటిలో లేదని తలుపు కింద నుంచి గమనించి తెలుసుకున్నాను. పై నుంచి వెలుగు పడే అవకాశం ఏదో ఉంది. నేను ఆ తలుపుకేసి చూస్తూ, అందులో ఏ రహస్యం ఉందా అని ఆలోచిస్తూ నిలబడ్డాను. ఇంతలో హఠాత్తుగా ఆ గదిలో అడుగుల చప్పుడు వినిపించింది. గది తలుపుల కింద సందులో నుంచి కనిపిస్తున్న గుడ్డి వెలుగులో ఎవరిదో నీడ అటూ ఇటూ తిరుగుతున్నట్టు కనిపించింది. ఆ దృశ్యం నాలో తెలియని పిచ్చి భయాన్ని రేకెత్తించింది. నా నరాలు తెగిపోతున్నట్టు అనిపించింది. హఠాత్తుగా, దానితో వెనక్కి తిరిగి పరుగులంకించుకున్నాను. ఏదో అదృశ్య హస్తం నా స్కర్ట్‌ను పట్టి లాగుతున్నట్టు అనిపించింది. నేను ఆ సందులోంచి దూసుకుని, తలుపు తెరుచుకుని, బయట వేచి ఉన్న మిస్టర్ రుకాసిల్ చేతుల్లో పడ్డాను.''

''సో! నువ్వున్న మాట. ఆ తలుపు తెరుచుకున్నప్పుడు అనుకున్నా నువ్వే అయి ఉంటావని,'' అన్నాడు.

''అమ్మో! నాకు చాలా భయం వేసింది,'' అన్నాను వగురుస్తూ.

''అమ్మాయీ! అమ్మాయీ! - మీరు ఊహించలేరు అతను ఎంత ఓదార్పుగా, మెత్తగా మాట్లాడాడో - సరే, నిన్ను భయపెట్టింది ఏమిటమ్మాయీ?''

''కానీ అతని గొంతు కొంచెం ఒత్తిడి చేస్తున్నట్టుగా ఉంది. అతను కొంచెం ఎక్కువే చేశాడు. నేను కూడా అతని దగ్గర జాగ్రత్తగా ఉండాలి అనుకున్నాను.

''బుద్ధి లేకుండా, ఖాళీగా ఉన్న ఈ భాగానికి వచ్చాను. కానీ ఇక్కడ ఎంత గుడ్డి వెలుతురుతో భయంకరంగా అనిపించి, భయపడి వెనక్కి పరుగెత్తుకొచ్చాను. అక్కడ చాలా నిశ్శబ్దం భయపెట్టింది!'' అని సమాధానం చెప్పాను.

''అంతేనా?'' అన్నాడు అతను, నన్ను నిశితంగా గమనిస్తూ.

''ఎందుకు, మీరేమనుకుంటున్నారు?'' అడిగాను.

''మరి ఈ తలుపుకు ఎందుకు తాళం వేస్తాను అనుకున్నావు?''

''ఏమో నాకెలా తెలుస్తుంది?''

'' అక్కడ ఏ పనీలేని వారిని దూరంగా ఉంచేందుకే. అర్థమైందా?'' అప్పుడు

కూడా అతను ఎంతో స్నేహపూర్వకంగా నవ్వాడు.

'' ఆ విషయం నాకు తెలిసి ఉంటే-''

''అయితే, ఇప్పుడు తెలిసింది కదా. మళ్ళీ ఈ గుమ్మంలో ఎప్పుడైనా కాలు పెట్టావో -'' ఆ మాట అంటున్నప్పుడు అతని నవ్వు కోపంగా మారి, రాక్షసుడిలా నా ముఖంకేసి చూశాడు, ''నిన్ను ఆ కుక్కకు ఆహారంగా పడేస్తాను.''

''నాకు చాలా భయం వేసింది. నేను ఏం చేశానో కూడా నాకు తెలియలేదు. బహూశ నేను నా గదిలోకి పరుగుతీసి ఉంటాను. నేను వణుకుతూ, నా మంచంలో పడుకోవడమే గుర్తుంది. అప్పుడు మీరు గుర్తు వచ్చారు మిస్టర్ హోమ్స్. ఏ సలహా లేకుండా నేను అక్కడ ఇక ఉండలేను. నాకు ఆ ఇల్లంటేనే భయంగా ఉంది, అతను, ఆమె, పనివాళ్ళు, ఆఖరుకి ఆ పిల్లవాడిని తల్చుకున్నా భయం వేస్తోంది. వారంతా కూడా నాతో భయంకరంగా ప్రవర్తించారు. మిమ్మల్ని ఇక్కడికి పిలిపిస్తే అంతా చక్కబడుతుందనిపించింది. నేను ఆ ఇంట్లోంచి పారిపోయి ఉండవచ్చు. కానీ నా భయాలంత బలంగా నా కుతూహలం కూడా ఉన్నది. అందుకే వెంటనే ఒక నిర్ణయం తీసుకున్నాను. మీకు టెలిగ్రాం పంపాలని నిర్ణయించుకున్నాను.

నేను టోపీ పెట్టుకుని, కోటు వేసుకుని, ఇంటికి అరమైలు దూరంలో ఉన్న ఆఫీసుకు వెళ్ళి ఆ పని చేసి, ప్రశాంతంగా ఇంటికి తిరుగుముఖం పట్టాను. కానీ ఆ ఇంటి దగ్గరకు వెడుతుండగా, నా మనసులో ఒక భయంకరమైన ఆలోచన వచ్చింది. కుక్కను వదిలిపెట్టలేదు కదా అని. కానీ వెంటనే టాలర్ బాగా తాగి ఉన్నాడు ఆ సాయంత్రం అనే విషయం గుర్తు వచ్చిఇంది. ఆ భయంకరమైన జంతువును అదుపు చేయగల శక్తి ఆ ఇంట్లో అతనికి తప్ప మరెవరికీ లేదు, పైగా దాన్ని వదిలేంత సాహసం చేయరు. నేను ఆ ధైర్యంతో లోపలికి వెళ్ళి ఉదయమే మిమ్మల్ని కలుస్తానన్న ఆనందంతో సగం రాత్రి మెలకువగా ఉన్నాను. ఉదయం విన్‌చెస్టర్ వచ్చేందుకు శలువు తీసుకోవడం పెద్ద కష్టం కాలేదు. కానీ నేను మూడు గంటలకల్లా వెనక్కి వెళ్ళాలి. ఎందుకంటే రుకాసిల్ దంపతులు ఈ సాయంత్రం బయిటకు వెడతున్నారు కనుక పిల్లవాడి దగ్గర ఉండాలి. నా సాహసాలన్నీ మీకు చెప్పాను మిస్టర్ హోమ్స్, అదంతా ఏమిటో, నేనేం చేయాలో చెప్తే సంతోషిస్తాను.''

నేను, హోమ్స్ అసాధరణ కథను మంత్రముగ్ధుల్లా విన్నాం. నా మిత్రుడు లేచి, గదిలో అటూ, ఇటూ పచార్లు చేయడం మొదలు పెట్టాడు. జేబులో చేతులు పెట్టుకుని, గంభీరంగా ఉన్నాడు.

''టాలర్ ఇంకా తాగి ఉన్నాడా?'' అడిగాడు అతను.

''అవును. తాను అతన్నేం చేయలేకపోతున్నానని మిసెస్ రుకాసిల్‌తో అతని భార్య చెప్పడం విన్నాను.''

''మంచిది, ఈ రాత్రికి రుకానిల్ దంపతులు బయిటకు వెడుతున్నారు కదూ?''

''అవును.''

''అక్కడ ఏదైనా మాళిగ బలమైన తాళంతో ఉన్నదా?''

''అవును, వైన్ పెట్టినది.''

''నువ్వుఈ వ్యవహారం మొత్తంలో చాలా ధైర్యంతో, విజ్ఞత కలిగిన అమ్మాయిలా ప్రవర్తించావు మిన్‌హంటర్. నువ్వుమరొక్క ఫీట్ చేయగలననుకుంటున్నావా? నువ్వు అసాధారణమైన యువతివి అనుకోకపోతే, ఈ ప్రశ్న నిన్ను వేసేవాడిని కాదు.''

''ప్రయత్నిస్తాను. ఏమిటది?''

''మేం ఏడుగంటలకల్లా కాపర్ బీచెస్‌కు వస్తాం. ఆ సమయానికి రుకానిల్ దంపతులు వెళ్ళిపోయి ఉంటారు. టాలర్ మత్తులో ఉంటాడని ఆశిస్తున్నాను. ఇక గొడవ చేయగలిగింది మిసెెస్‌టాలర్ మాత్రమే. నువ్వుఆమెను ఏదో ఒక పని మీద మాళిగలోకి పంపి, తాళం వేయగలిగితే, అది సమస్య పరిష్కారానికి ఎంతో తోడ్పడుతుంది.''

''నేను ఆ పని చేస్తాను.''

''అద్భుతం! మనం ఈ వ్యవహారాన్ని నిశితంగా పరిశీలిద్దాం. ఒక బలహీనమైన వివరణ ఉంది. నిన్ను అక్కడ ఎవరో వ్యక్తిలా వ్యవహరించడానికి తీసుకువెళ్ళారు. ఆ అసలు వ్యక్తిని గదిలో బంధించారు. అది తెలుస్తోంది. ఇక బందీగా ఉన్న వ్యక్తి ఎవరంటే, అది అతని కుమార్తె ఆలిన్‌రుకానిల్ అన్నది నిస్సందేహం. నాకు సరిగ్గా గుర్తుంటే, ఆమె అమెరికా వెళ్ళిందని నీకు చెప్పారు. ఆమెలాగే ఎత్తు, విగ్రహం, జుత్తు రంగూ చూసే నిన్ను ఎంపిక చేసుకున్నారు. ఆమె జుత్తును ఏదో అనారోగ్యం కారణంగా కత్తిరించారు. ఆమె దాని నుంచి బయిటపడినా. అందుకే నీది కూడా త్యాగం చేయాల్సి వచ్చింది. అందుకే చిత్రమైన అవకాశంతో నువ్వు ఆ జుత్తును చూశావు. ఆ రోడ్డు మీద నిలబడ్డ వ్యక్తి ఆమె స్నేహితుడు - బహుశ ఫియాన్సీ అయి ఉండాలి - నువ్వు ఆ అమ్మాయి గౌను వేసుకొని అచ్చు ఆమెలానే ఉండటం, అతనెప్పుడు చూసినా నవ్వుతూ కనిపించడం, తర్వాత నీ సైగ కారణంగా మిన్‌రుకానిల్ ఆనందంగా ఉందని, తను అక్కడ అవసరం లేదని అతను భావించాడు. ఆమెతో అతను మాట్లాడకుండా ఉండేందుకే రాత్రిళ్ళు కుక్కను వదిలిపెడుతున్నారన్నది సుస్పష్టం. ఈ కేసులో అన్నిటికన్నా ముఖ్యమైంది ఆ పిల్లవాడి ప్రవర్తన.''

''దానితో ఈ వ్యవహారానికి సంబంధం ఏమిటి?'' అన్నాను నేను ఉలిక్కిపడి.

''తల్లిదండ్రులను పరిశీలించడం ద్వారా పిల్లల ప్రవర్తనను కనుగొనే వైద్య వృత్తిలో ఉన్న వ్యక్తివి నువ్వు. అదే విషయం తలకిందులుగా జరగడం సాధ్యం కాదంటావా? అనేకసార్లు పిల్లల ప్రవర్తనను బట్టి తల్లిదండ్రుల ప్రవృత్తిని తెలుసుకున్నాను నేను. ఈ పిల్లవాడి ప్రవర్తన అత్యంత క్రూరంగా ఉంది. క్రూరత్వం కోసమే క్రూరత్వం. అతను దీన్ని చిరునవ్వుతో కనిపించే తండ్రి నుంచి నేర్చుకున్నాడా? లేక తల్లి దగ్గర నుంచా? ఏది ఏమైనా వారి అదుపులో ఉన్న అమ్మాయికి ఇది హాని చేసింది.''

''మీరు సరిగ్గా చెప్పారు మిస్టర్ హోమ్స్,'' అన్నది మా క్లైంట్ ఉద్వేగంగా. ''మీరు సరిగ్గా చెప్పారనుకోవడానికి నాకు వెయ్యి సందర్భాలు గుర్తు వస్తున్నాయి. పాపం ఆ అమ్మాయికి సాయం చేయడంలో ఒక్క క్షణం కూడా ఆలశ్యం చేయవద్దు.''

''మనం అప్రమత్తంగా ఉండాలి. ఎందుకంటే ఒక జిత్తుల మారి వ్యక్తితో వ్యవహరిస్తున్నాం. ఏడింటి వరకూ మనమేం చేయలేం. సరిగ్గా ఆ గంటకు నీ దగ్గరకు వస్తాం. ఆ మిస్టరీని ఛేదించడానికి ఎక్కువ సమయం పట్టదు.''

మేం మా మాటను నిలబెట్టుకున్నాం. ఎందుకంటే మేం కాపర్ బీచెన్‌చేరేసరికి సరిగ్గా ఏడైంది. అంతవరకూ రోడ్డు పక్కన హోటల్లో కాలం గడిపాం. అస్తమిస్తున్న సూర్యుడి వెలుగులో చెట్ల ఆకులు లోహంలా మెరుస్తున్నాయి. మిస్‌హంటర్ తలుపు దగ్గర చిరునవ్వుతో నిలబడి ఉన్నా, అదే ఇల్లని కనుక్కోవడానికి ఆ చెట్లు చాలా.

''ఆ పని చేశావా?'' అడిగాడు హోమ్స్.

ఇంతలోనే కింద అంతస్తులో నుంచి పెద్ద శబ్దం వినిపించింది. ''అది మాళిగలో మిె్‌ష్‌టాలర్,'' అంది ఆమె. భర్త వంటంట్లో గురకలు పెడుతున్నాడు. ఇవిగో తాళం చేతులు, మిస్టర్ రుకానిల్ దగ్గరున్న వాటి డూప్లికేటు.''

'' నువ్వుఅద్భుతమైన పని చేశావు!'' అన్నాడు హోమ్స్ ఉత్సాహంగా. ''ఇప్పుడు దోవ చూపించు. ఈ చీకటి వ్యవహారానికి ముగింపు పలుకుదాం.''

మేం మెట్లెక్కి వెళ్ళి, తాళం తీసి ఆ సందులో గుండా మిస్‌హంటర్ చెప్పిన గది దగ్గరకు వచ్చాం. హోమ్స్ తాళం తీస్తీ, ఆ ద్వారానికి అడ్డంగా పెట్టిన కడ్డీని తొలగించాడు. తర్వాత చాలా తాళం చెవులతో తలుపు తెరిచే ప్రయత్నం చేశాడు కానీ విఫలమయ్యాడు. లోపలి నుంచి ఎలాంటి శబ్దమూ లేదు. ఆ నిశ్శబ్దానికి హోమ్స్ ముఖం గంభీరంగా మారింది.

''మనం ఆలశ్యంగా రాలేదనుకుంటున్నాను,'' అన్నాడు అతను. ''మిస్‌హంటర్ నువ్వులేకుండా మేం వెళ్ళడమే మంచిదనుకుంటాను. నువ్వుకూడా పట్టు, లోపలికి

వెళ్ళగలమో లేదో చూద్దాం.''

మా ఇద్దరి శక్తి ముందూ ఆ పాత తలుపు నిలవలేదు. ఇద్దరం కలిని లోపలికి దూసుకెళ్ళాం. కానీ గది ఖాళీగా ఉంది. అందులో ఏ ఫర్నిచరూ లేదు. ఒక్క చిన్న మంచం, బల్ల, ఒక బుట్టలో బట్టలు మినహా. కప్పుపైన వెలుతురు కోసం పెట్టిన పలక ద్వారా బందీ మాయమైనట్టుంది.

''ఇక్కడేదో విలనీ జరిగింది,'' అన్నాడు హోమ్స్. '' ఈ వ్యక్తి హంటర్ ఉద్దేశాలను గమనించి, బందీని తీసుకెళ్ళిపోయాడు.''

''కానీ ఎలా?''

''ఈ పైన ఉన్న పలక ద్వారా అనుకుంటాను. ఈ పని ఎలా చేశాడో చూద్దాం.'' అతను కప్పును పట్టుకు వేళ్ళాడుతూ తొంగి చూశాడు. ''ఆ, తెలిసింది,'' అని అరిచాడు. ''ఇదిగో ఇక్కడ పొడుగాటి నిచ్చెన వేళ్ళాడుతోంది. అతను అలా తీసుకెళ్ళాడు.''

''కానీ అది అసాధ్యం,'' అంది మిస్‌హంటర్. ''రుకాసిల్ దంపతులు వెళ్ళినప్పుడు ఆ నిచ్చెన లేదు.''

''అతను వెనక్కి వచ్చి చేశాడు. చాలా తెలివైన, ప్రమాదకరమైన వ్యక్తి. ఇప్పుడు మెట్లు ఎక్కుతున్నది ఆ వ్యక్తే అయినా నేను ఆశ్చర్యపోను. వాట్సన్ నీ పిస్టల్ తీసి సిద్ధంగా పెట్టుకోవడం అవసరం అనిపిస్తోంది.''

ఆ మాటలు పూర్తి కాకుండానే, ఆవ్యక్తి గది గుమ్మం ముందు ప్రత్యక్షమయ్యాడు. లావుగా ఉన్నాడు, చేతిలో దుడ్డు కర్ర ఉంది. అతన్ని చూడగానే మిస్‌హంటర్ పెద్దగా అరిచి, గోడకు కరుచుకుపోయింది. కానీ షెర్లాక్ హోమ్స్ ముందుకు వచ్చి అతన్ని ఎదుర్కొన్నాడు.

''ఒరేయ్ విలన్, నీ కూతురు ఎక్కడ?'' ఆ లావాటి మనిషి చుట్టూ చూసి, తర్వాత పైకి చూశాడు.

'' ఆ విషయం మీరే చెప్పాలి,'' అన్నాడు కీచుగా, '' దొంగ వెధవల్లారా! గూఢచారుల్లారా, దొంగల్లారా! మిమ్మల్ని పట్టుకున్నాను! ఇప్పుడు నా శక్తి ఏమిటో మీకు చూపిస్తాను. మీ తిక్క కుదురుస్తాను!'' అంటూ రివ్వున వెనక్కి తిరిగి సాధ్యమైనంత త్వరగా మెట్లు దిగాడు.

''అతను కుక్క కోసం వెళ్ళాడు!'' అంది మిస్‌హంటర్ గట్టిగా.

''నా దగ్గర రివాల్వర్ ఉంది,'' అన్నాను నేను.

''ముందు గది తలుపు వేసెయ్'' అని అరిచాడు హోమ్స్. మేమంతా కలిసి కిందకు దిగాం. మేం హాల్లోకి వెళ్ళేసరికి, ఒక కుక్క మొరగడాన్ని తర్వాత భయంకరమైన కేకను

విన్నాం. వినడానికి కూడా హృదయవిదారకంగా ఉంది ఆ కేక. ఇంతలోనే ఎర్రటి ముఖం, వణుకుతున్న చేతులతో ఒక వ్యక్తి పక్క తలుపు తీసుకొని వచ్చాడు.

''దేవుడా! ఎవరో కుక్కను వదిలిపెట్టారు. దానికి రెండు రోజుల నుంచీ తిండి పెట్టలేదు. త్వరగా, త్వరగా లేదంటే ఆలశ్యం అవుతుంది,'' అని అరిచాడు.

హోమ్స్, నేను బయిటకు పరుగుతీశాం, వెనుకే టాలర్ వచ్చాడు. అక్కడ ధృశ్యం బీభత్సంగా ఉంది. నల్లటి పెద్ద కుక్క రుకానిల్ గొంతును పట్టేసి ఉంది. అతను నేలమీద పడి గిలగిలా కొట్టుకుంటూ అరుస్తున్నాడు.నేను పరుగున ముందుకు వెళ్ళి దాని తలకు గురి పెట్టి తుపాకీ పేల్చాను. అది పక్కకు పడిపోయింది కానీ దాని పళ్ళు అతడి గొంతులో నుంచి వేళ్ళాడుతున్న మాంసాన్ని పట్టే ఉన్నాయి. ఎంతో కష్టంతో వారిద్దరినీ విడదీశాం. అతన్ని జాగ్రత్తగా డ్రాయింగ్ రూంలోకి తీసుకెళ్ళగలిగాం. అక్కడ సోఫాలో పడుకోబెట్టి, ఈ వార్తను అతను భార్యకు చేరవేసేందుకు టాలర్‌ను పంపించి, అతన్ని నొప్పి నుంచి విముక్తం చేయడానికి నేను చేయగలిగింది చేశాను. తలుపు తెరుచుకొని ఎత్తుగా బలంగా ఉన్న మహిళ ఒకరు గదిలోకి ప్రవేశించేటప్పటికి మేమంతా అతడి చుట్టూ ఉన్నాం.

''మిసెస్ టాలర్!'' అరిచింది మిస్‌హంటర్.

'' అవును, మిస్ మిస్టర్ రుకానిల్ వెనక్కి వచ్చి, మీ కోసం పైకి వచ్చే ముందే నన్ను బయిటకు తీశాడు. అమ్మాయీ నీ ప్లాన్ ఏంటో నాకు ముందే చెప్పకపోవడం బాధాకరం. లేదంటే, నీ ప్రయత్నం వృధా అని ముందే చెప్పేదానిని.''

''అవునా,'' అన్నాడు హోమ్స్ ఆమె కేసి నిశితంగా చూస్తూ. ''ఈ వ్యవహారంలో మిగిలిన వారందరికన్నా మిసెస్‌టాలర్‌కే ఎక్కువ తెలుసు.''

''అవును సర్, నాకు తెలుసు. నాకు తెలిసింది చెప్పడానికి కూడా సిద్ధంగా ఉన్నాను.''

''అయితే దయచేసి కూర్చోండి, మాకు చెప్పండి. ఎందుకంటే, నాకు అర్థం కాని విషయాలు చాలానే ఉన్నాయని ఒప్పుకొని తీరవలసిందే.''

''నేను స్పష్టం చేస్తాను,'' అంది ఆమె. ''నేను ఆ మాళిగలోకి వెళ్ళకుండా ఉంటే, ముందే చెప్పి ఉండేదాన్ని. కానీ పోలీసులు రావడం లాంటిదేమైనా ఉంటే, నేను మీకు సాయపడ్డాను, మిస్‌ఆలిస్‌కి కూడా అనే విషయం గుర్తు పెట్టుకోండి.''

''మిస్ ఈ ఇంట్లో ఎప్పుడూ సంతోషంగా లేదు. ఆమె తండ్రి రెండవ పెళ్ళి చేసుకున్నప్పటి నుంచీ ఆ పరిస్థితి అని చెప్పాలి. తర్వాత ఆమెను పక్కకు తోసేసినట్టు అయింది. ఏ విషయంలోనూ ఆమె అభిప్రాయం కానీ జోక్యం కానీ లేవు, కానీ ఆమె

స్నేహితురాలి ఇంట్లో మిస్టర్ ఫౌలర్‌ను కలుసుకునే వరకూ ఆమె జీవితం అలా సాగిపోతోంది. నాకు తెలిసినంత వరకూ వీలునామా కారణంగా మిస్ ఆలిస్‌కు ఆస్తిలో వాటా ఉంది. అయినప్పటికీ ఆమె ఎప్పుడూ దాని గురించి మాట్లాడలేదు, చాలా సహనంగా ఉంది. అంతా మిస్టర్ రుకానిల్ చేతుల్లోనే వదిలేసింది. అతనికి తెలుసు, ఆమెతో తనకు ఎలాంటి హాని ఉండదని. కానీ ఆమెకు పెళ్ళై మొగుడు వచ్చి, చట్ట ప్రకారం తమకు రావలసిన వాటాను కోరితే, ఈ కోణంలో అతను ఆమెను నిలవరించాలనుకున్నాడు. ఆమెకు పెళ్ళైనా కాకపోయినా, ఆమె డబ్బు ఉపయోగించుకునే హక్కు ఇస్తున్నట్టుగా రాని సంతకం పెట్టమని ఒత్తిడి తెచ్చాడు. కానీ ఆమెట్టకపోయేసరికి, ఆమెకు బ్రెయిన్ ఫీవర్ వచ్చేదాకా ఇబ్బంది పెడుతూనే ఉన్నాడు. దాదాపు ఆరు వారాల పాటు ఆమె మరణశయ్య మీదే ఉన్నది. మొత్తం మీద ఆమె దాని నుంచి బయటపడింది. కానీ అలసిపోయి, చిక్కిపోయి, అందమైన జుత్తు కత్తిరించి; కానీ ఆమెను ప్రేమించిన వ్యక్తిలో ఏం మార్పూ రాలేదు. ఒక మంచి మగవాడిలాగా ఆమెను అంటిపెట్టుకునే ఉన్నాడు.''

''మీరు చెప్పిన విషయాలు వ్యవహారాన్ని సుస్పష్టం చేశాయి. ఇక మిగిలింది నేను ఊహించగలను. తర్వాత రుకానిల్, ఆమెను బందీ చేశాడు అనుకుంటాను.అంతే కదా?'' అన్నాడు హోమ్స్.

''అవును సర్.''

''మిస్టర్ ఫౌలర్ నుంచి తప్పించుకోవడానికే మిస్‌హంటర్‌ను లండన్ నుంచి తీసుకువచ్చాడు.''

''జరిగింది అదే సర్.''

''కానీ, మిస్టర్ ఫౌలర్ సహనశీలమైన వ్యక్తి కనుక, అతను ఇంటి చుట్టూనే తిరుగుతూ, మిమ్మల్ని కలుసుకొని, వాదించి, అతని అభిప్రాయాలూ, మీవీ ఒకటేనని ఒప్పించగలిగాడు.''

''మిస్టర్ ఫౌలర్ చాలా దయగా మాట్లాడతాడు, పెద్ద మనిషి,'' అంది మిస్‌టాలర్ ప్రశాంతంగా.

''ఈ రకంగా అతను నీ భర్తకు ఇక తాగలేనంత తాగించి, మీ యజమాని బయటకు వెళ్ళగానే నిచ్చెన సిద్ధం చేయాలని కోరాడు.''

''అవును సర్, అదే జరిగింది, అలాగే జరిగింది.''

''మేం మీకు క్షమాపణలు చెప్పి తీరవలసిందే మిసెస్ టాలర్,'' అన్నాడు హోమ్స్. ''మాకు అర్థం కాని విషయాలన్నీ స్పష్టం చేశావు. ఇదిగో గ్రామ వైద్యుడు, మిసెస్

రుకాసిల్ వస్తున్నారు. ఇక మనం మిస్‌హంటర్‌ను తీసుకొని విన్‌చెస్టర్‌కు బయలుదేరడం మంచిదనుకుంటాను. ఎందుకంటే, మనకిక్కడ స్థాన బలం లేదు.''

ఈ రకంగా కాపర్ బీచెస్‌చెట్లు ముందుగల ఆ ఇంటి మిస్టరీని చేధించాం. మిస్టర్ రుకాసిల్ బతికి బయిటపడ్డాడు. కానీ అతను పూర్తి ఆరోగ్యవంతుడు కాలేకపోయాడు. అతని భార్య సేవల కారణంగానే అతను సజీవంగా ఉన్నాడు. వారు ఇంకా ఆ ఇంటి వ్యవహారం, రుకాసిల్ గతం తెలిసిన తమ పాత పనివాళ్ళతోనే కలిసి ఉన్నారు. వారిని పంపివేయడం అతను చేయలేని పని. మిస్టర్ ఫౌలర్, మిస్‌రుకాసిల్ పెళ్ళి చేసుకున్నారు. వారు పారిపోయిన రెండవరోజే సౌతాంప్టన్‌లో ప్రత్యేక లైసెన్స్ ద్వారా ఆ పని చేశారు. ఇప్పుడు మారిషన్‌దీవులలో అధికారిగా అతడిని ప్రభుత్వం నియమించింది. ఇక మిస్ హంటర్ విషయానికి వస్తే ఆమె సమస్యకు కేంద్రబిందువు కాకపోవడంతో హోమ్స్ ఆమెపై ఆసక్తిని కోల్పోయాడు. ప్రస్తుతం ఆమె వాల్సాల్‌లో ఒక ప్రైవేటు స్కూల్‌లో హెడ్డుగా పని చేస్తోంది. ఆమె అందులో విజయవంతం కూడా అయి ఉంటుందని నేను నమ్ముతున్నాను.

JAICO PUBLISHING HOUSE

Elevate Your Life. Transform Your World.

జై-కో ప్రచురణ సంస్థ ఇప్పటి వరకూ 2000 పుస్తకాలు ప్రచురించింది. ఇందులో పెద్దవారు, పిల్లల సాహిత్య పుస్తకాలు, చరిత్ర, హాస్యం, ఆటలు, మతం, తత్వశాస్త్రం, ఆరోగ్యం, మనో వైజ్ఞానిక, వ్యక్తిత్వ, నిర్మాణానికి సంబంధించిన పుస్తకాలు ఉన్నాయి. ఈ సంస్థ ప్రముఖ రచయితలైన శ్రీశ్రీపరమహంస యోగానంద (ఒక యోగి ఆత్మకథ), కుష్వంత్ సింగ్, ముల్క్‌రాజ్ ఆనంద్, కమలా మార్కండేయ, ఏకాంత్ ఈశ్వరన్, నిరాద్ చౌదరి, ఎం.వి. కామత్, సర్వేపల్లి రాధాకృ ష్ణన్, ఓషో, శ్రీశ్రీరవిశంకర్, రాబిన్‌శర్మ వంటి వారి రచనలను ప్రచురించింది.

గత రెండు దశాబ్ధాలుగా జై-కో సంస్థ విద్య, బిజినెస్ మేనేజ్‌మెంట్, ఇంజనీరింగ్, టెక్నాలజీ వంటి వత్తి విద్యా పుస్తకాలను ప్రచురించడంలో నెం.1 స్థానంలో ఉంది. కళాశాల విద్యార్థుల కోసం జై-కో ప్రచురించే పుస్తకాలను దేశవ్యాప్తంగా విద్యార్థులు ఆదరిస్తున్నారు. సంస్థకు చెందిన ఎడ్యుకేషన్ అండ్ కార్పొరేట్ సేల్స్ డివిజన్ నిర్వహణ సామర్థ్యం ఇందుకు నిదర్శనం.

జై-కో సంస్థను 1946లో దివంగత జమన్ సింగ్‌పుస్తకపంపిణీ వ్యాపారంగా ప్రారంభించారు. త్వరలోనే దేశానికి స్వాతంత్ర్యం వస్తుందని ముందుగానే ఊహించిన ఆయన తన సంస్థకు జై-కో అని నామకరణం చేశారు (హిందీలో జై అంటే విజయం). అభివృద్ధి చెందుతున్న దేశంలో పుస్తకాల అవసరం గుర్తించిన జమన్‌సింగ్ త్వరలోనే స్వయంగా ప్రచురణ సంస్థను కూడా ప్రారంభించారు. ఇంగ్లీషు భాషకు సంబంధించి భారతేదశంలో పేపర్‌బ్యాక్ పుస్తకాలను ప్రచురించిన తొలి సంస్థ 'జై-కో'.

స్వంతంగా పుస్తకాలు ప్రచురించడం, పంపిణీ చేయడంతోపాటు 'జై-కో' అంతర్జాతీయంగా పేరుపొందిన మెక్‌గ్రోహిత్, పెర్సన్, థామ్సన్, ఎల్సివర్ సైన్స్ వంటి సంస్థల ప్రచురణలను దేశంలో పంపిణీ చేస్తుంది. ముంబైలో ప్రధాన కార్యలయం ఉండగా, ఢిల్లీ, కోల్‌కత్తా, బెంగుళూరు, చెన్నై, హైదరాబాద్, అహ్మదాబాద్, భోపాల్ వంటి ప్రాంతాలలో బ్రాంచిలు ఉన్నాయి. సంస్థ అమ్మకాల విభాగంలోని 40కిపైగా ఎగ్జిక్యూటివ్‌లు, డైరెక్ట్ మెయిల్ డివిజన్, వెబ్‌సైట్ మూలంగా దేశంలోని పట్టణం, గ్రామీణ ప్రాంతాలలో సైతం జై-కో పుస్తకాలు అందుబాటులో ఉండేలా చర్యలు తీసుకుంటున్నారు.